நல்லுணர்வு ஊட்டும் உற்பத்தித்திறன்

நல்லுணர்வு ஊட்டும் உற்பத்தித்திறன்

எது உங்களுக்கு முக்கியமோ
அதை அதிகமாகச் செய்வது எப்படி

அலி அப்தால்

MANJUL

மஞ்சுள் பப்ளிஷிங் ஹவுஸ்

First published in India by

MANJUL

Manjul Publishing House

Corporate and Editorial Office

• 2nd Floor, Usha Preet Complex, 42, Malviya Nagar, Bhopal 462 003 - India

Sales and Marketing Office

• C-16, Sector 3, Noida, Uttar Pradesh, 201301, India

Website: www.manjulindia.com

Distribution Centres

Ahmedabad, Bengaluru, Bhopal, Kolkata, Chennai,
Hyderabad, Mumbai, New Delhi, Pune

Tamil translation of *Feel Good Productivity* by Ali Abdaal

First published as *Feel-Good Productivity* in 2023
by Cornerstone Press, an imprint of Cornerstone.

Cornerstone is part of the Penguin Random House group of companies.

This edition first published in 2024

ISBN: 978-93-5543-374-9

Tamil translation by Nandini

Printed and bound in India by Sanat Printers

மிமிக்கும் நானிக்கும் –
உங்களுடைய அன்பு,
ஆதரவு மற்றும் அர்ப்பணிப்புக்காக.

உள்ளடக்கம்

முன்னுரை

"கிறிஸ்துமஸ் வாழ்த்துகள், அலி! யாரையும் கொன்றுவிடாமல் இருக்க முயற்சி செய்யுங்கள்!" என்ற வார்த்தைகளுடன், என்னுடைய மூத்த மருத்துவர் தொலைபேசியை வைத்துவிட்டார். அதனால், அந்தக் கிறிஸ்துமஸ் தினத்தன்று அந்த வார்டிலிருந்த அனைத்து நோயாளிகளையும் தனியொரு மருத்துவராகப் பார்த்துக் கொள்ளும் பொறுப்பு, அப்போதுதான் மருத்துவப் படிப்பை முடித்திருந்த இளம் மருத்துவரான என் தலையில் விடிந்தது. மூன்று வாரங்களுக்கு முன் நான் செய்திருந்த ஒரு சிறிய தவறுதான் அதற்குக் காரணம். நான் அத்தொழிலுக்குப் புதியவன் என்பதால், கிறிஸ்துமஸ் விடுமுறை விண்ணப்பப் படிவத்தைப் பூர்த்தி செய்ய நான் தவறிவிட்டிருந்தேன்.

நிலைமை மோசமாகத் தொடங்கி விரைவில் படுமோசமானது. அன்று நான் மருத்துவமனைக்குள் நுழைந்தவுடன், நோயாளிகள் பற்றிய விபரங்கள், மருத்துவ அறிக்கைகள் ஆகியவை மலைபோல என் முன் குவிக்கப்பட்டன. அவற்றை நான் மேலோட்டமாகப் படிப்பதற்கு முன்பாகவே, அன்றைய தினத்தின் முதல் அவசர நோயாளி அழைத்து வரப்பட்டார். தன் ஐம்பதுகளில் இருந்த அவர் கடும் மாரடைப்பால் பாதிக்கப்பட்டிருந்தார். இதற்கிடையே, ஏற்கனவே அனுமதிக்கப்பட்டிருந்த ஒரு நோயாளிக்குத் திடீரென்று பயங்கர இருமல் என்று ஒரு செவிலிப் பெண் ஓடி வந்து என்னிடம் தெரிவித்தார்.

சுமார் 10.30 மணியளவில் நான் என் வார்டை நோட்டம் விட்டேன். தாழ்வாரம் 1ல், செவிலி ஜேனிஸ் பதற்றத்துடன் ஓடிக் கொண்டிருந்தார். அவருடைய கைகளில் மருந்துப் பொருட்கள் நிரம்பி வழிந்து கொண்டிருந்தன. தாழ்வாரம் 2ல், ஒரு முதிய நோயாளி, தான் தொலைத்துவிட்டிருந்த தன்னுடைய செயற்கைப் பற்களைக் கண்டுபிடித்துத் தருமாறு

சத்தமாகக் கட்டளையிட்டுக் கொண்டிருந்தார். தாழ்வாரம் 3ல் ஒரு குடிகாரர் எதையோ பிதற்றிக் கொண்டிருந்தார். ஒவ்வொரு நிமிடமும் யாராவது ஒருவர் ஒரு புதிய கோரிக்கையை என்னிடம் வைத்துக் கொண்டிருந்தனர். "டாக்டர் அலி, திருமதி ஜான்சனின் காய்ச்சல் கடுமையாக அதிகரித்துள்ளது, இங்கே வந்து அவரைச் சோதியுங்கள்." "டாக்டர் அலி, திரு. சிங்கின் பொட்டாசியம் கடுமையாக அதிகரித்துள்ளது. என்ன செய்ய வேண்டும்?"

விரைவில் பெரும் பதற்றம் என்னைச் சூழ்ந்து கொண்டது. என்னுடைய மருத்துவப் படிப்பு என்னை இதற்காகத் தயார் செய்திருக்கவில்லை. மருத்துவக் கல்லூரியில் நான் ஒரு திறமையான மாணவனாக வலம் வந்து கொண்டிருந்தேன். நிலைமை கைமீறிச் செல்லத் துவங்கியபோதெல்லாம், நான் ஒரே ஓர் உத்தியைத்தான் கையாண்டேன்: மேலும் கடினமாக உழைப்பதுதான் அது. ஏழு ஆண்டுகளுக்கு முன்பு அந்த உத்திதான் நான் மருத்துவக் கல்லூரிக்குள் நுழைய எனக்கு உதவியது. மருத்துவ இதழ்களில் என்னுடைய ஒரு சில ஆய்வுக் கட்டுரைகள் இடம்பெறுவதற்கு அதுதான் வழிவகுத்தது. நான் படித்துக் கொண்டிருந்தபோதே ஒரு தொழிலை நிறுவுவதற்கும் அதுதான் எனக்குக் கைகொடுத்தது. கட்டுப்பாடுதான் எனக்குத் தெரிந்த ஒரே உற்பத்தித்திறன் அமைப்புமுறை. அது வேலையும் செய்தது.

ஆனால், இப்போது அது எனக்குக் கைகொடுக்கவில்லை. ஒரு சில மாதங்களுக்கு முன்பு நான் ஒரு மருத்துவராகப் பணியில் சேர்ந்ததிலிருந்தே, நான் மூழ்கிக் கொண்டிருந்ததைப் போன்ற உணர்வு என்னிடம் தலைதூக்கத் தொடங்கியிருந்தது. என் வேலை நேரம் தாண்டி இரவு வெகு நேரம்வரை நான் வேலை செய்தபோதிலும், என்னால் அனைத்து வேலைகளையும் செய்து முடிக்க முடியவில்லை. அது என் மனநிலையையும் பாதித்தது. மருத்துவப் படிப்பை நான் வெகுவாக இரசித்து அனுபவித்திருந்தேன். ஆனால், ஒரு மருத்துவராக ஒரு மருத்துவமனையில் ஆற்றிய பணி எனக்கு மனச்சோர்வு ஏற்படுத்தியது. என் கவனக்குறைவின் காரணமாக நான் யாரையாவது கொன்றுவிடக்கூடும் என்ற கவலை எந்நேரமும் என்னை அழுத்திக் கொண்டிருந்தது. நான் தூங்குவதை நிறுத்தினேன், என்னுடைய நட்பு வட்டாரம் தேயத் தொடங்கியது, என் குடும்பத்தாரிடம் நான் பேசிக் கொண்டிருந்ததும் குறையத் தொடங்கியது. நான் மேன்மேலும் கடுமையாக உழைத்துக் கொண்டிருந்தேன்.

இப்போது இந்தப் புதிய சோதனை வந்து சேர்ந்திருந்தது. ஒரு கிறிஸ்துமஸ் தினத்தன்று தனியாக ஒரு வார்டை நிர்வகிக்க வேண்டிய பொறுப்பின் சுமையால், இந்த நாளை எப்படிக் கடப்பது என்ற கவலையில் நான் அல்லாடிக் கொண்டிருந்தேன்.

நான் என் கையில் வைத்திருந்த டிரே தவறுதலாக என் கையிலிருந்து நழுவிக் கீழே விழுந்ததால், அதில் இருந்த ஊசி போன்ற மருத்துவப் பொருட்கள் தரையில் மோதிச் சிதறியபோது, அனைத்தும் உச்சகட்டத்தை அடைந்திருந்தன. நனைந்து போயிருந்த என் மருத்துவ மேலுடையை நான் உற்றுப் பார்த்தேன். என் நிலையை எப்படித் திறம்படக் கையாள்வது என்பதை நான் கண்டுபிடித்தாக வேண்டியிருந்தது. இல்லையெனில், ஓர் அறுவை சிகிச்சை நிபுணராக ஆக வேண்டும் என்ற என் கனவு என் விரல் இடுக்குகளின் வழியாக நழுவிவிடும்.

அன்று இரவு நான் என்னுடைய ஸ்டெதஸ்கோப்பை என் கழுத்திலிருந்து கழற்றி வைத்துவிட்டு, நான் ஏற்கனவே வாங்கி வைத்திருந்த துரித உணவைச் சாப்பிட்டுக் கொண்டே என் மடிக்கணினியைத் திறந்தேன். ஒரு காலத்தில் நான் உற்பத்தித்திறன்மிக்கவனாகவே இருந்தேன் என்று நான் நினைத்துக் கொண்டேன். எதை இப்போது நான் மறந்துவிட்டேன்? முதலாம் ஆண்டு மருத்துவப் படிப்பு மாணவனாக நான் இருந்தபோது, உற்பத்தித்திறனை மேம்படுத்துவது குறித்த இரகசியங்களை அறிந்து கொள்ள நான் பைத்தியமாக அலைந்தேன். கச்சிதமான செயல்திறனை அடைவதற்கான வழிமுறைகளை வெளிப்படுத்துவதாக மார்தட்டிக் கொண்ட அனைத்துக் கட்டுரைகளையும் நான் விழுந்து விழுந்து படித்தேன், வீடியோக்களை இராப்பகலாகப் பார்த்தேன். இதைப் போதித்த அனைத்து ஆசான்களும் கடின உழைப்பின் முக்கியத்துவத்தை வலியுறுத்தத் தவறவில்லை. முகம்மது அலியின் இந்த மேற்கோள் எல்லா இடங்களிலும் நீக்கமற நிறைந்திருந்தது: "நான் குத்துச்சண்டைப் பயிற்சியின் ஒவ்வொரு கணத்தையும் வெறுத்தேன். ஆனால், 'இதிலிருந்து விலகிக் கொள்ளாதே. இப்போது கஷ்டப்பட்டுக் கொள். உன் வாழ்க்கையின் எஞ்சிய நாட்களை ஒரு சாம்பியனாகக் கழிக்கலாம்,' என்று எனக்கு நானே சொல்லிக் கொண்டேன்."

அன்று நள்ளிரவைக் கடந்த பிறகும், உற்பத்தித்திறன் தொடர்பாக நான் தொகுத்து வைத்திருந்த குறிப்புகளை நான் அலசிக் கொண்டிருந்தேன்; எங்கு நான் சறுக்குகிறேன்

என்பதைத் தெரிந்து கொள்ள நான் முயன்றேன். ஒருவேளை நான் என்னுடைய பழைய பாணிக் கடின உழைப்பு முறைக்குள் மீண்டும் செல்ல வேண்டுமோ என்று நான் யோசித்தேன். அதனால், மறுநாள் மருத்துவமனைக்குத் திரும்பியபோது, இன்னும் கடினமாக உழைக்க வேண்டும் என்ற உறுதியோடு நான் சென்றேன். ஆனால், அதனால் பெரிய வித்தியாசம் எதுவும் ஏற்படவில்லை. அன்று நான் நள்ளிரவுவரை மருத்துவமனையிலேயே தங்கியிருந்தபோதிலும், என் காபி இடைவேளைகளின்போது நான் முகம்மது அலியின் மேற்கோளை ஒரு சுயபிரகடனம்போலப் பல முறை சொல்லிக் கொண்டிருந்தபோதிலும், பெரிய முன்னேற்றம் எதுவும் ஏற்படவில்லை. நான் மேற்கொண்டிருந்த சிகிச்சைகள் தொடர்பான ஆவணங்களைப் பூர்த்தி செய்கின்ற பணியை என்னால் முழுமையாகச் செய்து முடிக்க முடிக்கவில்லை. என்னுடைய நோயாளிகளுக்கு, களைப்பான, செயற்திறன் குறைவான அலியே கிடைத்துக் கொண்டிருந்தார். கிறிஸ்துமஸ் உற்சாகம் எதுவும் என்னிடம் துளிகூட வெளிப்பட்டுக் கொண்டிருக்கவில்லை.

அதுவரை நான் சந்தித்திருந்ததிலேயே கடுமையான நாளான அன்றைய தினத்தில், நான் முற்றிலுமாக நீருக்குள் மூழ்கிவிட்டிருந்தவனைப் போன்ற உணர்வே என்னிடம் மேலோங்கியிருந்தது. அப்போது திடீரென்று என்னுடைய மருத்துவ ஆசிரியர் டாக்டர் பார்க்லேயின் இந்த அறிவார்ந்த வார்த்தைகள் என் நினைவுக்கு வந்தன: "சிகிச்சை பலனளிக்கவில்லை என்றால், நோய்க்குறியறிதல் கேள்விக்கு உட்படுத்தப்பட வேண்டும்."

அதையடுத்து, உற்பத்தித்திறன் குறித்து நான் அதுவரை கிரகித்து வைத்திருந்த அனைத்தையும் நான் சந்தேகிக்கத் தொடங்கினேன். வெற்றியை அடைவதற்கு நீங்கள் உண்மையிலேயே கஷ்டப்பட வேண்டுமா? சரி, வெற்றி என்றால் என்ன? தொடர்ச்சியாகக் கஷ்டப்பட்டுக் கொண்டிருத்தல் சாத்தியமா? காரியங்கள் நடந்தேறுவதற்காக, திக்குமுக்காடுகின்ற உணர்வை அனுபவிப்பது நல்லதுதானா? நான் என்னுடைய ஆரோக்கியத்தையும் மகிழ்ச்சியையும் எதற்காகவும் காவு கொடுத்தே ஆக வேண்டுமா?

பல மாதங்கள் கழித்துத்தான் அது நிகழவிருந்தது என்றாலும், ஒரு இரகசியம் எனக்குத் திரைவிலக்கப்பட்டுக் கொண்டிருந்தது. வெற்றி குறித்து அதுவரை எனக்குக் கூறப்பட்டிருந்த அனைத்தும் தப்பானவை என்பதுதான்

அது. எந்நேரமும் பரபரப்பாக இருந்து கொண்டிருப்பதன் மூலம் என்னால் ஒரு சிறந்த மருத்துவராக ஆக முடியாது. கடினமாக உழைப்பது எனக்கு மகிழ்ச்சியைக் கொண்டுவந்து கொடுக்காது. நல்லுணர்வு கொள்வதற்கு வேறொரு பாதை இருந்தது. தூங்கா இரவுகள், பதற்றத்தில் தோய்ந்த பகல்கள், காஃபீனுக்கு அடிமைப்பட்டுள்ள மூளை போன்றவற்றால் நிரப்பப்பட்டிராத பாதை அது.

அப்போது என்னிடம் எல்லா கேள்விகளுக்கும் விடை இருக்கவில்லை. ஆனால், என் வாழ்க்கையில் முதன்முறையாக, ஒரு மாற்று அணுகுமுறைக்கான ஒரு துவக்கத்தை என்னால் உணர முடிந்தது. அது, சோர்வடைந்து கீழே விழும்வரை மேற்கொள்ளப்படுகின்ற கடின உழைப்பைச் சார்ந்திருக்கவில்லை. அந்த அணுகுமுறை இப்படி அமைந்திருந்தது: முதலில் என்னுடைய ஆரோக்கியத்தின்மீது நான் என்னுடைய கவனத்தைக் குவிக்க வேண்டும். அடுத்து, அந்த ஆரோக்கியம் என்னுடைய ஊக்குவிப்பையும் கவனக்குவிப்பையும் உந்தித் தள்ள வேண்டும். பின்னர் நான் அந்த அணுகுமுறையை, 'நல்லுணர்வு ஊட்டும் உற்பத்தித்திறன்' என்று அழைக்கலானேன்.

நல்லுணர்வு ஊட்டும் உற்பத்தித்திறனில் உள்ள வியப்புக்குரிய இரகசியங்கள்

நான் மருத்துவக் கல்லூரியில் படித்துக் கொண்டிருந்தபோது, உற்பத்தித்திறன் குறித்த என்னுடைய அதீத ஈடுபாடு காரணமாக, நான் கூடுதலாக ஓராண்டு செலவழித்து உளவியலிலும் ஒரு பட்டம் வாங்கினேன். நான் நல்லுணர்வு ஊட்டும் உற்பத்தித்திறனின் பல்வேறு அம்சங்களைத் தொகுக்கின்ற முயற்சியில் ஈடுபட்டிருந்தபோது, ஒரு மெழுகுவர்த்தி, சில தீக்குச்சிகள் மற்றும் சில டிராயிங் பின்கள் இருந்த ஒரு சிறிய பெட்டி ஆகியவற்றைக் கொண்டு நான் மேற்கொண்டிருந்த ஓர் உளவியல் பரிசோதனை என் நினைவுக்கு வந்தது.

நான் மேலே கூறியிருந்த மூன்று பொருட்களும் உங்கள் முன் இருப்பதாகக் கற்பனை செய்து கொள்ளுங்கள். இப்போது நான் உங்களுக்கு ஒரு புதிர் போடுகிறேன். இந்தப் பொருட்களைப் பயன்படுத்தி, சுவரிலுள்ள டிராயிங் போர்டில் நீங்கள் அந்த மெழுகுவர்த்தியை நிற்க வைக்க வேண்டும். உங்களிடம் இருக்கின்ற தீப்பெட்டியைக் கொண்டு அதை

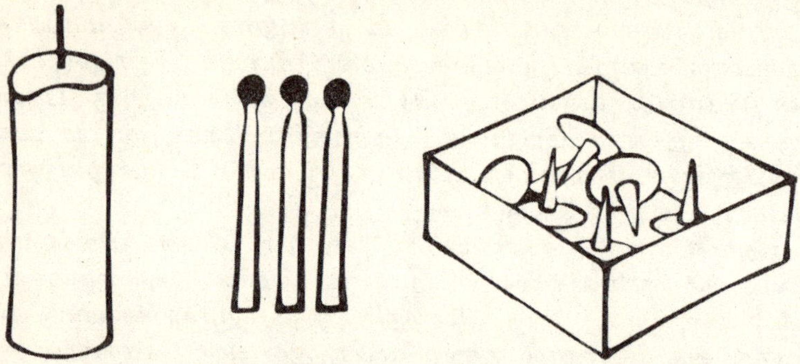

ஏற்ற வேண்டும். ஆனால், அந்த மெழுகுவர்த்தியிலிருந்து சொட்டுகின்ற மெழுகு தரையில் விழக்கூடாது. உங்களால் இதைச் செய்ய முடியுமா?

பெரும்பாலான மக்கள் இதற்குத் தீர்வு காண்பதற்கு, மெழுகுவர்த்தி, தீக்குச்சிகள் மற்றும் டிராயிங் பின்களை மட்டுமே பயன்படுத்தித் தீர்வு காண முயற்சித்துத் தோற்றனர். படைப்பாற்றல் சிந்தனை கொண்டிருந்த சிலர், டிராயிங் பின்கள் இருந்த சிறு பெட்டியைப் பயன்பாட்டில் சேர்த்துக் கொள்ளலாம் என்று வித்தியாசமாக யோசித்ததன் மூலம் அப்புதிருக்குத் தீர்வு கண்டனர். அவர்கள் முதலில் டிராயிங் பின்கள் இருந்த சிறு பெட்டியை, டிராயிங் பின்களைக் கொண்டு, சுவரில் மாட்டப்பட்டிருந்த டிராயிங் போர்டில் நிற்க வைத்தனர் (கீழேயுள்ள படத்தைப் பார்க்கவும்). பின் அந்தப் பெட்டிக்குள் மெழுகுவர்த்தியை நிற்க வைத்து அதை ஏற்றினர். ஒழுகிய மெழுகு அந்தப் பெட்டிக்குள் விழுந்தது, தரையில் விழவில்லை.

படைப்பாற்றல்மிக்கச் சிந்தனையைச் சோதிப்பதற்கு, வழமையாக, 'மெழுகுவர்த்திப் பிரச்சனை' என்று அழைக்கப்படுகின்ற இந்தப் பரிசோதனை மேற்கொள்ளப்பட்டு வருகிறது. கார்ல் டங்கர் என்ற ஜெர்மானிய உளவியலாளர் இதைக் கண்டுபிடித்தார். அந்த ஆய்வறிக்கை அவர் இறந்த பின்னர் 1945ல் வெளியிடப்பட்டது. இன்றுவரை அது பலவிதமான உளவியல் சோதனைகளில் பயன்படுத்தப்பட்டு வருகிறது. 1970களின் இறுதியில், ஆலிஸ் ஐசன் என்ற உளவியலாளர், மக்களின் மனநிலை அவர்களுடைய படைப்பாற்றலின்மீது எந்த அளவுக்குத் தாக்கம் ஏற்படுத்துகிறது என்பதைக் கண்டறிவதற்காக நடத்திய ஒரு சோதனை மிகவும்

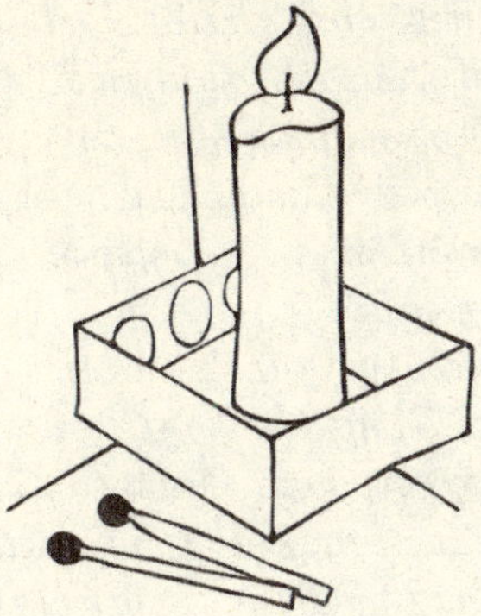

பிரபலமடைந்தது.

அந்தப்பரிசோதனையில்பங்குபெறமுன்வந்திருந்தவர்களை ஆலிஸ் இரு குழுக்களாகப் பிரித்தார். ஒரு குழுவினருக்கு, மெழுகுவர்த்திப் பிரச்சனையைத் தீர்ப்பதற்கு முன்பாகச் சில சாக்லெட்டுகள் கொடுக்கப்பட்டன. மற்றொரு குழுவினருக்கு எதுவும் கொடுக்கப்படவில்லை. சாக்லெட் சாப்பிட்டவர்கள் அந்தப் புதிரை அணுகுகின்றபோது நேர்மறையான மனநிலையில் இருப்பர் என்று கருதப்பட்டது. மேம்பட்ட மனநிலையில் இருந்தவர்கள், அந்தப் புதிரை விடுவிப்பதில் ஒப்பீட்டளவில் கூடுதல் வெற்றியைப் பெற்றனர்.

நான் உளவியல் படித்துக் கொண்டிருந்தபோது, நான் இந்த ஆய்வைப் பற்றிக் கேள்விப்பட்டிருந்தபோது, அது சுவாரசியமானதாக இருந்ததாக உணர்ந்தேனே ஒழிய, அது புரட்சிகரமானதாக இருந்ததாக நான் நினைக்கவில்லை. தனிப்பட்ட முறையில் ஒரு மெழுகுவர்த்தியைச் சுவரில் ஒட்டி வைக்க வேண்டும் என்ற தீவிர உந்துதல் எனக்கு ஒருபோதும் ஏற்பட்டதில்லை. ஆனால், அதை நான் அந்தக் கிறிஸ்துமஸ் விடுமுறை நாட்களில் பணியாற்றிக் கொண்டிருந்த சமயத்தில் நினைத்துப் பார்த்தபோது, ஒரு முக்கியமான விஷயம் எனக்குப் புலப்பட்டது. நல்ல மனநிலையைப் பெறுவது அத்துடன் முடிந்து போய்விடுவதில்லை. நாம் சிந்திக்கின்ற விதத்தின்மீதும் நாம் நடந்து கொள்கின்ற முறையின்மீதும் அது தாக்கத்தை ஏற்படுத்துகிறது.

அந்தப் பரிசோதனையைத் தொடர்ந்து, நேர்மறை உணர்ச்சிகள் நம்முடைய சிந்தனை முறையின்மீது எத்தகைய தாக்கங்களை ஏற்படுத்துகின்றன என்பது குறித்து ஏகப்பட்ட ஆய்வுகள் மேற்கொள்ளப்பட்டன. நாம் நல்ல மனநிலையில்

இருக்கின்றபோது, நாம் பரந்துபட்ட விதத்தில் பல விதமான நடவடிக்கைகளில் ஈடுபடத் தயாராக இருக்கிறோம், புதிய அனுபவங்களைத் திறந்த மனத்துடன் அணுகுகிறோம், நாம் பெறுகின்ற தகவல்களை மேம்பட்ட விதத்தில் உள்வாங்கிக் கொள்கிறோம் என்பதை அவை வெளிப்படுத்தின. வேறு வார்த்தைகளில் கூற வேண்டுமென்றால், நல்லவிதமாக உணர்வது நம்முடைய படைப்பாற்றலையும் உற்பத்தித்திறனையும் பெருக்குகிறது.

துல்லியமாக இது எப்படி வேலை செய்கிறது என்பதைக் கண்டறியப் புறப்பட்ட முதல் நபர், வடக்குக் கரோலினா பல்கலைக்கழகப் பேராசிரியர் பார்பரா ஃபிரெடரிக்சன். மகிழ்ச்சியைப் பற்றி ஆராய்கின்ற நன்னம்பிக்கை உளவியல் என்ற துறை பெரிதாகப் பிரபலமாகியிருக்காத சமயத்தில் அவர் அதில் ஈடுபட்டார். அதை அவர் 'நேர்மறை உணர்ச்சிகளின் விரிவாக்க மற்றும் உருவாக்கக் கோட்பாடு' என்று அழைத்தார்.

இக்கோட்பாட்டின்படி, நாம் நன்றாக உணர்கின்றபோது, நம்மைச் சுற்றி நாம் புதிய சாத்தியக்கூறுகளைப் பார்க்கிறோம். அதிகமான விஷயங்களை அலசத் தயாராக இருக்கிறோம். அதனால்தான் நல்ல மனநிலையில் இருப்பவர்களால் மெழுகுவர்த்திப் பிரச்சனையை மற்றவர்களைவிடச் சுலபமாகத் தீர்க்க முடிகிறது.

நாம் நேர்மறை உணர்ச்சிகளை அனுபவிக்கின்றபோது, நாம் மனரீதியாகவும் உணர்ச்சிரீதியாகவும் வளங்களை நமக்குள் வளர்த்துக் கொள்கிறோம். அவை வருங்காலத்தில் நமக்கு மிகவும் உதவியாக இருக்கின்றன. மீண்டெழுதல், படைப்பாற்றல், பிரச்சனைகளைத் தீர்க்கின்ற திறன், சமூக உறவாடல்கள், உடல் ஆரோக்கியம் போன்றவை அவற்றில் அடங்கும். காலப்போக்கில் நம்மிடம் ஏற்படுகின்ற விரிவாக்கமும் வளங்களின் உருவாக்கவும் சேர்ந்து, நேர்மறைத்தன்மை, வளர்ச்சி, வெற்றி ஆகியவை நம்மிடம் உருவாக வழிவகுக்கின்றன.

நேர்மறை உணர்ச்சிகள் மனித வளங்கள் செழிப்பாக வளர்வதற்கான உந்துசக்தியாகத் திகழ்கின்றன.

நம்முடைய வாழ்க்கையில் நேர்மறை உணர்ச்சிகள் வகிக்கின்ற பாத்திரங்கள் குறித்தப் புதிய புரிதல்களை அந்தக் கோட்பாடு நமக்கு அளித்தது. நேர்மறை உணர்ச்சிகள்

என்பவை பின்விளைவுகள் எதையும் ஏற்படுத்தாமல் சட்டென்று தோன்றி மறையும் உணர்ச்சிகள் அல்ல. நம்முடைய நுண்ணறிவின் வளர்ச்சிக்கும், சமூக உறவாடல்களுக்கும், நம்முடைய ஒட்டுமொத்த வாழ்வின் மேன்மைக்கும் அவை இன்றியமையாதவை. நேர்மறை உணர்ச்சிகள் மனிதவளங்கள் செழிப்பாக வளர்வதற்கான உந்துசக்தியாகத் திகழ்கின்றன.

நல்லுணர்வு ஊட்டும் உற்பத்தித்திறன் ஏன் வேலை செய்கிறது

இந்தக் கோட்பாட்டை நான் அறிந்து கொண்ட பிறகு, என் வாழ்க்கையைப் பற்றி வேறு ஒரு கோணத்தில் சிந்திக்கத் துவங்கினேன். நான் விரும்புகின்ற அனைத்தையும் என்னால் கடின உழைப்பின் பெற்றுவிட முடியும் என்று நான் பல ஆண்டுகளாக நினைத்துக் கொண்டிருந்தேன். நான் ஒரு சிறந்த மருத்துவராக ஆக வேண்டுமென்றால், பல்லைக் கடித்துக் கொண்டு கடினமாக உழைக்க வேண்டும்.

அதற்கு வேறு ஒரு வழி இருப்பது இப்போது எனக்குப் புலனாகியுள்ளது. நம்முடைய மூளை இயங்குகின்ற விதத்தை நேர்மறை உணர்ச்சிகள் மாற்றியமைக்கின்றன என்று பார்பராவின் கோட்பாடு வெளிப்படுத்தியது. இதற்கு முதலில் நீங்கள் நல்ல உணர்வைப் பெற வேண்டும். இரண்டாவது, நமக்கு அர்த்தமுள்ளதாகப் படும் விஷயங்களை நாம் அதிகமாகச் செய்ய வேண்டும்.

இதற்கு என்ன காரணம் என்பதைத் தெரிந்து கொள்ள நான் முயற்சித்தேன். அதைப் பற்றி நான் அதிகமாகப் படிக்கப் படிக்க, அதற்கு பற்பல விளக்கங்கள் இருந்ததை நான் தெரிந்து கொண்டேன். அவற்றில் சில விளக்கங்கள் தெளிவற்று இருந்தன. அறிவியலறிஞர்கள் சரியான திசையை நோக்கி நகர்ந்து கொண்டிருந்தனர் என்பது எனக்குப் புரிந்தது.

முதலாவது, நல்ல விதமாக உணர்தல் நமது ஆற்றலை அதிகரிக்கிறது. நாம் அனைவருமே, ஏதாவது ஒரு கட்டத்தில், உடல்ரீதியான ஆற்றலையும் இனிப்புப் பொருட்களை உட்கொள்வதால் நமக்குக் கிடைக்கின்ற ஆற்றலையும் தவிர்த்து, ஊக்குவிப்பு, கவனக்குவிப்பு, உத்வேகம் ஆகியவற்றின் கலவையான ஓர் ஆற்றலையும் உணர்ந்திருப்போம். உங்களுக்கு மிகவும் பிடித்தமான ஒரு வேலையில் நீங்கள் ஈடுபட்டிருக்கின்றபோதோ அல்லது உத்வேகமளிக்கின்ற

நபர்கள் சூழ இருக்கும்போதோ நாம் உணர்கின்ற ஆற்றல் இது. இது ஆன்மிகரீதியான ஆற்றல், மனரீதியான ஆற்றல் என்ற பல விதமாக வர்ணிக்கப்படுகிறது. எந்தப் பெயரில் வேண்டுமானாலும் அது அழைத்துக் கொள்ளப்படட்டும். அது, நாம் நம்முடைய இலக்குகளை நாடிச் செல்லத் தேவையான உத்வேகத்தையும் ஊக்குவிப்பையும் கவனக்குவிப்பையும் கொடுக்கிறது என்பதில் எவருக்கும் மாற்றுக் கருத்து இல்லை.

இந்தப் புதிரான ஆற்றலின் மூலாதாரம் எது? நன்றாக உணர்தல் என்பதுதான் அதற்கான சுருக்கமான பதில். நேர்மறை உணர்ச்சிகள், என்டார்ப்பின், செரோடோனின், டோபமீன், ஆக்சிடாசின் ஆகிய நான்கு ஹார்மோன்களோடு நேரடியாகத் தொடர்புபடுத்தப்படுகின்றன. இந்த நான்கு ஹார்மோன்களும் 'நல்லுணர்வு ஹார்மோன்கள்' என்றே அழைக்கப்படுகின்றன. நாம் அதிகமாகச் சாதிக்க அவை நமக்கு உதவுகின்றன. என்டார்ப்பின், உடல்ரீதியான நடவடிக்கைகளின்போதும் மன அழுத்தத்தின்போதும் வெளியேற்றப்படுகிறது. இது நமக்கு மகிழ்ச்சியுணர்வையும் ஊக்க உணர்வையும் அளிக்கிறது, அசௌகரிய உணர்வைக் குறைக்கிறது. செரோடோனின், மனநிலை ஒழுங்குபடுத்தப்படுதலோடு தொடர்புபடுத்தப்படுகிறது. இது தூக்கத்தையும் பசியையும் ஒழுங்குபடுத்துகிறது, நாம் பொதுவாக நன்றாக இருக்கிறோம் என்ற உணர்வை நமக்கு அளிக்கிறது. வேலைகளைத் திறம்படச் செய்வதற்குத் தேவையான ஆற்றலை இது அளிக்கிறது. டோபமீன், 'வெகுமதி ஹார்மோன்' என்று அழைக்கப்படுகிறது. இது ஊக்குவிப்பு மற்றும் இன்ப உணர்வோடு தொடர்புபடுத்தப்படுகிறது. இது வெளியேற்றப்படுகின்றபோது, நம்மிடம் திருப்தி உணர்வை ஏற்படுத்துகிறது. அது, நாம் ஒரு விஷயத்தில் நீண்ட நேரம் கவனத்தைக் குவிப்பதற்கு வகை செய்கிறது. ஆக்சிடாசின், 'காதல் ஹார்மோன்' என்று அழைக்கப்படுகிறது. உறவுகளை மேம்படுத்துதல், பிறர்மீது நம்பிக்கை வைத்தல், சமூக உறவாடல்கள் போன்றவற்றோடு இது தொடர்புபடுத்தப்படுகிறது. இது பிறருடன் நாம் பிணைப்பு ஏற்படுத்திக் கொள்வதற்கான திறனை அதிகரிக்கிறது, நம்முடைய மனநிலையை மேம்படுத்துகிறது, உற்பத்தித்திறன்மீது நேர்மறையான தாக்கம் ஏற்படுத்துகிறது.

ஒட்டுமொத்தத்தில், இந்த நான்கு ஹார்மோன்களும் ஒரு நற்சுழற்சி வட்டத்தின் ஊற்றுக்கண்ணாக இருக்கின்றன. நாம் நல்லவிதமாக உணர்கின்றபோது, நாம் ஆற்றலை

உற்பத்தி செய்கிறோம். அது நம்முடைய உற்பத்தித்திறனை அதிகரிக்கிறது. உற்பத்தித்திறன், சாதனை உணர்வுக்கு இட்டுச் செல்கிறது. சாதனை உணர்வு நம்மை நல்லவிதமாக உணரச் செய்கிறது.

இரண்டாவது, நல்லவிதமாக உணர்தல் நம்முடைய மன அழுத்தத்தைக் குறைக்கிறது. பார்பரா ஃபிரெடரிக்சன் இன்னோர் உளவியல் கோட்பாட்டையும் உருவாக்கியிருந்தார். அவர் பல ஆண்டுகளாக, எதிர்மறை உணர்ச்சிகள் உண்டாக்குகின்ற, மன அழுத்தங்களுக்குக் காரணமான அட்ரினலின், கார்ட்டிசோல் போன்ற ஹார்மோன்களைப் பற்றிய ஆய்வுகளில் ஈடுபட்டிருந்தார். குறுகியகால நோக்கில் பார்க்கின்றபோது, இந்த ஹார்மோன்கள், ஆபத்திலிருந்து ஓட்டம் பிடிக்க நம்மைத் தூண்டுகின்றன என்பதால் அவற்றால் பிரச்சனை இல்லை. ஆனால், நாம் அடிக்கடி எதிர்மறை உணர்ச்சிகளை அனுபவித்துக் கொண்டிருந்தால், நம்மிடம் பதற்றம் மிகவும் அதிகரிக்கும், நம்முடைய ஆரோக்கியம் சீர்கெடும். இந்த ஹார்மோன்கள் தொடர்ந்து தூண்டப்படுகின்றபோது, நமக்கு இதய நோய் மற்றும் உயர் இரத்த அழுத்தம் தோன்றுவதற்கான வாய்ப்புகள் அதிகரிக்கும். அது நல்லதல்லவே.

பார்பரா இப்படிச் சிந்தித்துப் பார்த்தார்: எதிர்மறை உணர்வுகளால் நம் உடலில் மோசமான

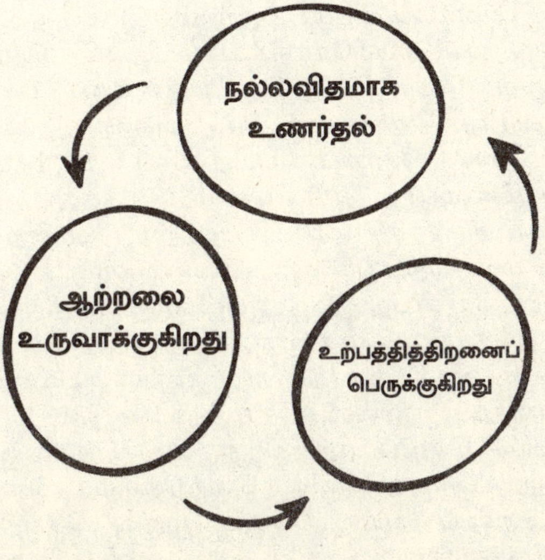

விளைவுகளை ஏற்படுத்த முடியும் என்றால், நேர்மறை உணர்வுகளால் ஏன் அவற்றைக் களைய முடியாது? நல்லவிதமாக உணர்வது நம்முடைய நரம்பு மண்டலத்தை அமைதிப்படுத்தி, நம் உடலை ஏன் ஆசுவாசமான நிலைக்கு இட்டுச் செல்லக்கூடாது?

இதைச் சோதிப்பதற்கு பார்பரா ஓர் ஆய்வை மேற்கொண்டார். அதில் கலந்து கொண்டிருந்தவர்களிடம், அவர்கள் ஒரு சொற்பொழிவாற்ற வேண்டும் என்றும், அதற்கு ஒரு நிமிடம் மட்டுமே அவர்கள் தயாரித்துக் கொள்ளலாம் என்றும் கூறப்பட்டது. அந்தப் பேச்சு வீடியோவில் பதிவு செய்யப்படும் என்றும், அவர்கள் எப்படிப் பேசினார்கள் என்பது அவர்களுடைய சகாக்களால் எடைபோடப்படும் என்றும் அவர்களிடம் கூறப்பட்டது. மேடைப் பேச்சு குறித்த பயம் கிட்டத்தட்ட அனைவரிடமும் இருக்கும் என்பதால், அவர் கூறிய விஷயம் அதில் பங்கெடுத்துக் கொண்டிருந்தவர்களின் பதற்றத்தையும் மன அழுத்தத்தையும் அதிகரிக்கும் என்று பார்பரா எதிர்பார்த்தார். அப்படியேதான் நடந்தது. அவர்களின் பதற்றம் அதிகரித்தது, அவர்களுடைய இதயத்துடிப்பும் இரத்த அழுத்தமும் அதிகரித்தன. பின்னர், அந்தப் பங்கேற்பாளர்கள் மூன்று குழுக்களாகப் பிரிக்கப்பட்டனர். முதல் குழுவினருக்கு நேர்மறையான உணர்ச்சிகளை வெளிப்படுத்துகின்ற படமும், இரண்டாவது குழுவினருக்கு ஒரு சோகப் படமும், மூன்றாவது குழுவினருக்கு ஒரு நடுநிலையான படமும் திரையிடப்பட்டன. அதைத் தொடர்ந்து, அவர்களுடைய பதற்றம், இதயத்துடிப்பு மற்றும் இரத்த அழுத்தம் பரிசோதிக்கப்பட்டன. நேர்மறையான உணர்ச்சிகளை வெளிப்படுத்திய படத்தைப் பார்த்தவர்கள் வெகுவிரைவாகத் தங்களுடைய பதற்ற நிலையிலிருந்து மீண்டுவிட்டனர். சோகப் படத்தைப் பார்த்தவர்களுக்கு அதிலிருந்து மீள்வதற்கு அதிக நேரம் பிடித்தது.

நேர்மறை உணர்ச்சிகளால், பதற்றம் போன்ற எதிர்மறை உணர்ச்சிகளால் ஏற்படுகின்ற விளைவுகளைக் குறைக்கவும் நீக்கவும் முடியும் என்பது இந்த ஆய்வின் மூலம் நிரூபணமானது. மன அழுத்தம்தான் பிரச்சனை என்றால் நல்ல உணர்வைப் பெறுவதுதான் அதற்கான தீர்வாக இருக்க முடியும்.

மூன்றாவது, நல்லவிதமாக உணர்தல் நம்முடைய வாழ்க்கையைச் செழிப்பாக்குகிறது. 2005ல் உளவியலாளர்கள் குழு ஒன்று, மகிழ்ச்சிக்கும் வெற்றிக்கும் இடையேயுள்ள சிக்கலான உறவை ஆய்வு செய்ய முடிவு செய்தது. 2,75,000 நபர்களிடமிருந்து திரட்டப்பட்டத் தரவுகளின் அடிப்படையில்

மேற்கொள்ளப்பட்ட சுமார் 225 ஆய்வுக்கட்டுரைகளை அவர்கள் தீவிரமாக அலசி ஆராய்ந்தனர். நம்மிடம் பொதுவாகச் சொல்வதுபோல, "வெற்றி நம்மை மகிழ்ச்சியானவர்களாக ஆக்குகிறதா அல்லது மகிழ்ச்சி வெற்றிக்கு இட்டுச் செல்கிறதா?" என்ற கேள்விக்கு விடை காண அவர்கள் முனைந்தனர்.

மகிழ்ச்சி குறித்துப் பரவலாக நாம் கொண்டிருக்கின்ற பல கருத்துகள் தவறானவை என்பதை அந்த ஆய்வு சான்றுகளுடன் நிரூபித்தது. அடிக்கடி நேர்மறையான உணர்ச்சிகளை அனுபவிப்பவர்கள், பழகுவதற்கு இனிமையானவர்களாகவும், நன்னம்பிக்கையாளர்களாகவும், படைப்பாற்றல்மிக்கவர்களாகவும் மட்டும் இருப்பதில்லை. அவர்கள் அதிகமாகச் சாதிப்பவர்களாகவும் இருக்கின்றனர். அவர்கள் திருப்தியளிக்கின்ற உறவுகளைக் கொண்டிருக்கின்றனர், நல்ல சம்பளத்தைப் பெறுகின்றனர், அவர்களுடைய தொழில்வாழ்க்கை மிகச் சிறப்பாக இருக்கிறது. வேலையில் நேர்மறை உணர்ச்சிகளை வெளிப்படுத்துபவர்கள், பிரச்சனைகளைத் தீர்ப்பதில் வல்லவர்களாகவும், சிறப்பாகத் திட்டமிடுபவர்களாகவும், படைப்பாற்றல் சிந்தனையைக் கொண்டிருப்பவர்களாகவும், அனைவராலும் அணுகத்தக்கவர்களாகவும் விளங்குகின்றனர். அவர்கள் குறைவான மன அழுத்தத்திற்கு ஆளாகின்றனர். மேலதிகாரிகளின் நன்மதிப்பைப் பெற்றுள்ளவர்களாகவும்,

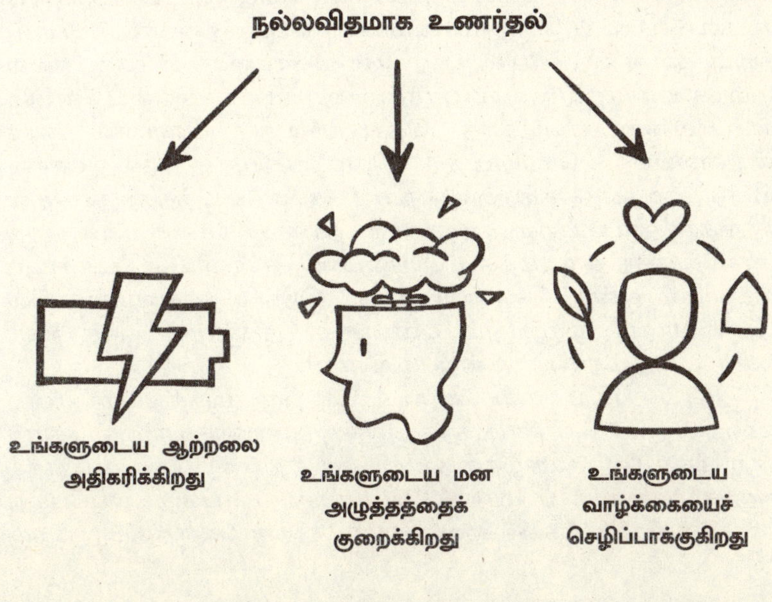

நிறுவனத்தின்மீது அதிக விசுவாசம் கொண்டவர்களாகவும் இருக்கின்றனர்.

வெற்றி நம்மை நல்லவிதமாக உணர வைப்பதில்லை. நல்லவிதமாக உணர்தல்தான் வெற்றிக்கு இட்டுச் செல்கிறது.

சுருக்கமாகச் சொல்ல வேண்டுமென்றால், வெற்றி நம்மை நல்லவிதமாக உணர வைப்பதில்லை. நல்லவிதமாக உணர்தல்தான் வெற்றிக்கு இட்டுச் செல்கிறது.

இந்தப் புத்தகத்தை எப்படிப் பயன்படுத்த வேண்டும்

நான் மருத்துவராகப் பணியாற்றிய முதலாண்டில் நான் இவற்றையெல்லாம் கண்டுபிடித்திருக்கவில்லை. அதற்கு எனக்கு மேலும் பல ஆண்டுகள் பிடித்தன. நான் மருத்துவமனையில் பல ஷிஃப்டுகளில் வேலை செய்து கொண்டிருந்தேன். கிடைத்தச் சொற்ப இடைவெளிகளில் மட்டும், உற்பத்தித்திறன் குறித்த ஆய்வுகளில் நான் இறங்கினேன்.

ஆனால், எனக்குக் கிடைத்திருந்த சில அடிப்படை முன்னோக்குகளே, வேலையுடனான என்னுடைய உறவைப் புரட்டிப் போடப் போதுமானவையாக இருந்தன. கட்டுப்பாடு மற்றும் கவனக்குவிப்பிலிருந்து என் கண்களை விலக்கி, நல்ல விதமாக உணர்தலில் என் பார்வையைப் பாய்ச்சியவுடனேயே, என் வேலை எளிதாகத் தொடங்கியது. விரைவில் என் மனநிலையும் மேம்படத் தொடங்கியது. நல்லுணர்வு ஊட்டும் உற்பத்தித்திறனை நான் கண்டுபிடித்ததற்குச் சில மாதங்களுக்குப் பிறகு ஒரு நாள் நான் சிகிச்சை அளித்துக் கொண்டிருந்த ஒரு மூத்தப் பெண்மணி, என்னிடம், “டாக்டர், உங்களிடம் ஒன்று சொல்லட்டுமா? இந்த மருத்துவமனையில் கடந்த வாரம் முழுவதும் புன்னகை புரிந்துள்ள ஒரே நபர் நீங்கள் மட்டும்தான்,” என்று கூறினார்.

இந்தப் புதிய கண்ணோட்டம், ஒரு மருத்துவர் என்ற முறையில் நான் கொண்டிருந்த அணுகுமுறையை மாற்றுவதோடு நின்றுவிடாமல், வாழ்க்கை குறித்து நான் கொண்டிருந்த அணுகுமுறையையே மாற்றப் போகிறது என்பதை அப்போது நான் அறிந்திருக்கவில்லை. பல ஆண்டுகளுக்குப் பிறகு

முதன்முறையாக, வேலை வட்டத்தைத் தாண்டிப் பல சந்தர்ப்பங்கள் எனக்குக் காத்துக் கொண்டிருந்தன என்பதை நான் உணர்ந்து கொண்டேன்: வெகுகாலமாக நான் ஒதுக்கி வைத்திருந்த என் குடும்பத்தார், நண்பர்கள் மற்றும் என்னுடைய பிற ஆர்வங்கள். என்னுடைய கண்டுபிடிப்பை நான் பிறருடன் பகிர்ந்து கொள்ள விரும்பினேன். கடந்த சில ஆண்டுகளாக, நான் யூடியூப் சேனல் ஒன்றை நடத்தி வந்துள்ளேன். படிப்பது தொடர்பான உத்திகள் மற்றும் தொழில்நுட்பங்கள் பற்றிய என்னுடைய மதிப்புரைகள் போன்றவற்றை நான் அதில் வெளியிட்டு வந்தேன். இப்போது, உளவியல் மற்றும் நரம்பியல் துறைகளில் நான் கற்றுக் கொண்டிருந்த விஷயங்களை நடைமுறைக்கு ஏற்றச் செய்திகளாக நான் வெளியிட்டேன். அதற்கு என்னை நானே ஒரு சோதனைக்கூட எலியாகப் பயன்படுத்திக் கொண்டேன்.

வெற்றியை, கஷ்டப்படுதலோடு பிணைக்க வேண்டியதில்லை என்ற என்னுடைய புரட்சிகரமான கருத்துக்கு ஆதரவு பெருகத் தொடங்கியது. என்னுடைய பார்வையாளர்களிடமிருந்து எனக்கு அதிகமான மின்னஞ்சல்கள் வரத் தொடங்கின. நான் பகிர்ந்து கொண்டிருந்த உத்திகளைப் பயன்படுத்தி, மாணவர்கள் தேர்வுகளில் சிறப்பாகத் தேறினர், தொழில்களை நடத்திக் கொண்டிருந்தவர்கள் தங்களுடைய வருவாயை இரட்டிப்பாக்கினர், பெற்றோர் வேலைக்கும் குடும்பத்திற்கு இடையே ஒரு சமநிலையை உருவாக்கிக் கொண்டனர். பழம் தின்றுக் கொட்டை போட்டிருந்த தொழில்முறை பெருநிறுவன ஊழியர்கள்கூட, புதிய ஆற்றலையும் ஊக்கத்தையும் பெற்றுக் கொண்டிருந்தனர்.

நானும் அப்படியே. எனக்கு வந்து குவிந்து கொண்டிருந்த கடிதங்களை நான் எவ்வளவு அதிகமாகப் படித்தேனோ, அவ்வளவு அதிகமாக என்னுடைய தத்துவம் மெருகேறத் தொடங்கியது. இறுதியில், நான் என் வாழ்க்கையை ஆராய்ந்தபோது, மருத்துவத் துறையிலிருந்து சற்று ஒதுங்கி, புதிதாக வேறு எதாவது ஒன்றில் இறங்கலாம் என்ற முடிவுக்கு நான் வந்தேன்.

அப்போதுதான், இப்படிப்பட்டதொரு புத்தகத்தை எழுத வேண்டும் என்று எனக்குத் தோன்றியது. இது, குறைந்த செலவில் உங்களுடைய உற்பத்தித்திறனை அதிகரித்துக் கொள்வதற்குப் பரிந்துரைக்கப்படுகின்ற மற்றொரு புத்தகம் அல்ல. உங்களுக்கு அர்த்தமுள்ளதாகப் படுபவற்றை அதிகமாகச் செய்வதைப்

பற்றியது இது. நீங்கள் உங்களைப் பற்றியும், நீங்கள் விரும்புகின்ற விஷயங்களைப் பற்றியும், உங்களை உண்மையிலேயே எது ஊக்குவிக்கிறது என்பதைப் பற்றியும் அதிகமாகத் தெரிந்து கொள்ள இது உங்களுக்கு உதவும்.

இந்தப் புத்தகம் மூன்று பகுதிகளைக் கொண்டுள்ளது. அவை ஒவ்வொன்றும், உற்பத்தித்திறன் தொடர்பான ஒரு குறிப்பிட்ட அம்சத்தைக் கையாள்கிறது. உங்களுக்கு சக்தியூட்டிக் கொள்வதற்கு, நல்லுணர்வு ஊட்டும் உற்பத்தித்திறன் கொள்கையை எப்படிப் பயன்படுத்திக் கொள்வது என்பதை முதல் பகுதி உங்களுக்கு விளக்கும். நேர்மறை உணர்வுகளுக்குத் தீனி போடுகின்ற மூன்று ‘சக்தியூட்டிகள்’ பற்றியும், அவற்றை உங்களுடைய அன்றாட வாழ்வில் எப்படி ஐக்கியப்படுத்திக் கொள்வது என்பதைப் பற்றியும் இதில் நீங்கள் தெரிந்து கொள்வீர்கள்.

உங்களுடைய தள்ளிப்போடுதல் பழக்கத்திலிருந்து விடுபடுவதற்கு எப்படி நல்லுணர்வு ஊட்டும் உற்பத்தித்திறனைப் பயன்படுத்திக் கொள்ள முடியும் என்பதை இரண்டாம் பகுதி உங்களுக்கு எடுத்துரைக்கும். நம்மை மோசமாக உணரச் செய்கின்ற மூன்று ‘தடுப்பான்களைப்’ பற்றியும், அவற்றை எவ்வாறு மீறுவது என்பதைப் பற்றியும் இதில் நீங்கள் அறிந்து கொள்வீர்கள். இவற்றை நீங்கள் நீக்குகின்றபோது, தள்ளிப்போடுதல் பழக்கத்தை மட்டும் நீங்கள் ஒழித்துக் கட்டியிருக்க மாட்டீர்கள், கூடவே நீங்கள் நல்ல உணர்வையும் பெற்றிருப்பீர்கள்.

நீண்டகால நோக்கில் எப்படி நல்லுணர்வு ஊட்டும் உற்பத்தித்திறன் தாக்குப்பிடித்து நிற்கும் என்பதைப் பற்றி மூன்றாவது பகுதியில் நீங்கள் பார்ப்பீர்கள். நீண்டகாலம் அதீத வேலையில் ஈடுபடுவதால் ஏற்படும் ‘வேலைத் தீய்வு’ பற்றியும், அவற்றின் மூன்று வகைகளைப் பற்றியும், அவற்றை மீறுவதற்கு உதவுகின்ற மூன்று ‘தாக்குப்பிடிப்பான்கள்’ பற்றியும் நீங்கள் இதில் தெரிந்து கொள்வீர்கள். இவை நாட்கணக்கில் அல்லது வாரக்கணக்கில் இல்லாமல், ஆண்டுக்கணக்கில் நம்மை நல்லவிதமாக உணர வைக்கும்.

ஒவ்வோர் அத்தியாயத்திலும் நடைமுறையில் பயன்படுத்தத்தக்கப் பல உத்திகள் இடம்பெற்றுள்ளன. ஆனால், நீங்கள் செய்ய வேண்டிய காரியங்களின் பட்டியல் ஒன்றை உங்களுக்காக உருவாக்கிக் கொடுப்பது இப்புத்தகத்தின் நோக்கம் அல்ல. உங்களுக்கு ஒரு தத்துவத்தை, உங்களுடைய சொந்த வாழ்வில், உங்களுடைய சொந்த

வழியில் பயன்படுத்திக் கொள்ளத்தக்க, உற்பத்தித்திறன் குறித்த ஒரு புதிய அணுகுமுறையை வழங்குவதுதான் என்னுடைய நோக்கமாகும். நான் ஒவ்வோர் அத்தியாயத்திலும் ஆறு குட்டிப் பரிசோதனைகளையும் குறிப்பிட்டுள்ளேன். அவற்றை உங்களால் உங்களுடைய வாழ்க்கையில் எளிதாகச் சோதித்துப் பார்த்துக் கொள்ள முடியும். இதில் இடம்பெற்றுள்ளவற்றில் உங்களுக்கு நல்லவிதமான உணர்வைக் கொடுக்கின்ற விஷயங்களை ஏற்றுக் கொள்ளுங்கள். ஒத்துவராதவற்றைத் தூக்கி எறிந்துவிடுங்கள். இந்தப் புத்தகத்தை நீங்கள் படித்து முடித்திருக்கும்போது, உங்களுடைய வேலையில், உங்களுடைய உறவுகளில் மற்றும் உங்களுடைய வாழ்க்கையில் உற்பத்தித்திறனை அதிகரித்துக் கொள்வதற்குத் தேவையான அம்சங்கள் அடங்கிய ஒரு தொகுப்பு உங்களிடம் தயாராக இருக்கும்.

இது எனக்கு எந்த அளவுக்குப் பயனுள்ளதாக இருந்ததோ அந்த அளவுக்கு இது உங்களுக்கும் பயனுள்ளதாக இருக்கும் என்று நான் நம்புகிறேன். இது வாழ்க்கையின் அனைத்து அம்சங்களுக்கும் பொருந்தும் என்பதை நான் என்னுடைய அனுபவங்களிலிருந்து கற்றுக் கொண்டுள்ளேன். நம்மைத் திணறடிக்கக்கூடிய விஷயங்களைக்கூட இதன் மூலம் நம்மால் சவாலான ஒன்றாக ஆக்கிக் கொள்ள முடியும். உங்களுடைய சகாக்களுடன் ஓர் ஆழமான உறவை ஏற்படுத்திக் கொள்ள இது உங்களுக்கு உதவும். அன்றாடம் நீங்கள் செய்கின்ற காரியங்களுக்கு அர்த்தமுள்ள விளக்கங்களை இதனால் அளிக்க முடியும்.

எவை உங்களுக்கு நல்லவிதமான உணர்வைக் கொடுக்கின்றன என்பதைத் தெரிந்து கொள்வது உங்களுடைய வேலையை மட்டுமல்லாமல், உங்களுடைய வாழ்க்கையையும் பரிபூரணமாக மாற்றிவிடும்.

நல்லுணர்வு ஊட்டும் உற்பத்தித்திறன் ஓர் எளிய முறை. ஆனால், இது அனைத்தையும் மாற்றிவிடும். நீங்கள் நீரில் இறங்க நேர்ந்தால், வெறுமனே மிதந்து கொண்டிருப்பதோடு நின்றுவிட வேண்டியதில்லை. எப்படி நீந்துவது என்பதையும் உங்களால் கற்றுக் கொள்ள முடியும்.

இப்போது நாம் அதற்குள் குதிக்கலாம்.

பகுதி 1

சக்தியூட்டுதல்

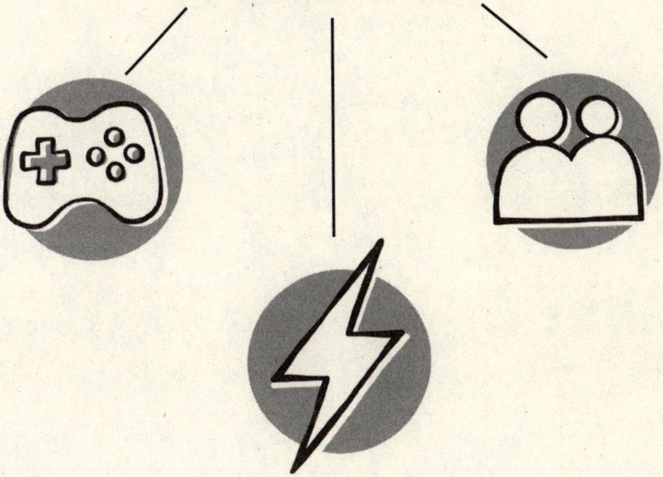

அத்தியாயம் 1

விளையாட்டு

வெளியேயிருந்து பார்த்தால், பேராசிரியர் ரிச்சர்டு ஃபெயின்மேனின் தொழில்வாழ்க்கை கச்சிதமான ஒன்றாகத்தான் தெரியும். அந்த இருபத்தேழு வயதிலேயே அவர் அந்தத் தலைமுறையின் தலைசிறந்த இயற்பியலாளராக மதிக்கப்பட்டார். அணுவின் ஆற்றலை அறுவடை செய்யப் போகும் முதல் நபராக அவர்தான் இருப்பார் என்ற எதிர்பார்ப்பு நிலவியது. உலகப் புகழ்பெற்றக் கார்னெல் பல்கலைக்கழகத்தின் வரலாற்றில் மிக இளம் வயதில் பேராசிரியராக நியமிக்கப்பட்டவர்களில் அவரும் ஒருவர்.

அவருக்கு ஒரே ஒரு பிரச்சனைதான் இருந்தது. அவருக்கு இயற்பியல் சலித்துவிட்டிருந்தது.

அப்பிரச்சனை 1940களின் மத்தியில் துவங்கியது. அவர் சிந்திக்க அமர்ந்தபோதெல்லாம் களைப்பாக உணர்ந்தார். 1945ல் ஃபெயின்மேனின் மனைவி காசநோயால் இறந்து போனார். அதனால் ஃபெயின்மேனின் இதயம் சுக்குநூறாக நொறுங்கியிருந்தது. அவர் முனைவர் பட்டத்திற்காகப் படித்துக் கொண்டிருந்தபோது அவருக்கு மிகவும் சுவாரசியமாகத் தோன்றிய கருத்துகள் இப்போது படுசாதாரணமானவையாகத் தெரிந்தன. அவர் கற்றுக் கொடுப்பதில் திறமையானவராகத் திகழ்ந்தபோதும் அது ஒரு சலிப்பான வேலையாக மாறியிருந்தது.

"என்னால் நூலகத்திற்குச் சென்று '1001 அரேபிய இரவுகள்' நூலைப் படிக்க முடிந்தது. ஆனால், ஆய்வு என்று வந்தபோது அதில் என்னால் ஈடுபாடு காட்ட முடியவில்லை. அதில் எனக்குத் துளிகூட விருப்பம் இருக்கவில்லை," என்று அவர் பின்னாளில் அது பற்றிக் குறிப்பிட்டார்.

ஒன்றுமே செய்யாமல் இருப்பது சுலபமாக இருந்ததாக அவர் உணர்ந்தார். இளங்கலை மாணவர்களுக்குப் பாடம் எடுப்பதும், நூலகத்தில் அமர்ந்து படித்துக் கொண்டிருப்பதும், பல்கலைக்கழக வளாகத்தில் வெறுமனே வளைய வந்து கொண்டிருப்பதும் அப்போதும் அவருக்குப் பிடித்திருந்தன. ஆனால், ஆய்வுகளில் ஈடுபடுவதற்காக உழைக்க அவருக்குப் பிடிக்கவில்லை. *1940*களின் இறுதியில், ஃபெயின்மேன் தனக்கென்று ஒரு புதிய அடையாளத்தை உருவாக்கிக் கொண்டார். இயற்பியலில் ஈடுபடாத ஓர் இயற்பியல் பேராசிரியர் என்பதுதான் அது.

பின் ஒரு நாள் அனைத்தும் தலைகீழாக மாறின. ஃபெயின்மேனுக்கு அந்தப் பிரச்சனை தொடங்கி ஒரு சில ஆண்டுகளுக்குப் பிறகு, ஒரு நாள் அவர் தனியாக அவருடைய பல்கலைக்கழகத்தின் உணவு விடுதியில் அமர்ந்திருந்தார். அவருக்குச் சற்றுத் தள்ளிச் சில மாணவர்கள் அமர்ந்திருந்தனர். அவர்களில் ஒரு மாணவர் தன் கையில் இருந்த சாப்பாட்டுத் தட்டை மீண்டும் மீண்டும் மேலே தூக்கி எறிந்து பிடித்துக் கொண்டிருந்தார். அதில் விநோதமான ஒன்றை ஃபெயின்மேன் கவனித்தார். அந்தத் தட்டு மேலே சென்றபோது ஆடிக் கொண்டே சென்றது. ஆனால், அந்தத் தட்டில் இடம்பெற்றிருந்த கார்னெல் பல்கலைக்கழக முத்திரை, அந்தத் தட்டைவிட அதிகமான வேகத்தில் ஆடிக் கொண்டிருந்ததைப்போல அவருக்குத் தோன்றியது.

உடனே ஃபெயின்மேனுக்கு ஓர் ஆர்வக் குறுகுறுப்பு ஏற்பட்டது. இது ஏன் தனக்கு இவ்வளவு ஆர்வத்தைத் தூண்டியது என்று அவர் யோசித்தார். இயற்பியல் துறைக்குத் தன்னை எது இழுத்து வந்தது என்று அவர் யோசித்தார். தான் இயற்பியலை வெகுவாக இரசித்து அதில் ஈடுபட்டிருந்ததை அவர் நினைவுகூர்ந்தார்.

“நான் ஏன் அதை இரசித்தேன்?” என்ற கேள்வியை அவர் தனக்குத் தானே கேட்டுக் கொண்டார். அதற்கான பதில் அவருக்கு உடனே கிடைத்தது: “நான் அதனோடு விளையாடினேன். எனக்கு என்ன பிடித்திருந்ததோ அதை நான் செய்தேன். அது அணு இயற்பியலுக்கு முக்கியமான பங்களிப்பைக் கொடுத்துக் கொண்டிருந்ததா என்று நான் கவலைப்பட்டுக் கொண்டிருக்கவில்லை. அது எனக்கு வேடிக்கையும் விளையாட்டுமாக இருந்ததா, எனக்கு சுவாரசியமூட்டியதா என்று மட்டுமே நான் யோசித்தேன்.”

அவர் அந்த உணவு விடுதியிலிருந்து வெளியே வந்த பிறகு,

தன் வாழ்க்கையைப் பின்னோக்கிப் பார்த்து, பதின்ம வயதில் இருந்தபோது தான் வாழ்க்கையை எந்தக் கண்ணோட்டத்தில் பார்த்துக் கொண்டிருந்தோம் என்ற நினைவுகளில் ஆழ்ந்தார். அவர் உயர்நிலைப் பள்ளியில் படித்துக் கொண்டிருந்தபோது அவருக்கு சுவாரசியமாகத் தோன்றியவை பிறருக்கு அற்பமானவையாகத் தோன்றின. ஒரு குழாயிலிருந்து நீர் கொட்டுகின்றபோது, அது அதனிடமிருந்து விலகிச் செல்லச் செல்லக் குறுகலாகிக் கொண்டு போவதை அவதானித்து, அதற்கென்ன காரணம் இருக்க முடியும் என்று அவர் யோசித்தார். "நான் அதைச் செய்தாக வேண்டியதில்லை. அது அறிவியலின் வருங்காலத்திற்கு முக்கியமானது அல்ல. அதற்கான விடையை வேறு யாரோ கண்டுபிடித்திருந்திருக்கலாம். அதை நான் பொருட்படுத்தவில்லை. என்னுடைய சொந்த மகிழ்ச்சிக்காக, நான் விஷயங்களைக் கண்டுபிடித்து அவற்றோடு விளையாடிக் கொண்டிருப்பேன்," என்று அவர் நினைவுகூர்ந்தார்.

"அந்தக் கண்ணோட்டத்திற்குத் திரும்பிச் செல்வதன் மூலம் என்னால் மீண்டும் இயற்பியலில் மகிழ்ச்சியை அனுபவிக்க முடியுமா? இயற்பியலை ஒரு வேலையாகப் பார்க்காமல், வேடிக்கைக்காக விளையாடுகின்ற ஒரு விளையாட்டாகப் பார்த்தால் எப்படி இருக்கும்?" என்று அவர் யோசித்தார். "எனக்குள் ஒரு புதிய வெளிச்சம் பாய்ந்தது. எப்படி நல்ல உணர்வைப் பெறுவதற்காக நான் 1001 அரேபிய இரவுகள் நூலைப் படித்தேனோ, அதுபோலவே, நான் செய்கின்ற காரியங்களின் முக்கியத்துவம் என்ன என்பதைப் பற்றித் துளிகூடக் கவலைப்படாமல், எனக்குப் பிடிக்கும்போதெல்லாம் இனி நான் இயற்பியலுடன் விளையாடப் போகிறேன்," என்று அவர் தீர்மானித்தார்.

அதற்கு அடுத்துச் சில வாரங்கள், ஃபெயின்மேன், அந்தத் தட்டுகள் காற்றில் பறப்பதை விளக்குகின்ற சமன்பாட்டை உருவாக்க முயன்று கொண்டிருந்தார். அதைக் கண்டு வியப்பும் குழப்பமும் அடைந்த அவருடைய சக பேராசிரியர்கள், எதற்காக அவர் அதைச் செய்து கொண்டிருந்தார் என்று அவரிடம் வினவியபோது, அதற்கு அவர், "இதற்கு எந்தவொரு முக்கியத்துமும் இல்லை. இது எனக்குக் குதூகலமளிக்கிறது என்பதால் நான் இதைச் செய்து கொண்டிருக்கிறேன்," என்று பதிலளித்தார்.

அந்த ஆடும் தட்டுகளின் பிரச்சனைகளுக்குள் அவர் அதிகமாக மூழ்க மூழ்க அதன் சுவாரசியம் கூடத் தொடங்கியது. வெகுவிரைவில் அவர் அதற்கும்

அணுக்களுக்கு உள்ளே இருக்கின்ற எலெக்ட்ரான்களுக்கும் உள்ள ஒற்றுமைகளைப் பற்றி யோசிக்கத் துவங்கினார். அது குவான்டம் மின் இயக்கவியலுக்குள் அவரைத் தள்ளியது. திரும்பிப் பார்ப்பதற்குள், முன்பு சலிப்பான வேலையாக அவருக்குத் தோன்றிய அதே விஷயம் இப்போது வேடிக்கையும் விளையாட்டுமாக ஆகிப் போனது. இம்முறை அது அவருக்கு அலுப்பையும் சலிப்பையும் கொடுக்கவில்லை.

அந்த ஆடும் தட்டுகளில் அவர் காட்டிய ஆர்வம் இறுதியில் அவருக்கு நோபல் பரிசை ஈட்டிக் கொடுத்தது. குவான்டம் தளத்தில் நுண்துகள்களும் ஒளியும் எப்படி உறவாடின என்பது குறித்த ஒரு கோட்பாட்டை அவர் உருவாக்கினார். அதை மனத்தில் காட்சிப்படுத்துவதற்கு, காற்றில் ஆடிக் கொண்டிருந்த உணவுத் தட்டுகள் அவருக்கு உதவிகரமாக இருந்தன.

இதில் ஃபெயின்மேன் மட்டும் தனியாக இருக்கவில்லை. எனக்குத் தெரிந்தவரை, நோபல் பரிசு பெற்றிருந்த ஆறு அறிவியலறிஞர்கள், தங்களுடைய வெற்றிக்கு விளையாட்டு மனோபாவத்தைக் காரணமாகச் சொல்லியிருக்கின்றனர். 1950களில் டிஎன்ஏவின் கட்டமைப்பைப் பற்றிக் கண்டுபிடித்த ஜேம்ஸ் வாட்சனும் பிரான்சிஸ் கிரிக்கும், "நாங்கள் மூலக்கூறு மாதிரிகளை உருவாக்கி அவற்றை வைத்து விளையாடிக் கொண்டிருந்தோம்," என்று கூறினர். நுண்ணுயிர்க்கொல்லியான பென்சிலின் மருந்தைக் கண்டுபிடித்த அலெக்சான்டர் ஃபிளெமிங், தன்னுடைய கண்டுபிடிப்பைப் பற்றி ஒரு முறை குறிப்பிட்டபோது, "நான் நுண்ணுயிரிகளோடு விளையாடிக் கொண்டிருந்தேன்," என்று கூறினார். 2018ல் இயற்பியலில் நோபல் பரிசு பெற்ற டோனா ஸ்டிரிக்லேன்ட், தன் பணியை, "அடர்த்தியான லேசர்களோடு விளையாடுவதற்குத் தனக்குக் கிடைத்திருந்த வாய்ப்பு," என்று வர்ணித்தார். 2010ல் இயற்பியலில் நோபல் பரிசு பெற்றிருந்த கான்ஸ்டான்டின் நோவோசெலோவ், "நீங்கள் நோபல் பரிசைப் பெறுவதற்கு முயன்றால், அது உங்களுக்குக் கிடைக்காது. நாங்கள் அதை விளையாட்டுத்தனமான மனநிலையோடு அணுகினோம்," என்று கூறினார்.

ஏகப்பட்ட ஆய்வுகள் இந்த அணுகுமுறைக்கு ஆதரவு அளிக்கின்றன. உற்பத்தித்திறன் பெருக்கத்தில் விளையாட்டுத்தனமான மனப்போக்கு ஒரு முக்கியப் பங்கு வகிப்பதாக அதிகமான உளவியலாளர்கள் நம்பத் தொடங்கிவிட்டனர். அது உளவியல்ரீதியான ஆசுவாசத்தை அளிப்பது அதற்கு ஒரு காரணம். "உடல்ரீதியாகவும்

மனரீதியாகவும் களைப்படைந்துள்ள ஒரு தனிநபரை மீட்டெடுப்பதில் விளையாட்டு மனப்போக்கிற்கு ஒரு முக்கியப் பங்கு இருக்கிறது. இனிமையாகவும் ஆசுவாசமாகவும் இருக்கின்ற நடவடிக்கைகளில் பங்கு பெறுவதன் மூலம் அதைச் சாதிக்கலாம்.

வாழ்க்கை மன அழுத்தம் கொடுக்கக்கூடியது. விளையாட்டுத்தனமான அணுகுமுறை அதைக் குதூகலமான ஒன்றாக மாற்றுகிறது.

விளையாட்டுதான் முதல் சக்தியூட்டி. வாழ்க்கை அழுத்தம் நிறைந்தது. விளையாட்டுத்தனமான அணுகுமுறை அதைக் குதூகலமான ஒன்றாக மாற்றுகிறது. நம்முடைய வாழ்க்கையில் விளையாட்டுத்தன மனோபாவத்தைச் சேர்த்துக் கொண்டால், நம்மால் நல்லுணர்வைப் பெற முடியும், உற்பத்தித்திறனைப் பெருக்கிக் கொள்ள முடியும்.

ஒரு சாகசத்தை உருவாக்குங்கள்

நம்முடைய வாழ்க்கைக்குள் விளையாட்டுத்தனத்தைக் கொண்டு வருவது அவ்வளவு எளிதல்ல என்று நீங்கள் வாதிடலாம். வயதான பிறகு, விளையாடுதல் அவ்வளவு எளிதாக வருவதில்லை என்பதை நாம் அனைவருமே உணர்ந்துள்ளோம்.

நாம் குழந்தைகளாக இருந்தபோது, நம்முடைய வாழ்க்கை சாகசங்களால் நிரம்பியிருந்தது. நாம் நம்முடைய வீட்டுத் தோட்டத்தின் ஒவ்வோர் அங்குலத்தையும் அலசிப் பார்த்தோம், வணிக அங்காடிகளில் தலைதெறிக்க ஓடினோம், மரங்களில் துணிந்து ஏறினோம், ஒரு கிளையிலிருந்து மறு கிளைக்கு பயமின்றித் தாவினோம். அப்போது இலக்குகளை அடையும் நோக்கம் எதுவும் நமக்கு இருக்கவில்லை, நம்முடைய சுயவிபரக்குறிப்பை மேம்படுத்திக் கொள்ள நாம் துடித்துக் கொண்டிருக்கவில்லை. நாம் நம்முடைய ஆர்வத்தைப் பின்தொடர்ந்து சென்று கொண்டிருந்தோம், விளைவுகளைப் பற்றிய கவலையின்றி நடவடிக்கைகளில் இறங்கிக் கொண்டிருந்தோம்.

ஆனால், நமக்கு வயது ஏற ஏற, இந்த சாகச மனோபாவம்

நம்மிடமிருந்து படிப்படியாக வெளியே தள்ளப்பட்டுவிட்டது. வயதான ஒரு நபராக ஆவதற்கான முதல் படி, விளையாடுவதை நிறுத்திவிட்டு வாழ்க்கையைத் தீவிரமாக எடுத்துக் கொள்வது என்று நம்மிடம் கூறப்பட்டது. சாகசத்தால் நிரம்பி வழிந்து கொண்டிருந்த வாழ்க்கை, சராசரித்தனமான, முன்கூட்டியே ஊகிக்கத்தக்க ஓர் இருத்தலாக மாறியது.

இது தவறு. சாகசம்தான் விளையாட்டின் முதல் அம்சம். இன்னும் சொல்லப் போனால், மகிழ்ச்சியின் முதல் அம்சமும் அதுதான்.

2020ல், நியூயார்க் பல்கலைக்கழகம் மற்றும் மயாமி பல்கலைக்கழகத்தைச் சேர்ந்த அறிவியலறிஞர்கள், சாகச மனப்போக்குடன் உலகை எதிர்கொள்வது எத்தகைய விளைவுகளை ஏற்படுத்தவல்லது என்பதைத் தெரிந்து கொள்ள ஒரு பரிசோதனையில் இறங்கினர். இப்பரிசோதனையில் 130 பேர் பங்கு பெற்றனர். அவர்கள் இருக்குமிடத்தைத் தெரிந்து கொள்வதற்கு உதவுகின்ற புவியிடங்காட்டிக் கருவி அவர்களுடைய அனுமதியுடன் அவர்களுடைய அலைபேசிகளில் பொருத்தப்பட்டது. பல மாதங்களாக, அந்த ஆய்வாளர்கள், அவர்களுக்கு அவ்வப்போது குறுஞ்செய்திகளை அனுப்பி, அவர்கள் எந்த அளவுக்கு மகிழ்ச்சியாகவும் பரவசமாகவும் ஆசுவாசமாகவும் இருந்தனர் என்பதைத் தெரிந்து கொண்டனர்.

அந்த ஆய்வின் முடிவுகள் கண்களைத் திறப்பதாக அமைந்திருந்தன. அலுவலகத்திற்கு வழக்கமாகச் செல்கின்ற வழியில் செல்லாமல் வேறொரு வழியில் செல்வது, வழக்கமாகச் செல்கின்ற காபி கடைக்குச் செல்லாமல் புதிய கடை ஒன்றுக்குச் செல்வது போன்ற வித்தியாசமான அனுபவங்களைப் பெற்றுக் கொண்டிருந்தவர்கள், மகிழ்ச்சியாகவும் பரவசமாகவும் ஆசுவாசமாகவும் இருந்தனர் என்பதை அந்த ஆய்வு வெளிப்படுத்தியது. நேர்மறையான உணர்ச்சிகளை வெளிப்படுத்துவதில் ஒரு சாகசமான வாழ்க்கை ஒரு முக்கியப் பங்கு வகித்தது என்ற முடிவுக்கு ஆய்வாளர்கள் வந்தனர்.

விளையாட்டுத்தன மனோபாவத்தை உங்களுடைய வாழ்க்கைக்குள் ஐக்கியப்படுத்திக் கொள்வதற்கு, நீங்கள் சாகசத்தை உங்களுடைய வாழ்க்கைக்குள் புகுத்திக் கொள்ள வேண்டும். சரியான கருவிகளைப் பயன்படுத்துவதன் மூலம் பரவசத்தை உங்களுடைய வாழ்க்கைக்குள் உங்களால் அனுமதிக்க முடியும். அதற்கு முதலில் நீங்கள் கதாபாத்திரத்தைத் தேர்ந்தெடுக்க வேண்டும்.

பரிசோதனை 1:
உங்களுடைய பாத்திரத்தைத் தேர்ந்தெடுத்தல்

நான் உங்களிடம் ஓர் ஒப்புதல் வாக்குமூலம் கொடுக்க விரும்புகிறேன்: ஒரு சமயத்தில், 'வேர்ல்டு ஆஃப் வார்கிராஃப்ட்' என்ற வீடியோ விளையாட்டுக்கு நான் அடிமைப்பட்டுக் கிடந்தேன்.

அது இணையத்தில் எண்ணற்ற நபர்கள் இணைந்து விளையாடுகின்ற ஒரு விளையாட்டு. வீடியோ விளையாட்டு அடிமைகளை இலக்காகக் கொண்டது அது. அதில் நீங்கள் போராளி, மந்திரவாதி அல்லது எண்ணற்ற வேறு ஏதாவது ஓர் அவதாரத்தைத் தேர்ந்தெடுத்துக் கொள்ளலாம். பின்னர் அந்தக் கற்பனா உலகில் நீங்கள் உங்கள் இஷ்டத்திற்குச் சஞ்சரிக்கலாம். நீங்கள் அங்கிருக்கின்ற பிற ஆட்டக்காரர்களுடன் சேர்ந்து கொண்டு, அரக்கர்களைக் கொல்லலாம், உங்களுடைய ஆயுதங்களை மேம்படுத்திக் கொள்ளலாம். ஒட்டுமொத்தத்தில், நீங்கள் ஒரு பெரும் சாகசத்தில் ஈடுபடலாம்.

தன்னை விளையாடுபவர்களை அடிமைப்படுத்திக் கொள்கின்ற ஒரு விளையாட்டு அது. என்னுடைய பதினான்காவது வயதில் அதற்குள் நுழைந்த நான், மூன்று ஆண்டுகளில் 4,416 மணி நேரத்தை அதில் செலவழித்திருந்தேன். அதாவது, 184 நாட்கள். தினமும் மூன்று மணி நேரம். நீங்கள் விழித்திருக்கின்ற நேரத்தில் 25 சதவீதம். எப்படிப் பார்த்தாலும் அது மிகவும் அதிகம்.

அந்த விளையாட்டுக்கு நான் ஏன் அடிமையானேன்? பதினான்கு வயதில், அரக்கர்களைக் கொல்வது, வெகுமதியளிக்கின்ற சாகசங்களில் ஈடுபடுவது போன்றவற்றைவிட, உங்களைப் பரவசப்படுத்துகின்ற வேறு ஏதாவது இருக்க முடியுமா? (பருவ வயதைக் கடந்த பிறகும் அது வசீகரமானதாகத்தான் இருக்கிறது). ஆனால் இங்கு ஒரு விஷயம் இடித்தது. ஒரு விஷயத்தைப் புதிதாகச் செய்கின்றபோது ஏற்படுகின்ற பரவசம், அதை மீண்டும் மீண்டும் செய்கின்றபோது காணாமல் போய்விடுகிறது. எத்தனை முறைதான் ஒரு கிராமத்தில் மாட்டிக் கொண்டுள்ள ஒரு பூனைக்குட்டியை நீங்கள் மீட்டு வருவீர்கள்?

அப்படியானால், அதற்குத் தொடர்ந்து அடிமைப்பட்டுக் கிடப்பதற்கு என்ன காரணம்? அது நமக்கு அளிக்கின்ற நல்ல உணர்வைத் தாண்டி, அதில் ஒருவிதமான தப்பித்தல் உணர்வு

இடம்பெற்றிருக்கிறது. அந்த விளையாட்டு உங்களுக்கு ஒரு மாற்று உலகத்தை அளித்தது. அங்கு நீங்கள் முற்றிலும் வேறுபட்டக் குணாதிசயங்களைக் கொண்ட ஒரு நபராக உலா வரலாம். எடுத்துக்காட்டாக, நிஜ வாழ்வில், நான் விளையாட்டுகள் எதிலும் ஈடுபடாதவன், கணினியே கதியாகக் கிடந்தவன். ஆனால், அந்த விளையாட்டில், பல அரக்கர்களை என் வசம் வைத்துக் கொண்டிருந்த ஒரு மந்திரவாதியாக நான் உலா வந்தேன்.

இதுபோன்ற விளையாட்டுகள், நாம் கற்பனையாகப் புதிய பாத்திரங்களை வரித்துக் கொள்ளவும், புதிய ஆளுமைகளை நமக்காக உருவாக்கிக் கொள்ளவும் அனுமதிக்கின்றன. நம்முடைய வித்தியாசமான அம்சங்களை வெளிப்படுத்திக் கொள்வதும், அந்த அனுபவங்களை இரசித்து அனுபவிக்கத்தக்கவையாக மாற்றிக் கொள்வதும் நமக்குச் சாத்தியமாகிறது. நீங்கள் கற்பனையாக ஒரு புதிய அவதாரத்தை எடுக்கின்றபோது, நீங்கள் ஒரு புதிய சாகசத்தில் ஈடுபடுகிறீர்கள்.

இந்த விளையாட்டுகளில் ஒரு புதிய பாத்திரத்தைத் தேர்ந்தெடுப்பது என்பது நீங்கள் உங்களுடைய ஆளுமையை ஒரே இரவில் மாற்றிக் கொள்கிறீர்கள் என்று அர்த்தமல்ல. மாறாக, நீங்கள் உண்மையில் யாராக இருக்கிறீர்களோ அதோடு ஒத்திசைவாக இருக்கின்ற ஒரு விளையாட்டோடு உங்களை அடையாளப்படுத்திக் கொள்வதாகும்.

உளவியலாளரான ஸ்டூவர்ட் பிரவுன், விளையாட்டின் உளவியல் குறித்து ஆய்ந்தறிவதற்குப் பல ஆண்டுகளைச் செலவிட்டுள்ளார். நோயாளிகளிடம் விளையாட்டுகள் ஏற்படுத்துகின்ற தாக்கத்தைப் பற்றிய ஓர் ஆய்வில் அவர் ஈடுபட்டபோது, இது தொடர்பான ஆர்வம் அவரைத் தொற்றிக் கொண்டது. அவர் கலிஃபோர்னியா பல்கலைக்கழகத்தில் ஓர் உளவியல் பேராசிரியராகப் பணியாற்றிக் கொண்டிருந்தபோது, லாரி ஓட்டுநர்களிலிருந்து நோபல் பரிசு பெற்றவர்கள்வரை 5,000க்கும் மேற்பட்ட நபர்களைப் பேட்டி கண்டு, விளையாட்டு அவர்களின் தொழில் வாழ்க்கையின்மீது எத்தகைய தாக்கம் ஏற்படுத்தியிருந்தது என்பதைப் பற்றிக் கேட்டறிந்தார்.

பெரும்பாலானோருக்கு ஓரிரு ஆளுமைகளே பொருத்தமாக இருந்ததை அந்தப் பேட்டிகளின் ஊடாக அவர் கண்டுபிடித்தார். நம்மோடு அதிக அளவு ஒத்திசைவாக இருக்கின்ற ஆளுமைகளைக் கண்டுபிடிப்பதன் மூலம், நம்முடைய சாகச உணர்வை விடுவிப்பதற்குப் பொருத்தமான

விளையாட்டு ஆளுமைகள்

சேகரிப்பாளர் போட்டியாளர் சாகச விரும்பி படைப்பாளி

கதைசொல்லி கோமாளி இயக்குநர் உடலியக்கவிரும்பி

'விளையாட்டு ஆளுமைகளை' நம்மால் தேர்ந்தெடுத்துக் கொள்ள முடியும். அப்படிப்பட்ட எட்டு 'விளையாட்டு ஆளுமைகளை' பிரவுன் கண்டறிந்தார்.

1. **சேகரிப்பாளர்:** பொருட்களைச் சேகரிப்பதில் ஆர்வம் காட்டுபவர். அரிய தாவரங்களைத் தேடுபவராகவும், ஆவணக் காப்பகங்கள் அல்லது ஏலம் விடும் இடங்களில் பொருட்களைத் தேடுபவராகவும் அவர் இருப்பார்.
2. **போட்டியாளர்:** போட்டி விளையாட்டுகளில் ஆர்வம் காட்டுபவர். தான் ஈடுபடுகின்ற விஷயங்களில் தன்னுடைய ஆகச் சிறந்த திறமைகளை வெளிப்படுவதிலும் வெல்வதிலும் இன்பம் அடைபவர்.
3. **சாகசவிரும்பி:** சுற்றித் திரிவதிலும் புதிய இடங்களைக் கண்டுபிடிப்பதிலும் ஆர்வம் காட்டுபவர். பல இடங்களுக்குச் செல்வது, புதிய இடங்களைப் பார்வையிட முயல்வது உட்பட சாகசங்களில் ஈடுபடுபவர்.
4. **படைப்பாளி:** புதியவற்றைப் படைப்பதில் ஆர்வம் காட்டுபவர். வரைதல், ஓவியம் தீட்டுதல், இசையை உருவாக்குதல், தோட்டக்கலையில் ஈடுபடுதல் போன்றவற்றில் அவர் மகிழ்ச்சியுடன் மணிக்கணக்கில் மூழ்கியிருப்பார்.
5. **கதைசொல்லி:** சிறந்த கற்பனா சக்தி கொண்டவராக இருப்பவர். அந்தக் கற்பனையைப் பயன்படுத்திப் பிறரை மகிழ்விப்பவர். எழுத்து, நடனம், நாடகம், புதிய

அவதாரங்கள் எடுப்பதற்கு அனுமதிக்கின்ற வீடியோ விளையாட்டுகள் போன்றவற்றை நோக்கி இவர்கள் கவர்ந்திழுக்கப்படுவர்.

6. **கோமாளி:** பிறரைச் சிரிக்க வைப்பதில் ஆர்வம் காட்டுபவர். மேடைகளில் தனியாக நகைச்சுவை நிகழ்ச்சிகளை நடத்துபவராக இருப்பவர். அல்லது பிறரிடம் குறும்புச் சேட்டைகளில் ஈடுபட்டு அவர்களிடம் ஒரு புன்னகையை வரவழைப்பவர்.
7. **இயக்குநர்:** திட்டமிட்டுப் பிறரை ஒருங்கிணைத்து, தலைமை ஏற்று வழிநடத்துவதில் ஆர்வம் கொண்டிருப்பவர். நாடகங்களை இயக்குதல், ஒரு நிறுவனத்தை நடத்துதல், அரசியல் அல்லது சமூகத் தளங்களில் இயங்குதல் போன்ற பல விதமான பணிகளில் தன்னைக் கச்சிதமாகப் பொருத்திக் கொள்பவர்.
8. **உடலியக்கவிரும்பி:** உடலியக்கம் தேவைப்படுகின்ற விஷயங்களில் ஈடுபடுவதற்கு ஆர்வம் காட்டுபவர். ஓடுதல், கழைக்கூத்து, உடற்பயிற்சி போன்றவற்றில் ஈடுபடுபவர்.

விளையாட்டுத்தனமான சாகசத்தை உங்களுடைய வாழ்க்கைக்குள் புகுத்திக் கொள்வதற்கான முதல் வழிமுறை இது. இவற்றில் எந்தப் பாத்திரத்தில் நீங்கள் கச்சிதமாகப் பொருந்துவீர்கள் என்று ஆழ்ந்து சிந்தியுங்கள். பின் உங்களை அந்தக் கதாபாத்திரமாகக் கருதிக் கொண்டு, உங்களுடைய வேலையை அணுக முயற்சி செய்யுங்கள். எடுத்துக்காட்டாக, நீங்கள் 'கதைசொல்லி' என்ற கதாபாத்திரத்தோடு உங்களை அதிகமாகப் பொருத்திக் கொள்கிறீர்கள் என்று வைத்துக் கொள்வோம். அப்போது, மின்னஞ்சலுக்கு பதிலளிப்பதுபோன்ற சலிப்பான வேலைகளைக்கூட, நீங்கள் கதை சொல்வதற்கான ஒரு களமாக மாற்றிக் கொள்ளலாம். உங்களுடைய பதிலுக்கு ஒரு துவக்கம், ஒரு திருப்பம், ஒரு முடிவு என்று அதை நீங்கள் வடிவமைத்துக் கொள்ளலாம். அல்லது நீங்கள் 'படைப்பாளி' என்ற கதாபாத்திரத்தோடு உங்களை அதிகமாகப் பொருத்திக் கொள்கிறீர்கள் என்று வைத்துக் கொள்வோம். அப்போது, உங்களுடைய சலிப்பான 'எக்சல் ஷீட்டைக்கூட' கண்களைக் கவர்கின்ற வண்ணங்களுடன்கூடிய ஒரு வரைபடமாக மாற்றி, சம்பந்தப்பட்டவர்களுக்கு அனுப்பி வைக்கலாம்.

நம்முடைய விளையாட்டு ஆளுமைகளை அடையாளம் கண்டு அவற்றை அலசுவது, நம்முடைய குழந்தைப்பருவத்தில் நம்முடன் பிணைந்திருந்த சாகசங்களில் சிலவற்றை நாம்

திரும்பப் பெறுவதற்கு நமக்கு உதவும். அந்த உணர்வு இப்போதும் நமக்குள் ஆழமாக எங்கோ ஒளிந்து கொண்டுதான் இருக்கும். “விளையாட்டு என்றால் என்ன என்பதை நினைவுபடுத்திக் கொண்டு, அதை நம்முடைய அன்றாட வாழ்க்கையின் பிரிக்கப்பட முடியாத ஓர் அம்சமாக ஆக்கிக் கொள்வது, ஒரு மனநிறைவான வாழ்க்கையை வாழ்வதில் ஒரு முக்கியப் பங்கு வகிக்கிறது,” என்று பிரவுன் தெரிவிக்கிறார்.

பரிசோதனை 2:

ஆர்வக் குறுகுறுப்பை அரவணைத்துக் கொள்ளுங்கள்

டைனோசார் என்பதன் உண்மையான அர்த்தம் என்ன?

பீட்டில்ஸின் எந்தப் பாட்டு அமெரிக்கத் தனிப்பாடல் விற்பனை வரிசையில் நீண்ட நாட்கள் முதலிடத்தில் தொடர்ந்து இருந்து வந்தது?

‘அங்கிள் சாம்’ என்ற அமெரிக்கக் குறியீட்டு உருவம் தாடியைப் பெற்றபோது, யார் அமெரிக்கக் குடியரசுத் தலைவராக இருந்தார்?

இவை ஏதோ இடக்குமடக்கான வினா-விடைக் கேள்விகள் அல்ல. கலிஃபோர்னியா பல்கலைக்கழகம் நடத்திய உளவியல் ஆய்வின்போது கேட்கப்பட்டக் கேள்விகள் இவை. அந்த ஆய்வில் கலந்து கொண்டிருந்த 24 பேர்களிடம் இக்கேள்விகள் கேட்கப்பட்டன. அவற்றுக்கு பதிலளிப்பதற்கு முன்பாக, இந்தக் கேள்விகள் குறித்து அவர்களிடம் எழுந்த ஆர்வக் குறுகுறுப்பை வகைப்படுத்துமாறு (‘குறைவான ஆர்வம்’ என்பதிலிருந்து ‘அதிகமான ஆர்வம்’ என்பதுவரை) கேட்டுக் கொள்ளப்பட்டது. *(உங்களுடைய ஆர்வக் குறுகுறுப்பைத் தணித்துக் கொள்வதற்காக, இதோ அவற்றுக்கான பதில்கள்: ‘பயங்கரமான பல்லி’, ‘ஹே ஜேட்’ மற்றும் ‘ஆபிரஹாம் லிங்கன்’.)*

ஆர்வக் குறுகுறுப்பு எந்த அளவுக்கு மக்களின் மனத்தின்மீது தாக்கம் ஏற்படுத்துகிறது என்பதைத் தெரிந்து கொள்ள ஆய்வாளர்கள் விரும்பினர். மக்கள் ஒரு விஷயத்தில் ஆர்வம் கொண்டிருக்கின்றபோது, அந்த விஷயம் குறித்த விபரங்களை அவர்கள் அதிக அளவில் நினைவில் வைத்துக் கொள்கின்றனர் என்று அந்த ஆய்வாளர்கள் அனுமானித்திருந்தனர். அவர்களுடைய அனுமானங்கள் சரிதாம் என்று அந்த ஆய்வின் முடிவுகள் நிரூபித்தன. ஒரு விஷயம் ஒருவரிடம் ஆர்வத்தைத் தோற்றுவித்திருந்தால், அவர்களால் அந்த விஷயம் குறித்து,

அப்படி ஆர்வத்தை ஏற்படுத்தியிராத விஷயங்களோடு ஒப்பிடுகையில் 30 சதவீதம் அதிகமாக நினைவுகூர முடிந்தது என்பதை அவர்கள் கண்டறிந்தனர்.

இந்த ஆய்வு வேறொரு வியப்பான உண்மையையும் வெளிப்படுத்தியது. அக்கேள்விகள் கேட்கப்பட்டுக் கொண்டிருந்தபோது, அவர்களுடைய மூளை ஸ்கேன் செய்யப்பட்டுக் கொண்டிருந்தது. அவர்களுடைய ஆர்வம் அதிகரித்தபோது, அவர்களுடைய மூளையில், நல்ல உணர்வைத் தூண்டுகின்ற, கற்றல் மற்றும் நினைவாற்றலோடு தொடர்புடைய டோபமீன் ஹார்மோன் அதிகமாகச் சுரந்தது கண்டுபிடிக்கப்பட்டது. அதாவது, இந்த ஆய்வில் பங்கேற்றவர்களிடம் ஆர்வம் அதிகரித்தபோது, அது அவர்களிடம் நல்லுணர்வைத் தோற்றுவித்தது. அதன் விளைவாக, தகவல்களைத் தக்கவைத்துக் கொள்கின்ற அவர்களுடைய திறன் அதிகரித்தது.

ஆர்வத்தை வளர்த்துக் கொள்வது, சாகசத்தை உங்களுடைய வாழ்க்கைக்குள் புகுத்திக் கொள்வதற்கான இரண்டாவது வழிமுறை. ஆர்வம் கொண்டிருத்தல், நம்முடைய வாழ்க்கையை மகிழ்ச்சியாக்குவதோடு, மட்டுமல்லாமல், நீண்ட நேரம் ஒரு விஷயத்தில் கவனத்தைச் செலுத்தவும் நமக்கு உதவுகிறது. மனிதகுல வரலாற்றில் முன்னோடி மேதைகளாகத் திகழ்ந்த லியோனார்டோ டா வின்சியிலிருந்து ஸ்டீவ் ஜாப்ஸ்வரை பலருடைய வரலாற்றை எழுதுவதற்காக ஆழமான ஆய்வுகளில் ஈடுபட்டிருந்த வால்ட்டர் ஐசக்சன், "எல்லாவற்றையும் குறித்து ஆர்வம் கொண்டிருத்தல் உங்களைப் படைப்பாற்றல்மிக்க ஒருவராக மட்டும் ஆக்குவதில்லை, அது உங்களுடைய மொத்த வாழ்க்கையையும் செழிப்பாக்குகிறது," என்று கூறியுள்ளார்.

ஆர்வம் கொண்டிருத்தல், நம்முடைய வாழ்க்கையை மகிழ்ச்சியாக்குவதோடு மட்டுமல்லாமல், நீண்ட நேரம் ஒரு விஷயத்தில் கவனத்தைச் செலுத்தவும் நமக்கு உதவுகிறது.

சரி, நம்முடைய வாழ்க்கையில் ஆர்வக் குறுகுறுப்பை எப்படிப் புகுத்திக் கொள்வது? அதற்கு, 'கிளைத் தேடல்கள்' என்று நான் அழைக்கின்ற ஓர் உத்தி பயன்படும். இந்தப் பதத்தை நான் வீடியோ விளையாட்டுகளிலிருந்து கடன் வாங்கியுள்ளேன். பல வீடியோ விளையாட்டுகளில்,

உங்களுடைய மையக் கதைக்கு எந்தவிதமான பாதிப்பும் ஏற்படுத்தாமல் கிளைத் தேடல்களில் உங்களால் ஈடுபட முடியும். அந்த வீடியோ விளையாட்டுகளில் நீங்கள் ஈடுபட்டிருக்கின்றபோது, அங்கிருக்கின்ற ஒரு சிகரத்தின்மீது ஏறவோ, ஒரு குகைக்குள் நுழையவோ அல்லது ஓர் ஏரியில் மூழ்கி அதன் தரையைத் தொடவோ நீங்கள் ஆர்வம் கொள்ளலாம். அநேக நேரங்களில், பெரும் இரகசியங்கள் இந்த இடங்களில்தாம் புதைந்து கிடக்கும். நேராக மையக் கதையோட்டத்தோடு சென்று கொண்டிருக்கின்ற ஒரு நபர் இதைத் தவறவிட்டுவிடுவார்.

என் வாழ்க்கை, இப்படிப்பட்டக் கிளைத் தேடல்களால் நிறைந்திருந்தது. ஒவ்வொரு நாளும் நான் வேலையைச் செய்ய உட்கார்கின்றபோது, நான் என்னுடைய கால அட்டவணையையும், என் வேலைப் பட்டியலையும் அவதானித்துவிட்டு, “இன்று நான் எத்தகைய கிளைத் தேடல்களில் ஈடுபடப் போகிறேன்?” என்று எனக்கு நானே கேட்டுக் கொள்வேன். இக்கேள்வி, எனக்கு முன்னால் இருக்கும் வேலையின்மீது என் கவனத்தைக் குவிக்காமல், வேறு என்ன மாற்றுச் சாத்தியக்கூறுகள் இருக்கின்றன என்ற தேடலுக்கு என்னை இட்டுச் செல்லும். என் அலுவலகத்திலிருந்து வேலை செய்வதற்குப் பதிலாக, உள்ளூர் காபிக் கடையில் அமர்ந்து வேலை செய்ய அது என்னைத் தூண்டலாம். அல்லது, நான் தீர்க்க முயன்று கொண்டிருக்கின்ற ஒரு பிரச்சனையைத் தீர்ப்பதற்குப் பயன்படுத்திக் கொள்ளத்தக்க ஒரு செயலியை நான் நோண்டிக் கொண்டிருக்க அது என்னை இட்டுச் செல்லலாம்.

உங்களுடைய நாளில் ஒரு கிளைத் தேடலைப் புகுத்திக் கொள்வதன் மூலம், ஆர்வக் குறுகுறுப்பு, விளையாட்டுத்தனம், தேடலாய்வுகள் போன்றவற்றுக்கான இடத்தை உங்களால் உருவாக்கிக் கொள்ள முடியும். அதன் மூலம், நீங்கள் சிறிதுகூட எதிர்பார்த்திராத அற்புதமான ஒன்றை நீங்கள் கண்டுபிடிக்கக்கூடும்.

குதூகலத்தைக் கண்டறியுங்கள்

1990களின் இறுதியில், ஒஹையோவிலுள்ள ஒரு சிறிய பல்கலைக்கழகத்தின் பரிசோதனைக்கூடத்தில், ஓர் இளம் உதவி ஆய்வாளர், தன் கையில் பரிசோதனைக்கூட வெள்ளை

எலி ஒன்றை வைத்துக் கொண்டு அதை உற்றுப் பார்த்துக் கொண்டிருந்தார். பின்னர் அவர், ஏதாவது சுவாரசியமான விஷயம் நிகழாதா என்ற எதிர்பார்ப்புடன், தன் கையிலிருந்த தூரிகை ஒன்றால் அந்த எலியின் அடிவயிற்றை மெல்ல வருடிக் கொடுத்துக் கொண்டிருந்தார்.

முதலில் எதுவும் நிகழவில்லை. பின்னர் திடீரென்று அந்த எலி கிறீச்சிட்டது. ஆனால், அது வேதனையால் ஏற்பட்டக் கத்தல் அல்ல. அந்த எலி, சிரித்துக் கொண்டிருந்ததுபோலத் தோன்றியது.

அந்தக் கண்டுபிடிப்பு, ஜாக் பேங்செப், 'மகிழ்ச்சியின் உயிரியல்' என்று அழைத்த ஒரு கண்டுபிடிப்பிற்கு இட்டுச் சென்றது. அச்சமயத்தில், மனிதர்களால் மட்டுமே உணர்ச்சிகளை அனுபவிக்க முடியும் என்ற கருத்து அறிவியலறிஞர்களின் சமூகத்தில் நிலவிக் கொண்டிருந்தது. மனிதர்களுக்கே உரித்தான, மூளையின் 'பெருமூளைப் புறணி' என்ற சிக்கலான பகுதியிலிருந்துதான் உணர்ச்சிகள் உருவாகின்றன என்று நம்பப்பட்டு வந்தது. ஆனால், எலிகளாலும் சிரிக்க முடியும் என்ற பேங்செப்பின் கண்டுபிடிப்பு, உணர்ச்சிகள், அமிக்டாலா மற்றும் ஹைப்போதலாமஸ் போன்ற, மூளையின் புராதனப் பகுதிகளிலிருந்து உதயமாகிக் கொண்டிருக்க வேண்டும் என்ற மாற்றுச் சிந்தனைக்கு இட்டுச் சென்றது. மகிழ்ச்சி ஒரு மூலாதாரமான உணர்வு என்பதை பேங்செப் வெளிப்படுத்தினார்.

பேங்செப்பின் முக்கியமான கண்டுபிடிப்புகளில் ஒன்று, எலிகளுக்கு விளையாடப் பிடிக்கும் என்பதுதான். எலிகள் விளையாடிக் கொண்டிருந்தபோது ஏற்படுத்திய சத்தத்தை அவர் பதிவு செய்தார். அவை மகிழ்ச்சியின் ஓசைகளாக இருந்தன. பின்னர் அவர் இது பற்றிக் குறிப்பிடுகையில், "அது ஒரு விளையாட்டு மைதானம்போல இருந்தது," என்று கூறுகிறார். விளையாட்டு, டோபமீனை வெளியேற்றியதுதான் அதற்குக் காரணம். அது எலிகளை நல்ல விதமாக உணரச் செய்தது.

எலிகளிடமிருந்து நம்மால் ஓரிரு விஷயங்களைக் கற்றுக் கொள்ள முடியும். எலிகள் தம்மை நல்ல விதமாக உணரச் செய்ய வைப்பதற்கு எந்த ஹார்மோன்களை விடுவித்துக் கொண்டனவோ, அதே ஹார்மோன்களை நம்மாலும் விடுவித்துக் கொள்ள முடியும். நம்மை மகிழ்ச்சிப்படுத்துகின்ற டோபமீனை நம்மால் அவ்வப்போது விடுவித்துக் கொள்ள முடியும்.

அதை எப்படிச் செய்வது? டோபமீனின் வெளியேற்றத்தை எது தூண்டுகிறது என்பதைக் கண்டறிவதில்தான் அதற்கான பதில் இருக்கிறது. ஹார்வர்டு மருத்துவக் கல்லூரியின் விளக்கத்தின்படி, "டோபமீன் ஹார்மோன், கலவி, பொருட்களை வாங்குதல், அடுமனையில் சுடப்பட்டுக் கொண்டிருக்கின்ற பிஸ்கெட்டுகளின் வாசனை போன்றவற்றால் தூண்டப்படுகிறது." அதாவது, நம்மைக் குதூகலப்படுத்துகின்ற நடவடிக்கைகள் டோபமீனை விடுவிக்கின்றன.

விளையாட்டின் விளைவுகளை அறுவடை செய்ய வேண்டுமென்றால், நாம் செல்லுமிடங்களில் எல்லாம் குதூகலத்தைத் தேட வேண்டும்.

பரிசோதனை 3:
சிறு குறிப்பொட்டிகள் நிகழ்த்துகின்ற மாயாஜாலம்

நான் லண்டன் மருத்துவமனையில் பணியாற்றிக் கொண்டிருந்தபோது, மிகுந்த மன அழுத்தத்தைக் கொடுத்துக் கொண்டிருந்த ஒரு குறிப்பிட்டச் சமயத்தில், நானும் என்னுடன் பணியாற்றிக் கொண்டிருந்த மற்றொரு மருத்துவரான மோலியும், எங்களுடைய குழந்தைப்பருவத்தில் எங்களைக் கவர்ந்திருந்த, மாயாஜாலங்களை நிகழ்த்துகின்ற மேரி பாப்பின்ஸ் என்ற கதாபாத்திரத்தை வைத்து எடுக்கப்பட்டிருந்த திரைப்படத்தை மீண்டும் பார்ப்பது என்று முடிவு செய்தோம். ஓரிரு மணிநேரங்களுக்காவது அது எங்களுக்கு ஆசுவாசமளிக்கும் என்று நாங்கள் நினைத்தோம்.

அப்போது நான் மருத்துவ முதுகலைப் பட்டப்படிப்பு ஒன்றையும் படித்துக் கொண்டிருந்தேன். கடும் களைப்பை ஏற்படுத்திய மருத்துவப் பணியோடு சிக்கலான பாடப்புத்தகங்களையும் சேர்த்துப் படிப்பது என்னைத் திக்குமுக்காடச் செய்து கொண்டிருந்தது. நெருங்கிக் கொண்டிருந்த காலக்கெடு என்னை வெகுவாக பயமுறுத்திக் கொண்டிருந்தது.

நான் மேரி பாப்பின்ஸ் திரைப்படத்தை மறுபடியும் பார்த்தபோது, எதிர்பாராத ஒன்று நிகழ்ந்தது. அது மாயாஜாலமான சக்திகளைக் கொண்டிருந்த விநோதமான ஒரு செவிலிப் பெண்ணின் கதையாக எனக்குத் தென்படவில்லை. மாறாக, அது ஒரு மாபெரும் உண்மையைக் கொண்டிருந்ததாக எனக்குப் பட்டது. அந்தப் படத்தில் பல பாடல்கள் இடம்பெற்றிருந்தன. ஒரு பாடலில், மேரி பாப்பின்ஸ், வீட்டு

வேலைகளைச் செய்ய வேண்டியிருப்பது குறித்து அந்த வீட்டுக் குழந்தைகள் குறை கூறும்போது, "ஒரு தேக்கரண்டி சர்க்கரை, மருந்தைத் தொண்டைக்குள் எளிதாக உள்ளே தள்ளிவிடும் – ஒரு மகிழ்ச்சியான விதத்தில்!" என்று பாடுவார்.

கிட்டத்தட்ட இருபது ஆண்டுகள் கழித்து நான் அந்தப் படத்தை மீண்டும் பார்த்தபோது, மறந்து போயிருந்த அந்தப் பாடலின் தொடக்க வரிகள் என் நினைவுக்கு வந்தன. அது இவ்வாறு அமைந்திருந்தது:

நாம் செய்தே ஆக வேண்டிய ஒவ்வொரு வேலையிலும்,
ஒரு குதூகல அம்சம் கண்டிப்பாக இடம்பெற்றிருக்கும்,
நீங்கள் அந்த அம்சத்தை அடையாளம் கண்டுவிட்டால்,
அடுத்த நொடி, அந்த வேலை ஒரு விளையாட்டைப்போல ஆகிவிடும்.

அந்தப் பாட்டின் பிற வரிகள், வானம்பாடிகளும், ராபின் பறவைகளும், தேனீக்களும் தம்முடைய வேலையில் அலுப்புத் தெரியாமல் இருப்பதற்கு எப்படிப் பாடிக் கொண்டிருந்தன என்பதை விவரிக்கும்.

நான் இந்த யோசனையை என் வாழ்க்கையில் பயன்படுத்த முடிவு செய்தேன். உடனே ஒரு குறிப்பொட்டியை எடுத்து, அதில், "இது வேடிக்கையும் விளையாட்டுமாக இருந்தால் எப்படியிருக்கும்?" என்று எழுதினேன்.

பின் அதை என் கணினித்திரையின்மீது ஒட்டி வைத்துவிட்டு நான் தூங்கிவிட்டேன்.

மறுநாள் காலையில் நான் கண்விழித்தபோது, நான் அதைச் சுத்தமாக மறந்துவிட்டிருந்தேன். பிறகு நான் மருத்துவமனைக்குச் சென்றுவிட்டு மாலையில் வீடு திரும்பிய பிறகு, என்னுடைய மருத்துவத் தேர்வுக்குப் படிப்பதற்காக வழக்கமான சலிப்புடன் கணினியின் முன் உட்கார்ந்தேன். அப்போது, கணினித்திரையின்மீது நான் ஒட்டியிருந்த காகிதம் என்னிடம், "இது வேடிக்கையும் விளையாட்டுமாக இருந்தால் எப்படியிருக்கும்?" என்று கேட்டது.

உடனடியாக என் மனத்தில் தோன்றிய விடை இதுதான்: "இது குதூகலமாக இருக்க வேண்டுமென்றால், இசை இருந்தாக வேண்டும்." 'லார்டு ஆஃப் த ரிங்ஸ்' திரைப்படத்தின் பின்னணி இசையை ஒரு ஹெட்போன் மூலமாக என் காதுகளில் ஒலிக்கவிட்டவுடன், என் பாடத்தைப் படிப்பது எளிதாகிவிட்டதை நான் கவனித்தேன். அக்கணத்திலிருந்து, என் வேலையில் விளையாட்டுத்தனத்தைக் கொண்டுவருவதில்

இசை ஒரு முக்கியப் பங்கைப் பெற்றுவிட்டது.

இதை நான் என் வேலையிலும் புகுத்தினேன். அப்போது முதியோர் சிகிச்சைப் பிரிவு எனக்கு ஒதுக்கப்பட்டிருந்தது. அந்த வார்டின் ஒரு மூலையில் இருந்த ஒரு சிறிய அறை எனக்குக் கொடுக்கப்பட்டிருந்தது. நான் அங்கு அமர்ந்திருந்த ஒரு நாள், வேலைச் சுமை என்னைக் கொன்று கொண்டிருந்த ஒரு கணத்தில் இசைவழிக் குதூகலத்தை என் வேலையில் புகுத்துவதென்று நான் தீர்மானித்தேன். அப்போது என்னிடம் ஸ்பீக்கர்கள் எதுவும் இருக்கவில்லை. அதனால், என் அலைபேசியில் ஸ்பாட்டிஃபை செயலியைத் திறந்து, 'த பைரட்ஸ் ஆஃப் த கரீபியன்' திரைப்படத்தின் பின்னணி இசையை மெதுவாக ஒலிக்கச் செய்துவிட்டு என் வேலையில் மூழ்கினேன். அது எனக்குப் பெரும் மகிழ்ச்சியைக் கொடுத்தது.

இப்போது, "இது வேடிக்கையும் விளையாட்டுமாக இருந்தால் எப்படியிருக்கும்?" என்ற கேள்வி என் வாழ்க்கையை வழிநடத்துகின்ற ஒன்றாக ஆகவிட்டது. இதைச் செயல்படுத்துவது கடினமல்ல. எடுத்துக்காட்டாக, இப்போது நீங்கள் செய்ய விரும்பாத, உங்களுக்குப் பிடிக்காத ஒரு வேலையை நினைத்துக் கொள்ளுங்கள். பின் உங்களிடம், "இது வேடிக்கையும் விளையாட்டுமாக இருந்தால் எப்படியிருக்கும்?" என்ற கேள்வியைக் கேளுங்கள். அந்த வேலையை வித்தியாசமான வேறு ஏதாவது ஒரு வழியில் உங்களால் செய்ய முடியுமா? அதில் இசை அல்லது நகைச்சுவையைச் சேர்க்க முடியுமா? அல்லது வேறு ஏதாவது புத்தாக்க முயற்சியில் ஈடுபட முடியுமா? அதை நீங்கள் உங்களுடைய நண்பர்களுடன் சேர்ந்து செய்து முடிப்பது சாத்தியமா?

உங்களுக்குச் சலிப்பேற்படுத்துகின்ற அந்தச் செயல்முறையை, இரசித்து அனுபவிக்கத்தக்க ஒன்றாக மாற்றுவதற்கு ஏதேனும் வழியிருக்கிறதா?

பரிசோதனை 4:

விளைவுகளைப் பற்றிக் கவலைப்படாமல் செயல்முறையை இரசித்து அனுபவியுங்கள்

நீங்கள் செய்கின்ற அனைத்திலும் குதூகலத்தைப் புகுத்துவதற்கு இன்னொரு வழி இருக்கிறது. 5 அடி 7 அங்குலம் உயரமிருந்த ஒரு ஸ்பானிய இளைஞர் அதை மிகச் சிறப்பாக வெளிப்படுத்தியிருந்தார்.

2021 ஆகஸ்ட்டில், ஆல்பர்டோ ஜினெஸ் லோபஸ்,

டோக்கியோவில் நடைபெற்ற ஒலிம்பிக் போட்டியில் பாறையேற்றத்தில் தங்கப் பதக்கம் பெற்றார். அந்த ஆண்டுதான், அந்த விளையாட்டு முதன்முதலாக ஒலிம்பிக்கில் இடம்பெற்றிருந்தது. அதற்கு முந்தைய சில வாரங்களில், ஆல்பர்டோ அங்கு நிகழ்த்திக் கொண்டிருந்த நம்புதற்கரிய வித்தைகளை உலகம் கண்கொட்டாமல் பார்த்துக் கொண்டிருந்தது. அவர் நிகழ்த்தியிருந்த மற்ற அனைத்துச் சாதனைகளையும்விட, பார்த்துக் கொண்டிருந்த அனைவரையும் மெய்மறக்கச் செய்தது, ஒரு செங்குத்தான செயற்கைப் பாறைச் சுவரில் அவர் படுவேகமாக ஏறிய காட்சிதான். அவர் அந்தச் சுவரின் உச்சியை வெறும் 6.42 நொடிகளில் அடைந்திருந்தார்.

அவரும் பிற போட்டியாளர்களும், அந்தப் போட்டியில் பங்கேற்பதற்காக அந்தச் சுவருக்குக் கீழே குழுமியிருந்தபோது, பார்வையாளர்களின் கண்களில் சில வித்தியாசமான காட்சிகள் தென்பட்டன. முதலில் அது வித்தியாசமானதொரு விளையாட்டாக இருந்தது. அடுத்து அவர்கள் வழமையான தடகளப் போட்டியாளர்களிடமிருந்து முற்றிலும் வேறுபட்டு இருந்தனர். அவர்கள் தங்கள் உடல்களில் கட்டியிருந்த பாதுகாப்புக் கயிறுகள் பல வண்ணங்களில் இருந்தன. அவர்கள் தங்களுடைய தலைமுடிக்கு வண்ணச் சாயங்களைப் பூசியிருந்தனர். அதோடு, அவர்கள் மிகவும் ஆசுவாசமாகக் காணப்பட்டனர். அவர்களுடைய சக போட்டியாளர்கள் அந்தச் சுவரில் ஏறுவதற்காகக் காத்துக் கொண்டிருந்தபோது, அவர்கள் ஒருவரோடு ஒருவர் அரட்டையடித்துக் கொண்டும், சில உத்திகளைப் பகிர்ந்து கொண்டும் இருந்தனர். அவர்கள் அந்தச் சுவரில் ஏறியபோது, வழமையான தடகள வீரர்கள் மற்றும் கால்பந்தாட்டக்காரர்களின் முகங்களைப்போல அவர்களுடைய முகங்கள் இறுக்கமாக இருக்கவில்லை. இன்னும் சொல்லப் போனால், அவர்கள் தாங்கள் செய்து கொண்டிருந்ததை மிகவும் இரசித்து அனுபவித்துக் கொண்டிருந்ததைப்போல இருந்தது.

விளைவுகளிலிருந்து அல்லாமல் செயல்முறையிலிருந்துதான் மகிழ்ச்சி பிறக்கும் என்பதை வலியுறுத்துவதுபோல அவர்களுடைய நடத்தை இருந்தது. மிஹாய் சிக்சென்ட்மிஹாய் என்ற புகழ்பெற்ற அமெரிக்க உளவியலாளர், “செயற்கைப் பாறை ஏறுதல் விளையாட்டில் ஈடுபடுபவர்களுக்கும் கால்பந்து விளையாடுபவர்களுக்கும் இடையேயுள்ள வேறுபாடு, செயற்கைப் பாறை ஏறுதல் விளையாட்டில்

ஈடுபடுபவர்கள் அதன் விளைவுகளைப் பற்றிக் (வெற்றி பெறுதல்) கவலைப்படாமல், அந்தச் செயல்முறையில் (பாறை ஏறுதல்) முழுமையாக மூழ்கியிருப்பர்," என்று விளக்குகிறார். ஒருவர் தன் வேலையில் தன்னை மறந்து மூழ்கியிருப்பதைப் பற்றிய ஆய்வுகளுக்காகப் பெரிதும் மதிக்கப்படுகின்ற மிஹாய், "நாம் ஒரு வேலையில் ஈடுபடுகின்றபோது, விளைவுகள் குறித்துக் கவலைப்படாமல் செயல்முறையில் நம்மால் கவனம் செலுத்த முடிந்தால், நம்மால் அந்த வேலையை அதிகமாக இரசித்துச் செய்ய முடியும்," என்று கூறுகிறார்.

அதை எப்படிச் செய்வது? பாறை ஏறுதலில் ஈடுபடுபவர்களுக்கு (குறைந்தபட்சம் ஒரு சிலருக்கு) வேண்டுமானால் அது வேடிக்கையும் விளையாட்டுமாக இருக்கலாம். ஆனால், இனிமையற்ற, சலிப்பான, சராசரித்தனமான ஒரு வேலையில் ஈடுபடுகின்றபோது, அது எப்படிச் சாத்தியப்படும்?

இங்கேதான், செயல்முறையில் கவனத்தைக் குவிப்பது முக்கியத்துவம் பெறுகிறது. சிறிதளவு படைப்பாற்றல்ரீதியாகச் சிந்தித்தால், உங்களால் எந்தவொரு சலிப்பான வேலையிலும் மகிழ்ச்சியைக் கண்டெடுக்க முடியும்.

இதற்கு மேத்யூ டிக்ஸின் கதை நல்லதோர் எடுத்துக்காட்டாக விளங்குகிறது. இன்று உலகின் தலைசிறந்த கதைசொல்லிகளில் ஒருவராகவும், விற்பனையில் சாதனை படைத்துள்ள புதினங்களை எழுதியுள்ள ஒரு நூலாசிரியராகவும் விளங்குகின்ற மேத்யூ, பல ஆண்டுகளுக்கு முன்னால் மெக்டொனால்ட்ஸ் கடையில் வேலை பார்த்து வந்தார். அப்போது அந்த வேலையை அவர் கடுமையாக வெறுத்தார். "நாள் முடிவேயில்லாமல் நீண்டு கொண்டே இருப்பதுபோலத் தோன்றும். தினந்தோறும் ஒரே சலிப்பான வேலை. ஆர்டர் எடுப்பது, பர்கர்களைத் திருப்பிப் போடுவது, வறுவல்களைக் கையாள்வது என்று அது தொடர்ந்து கொண்டிருக்கும். அதில் பரவசம் கிடையாது. சவால்கள் கிடையாது," என்று மேத்யூ ஒரு முறை என்னிடம் கூறினார்.

அதனால், விளைவுகளில் கவனத்தைச் செலுத்தாமல் (சொற்பச் சம்பளம்), செயல்முறையில் கவனத்தைச் செலுத்துவதன் மூலம் தன்னால் மகிழ்ச்சியாக இருக்க முடியுமா என்று மேத்யூ யோசித்தார். அதற்கு அவர் ஒரு வித்தியாசமான உத்தியைக் கடைபிடித்தார். "சில நாட்களுக்கு நான் 'பிபிகியூ சாஸ் நாள்' என்று பெயரிடுவேன். அன்று முழுவதும் நான் ஆர்டர் எடுக்கும்போதெல்லாம், நான் பிபிகியூ சாஸை

விற்க முயல்வேன். எடுத்துக்காட்டாக, ஒரு வாடிக்கையாளர் பர்கரையும் வறுவலையும் ஆர்டர் செய்தால், நான் அவரிடம், 'ஏதாவது சாஸ் வேண்டுமா?' என்று கேட்பேன். வேண்டாம் என்று அவர் கூறினால், 'நான் உங்களுக்கு பிபிகியூ சாஸைப் பரிந்துரைக்கிறேன். அதை அடித்துக் கொள்வதற்கு வேறு சாஸ் கிடையாது,' என்று ஒரு புன்னகையுடன் கூறுவேன். பொதுவாக, இக்கட்டத்தில் நான் கூறுவதைக் கேட்டுத் திடுக்கிட்டு, "நான் பிபிகியூ சாஸை வாங்கிக் கொள்கிறேன்," என்று அவர்கள் கூறிவிடுவர். அதற்கும் அவர்கள் மசிந்து கொடுக்காமல் இருந்தால், நான் அவர்களிடம், 'நீங்கள் சிறப்பான ஒன்றை இழக்கப் போகிறீர்கள். உங்களுக்கு முன் வந்த வாடிக்கையாளர் ஒருவர் தயக்கத்துடன்தான் பிபிகியூ சாஸை வாங்கினார். ஆனால், அவர் அது குறித்து மிகவும் மகிழ்ச்சி அடைந்திருந்தார்,' என்று தெரிவிப்பேன்," என்று மேத்யூ கூறுகிறார்.

அவருடைய வழமையான வேலைச் செயல்முறையில் அவர் புகுத்தியிருந்த இந்தச் சிறிய மாற்றங்கள் அவரைப் பொறுத்தவரை முக்கியத்துவம் வாய்ந்தவையாக இருந்தன. "அது வாடிக்கையாளர்களின் நாளைச் சிறிது மேம்படுத்தியதோடு, சலிப்பான நாட்களைக் கடத்துவதில் எனக்கும் சிறிது உற்சாகத்தைக் கொடுத்தது," என்று மேத்யூ கூறுகிறார். சில நாட்களில் அது அவருக்கு நல்ல பலனைக் கொடுக்கத் துவங்கியது. அவர் தன் வேலையை சுவாரசியத்துடன் எதிர்பார்க்கத் துவங்கினார். இன்று தன்னால் எத்தனை பிபிகியூ சாஸை விற்க முடிந்தது என்பதைத் தெரிந்து கொள்ள அவர் ஆவலாக இருந்தார்.

அவருடைய வேலை மகிழ்ச்சியான ஒரு வேலை அல்ல. ஆனால், அதை மகிழ்ச்சியாகச் செய்வதற்கு மேத்யூ ஒரு வழிமுறையை உருவாக்கிக் கொண்டார். அதன் மூலம் ஒரு சலிப்பான சூழலில் அவர் குதூகலத்தைக் கண்டறிந்தார்.

ஆபத்தைக் குறைத்துக் கொள்ளுங்கள்

சாகசமும் குதூகலமும், விளையாட்டுத்தனமாக இருப்பதற்கான நம்முடைய திறனை மேம்படுத்தும் என்றாலும், அதைக் கடுமையாகக் குறைக்க முனைகின்ற அம்சம் ஒன்றும் இருக்கிறது. மன அழுத்தம்தான் அது. அதைப் புரிந்து கொள்வதற்கு நாம் மீண்டும் எலிகளிடமே சரணடைவோம்.

இந்த எலிகள் 'கிச்சுக்கிச்சு மூட்டப்பட்ட' எலிகள் அளவுக்கு அதிர்ஷ்டசாலிகள் அல்ல. கொலம்பியா பல்கலைக்கழகத்தைச் சேர்ந்த ஆய்வாளர்கள், சில எலிகளைப் பிடித்து, அவை ஒவ்வொன்றின் முதுகிலும் ஒரு சிறிய வலையைப் பொருத்தினர். அதன் காரணமாக அவற்றால் சுதந்திரமாக ஓடியாட முடியவில்லை. முப்பது நிமிடங்களுக்கு அவை அப்படியே விடப்பட்டன.

அது அந்த எலிகளுக்கு அழுத்தத்தைக் கொடுத்தன என்பதில் சந்தேகமில்லை. அந்த வலை பொருத்தப்படுவதற்கு முன்புவரை, அந்த எலிகள் ஒன்றோடொன்று போலியாகச் சண்டையிட்டுக் கொண்டும் விளையாடிக் கொண்டும், சீண்டிக் கொண்டும் இருந்தன. அரை மணி நேரத்திற்குப் பிறகு, அவற்றின் முதுகிலிருந்த வலை அகற்றப்பட்டது. ஆனாலும், அவற்றின் விளையாட்டுத்தனம் முற்றிலுமாக மறைந்துவிட்டது. அந்த எலிகள் சிறு சிறு குழுக்களாக ஓர் ஓரமாகச் சென்று படுத்துக் கொண்டன. (நல்லவேளையாக, ஒரு மணி நேரம் கழித்து அவற்றின் விளையாட்டுத்தனமான நடத்தை திரும்பிவிட்டது.)

இதைத் தெரிந்து கொள்வதற்கு மனிதர்களிடம் பரிசோதனைகள் மேற்கொள்ளப்பட்டன. அதிர்ஷ்டவசமாக, அவர்களின் முதுகுகளின்மீது வலைகள் எதுவும் பொருத்தப்படவில்லை! அப்பரிசோதனைகளும் இதே விளைவையே ஏற்படுத்தின. பயமுறுத்தாத, சௌகரியமான சூழல்களில் இருக்கும்போது, குழந்தைகள் அதிகமாக விளையாடத் தலைப்பட்டனர். அலுவலகங்களில் வேலை பார்த்தவர்களிடம் ஆய்வுகள் நடத்தப்பட்டபோது, வேலை பார்த்தவர்கள் தாங்கள் ஆசுவாசமாக இருந்ததாக உணர்ந்தால், அவர்களிடம் விளையாட்டுத்தனமான நடத்தைகள் அதிகரித்தன, அவர்களுடைய படைப்பாற்றல் திறனும் அதிகரித்தது.

இத்தகைய ஆய்வுகள், உள்ளுணர்வுரீதியாக நாம் உணர்ந்திருக்கின்ற விஷயங்களின் உண்மைத்தன்மையை நிரூபித்தன. நாம் மன அழுத்தத்தில் இருக்கின்றபோது நாம் விளையாட்டுத்தனத்துடன் இருக்க மாட்டோம் என்பதுதான் அது. அப்போது நம்முடைய படைப்பாற்றல், உற்பத்தித்திறன், நல்வாழ்வு ஆகியவையும் அடிவாங்கும்.

விளையாட்டுத்தனம் செழித்தோங்க வேண்டுமென்றால், குதூகலம் மற்றும் சாகசத் தேடல் மட்டும் போதாது. நம்மை ஆசுவாசப்படுத்துகின்ற, அதிக எதிர்பார்ப்புகள் இல்லாத ஒரு

சூழலும் நமக்குத் தேவை. தோல்வி குறித்து நாம் எப்படிச் சிந்திக்கிறோம் என்பதை மறு ஆய்வு செய்வதிலிருந்து அதைத் துவக்கலாம்.

பரிசோதனை 5:
உங்களுடைய தோல்வியை மறுவரையறை செய்யுங்கள்

2016ல் நாசாவில் பயிற்சி பெற்றிருந்த பொறியாளர் மார்க் ராபர் ஓர் ஆய்வு மேற்கொண்டார். அதில் 50,000 பேர் கலந்து கொண்டனர். கணினி நிரலாக்கம் செய்வது எப்படி என்பதை எவரொருவராலும் கற்றுக் கொள்ள முடியும் என்பதை நிரூபிப்பதுதான் தன் நோக்கம் என்று அவர் அறிவித்தார். அதில் கலந்து கொண்டவர்களுக்கு சுலபமான நிரலாக்கச் சவால்களை அவர் கொடுத்தார்.

அந்த ஆய்வில் கலந்து கொண்டவர்களை அவர் இரண்டு குழுக்களாகப் பிரித்தார். முதல் குழுவினர் தங்களுடைய நிரலாக்கத்தின்போது தவறு செய்தால், "நீங்கள் தவறு செய்துவிட்டீர்கள். மீண்டும் முயன்று பார்க்கவும்," என்ற செய்தி அவர்களுடைய திரையில் தோன்றியது. இரண்டாவது குழுவினர் தங்களுடைய நிரலாக்கத்தின்போது தவறு செய்தால், "நீங்கள் தவறு செய்துவிட்டீர்கள். நீங்கள் ஐந்து புள்ளிகளை இழந்துவிட்டீர்கள். இப்போது உங்களிடம் 195 புள்ளிகள் மட்டுமே உள்ளன. மீண்டும் முயன்று பார்க்கவும்," என்ற செய்தி அவர்களுடைய திரையில் தோன்றியது. இது ஒன்று மட்டுமே அந்த இரண்டு குழுக்களுக்கு இடையே இருந்த ஒரே வித்தியாசம்.

ஆனால், இந்தச் சிறிய வித்தியாசம் விளைவுகளில் பெரும் வித்தியாசத்தை ஏற்படுத்தியது. முதல் குழுவினர், அந்த நிரல் புதிரைத் தீர்ப்பதற்குச் சராசரியாக 12 முறை முயற்சி செய்தனர். அவர்களின் வெற்றி விகிதம் 68 சதவீதம். இரண்டாவது குழுவினர், அந்த நிரல் புதிரைத் தீர்ப்பதற்குச் சராசரியாக 5 முறை மட்டுமே முயற்சி செய்தனர். அவர்களின் வெற்றி விகிதம் 52 சதவீதம்.

நான் முதன்முறை இந்தப் பரிசோதனையைப் பற்றிப் படித்தபோது பிரமித்தேன். ஏனெனில், இந்தப் புதிரில், அபத்தமான 5 சதவீதத் தண்டனை என்ற ஒன்று புகுத்தப்பட்டபோது, முதல் குழுவினர் மேற்கொண்டிருந்த முயற்சிகளில் பாதி அளவு முயற்சிகளையே இரண்டாவது குழுவினர் மேற்கொண்டனர்.

ராபரின் உண்மையான நோக்கம், மக்களுக்கு நிரலாக்கம் செய்வதைக் கற்றுக் கொடுப்பது அல்ல என்பதை நீங்கள் ஊகித்திருப்பீர்கள். தோல்வி குறித்த எண்ணம் மக்களிடம் எத்தகைய தாக்கம் ஏற்படுத்துகிறது என்பதைத் தெரிந்து கொள்ளவே அவர் விரும்பினார். தோல்வி குறித்த பயம் அவர்கள் முயற்சிகளை மேற்கொள்வதைத் தடுக்கிறது என்பதை அவருடைய ஆய்வுகள் வெளிப்படுத்தின.

தோல்விகளைப் பார்ப்பதற்கு வேறொரு கண்ணோட்டம் இருந்தால் எப்படி இருக்கும்? நாசாவிற்குப் பிறகு ஆப்பிள் நிறுவனத்தில் சில ஆண்டுகள் பணிபுரிந்துவிட்டு, பின்னர் யூடியூப் சேனல் ஒன்றை ஆரம்பித்து அறிவியல் ஆர்வத்தை வெற்றிகரமாகப் பரப்பி வரும் ராபர், வெற்றி என்பது நீங்கள் எத்தனை முறை தோல்வி அடைந்த பிறகு மீண்டெழுகிறீர்கள் என்பதைப் பற்றியது அல்ல, மாறாக, தோல்வியை நீங்கள் எப்படி வரையறை செய்கிறீர்கள் என்பதைப் பொறுத்தது என்று கூறுகிறார்.

இந்தப் பரிசோதனை குறித்துப் பேசும்போது ராபர் இப்படிக் குறிப்பிடுகிறார்: "தோல்வி குறித்த எந்தவிதமான கவலையுமின்றி நாம் கற்றுக் கொள்ள முயன்றால், நம்மால் எந்த அளவுக்குக் கற்றுக் கொள்ள முடியும்? எவ்வளவு அதிகமாக நம்மால் அதில் வெற்றி பெற முடியும்? ஒரு கணினி நிரலை வேலை செய்ய வைக்க வேண்டுமென்றால், அதைப் பல முறை சோதித்துப் பார்க்க வேண்டும், அதில் எண்ணற்ற முறை தோல்விகளைச் சந்திக்க வேண்டியிருக்கும் என்பதை ராபர் அறிவார். கணினி நிரல்களைப் பொறுத்தவரை அவை 'தரவுப் புள்ளிகள்' மட்டுமே, தோல்விகள் அல்ல.

நான் இந்தப் புத்தகத்தை எழுதிக் கொண்டிருந்தபோது, ராபரின் கண்ணோட்டம் எனக்குப் பல நேரங்களில் கைகொடுத்து உதவியது. மன அழுத்தத்தை எப்படிக் குறைப்பது என்பது குறித்த முன்னோக்குகளை ராபரின் கண்ணோட்டம் அளித்தது. அது, விளையாடுவதற்கு ஏற்ற ஒரு சூழலை உருவாக்கிக் கொள்ள உதவியது. இப்படிக் கற்பனை செய்து பாருங்கள்: அந்தப் பரிசோதனையில் இடம்பெற்றிருந்ததைப்போல 5 தண்டனைப் புள்ளிகளுக்குப் பதிலாக, ஒவ்வொரு தோல்விக்கும் உங்களுக்கு 5 வெகுமதிப் புள்ளிகள் வழங்கப்படுமாயின் எப்படி இருக்கும்? நீங்கள் தடுக்கி விழும்போதெல்லாம் உங்களை ஏளனம் செய்வதற்குப் பதிலாக மக்கள் உங்களைக் கைதட்டி ஊக்குவித்தால் எப்படியிருக்கும்? வெற்றி அளவுக்குத் தோல்விகளும் மதிப்பு

வாய்ந்தவையாக இருந்தால் எப்படி இருக்கும்?

அப்படி நடந்தால், வாழ்க்கை எனும் விளையாட்டை நீங்கள் வேறொரு கண்ணோட்டத்தில் பார்ப்பீர்கள், இல்லையா? நீங்கள் திடீரென்று எதிர்கொள்கின்ற ஆபத்து குறைந்துவிடும், நீங்கள் இன்னும் சிறிது நேரம் விளையாடுவது சாத்தியப்படும்.

உங்களுடைய இலக்கு, முன்னேறுவதற்குப் பிரமாதமான வாய்ப்புள்ள ஒரு வேலையாக இருந்து, அதற்குப் பெருநிறுவன வேலை பொருத்தமாக இருக்கும் என்று நீங்கள் நினைத்தால், நிறுவனங்களில் பயிற்சி பெறுவதற்குக் கிடைக்கின்ற வாய்ப்புகளை நீங்கள் பயன்படுத்திக் கொள்ள வேண்டும். அந்தப் பயிற்சி உங்களுக்குப் பிடிக்கவில்லை என்றால், அதை நீங்கள் தோல்வியாகக் கருத மாட்டீர்கள். உங்களுக்கு எது ஒத்து வராது என்பதைக் கண்டுபிடிப்பதற்கு உங்களுக்குக் கிடைத்துள்ள ஒரு வாய்ப்பாகவே அதைக் கருதிக் கொள்வீர்கள்.

உங்களுடைய இலக்கு, வெற்றிகரமான ஒரு தொழிலை உருவாக்கி நடத்துவதாக இருந்தால், உங்களுடைய தொழில் யோசனைகளைச் செயல்படுத்தி, பல பொருட்களையும் சேவைகளையும் சோதனை முறையில் விற்க நீங்கள் முயற்சிக்க வேண்டும். அதில் ஏதாவது சரியாகச் செல்லவில்லை என்றால், அதை நீங்கள் தோல்வியாகக் கருத மாட்டீர்கள். எது சந்தையில் செல்லுபடியாகாது என்பதைத் தெரிந்து கொள்வதற்கான ஒரு வாய்ப்பாக அதை நீங்கள் கருதுவீர்கள்.

எந்தவொரு தோல்வியையும் ஒரு பின்னடைவாகக் கருத வேண்டியதில்லை.
புதிய ஒன்றை முயற்சிப்பதற்கான ஓர் அழைப்பு அது.

உங்களுடைய இலக்கு அர்த்தமுள்ள உறவுகளை வளர்த்துக் கொள்வதாக இருந்தால், புதிய நபர்களை அணுகுதல், நீங்கள் தேர்ந்தெடுத்துள்ள நபருடன் ஒன்றாக ஊர் சுற்றுதல், சமூக நிகழ்வுகளுக்கு ஒன்றாகச் செல்லுதல் போன்றவற்றை நீங்கள் செய்தாக வேண்டும். இரண்டாவது சந்திப்பிற்கு இட்டுச் செல்லாத முதல் சந்திப்பை ஒரு தோல்வியாகக் கருத வேண்டியதில்லை. யார் உங்களோடு ஒத்துப் போவார், யாரோடு உங்களால் ஒத்துப் போக முடியும் ஆகியவற்றைக் கண்டுபிடிப்பதற்கான வாய்ப்பு அது.

எந்தவொரு தோல்வியையும் ஒரு பின்னடைவாகக் கருத வேண்டியதில்லை. புதிய ஒன்றை முயற்சிப்பதற்கான ஓர் அழைப்பு அது.

பரிசோதனை 6:

தீவிரத்தன்மையுடன் இருக்காதீர்கள். உண்மையுடன் இருங்கள்.

நாம் நம்முடைய தோல்விகளைத் தரவுப் புள்ளிகளாக மாற்றிக் கொண்டுவிட்டப் பிறகு, வாழ்க்கையை விளையாட்டுத்தனத்தோடு அணுகுவதற்குத் தடையாக இருக்கின்ற மன அழுத்தத்தை விலக்கிக் கொள்வது எளிதாகிவிடும். இதற்கான வழிமுறையை, புத்த மதக் கருத்துகளைப் பரப்பி வருகின்ற ஆங்கிலேய எழுத்தாளர் ஒருவரிடமிருந்து நான் கற்றுக் கொண்டேன்.

அவர் பெயர் ஆலன் வாட்ஸ். ஒரு சாதாரணமான குடும்பத்தில் பிறந்த அவர், பின்னர் கீழை நாட்டுத் தத்துவங்களில் ஈடுபாடு கொண்டார். ஜென் புத்தமதம் தொடர்பான பல நூல்களை எழுதியுள்ள அவர், தன் வாழ்நாளின் பெரும்பகுதியைக் கீழை நாட்டுத் தத்துவங்களை மேற்கில் பிரபலப்படுத்துவதில் செலவிட்டார்.

நான் இப்புத்தகத்தை எழுதத் தொடங்கியதற்குப் பிறகு, அவருடைய சொற்பொழிவுகளை நான் கேட்டேன். அவருடைய உலகக் கண்ணோட்டம் என்னை மிகவும் கவர்ந்தது. அதோடு, அது என்னுடைய நல்லுணர்வு ஊட்டும் உற்பத்தித்திறன் கொள்கைகளோடு ஒத்துப் போனதைக் கண்டு நான் வியந்தேன். குறிப்பாக, அவருடைய கூற்றுகளில் எனக்கு மிகவும் பிடித்தமான கூற்று இதுதான்: "தீவிரத்தன்மையுடன் இருக்காதீர்கள், உண்மையுடன் இருங்கள்."

அவருடைய சொற்பொழிவுகளில் ஒன்றில், இந்த உலகைப் புரிந்து கொள்வதில் நாம் மேற்கொள்கின்ற ஒரு முக்கியமான தவற்றை அவர் சுட்டிக்காட்டியிருந்தார். அதில், தீவிரத்தன்மையுடன் இருப்பதற்கும் உண்மையாக இருப்பதற்கும் இடையே மிகுந்த வேறுபாடு இருக்கிறது என்பதை அவர் அழுத்தமாகக் கூறியுள்ளார்.

அவர் கூறியதற்கு என்ன அர்த்தம்? அதை இப்படி விளக்கலாம். எடுத்துக்காட்டாக, 'மொனாப்பொலி' என்ற விளையாட்டை எடுத்துக் கொள்ளலாம். அந்த விளையாட்டை மிகவும் தீவிரமாக எடுத்துக் கொள்கின்ற ஒருவருடன் விளையாட எவரும் முன்வர மாட்டார்கள். நாம் எல்லோருமே அந்த விளையாட்டை விளையாடியிருக்கிறோம். அதில் ஒருவர் வெற்றி குறித்து அளவுக்கதிகமாகத் தீவிரம் காட்டினால், அது

அந்த விளையாட்டின் குதூகலத்தைச் சூறையாடிவிடும்.

அதே சமயத்தில், அந்த விளையாட்டில் துளிகூட ஆர்வம் காட்டாத ஒருவரோடு விளையாடவும் நாம் விரும்ப மாட்டோம். ஏனெனில், தங்களால் முடிந்த குறைந்தபட்ச முயற்சிகளைப் போடக்கூட அவர்கள் தயாராக இருக்க மாட்டார்கள். நீங்கள் அதில் ஏதாவது ஒரு சாதனையை அடைந்திருக்கின்றபோது அவர்கள் உங்களைப் பாராட்ட மாட்டார்கள். இதுவும் அந்த விளையாட்டின் குதூகலத்தைக் குறைத்துவிடும்.

அந்த விளையாட்டை உண்மையுடன் விளையாடுபவர்களுடன் விளையாடுகின்றபோதுதான் அதில் குதூகலம் நிறைந்திருக்கும். அந்த விளையாட்டை இரசித்து மகிழ்கின்ற அளவுக்கு அவர்கள் அதில் ஈடுபாடு காட்டுவர். அதே நேரத்தில், வெற்றி அல்லது தோல்வி குறித்து அளவுக்கதிகமான தீவிரத்தையும் அவர்கள் காட்ட மாட்டார்கள். அவர்கள், கூத்தும் கும்மாளமுமாக அந்த விளையாட்டில் ஈடுபடுவர். அவர்களோடு இருக்கின்றபோது, அந்த விளையாட்டு களைகட்டி, அந்த இடமே கலகலப்பானதாக மாறிவிடும்.

நம்முடைய வாழ்க்கையையும் வேலையையும் இதே கண்ணோட்டத்துடன் அணுகுவது நமக்கு நல்ல பயன்களைக் கொடுக்கும். நாம் நம்முடைய வேலையில் பதற்றத்துடனும் மன அழுத்தத்துடனும் களைப்புடனும் இருக்கின்றபோது, "இதில் குறைவான தீவிரத்தன்மையுடனும் கூடுதலான உண்மைத்தன்மையுடன் இருப்பதற்கு நான் என்ன செய்ய வேண்டும்?" என்ற கேள்வியை நீங்கள் உங்களிடம் கேட்டுக் கொள்வது நல்லது.

நீங்கள் ஒரு வேலையைத் தீவிரத்துடன் அல்லாமல், உண்மையுடன் அணுகுகின்றபோது, நீங்கள் இறுதி விளைவுகளில் கவனத்தைக் குவிக்காமல், செயல்முறையில் கவனத்தைக் குவிப்பீர்கள். நீங்களே தனியாகச் செய்வதற்குப் பதிலாக, பிறரையும் அதில் சேர்த்துக் கொள்ளவும் நீங்கள் முயலக்கூடும்.

நீங்கள் ஒரு வேலைக்கான நேர்முகத் தேர்வைத் தீவிரத்துடன் அணுகுவதற்குப் பதிலாக உண்மையுடன் அணுகுகின்றபோது, உங்களுடைய பதற்றம் குறையும். அதன் காரணமாக உங்களால் அதில் சிறப்பாகச் செய்ய முடியும்.

அதேபோல, நீங்கள் ஒரு புத்தகத்தை எழுதிக் கொண்டிருக்கிறீர்கள் என்று வைத்துக் கொள்வோம். அதை நீங்கள் தீவிரத்துடன் அணுகாமல் உண்மையுடன் அணுகினால்,

என்னைப்போல, முதல் அத்தியாயத்திலேயே ஒரு வீடியோ விளையாட்டைப் பற்றிக் குறிப்பிடத் துணிவீர்கள்.

நான்தான் இப்படிச் சிந்திக்கின்ற ஒரே மருத்துவர் அல்லன். ‘கிரேஸ் அனாட்டமி’ என்ற தொலைக்காட்சித் தொடரில் வரும் இளம் அறுவை சிகிச்சை நிபுணர், தன் அறுவை சிகிச்சையைத் தொடங்குவதற்கு முன்பாக ஒருவிதமான சடங்கைக் கடைபிடிப்பார்.

அவர் தன் குழுவினருக்கு வாழ்த்து தெரிவித்துவிட்டு, உற்சாகமூட்டும் இசை ஒன்றைப் பின்னணியில் ஓடவிடுவார். பின், அவர்களிடம் அவர் இவ்வாறு கூறுவார்: “மக்களுடைய வாழ்க்கையைக் காப்பாற்றுவதற்கு இன்று ஒரு நல்ல நாள். சரி, இப்போது நாம் குதூகலமான காரியத்தில் இறங்கலாம்.”

இரத்தினச்சுருக்கமாக

- தீவிரத்தன்மைக்கு அளவுக்கதிகமாக இடம் கொடுக்கப்பட்டுள்ளது. நீங்கள் உங்களுடைய வாழ்க்கையைப் பாழாக்கிக் கொள்ளாமல், சாதிக்க விரும்பினால், முதலில் நீங்கள் உங்களுடைய வேலையை விளையாட்டுத்தனத்துடன் அணுக வேண்டும்.
- நீங்கள் உங்களுடைய வாழ்க்கையில் இந்த விளையாட்டுத்தனத்தைப் புகுத்திக் கொள்வதற்கு மூன்று வழிமுறைகள் இருக்கின்றன. முதலில் நீங்கள் விஷயங்களை சாகச உணர்வுடன் அணுக வேண்டும். நீங்கள் சரியான விளையாட்டு ஆளுமை மனப்போக்குடன் காரியத்தில் இறங்குகின்றபோது, வாழ்க்கையை ஒரு விளையாட்டாகப் பார்ப்பதற்கு உங்களுக்கு ஆச்சரியகரமான பல வாய்ப்புகள் கிடைக்கும்.
- இரண்டாவது, நீங்கள் குதூகலத்தைக் கண்டறிய வேண்டும். மேரி பாப்பின்ஸை நினைவில் வைத்துக் கொள்ளுங்கள். வெளிப்படையாகத் தெரியாவிட்டாலும், அனைத்து வேலைகளிலும் குதூகலம் கண்டிப்பாக இடம்பெற்றிருக்கும். ஒரு விஷயம் குதூகலமானதாக இருக்கும் பட்சத்தில் அது எப்படியிருக்கும் என்று உங்களிடம் கேளுங்கள். பின் அதற்கு உங்களுக்குக் கிடைக்கும் பதிலை அடிப்படையாகக் கொண்டு உங்களுடைய பணித்திட்டங்களைக் கட்டியெழுப்புங்கள்.
- மூன்றாவது, உங்களுடைய ஆபத்தைக் குறைத்துக் கொள்ளுங்கள். ஒன்றை நீங்கள் தோல்வி என்று நினைத்தால்தான் அது தோல்வியாகும். எல்லா பிரச்சனைகளையும் ஓர் இறுக்கமான முகத்துடன் அணுக வேண்டியதில்லை. வாழ்க்கையைக் குறைவான தீவிரத்தன்மையுடனும் அதிகமான உண்மையுடனும் அணுகுவது சிறப்பாகப் பலனளிக்கும்.

அத்தியாயம் 2

அதிகாரம்

2000 செப்டம்பரில், ரீட் ஹேஸ்டிங்ஸும் மார்க் ரேன்டால்ஃபும், தங்களுடைய புதிய குழந்தையான 'நெட்ஃபிளிக்ஸ்' நிறுவனத்தை பிளாக்பஸ்டர் வீடியோ நிறுவனத்தின் முதன்மை நிர்வாக அதிகாரியிடம் விற்க முயற்சி செய்தனர். ஆனால், அதை அவர் நிராகரித்துவிட்டார்.

அப்போது, டிவிடிக்களை வாடகைக்கு விடுகின்ற புரட்சிகரமான தொழிலில் நெட்ஃபிளிக்ஸ் ஈடுபட்டிருந்தது. அப்போது அவர்களிடம் 3,000 வாடிக்கையாளர்கள் இருந்தனர். அவர்களிடம் நூறு பேர் வேலை பார்த்துக் கொண்டிருந்தனர். அந்த ஆண்டு இறுதிக்குள் அவர்கள் 5.7 கோடி டாலர்களை இழக்கவிருந்தனர்.

அதிலிருந்து வெளியே வர அவர்கள் விரும்பினர். பல மாதங்கள் அவர்கள் பிளாக்பஸ்டர் நிறுவனத்தோடு தொடர்பு கொண்ட பிறகு, அதன் முதன்மை நிர்வாக அதிகாரியான ஜான் ஆன்டியாகோ அவர்கள் இருவரையும் சந்திக்க ஒப்புக் கொண்டார். அப்போது அமெரிக்காவெங்கும் 9,000 கடைகளை நடத்திக் கொண்டிருந்த பிளாக்பஸ்டர் நிறுவனம் 600 கோடி டாலர்கள் நிறுவனமாக வெற்றிகரமாகக் கோலோச்சிக் கொண்டிருந்தது. அவர்களுடைய பேரப்பேச்சு முதலில் சுமூகமாகத்தான் சென்று கொண்டிருந்தது. பின்னர் ஜான், நெட்ஃபிலிக்ஸுக்கு அவர்கள் என்ன விலை எதிர்பார்த்தனர் என்று கேட்டார்.

"ஐந்து கோடி டாலர்கள்," என்று ரேன்டால்ஃபும் ஹேஸ்டிங்ஸும் பதிலளித்தனர்.

அங்கு ஒரு கனத்த மௌனம் நிலவியது. அடுத்தக் கணம் ஜான் பயங்கரமாகச் சிரிக்கத் தொடங்கிவிட்டார். அந்தப்

பேரப்பேச்சு அத்துடன் முடிவடைந்துவிட்டது.

பத்து ஆண்டுகள் கழித்து, இணையம் வழியாகத் திரைப்படம் பார்க்க முடிகின்ற தொழில்நுட்பம் தோன்றியவுடன், பிளாக்பஸ்டர் தன்னுடைய கடைகளை ஒவ்வொன்றாக மூடி இறுதியில் திவாலானது. அதற்குப் பத்து ஆண்டுகள் கழித்து, இணையத்தில் கோலோச்சிக் கொண்டிருந்த நெட்ஃபிளிக்ஸின் சந்தை மதிப்பு 30,000 கோடி டாலர்களாக உயர்ந்திருந்தது.

இந்த அபார வளர்ச்சி நெட்ஃபிளிக்ஸுக்கு எப்படிச் சாத்தியப்பட்டது? சிலர் ஹேஸ்டிங்ஸின் முன்னோக்கு என்று கூறுகின்றனர். அதிர்ஷ்டவசமாக, இணையம் பெரிதாக மலர்ந்து கொண்டிருந்த நேரத்தில் அவர்களும் துவக்கியிருந்தனர் என்று சிலர் கூறுகின்றனர். ஆனால், பரவலாக ஏற்றுக் கொள்ளப்படுகின்ற காரணம் அந்த நிறுவனத்தில் நிலவிய கலாச்சாரம்.

நெட்ஃபிளிக்ஸ் தலையெடுக்கத் தொடங்கியவுடன், ஹேஸ்டிங்ஸ், அந்த நிறுவனத்தின் மனிதவளத் துறையின் தலைமைப் பதவிக்குப் பேட்டி மெக்கார்டை நியமித்தார். மெக்கார்டு, அதற்கு முன்பு பல தொழில்நுட்ப நிறுவனங்களில் மனிதவளத் தலைமை அதிகாரியாகப் பணியாற்றியிருந்தார். ஆனால், மனிதர்களை நிர்வகிப்பதற்கு அந்த நிறுவனங்கள் கடைபிடித்து வந்த அணுகுமுறை அவருக்குப் பிடிக்கவில்லை. ஊழியர்கள் தங்களுடைய வேலைக்குத் தாங்களே பொறுப்பேற்றுக் கொள்கின்ற ஒரு நிறுவனக் கலாச்சாரத்தை உருவாக்க மெக்கார்டு விரும்பினார். ஹேஸ்டிங்ஸ், மெக்கார்டுடன் சேர்ந்து, தன் நிறுவனத்தின் ஊழியர்களின் கலாச்சாரத்தை வழிநடத்துகின்ற விழுமியங்களை உருவாக்கினார். அது சுதந்திரம் மற்றும் பொறுப்புடைமையை மையமாகக் கொண்டிருந்தது. அது அந்த நிறுவனத்தில் பெரும் மாற்றத்தைக் கொண்டுவந்தது. திட்டவட்டமான வேலை நேரம், வருடாந்திரச் செயல்திறன் மதிப்பாய்வு, விடுமுறை நாட்கள் போன்ற பாரம்பரியமான விதிமுறைகளை மெக்கார்டு தூக்கி எறிந்துவிட்டார். ஊழியர்களுக்குப் பரிபூரண சுதந்திரம் வழங்கப்பட்டது. ஊழியர்கள் அவர்களுக்கு நிர்ணயிக்கப்பட்டிருந்த இலக்குகளை அடைய வேண்டும், அவ்வளவுதான். அவர்கள் என்ன வேண்டுமானாலும் செய்து கொள்ளலாம்.

இந்த அணுகுமுறை முதலில் சந்தேகக் கண்களுடன் பார்க்கப்பட்டது. நிறுவனம் வளர்ந்து கொழிக்கத் துவங்கியதும், அவர்களுடைய அணுகுமுறை நன்றாக வேலை செய்கிறது

என்பது உறுதியானது. நெட்ஃபிளிக்ஸ் கடைபிடித்து வந்த கலாச்சாரத்தின் காரணமாக, அதனால், திறமைசாலிகளை ஈர்க்கவும் தக்கவைத்துக் கொள்ளவும் முடிந்தது. அதோடு, மேம்பட்ட யோசனைகள் தொடர்ந்து அந்த நிறுவனத்திற்குக் கிடைத்துக் கொண்டிருந்தன. அவர்களுடைய சொந்தக் குழுக்களே புதிய திரைப்படங்களையும் தொலைக்காட்சி நிகழ்ச்சிகளையும் உருவாக்குவதற்கான யோசனைகளைக் கொடுத்தன. அதன் விளைவாக, அந்த நிறுவனத்தால் மிகச் சிறந்த பல படைப்புகளை உருவாக்க முடிந்தது.

மெக்கார்டு, ஊழியர்களுக்கு வழங்கப்பட்ட சுதந்திரத்தையும் பொறுப்பையும் ஒரே ஒரு வார்த்தையில் கச்சிதமாக விவரித்தார்: அதிகாரம். அது ஒரு சிக்கலான வார்த்தை. அந்த வார்த்தை எதிர்மறைப் பொருளைத் தன்னகத்தே கொண்டிருந்தது. சிலரிடம், சர்வாதிகாரிகள், அடாவடியான மேலதிகாரிகள் போன்றோரின் பிம்பத்தை அது கண்முன் கொண்டுவந்து நிறுத்தியது.

நீங்கள் அப்படிப்பட்ட நபர்களில் ஒருவராக இருந்தால், அந்த வார்த்தையைப் பற்றி வித்தியாசமாக யோசிக்கும்படி நான் உங்களைக் கேட்டுக் கொள்கிறேன். அந்த வார்த்தையை, தனிநபருக்கு அதிகாரமளித்தல் என்ற பொருளில்தான் மெக்கார்டு பயன்படுத்தினார். உங்களுடைய வேலை உங்கள் கட்டுப்பாட்டில் இருக்கிறது என்பதையும், உங்களுடைய வாழ்க்கை உங்கள் கட்டுப்பாட்டில் இருக்கிறது என்பதையும், உங்களுடைய வருங்காலத்தைப் பற்றிய தீர்மானங்கள் முழுக்க முழுக்க உங்களுடைய பொறுப்பில் இருக்கின்றன என்பதையும் அது வெளிப்படுத்தியது. இது நாம் பிறர்மீது திணிக்கின்ற ஒன்றல்ல. இது நாம் உணர்கின்ற ஒன்று. “இதை என்னால் செய்ய முடியும்!” என்று வீட்டுக் கூரையில் ஏறி ஊருக்கே கேட்பதுபோலக் கத்துவதற்கு நமக்கு அதிகாரமளிக்கின்ற சக்தி அது.

அதிகாரம்தான் நம்முடைய இரண்டாவது சக்தியூட்டி. நல்ல விதமாக உணர்வதற்கும் உற்பத்தித்திறனோடு இருப்பதற்கும் தேவையான முக்கியமான இடுபொருள் அது. எல்லாவற்றையும்விட முக்கியமாக, நீங்கள் வேறொருவரிடமிருந்து தட்டிப் பறிக்கின்ற ஒன்றல்ல அது. உங்களுக்கு நீங்களே உருவாக்கிக் கொள்கின்ற ஒன்று அது.

உங்களுடைய தன்னம்பிக்கையை அதிகரித்துக் கொள்ளுங்கள்

அதிகாரம் எனும் அறிவியலை நோக்கிய நம்முடைய பயணம், உடற்பயிற்சியை வெறுத்து ஒதுக்கிய சில தன்னார்வலர்களிடம் ஒரு பரிசோதனைக்கூடத்தில் துவங்குகிறது.

அந்த 28 பேரும் இல்லினாய் பல்கலைக்கழகத்தில் படித்துக் கொண்டிருந்த மாணவிகள். அந்தப் பல்கலைக்கழக ஆய்வாளர்கள் இவர்களை வைத்து மேற்கொள்ளத் திட்டமிட்டிருந்த பரிசோதனை, நம்முடைய உடற்திறன் குறித்து நாம் கொண்டிருக்கின்ற நம்பிக்கை உண்மையில் அத்திறன்மீது தாக்கம் ஏற்படுத்துகிறது என்ற கருத்தைச் சோதித்துப் பார்க்க முயன்றது.

அதில் கலந்து கொண்டிருந்த 28 பேரும், உடற்பயிற்சி மிதிவண்டி ஒன்றில் ஒரு குறிப்பிட்ட நேரம் பயிற்சி செய்யுமாறு கேட்டுக் கொள்ளப்பட்டனர். அப்போது அவர்களுடைய இதயத்துடிப்பையும், அவர்களுடைய உடல் எந்த அளவுக்கு ஆக்சிஜனைக் கிரகித்துப் பயன்படுத்திக் கொள்கிறது என்பதையும் கணக்கிட்டனர். ஓய்வெடுக்க அவர்களுக்குச் சிறிது அவகாசம் வழங்கப்பட்டது. பின்னர், உடற்பயிற்சியில் அவர்கள் வெளிப்படுத்தியிருந்த திறனின் அடிப்படையில், அவர்கள் இரண்டு குழுக்களாகப் பிரிக்கப்பட்டனர். முதல் குழு, அதிகத் தன்னம்பிக்கைமிக்கக் குழு என்று அழைக்கப்பட்டது. இரண்டாவது குழு, குறைவான தன்னம்பிக்கையுடைய குழு என்று அழைக்கப்பட்டது. முதல் குழுவில் இருந்தவர்களிடம், அவர்கள் நல்ல உடற்தகுதியுடன் இருந்தனர் என்றும், இரண்டாவது குழுவில் இருந்தவர்களிடம், அவர்கள் மோசமான உடற்தகுதியுடன் இருந்தனர் என்றும் கூறப்பட்டது. பின்னர் சில நாட்கள் அவர்கள் தம் போக்கில் விடப்பட்டனர்.

ஆனால், அந்த ஆய்வாளர்கள் அந்தப் பெண்களிடம் உண்மையைக் கூறியிருக்கவில்லை. அந்த இரண்டு குழுக்களும் உடற்தகுதியின் அடிப்படையில் பிரிக்கப்பட்டிருக்கவில்லை. மாறாக, அவர்கள் எந்தவிதமான அலசல்களும் இன்றிப் பிரிக்கப்பட்டிருந்தனர். தன்னம்பிக்கை மிக்கவர்கள் என்று கூறப்பட்டிருந்தவர்கள் அனைவரும் உடற்தகுதியில் சிறந்தவர்களாகவோ, தன்னம்பிக்கை குறைவானவர்கள் என்று கூறப்பட்டிருந்தவர்கள் உடற்தகுதியில் மோசமானவர்களாகவோ

இருக்கவில்லை. அந்த ஆய்வாளர்கள், அதற்கு மூன்று நாட்கள் கழித்து மேற்கொள்ளப்படவிருந்த நடவடிக்கையில்தான் உண்மையில் அக்கறை கொண்டிருந்தனர். மூன்று நாட்கள் கழித்து அந்தப் பெண்கள் அனைவரும் மீண்டும் பரிசோதனைக்கூடத்திற்கு அழைக்கப்பட்டு, அரை மணி நேரம் மிதிவண்டியில் உடற்பயிற்சி மேற்கொள்ளுமாறு கேட்டுக் கொள்ளப்பட்டனர். அப்போது மேற்கொள்ளப்பட்ட உடற்பயிற்சியை அவர்கள் எந்த அளவுக்கு இரசித்தனர் என்பதைக் கூறுமாறும் அவர்களிடம் கேட்டுக் கொள்ளப்பட்டது.

சிறந்த உடற்தகுதியுடையவர்கள் என்று கூறப்பட்டிருந்தவர்கள், தாங்கள் அந்த உடற்பயிற்சியை அதிகமாக இரசித்ததாகக் கூறினர். அவர்கள் இன்னும் வேகமாக மிதிவண்டியை ஓட்டும்படி கேட்டுக் கொள்ளப்பட்டபோது, அந்த இரண்டு குழுக்களுக்கு இடையேயிருந்த வேறுபாடுகள் இன்னும் அதிகமாயின. நிலைமை கடினமானபோது, தங்களால் முடியும் என்று யாரெல்லாம் நம்பினார்களோ, அவர்களுடைய திறன் எப்படிப்பட்டதாக இருந்தபோதிலும் அவர்களெல்லாம் நன்றாகச் செய்தனர். தன்னம்பிக்கை அதிகமானவர்கள் என்று கூறப்பட்டிருந்தவர்கள், அந்தப் பயிற்சிகளை மற்றவர்களைவிட அதிகமாக இரசித்துச் செய்தனர்.

இந்த ஆய்வு ஓர் எளிய கேள்வியை ஆராய்ந்தது: நம்முடைய தன்னம்பிக்கையின் அளவு எந்த அளவுக்கு நம்முடைய செயல்திறனின்மீது தாக்கம் ஏற்படுத்தியது? மிகவும் அதிகம் என்பதுதான் அதற்கான பதில். ஒரு குறிப்பிட்ட வேலையைச் செய்து முடிக்கக்கூடிய திறன் நம்மிடம் இருக்கிறது என்ற தன்னம்பிக்கை, அதைச் செய்கின்றபோது நமக்கு நல்ல உணர்வைக் கொடுக்கிறது, அதை மேம்பட்ட விதத்தில் செய்வதற்கு உதவுகிறது.

ஆல்பர்ட் பான்டுரா என்ற உளவியலாளர், 1977ல், பத்தாண்டுகால ஆய்வுக்குப் பிறகு, 'சுய செயல்வன்மை' என்ற புதியதொரு யோசனையை முன்வைத்தார். மனிதர்கள் சிறப்பாகச் செயல்படுவதற்கு அவர்களுடைய திறன்கள் மட்டுமல்லாமல், அத்திறன்கள் குறித்து அவர்கள் எப்படி உணர்கின்றனர் என்பதும் முக்கியம் என்ற வாதத்தை அவர் முன்வைத்தார்.

உங்களால் முடியும் என்ற நம்பிக்கைதான், ஒரு விஷயத்தை உங்களால் உண்மையிலேயே செய்ய முடிவதை உறுதிப்படுத்துவதற்கான முதற்கட்டமாகும்.

தன்னம்பிக்கை என்ற வார்த்தையைத்தான் 'சுய செயல்வன்மை' என்று ஆல்பர்ட் ஜோடனையுடன் கூறியிருந்தார். அவருக்குப் பின் வந்த பல உளவியலாளர்களும் இதைப் பல சோதனைகள் மூலம் உறுதி செய்தனர். 1998 வாக்கில், உளவியலாளர்களான அலெக்சான்டர் ஸ்டாஜ்கோவிச்சும் பிரெட் லூதன்ஸூம், கிட்டத்தட்ட 22,000 பேர் பங்கேற்றிருந்த 114 ஆய்வுகளை அலசி ஆராய்ந்து, ஆல்பர்ட் கூறியிருந்தது உண்மைதான் என்பதைக் கண்டறிந்தனர். நீங்கள் ஒன்றை உறுதியாகச் செய்வதற்கான முதல் படி, அப்படி நம்புவதுதான்.

பரிசோதனை 1:
தன்னம்பிக்கை சுவிட்ச்

தன்னம்பிக்கை குறித்த இந்த ஆய்வு முடிவுகள் சுவாரசியமானவையாக இருந்தாலும், அது வியப்பிற்குரியதாக இருக்க வேண்டிய அவசியமில்லை. நம்மிடம் இருக்கின்ற தன்னம்பிக்கையின் அளவு கண்டிப்பாக நம்முடைய திறனை பாதிக்கும் என்பது குழந்தைக்குக்கூடத் தெரியுமே என்று நீங்கள் நினைக்கலாம். அது உண்மைதான்.

ஆனால், அதில் மற்றொரு வியப்பான விஷயமும் இருந்தது. தன்னம்பிக்கை என்பது எளிதாகக் கற்றுக் கொடுக்கப்படக்கூடிய ஒன்று என்பதுதான் அது. ஆல்பர்ட் பல்லாண்டுகால ஆய்வுகளுக்குப் பிறகு, தன்னம்பிக்கை என்பது நாம் பிறக்கும்போதே நம்முடன் ஒட்டிப் பிறக்கின்ற ஒன்று அல்ல, மாறாக, அது நாம் கற்றுக் கொள்கின்ற ஒன்றாகும் என்பதைக் கண்டறிந்தார்.

ஆல்பர்ட் அதற்கு உதவுகின்ற வேறு சில உத்திகளையும் கண்டுபிடித்தார். அவற்றில் ஒன்று, வார்த்தைரீதியாகப் பெறப்படுகின்ற உந்துதல். நீங்கள் அடிக்கடிக் கூறிக் கொள்கின்ற விஷயங்கள் பின்னர் நீங்கள் நம்பிக்கை வைக்கின்ற விஷயங்களாகிவிடுகின்றன என்று அவர் கூறுகிறார். அதனால், "உங்களால் முடியும்!" அல்லது "வெற்றியை நெருங்கிவிட்டீர்கள்!" என்பன போன்ற நேர்மறையான முழக்கங்களால் நம்முடைய தன்னம்பிக்கையின்மீது பெரும்

தாக்கம் விளைவிக்க முடியும்.

நாம் பொதுவாக, இத்தகைய வார்த்தைகள், நம்முடைய குடும்பத்தார், நண்பர்கள், சகாக்கள், தனிப்பட்டப் பயிற்றுவிப்பாளர்கள் போன்றோரிடமிருந்துதான் வரும் என்று நினைத்துக் கொண்டிருப்போம். இது போன்ற முழக்கங்களை நமக்கு நாமே கூறிக் கொள்ள முடியும் என்பது இதிலுள்ள ஒரு சுவையான விஷயம்.

2014ல், பாங்கோர் பல்கலைக்கழகம் சுயபேச்சின் ஆற்றல் குறித்து ஓர் ஆய்வை மேற்கொண்டிருந்தது. இந்த ஆய்வில் பங்கேற்ற மாணவர்களிடம், அவர்கள் களைத்துச் சோர்கின்றவரை உடற்பயிற்சி மிதிவண்டியை ஓட்டும்படி கேட்டுக் கொள்ளப்பட்டது. அதற்கு அவர்கள் எவ்வளவு நேரம் எடுத்துக் கொண்டனர் என்பது குறித்துக் கொள்ளப்பட்டது. பின்னர் இரண்டு வாரங்கள் அவர்கள் தங்கள் போக்கில் விடப்பட்டனர். இரண்டு வாரங்களுக்குப் பின்னர் மாணவர்கள் மீண்டும் சோதனைக்கூடத்திற்கு அழைக்கப்பட்டனர். இப்போது அவர்கள் இரண்டு குழுக்களாகப் பிரிக்கப்பட்டனர். அவர்களில் ஒரு குழுவினரிடம், "நான் நன்றாகச் செய்து கொண்டிருக்கிறேன்!", "இதை என்னால் சிறப்பாகவும் வெற்றிகரமாகவும் முடிக்க முடியும்!" என்பன போன்ற நேர்மறை வாக்கியங்கள் கொடுக்கப்பட்டு அதை அவர்கள் மிதிவண்டியை மிதித்துக் கொண்டிருக்கும்போது மீண்டும் மீண்டும் தங்களுக்குள் சொல்லிக் கொண்டிருக்க வேண்டும் என்று அறிவுறுத்தப்பட்டது. மற்றக் குழுவினருக்கு அப்படிப்பட்ட வாக்கியங்கள் எதுவும் கொடுக்கப்படவில்லை.

இதைப் போன்ற சிறு தலையீடுகளால் பெரிதாக என்ன விளைவை ஏற்படுத்திவிட முடியும் என்றே அந்த ஆய்வாளர்கள் நினைத்திருந்தனர். ஆனால், சுயபேச்சால் பெரும் தாக்கம் ஏற்படுத்த முடியும் என்பதை அந்த ஆய்வுகளின் முடிவுகள் வெளிப்படுத்தின. இரண்டாவது குழுவினர் முதன்முறை எந்த அளவுக்கு மிதிவண்டியை ஓட்டினார்களோ அதே வேகத்தோடு ஓட்டினர், அதே அளவுக்குக் களைத்துப் போயினர். ஆனால், சுயபேச்சில் ஈடுபட்டுக் கொண்டே வண்டியை முன்பைவிட வேகமாக மிதித்தனர். அவர்கள் முந்தைய முறை அளவுக்குக் களைப்பும் அடையவில்லை.

உங்களை நீங்களே உற்சாகப்படுத்திக் கொள்வதன் மூலம் உங்களுடைய உற்பத்தித்திறனை உங்களால் பிரமாதமாக உயர்த்திக் கொள்ள முடியும் என்பதை இந்த ஆய்வுகளின் முடிவுகள் வெளிப்படுத்தின. அதற்கான சில குறிப்பிட்ட

வழிமுறைகளை நானும் வடிவமைத்துள்ளேன். அவற்றில் எனக்குப் பிடித்தமான ஒன்று, ‘தன்னம்பிக்கை சுவிட்சைப் போடுவது’ என்ற உத்தி. அதை வேறு வார்த்தைகளில் விளக்க வேண்டும் என்றால், நீங்கள் எடுத்துக் கொண்டுள்ள வேலையில் நீங்கள் தன்னம்பிக்கையுடன் இல்லை என்றாலும், அப்படி இருப்பதுபோல நீங்கள் நடந்து கொள்ள வேண்டும்.

இந்த உத்தி மிகவும் எளிதான ஒன்று. இப்படிக் கற்பனை செய்யுங்கள். உங்களிடம் ஒரு வேலை வருகிறது. ஆனால், அதை உங்களால் செய்ய முடியுமா என்ற தயக்கம் உங்களுக்கு இருக்கிறது. அப்போது, உங்களிடம் இப்படிக் கேளுங்கள்: “இதை என்னால் செய்து முடிக்க முடியும் என்ற தன்னம்பிக்கை என்னிடம் இருந்தால் இதை நான் எப்படி அணுகுவேன்?”

நான் பல்கலைக்கழகத்தில் படித்துக் கொண்டிருந்தபோது, அங்கு நடைபெற்ற விழாக்களிலும் கூட்டங்களிலும் ஒரு மாயவித்தைக் கலைஞனாக நான் செயல்பட்டுள்ளேன். கண்களைக் கவரும் ஆடைகளை அணிந்து கொண்டு, முன்பின் தெரியாதவர்களிடம் சென்று, அவர்களுக்கு சீட்டுக்கட்டு வித்தை அல்லது அது போன்ற வேறு எதையாவது செய்து காட்டட்டுமா என்று கேட்பேன். அதற்காக நான் நன்றாகத் தயார் செய்திருப்பேன் என்றாலும், எனக்குக் கை-கால்கள் உதறும். அப்போதெல்லாம், நான், ‘தன்னம்பிக்கை சுவிட்சைப் போடுவது’ உத்தியைக் கடைபிடித்து, “டேய், உன்னால் முடியுமடா!” என்று எனக்கு நானே கூறிக் கொண்டு, அவற்றை வெற்றிகரமாகச் செய்து முடிப்பேன்.

இந்த உத்தியின் வெற்றி பல நேரங்களில் என்னையே பெரும் வியப்புக்குள் ஆழ்த்தும். சில நிமிடங்களுக்கு ஒரு கற்றுக்குட்டி மாயவித்தைக்காரனை ஒரு தொழில்முறை மாயவித்தைக்காரனைப்போலக் காட்டிக் கொள்வது அதன் மூலம் சாத்தியப்படும். ஒரு மோசமான கிதார் இசைக் கலைஞனை, நல்ல கிதார் வாசிப்பவனாக மாற்றுவதற்கு அது வழிவகுக்கும். பதற்றமாக இருக்கின்ற ஒரு பேச்சாளரை, வசீகரமான சொற்பொழிவாளராக மாற்றுவதற்கு அது போதும்.

அடுத்த முறை ஒரு கடினமான பணித்திட்டத்தை நீங்கள் எதிர்கொள்கின்றபோது, உங்களிடம் நீங்களே, “இதை என்னால் செய்து முடிக்க முடியும் என்ற தன்னம்பிக்கை என்னிடம் இருந்தால் இதை நான் எப்படி அணுகுவேன்?” என்று கேளுங்கள். அந்தக் கேள்வி, நீங்கள் அந்த வேலையைக் கச்சிதமாகச் செய்து முடிப்பது போன்ற ஒரு காட்சியை

உங்கள் மனத்தில் உருவாக்கிக் கொள்ள உங்களுக்கு உதவும். அதாவது, உங்களுடைய மனத்தில் தன்னம்பிக்கை சுவிட்ச் போடப்பட்டிருக்கும்.

பரிசோதனை 2:
சமூக மாதிரி முறை

ஆல்பர்ட் நம்மைச் சுற்றியுள்ள மக்களிடமிருந்து நாம் பெறுகின்ற தன்னம்பிக்கை குறித்தும் ஆர்வம் கொண்டிருந்தார்.

கிளெம்சன் பல்கலைக்கழகத்தில் சிறுவர்களை வைத்து அவர் ஒரு பரிசோதனை நடத்தினார். அந்தப் பரிசோதனைக்கூடம் இயற்கை வெளியில் அமைந்திருந்தது. ஆங்காங்கே சில குடில்கள் அமைக்கப்பட்டிருந்தன. நீர் விளையாட்டுக்குத் தேவையான உபகரணங்கள் அங்கு இருந்தன. வனாந்திரப் பாதைகளும் அதில் இடம்பெற்றிருந்தன. அங்கே பாறையேற்றத்திற்கான செயற்கைச் சுவர் ஒன்றும் நிர்மாணிக்கப்பட்டிருந்தது. 2007ல், ஆறு வயதிலிருந்து பதினெட்டு வயதுவரை இருந்த 38 சிறுவர்கள் அந்தப் பாறையேற்றச் சுவரைப் பயன்படுத்துவதற்கு அழைக்கப்பட்டிருந்தனர்.

அவர்கள் அங்கு வந்து சேர்ந்தபோது, அந்தச் சுவரின் அருகே அழைத்துச் செல்லப்பட்டனர். அதில் ஏறி அதன் உச்சியை அடைய வேண்டும் என்று அவர்களிடம் கூறப்பட்டது. அது ஒரு கடுமையான கோரிக்கைதான். அவர்களில் பலர் அதுவரை அதுபோன்ற ஒரு சுவரைப் பார்த்திருக்கவில்லை. அவர்களில் யார் ஏறி உச்சியை அடைகின்றனர் என்பதைத் தெரிந்து கொள்ள ஆய்வாளர்கள் விரும்பினர்.

அந்தச் சிறுவர்களிடம் வெளிப்படையாக அறிவிக்கப்படாமல், அவர்கள் இரண்டு குழுக்களாகப் பிரிக்கப்பட்டிருந்தனர். முதல் குழுவினருக்கு ஒரு சிறிய வீடியோ போட்டுக் காட்டப்பட்டது. அந்த வீடியோவில், அந்தப் பல்கலைக்கழகத்தில் இருந்ததைப் போன்ற ஒரு பாறையேற்றச் சுவரில் சிலர் ஏறுகின்ற காட்சி இடம்பெற்றிருந்தது. ஆனால், இரண்டாவது குழுவினருக்கு அந்த வீடியோ போட்டுக் காட்டப்படவில்லை.

ஆனால், வெறுமனே அந்த வீடியோவைப் பார்த்திருந்தது, அந்தச் சிறுவர்களிடம் ஒரு பெரும் தாக்கத்தை ஏற்படுத்தியிருந்தது. அவர்கள் அந்தச் சுவரின் அருகே வந்தபோது, அதில் எப்படி ஏறுவது என்பது குறித்து இரண்டு குழுவினருக்கும் ஒரே மாதிரியான அறிவுறுத்தல்களே

வழங்கப்பட்டன. ஆனால், வீடியோ பார்த்திருந்த சிறுவர்கள், அப்படிப் பார்த்திராதவர்களைவிடச் சிறப்பாகச் செயல்பட்டிருந்தனர். அவர்கள் அதிகத் தன்னம்பிக்கையுடன் நடந்து கொண்டனர், சிறப்பாகச் செயல்பட்டனர், அதை இரசித்துச் செய்தனர்.

வீடியோ பார்த்த ஒரு சிறிய விஷயத்தால் எப்படி அந்த அளவு தாக்கத்தை ஏற்படுத்த முடிந்தது? பிறர் செய்கின்ற காரியங்களைப் பார்க்கின்றபோது, அதைத் தானே செய்துள்ளது போன்ற உணர்வு ஏற்படுவதுதான் இதற்குக் காரணம். நீங்கள் மேற்கொள்ளவிருக்கின்ற ஒரு காரியத்தைப் பிறர் செய்வதைப் பார்க்கின்றபோதோ அல்லது அதைப் பற்றிக் கேட்டுத் தெரிந்து கொள்கின்றபோதோ, உங்களுக்கு அப்படிப்பட்ட உணர்வு ஏற்படுகிறது.

இதை நம்மில் பலரும் கண்டிப்பாக உணர்ந்திருப்போம். இப்படிக் கற்பனை செய்து கொள்ளுங்கள். உங்களுடைய வேலை தொடர்பான ஒரு முக்கியமான பணித்திட்டத்தில் நீங்கள் ஈடுபட்டிருக்கிறீர்கள். அதை நீங்கள் தனியொருவராகச் செய்து கொண்டிருக்கிறீர்கள். அது கடினமானதாக இருக்கிறது. ஒரு சில நாட்கள் அதனோடு முட்டி மோதிவிட்டு, அதை உங்களால் முடிக்க முடியாது என்ற முடிவுக்கு நீங்கள் வருகிறீர்கள். அதன் காரணமாக நீங்கள் உங்களுடைய இலக்கிலிருந்து மேலும் மேலும் விலகிச் சென்று கொண்டிருக்கிறீர்கள்.

இப்போது இப்படிக் கற்பனை செய்து பாருங்கள். அதே பணித்திட்டம். ஆனால், அதைத் துவக்குவதற்கு முன்பாக அதேபோன்ற ஒன்றை வேறு ஒருவர் வெற்றிகரமாகச் சமர்ப்பிப்பதை நீங்கள் பார்க்கிறீர்கள். அதுவும் உங்களுடையதும் ஒன்றல்ல. ஆனாலும், அது முடியாத காரியம் அல்ல என்ற யோசனை உங்களிடம் உருவாகிவிடுகிறது. அதை உங்களால் செய்து முடித்துவிட முடியும் என்ற தன்னம்பிக்கை உங்களிடம் துளிர்விடுகிறது.

சவால்களை விடாமுயற்சியுடனும் கடின உழைப்புடனும் செய்து முடிக்கின்ற நபர்கள் நம்மைச் சுற்றி இருக்கின்றபோது, அது நம்முடைய தன்னம்பிக்கையை அதிகரிக்கும். "தம்மைப் போன்ற ஒருவர் நீடித்த முயற்சியுடன் ஒரு காரியத்தில் வெற்றி பெறுவதைப் பார்க்கின்ற நபர்கள், வெற்றி பெறுவதற்குத் தேவையான அதே திறமை தங்களுக்கும் இருக்கிறது என்று நம்பத் துவங்குவர்," என்று ஆல்பர்ட் கூறுகிறார்.

நேர்மறையான சுயபேச்சுகளைப்போலவே இந்த அனுபவங்களையும் நம்மால் நம்முடைய வாழ்க்கைக்குள்

புகுத்திக் கொள்ள முடியும். நான் உதாரண புருஷர்களாக வரித்துக் கொண்டவர்கள் படைத்துள்ள விஷயங்களைக் கிரகித்துக் கொள்வது நான் கடைபிடித்து வருகின்ற ஒரு வழி. நான் இறங்கி வெற்றி பெற விரும்புகின்ற விஷயங்களில் ஏற்கனவே இறங்கியுள்ளவர்களின் கதைகளைப் பற்றிய புத்தகங்களைப் படிப்பதன் மூலமும், அவர்களுடைய வலையொலிப்பதிவுகளைக் கேட்பதன் மூலமும், வீடியோ பதிவுகளைப் பார்ப்பதன் மூலமும் நான் என்னுடைய தன்னம்பிக்கையை அதிகரித்துக் கொள்கிறேன்.

எடுத்துக்காட்டாக, நான் ஒரு மருத்துவராகப் பணியாற்றிக் கொண்டிருந்தபோது, மருத்துவமனைக்குப் பயணித்த நேரங்களில், ராயல் கல்லூரி மருத்துவர்கள் தயாரித்துள்ள ஆர்சிபி மெடிசன் என்ற வலையொலிப்பதிவைக் கேட்டவாறு செல்வேன். ஒவ்வொரு மருத்துவரும் மருத்துவப் பிரச்சனைகளை எப்படி விதவிதமாக அணுகுகின்றனர் என்பதைக் கேட்பது, அத்தொழிலில் நான் என்னுடைய தன்னம்பிக்கையை அதிகரித்துக் கொள்ள எனக்கு உதவியது.

நான் என்னுடைய இணையத் தொழிலைக் கட்டியெழுப்பிக் கொண்டிருந்தபோது, 'இன்டி ஹேக்கர்ஸ்' என்ற வலையொலிப்பதிவைக் கேட்பதில் நான் ஏராளமான நேரத்தைச் செலவழித்தேன். தங்களுடைய வீட்டில் இருந்தபடியே தனியொருவராக ஓர் இணையத் தொழிலை உருவாக்கி அதை வெற்றிகரமாக நடத்திக் கொண்டிருந்தவர்களின் பேட்டிகள் அதில் இடம்பெற்றன. அதில் அவர்கள் தாங்கள் எதிர்கொண்ட சவால்களைப் பற்றியும், அவற்றை அவர்கள் எவ்வாறு மீறி வந்திருந்தனர் என்பதைப் பற்றியும் ஒளிவுமறைவின்றிப் பேசினர். அதைப் போன்ற சவால்களை நான் எதிர்கொண்டபோது, அது எனக்குத் தன்னம்பிக்கையைக் கொடுத்தது.

நான் ஓர் எழுத்தாளராக அவதாரம் எடுத்தப் பிறகு, வெற்றிகரமான எழுத்தாளர்களின் பேட்டிகளைக் கேட்பதும், பார்ப்பதும், சில சமயங்களில் அவர்களைப் பேட்டி காண்பதும், "என்னாலும் முடியும்!" என்ற உணர்வு எனக்குள் பெருக்கெடுப்பதற்கும், என்னுடைய தன்னம்பிக்கை அதிகரிப்பதற்கும் உதவின.

அவர்களால் முடியுமென்றால், உங்களாலும் முடியும்.

எவரொருவராலும் எடுத்துப் பயன்படுத்திக் கொள்ளத்தக்கதொரு கருவிப் பெட்டி அது. நீங்கள் எதிர்கொண்டுள்ள அதே சவால்களை மேற்கொண்டுள்ள மக்களைக் கண்டுபிடித்து அவர்களோடு நேரம் செலவழிக்க முயலுங்கள். அவர்களுடைய கதைகளைக் கேட்பதற்கான முயற்சியில் ஈடுபடுங்கள். பிறருடைய வெற்றிக் கதைகளில் நீங்கள் மூழ்குகின்றபோது, உங்களுடைய மனத்தில் நீங்கள் உங்களைப் பற்றி ஆற்றல்மிக்கதொரு கதையைக் கட்டமைத்துக் கொள்ளத் துவங்குவீர்கள். அவர்களால் முடியுமென்றால், உங்களாலும் முடியும்தானே?

உங்களுடைய திறனை உயர்த்திக் கொள்ளுங்கள்

ஸ்டார் வார்ஸ் கதையில் இடம்பெற்றுள்ள அனாகின் ஸ்கைவாக்கர், தன் எட்டாவது வயதில், ஆளில்லா விமானங்களைக் கொண்டு நடத்தப்படுகின்ற போட்டியில் கலந்து கொண்டு, பணம் ஈட்டி, தன் குடும்பத்தைக் காப்பாற்ற முயல்வான். பின்னர் அவன் படிப்படியாக வளர்ந்து, ஸ்டார் வார்ஸ் உலகிலேயே மாபெரும் போராளியாக உருவெடுப்பான்.

ஹங்கர் கேம்ஸ் நாவலில் வரும் கட்னிஸ் எவர்டீன், தன்னுடைய அம்மாவையும் தங்கையையும் காப்பாற்றுவதற்காக, தன்னுடைய பதினாறாவது வயதில், சட்டத்தை மீறி வேட்டையாடுதலில் ஈடுபடுவாள். பின்னர் அவள் ஆபத்தான 'ஹங்கர் கேம்ஸ்' போட்டியில் பங்கெடுப்பாள். அதைத் தொடர்ந்து ஒரு திறமையான போராளியாக உருவெடுக்கின்ற அவள், தீய சக்திகளை எதிர்க்கின்ற புரட்சிக் குழுவிற்குத் தலைமை தாங்கி நடத்துவாள். நிலைமைகள் அவளுக்குச் சாதகமானதாக இல்லாதபோதும், மொத்த நாட்டின் நம்பிக்கைக் குறியீடாக அவள் திகழ்வாள்.

'அவதார்: த லாஸ்ட் ஏர்பென்டர்' என்ற தொலைக்காட்சித் தொடரின் நாயகனான ஆங், சிறுவனாக ஒரு சிறிய கிராமத்தில் வளர்கின்றபோது, தன் சக்தியைக் கட்டுப்படுத்திக் கொள்ள முடியாமல் தவிப்பான். பின்னர் அவன் உலகெங்கும் சுற்றி, நீர், நிலம், நெருப்பு, காற்று ஆகிய நான்கு சக்திகளையும் கட்டுப்படுத்துகின்ற ஓர் 'அவதாரமாக' உருவெடுப்பான். பிறகு, உலகை ஒரு பேரழிவிலிருந்து அவன் காப்பாற்றுவான்.

இந்த மூன்று கதைகளும், நாம் கேள்விப்பட்டுள்ள இதைப் போன்ற ஆயிரக்கணக்கான கதைகளும், நாம் எப்படி நம்முடைய

ஆற்றல்களை பிரம்மாண்டமாக வளர்த்துக் கொள்ளலாம் என்பதையே எடுத்துக்காட்டுகின்றன. மேற்குறிப்பிடப்பட்டக் கதைகளில் இடம்பெற்றுள்ள கதையின் நாயகர்கள் அனைவரும் தொடக்கத்தில் அனுபவமற்றவர்களாகவும் குறைவான ஆற்றல் உள்ளவர்களாகவும் இருக்கின்றனர். அவர்கள் படிப்படியாக வளர்ந்து, வெற்றி மேல் வெற்றி பெற்று ஓர் உயர்ந்த இடத்தை அடைகின்றனர்.

இதைச் செயல் அனுபவம் என்று ஆல்பர்ட் அழைக்கிறார். நாம் ஏற்கனவே பார்த்திருந்த, பிறரைப் பார்ப்பதன் மூலம் நம்முடைய தன்னம்பிக்கையை அதிகரித்துக் கொள்வதற்கு நேர் எதிரானது இது. இங்கு நீங்கள் உங்களுடைய சொந்த அனுபவங்களின் மூலமாக வளர்கிறீர்கள்.

நாமே ஒரு காரியத்தைச் செய்வதன் மூலமாகக் கற்றுக் கொள்வது மனித உளவியலில் ஆற்றல் வாய்ந்த ஒன்றாகும். நாம் நம்முடைய ஆற்றலை வளர்த்துக் கொள்வதற்கான ஒரு முக்கியமான உத்தியாக இது விளங்குவதற்குக் காரணம், நாம் ஒன்றை அதிகமாகச் செய்யச் செய்ய, அதன்மீதான நம்முடைய கட்டுப்பாடு அதிகரிக்கிறது, நம்மால் அதிகமாகக் கற்றுக் கொள்ள முடிகிறது, நம்முடைய திறமையை மேம்படுத்திக் கொள்ள முடிகிறது. நம்முடைய தன்னம்பிக்கை அதிகரிக்கிறது. ஒட்டுமொத்தத்தில், நமக்கு நாமே அதிகாரமளித்துக் கொள்கிறோம்.

பரிசோதனை 3:
ஷோஷின் அணுகுமுறை

இந்தக் கற்றல் அனுபவங்களிலுள்ள ஒரு வசதி, அவற்றை உங்களால் எளிதாக உங்களுடைய வாழ்க்கைக்குள் பொருத்திக் கொள்ள முடியும் என்பதுதான். நீங்கள் பெரிதாக முன்னேற்றம் அடைந்து கொண்டிருக்கவில்லை என்று நீங்கள் நினைத்துக் கொண்டிருக்கின்ற அம்சங்களுக்கும் இது பொருந்தும் என்பது இதன் சிறப்பாகும்.

பிரபலமான கூடைப்பந்துப் பயிற்றுவிப்பாளர் பில் ஜாக்சனைப் பற்றி நீங்கள் கேள்விப்பட்டிருக்கலாம். 1980களில் அவர் கூடைப்பந்து விளையாட்டுப் பயிற்றுவிப்பில் தவிர்க்கப்பட முடியாத ஒரு சக்தியாக விளங்கினார். தான் பயிற்றுவித்த சிகாகோ புல்ஸ் அணியை ஆறு முறை தேசிய சாம்பியன்களாக அவர் ஆக்கியிருந்தார். எல்லாவற்றுக்கும் மேலாக, மைக்கேல் ஜோர்டனை ஒரு தலைசிறந்த கூடைப்பந்து

வீரராக உருவாக்கியதில் அவருடைய பங்கு குறிப்பிடத்தக்கது.

ஆனால் ஜாக்சனைப் பற்றி உலகம் பெரிதாக அறிந்திராத ஒரு செய்தி இருக்கிறது. அவருடைய விளையாட்டுத் தத்துவம் ஜென் தத்துவத்தில் தோய்ந்திருந்தது என்பதுதான் அது.

ஜென் புத்த மதம், தியானத்தின் மூலம் முக்தியடைவதை போதிக்கின்ற ஒரு புத்த மதப் பிரிவாகும். ஒருவர் தன் அகத்திற்குள் உற்று நோக்கி, எதார்த்தத்தைப் புரிந்து கொள்வதற்கான தன்னுடைய சொந்தப் பாதையைக் கண்டுபிடித்துக் கொள்ள ஜென் புத்த மதம் ஊக்குவிக்கிறது. தன்னுடைய வெற்றி ஒவ்வொன்றுக்கும் பின்னால் அத்தத்துவம் இடம்பெற்றிருந்ததாக ஜாக்சன் தெரிவிக்கிறார்.

ஜாக்சன் அடிக்கடிப் பயன்படுத்துகின்ற ஜென் சார்ந்த ஒரு வார்த்தை ஷோஷின். 'கற்றுக்குட்டியின் மனம்' என்பது அதன் பொருள். எந்தவொரு விஷயத்தையும் சூழ்நிலையையும், புதிதாக ஒரு விஷயத்தில் குதிப்பவரின் ஆர்வத்தோடும், திறந்த மனத்தோடும், அடக்கத்தோடும் அணுகுகின்ற மனநிலையை அது குறிக்கிறது.

ஒரு கற்றுக்குட்டியின் மனநிலையை சுவீகரித்துக் கொள்வது உங்களை ஒரு வல்லுநராக ஆக்கும் என்ற கருத்து நகைமுரணாக இருப்பதாக உங்களுக்குத் தோன்றலாம். தான் என்ன செய்து கொண்டிருக்கிறோம் என்பது குறித்து எந்தவிதமான யோசனையும் கொண்டிராதவர்தான் கற்றுக்குட்டி என்று பொதுவாக அழைக்கப்படுகிறார். ஆனால், ஷோஷினால் நம்மீது மிகுந்த தாக்கம் ஏற்படுத்த முடியும். நாம் விஷயங்களைப் புத்துணர்ச்சியுடன்கூடிய கண்ணோட்டத்துடன் பார்ப்போம் என்பதுதான் அதற்குக் காரணம்.

நீங்கள் பல ஆண்டுகளாகக் கற்றுக் கொண்டுள்ள ஒரு திறனைப் பற்றி யோசித்துப் பாருங்கள். அதைச் செய்வதற்கு நீங்கள் ஒரு குறிப்பிட்ட வழிமுறையைப் பின்பற்றுவீர்கள். எடுத்துக்காட்டாக, நீங்கள் ஓவியம் வரையக்கூடியவர் என்றால், உங்களுடைய ஓவியத்தை எந்த இடத்திலிருந்து துவங்குவீர்கள் என்பது குறித்து ஒரு திட்டவட்டமான கருத்தை நீங்கள் கொண்டிருப்பீர்கள். நீங்கள் ஏதாவது ஒரு விளையாட்டில் ஈடுபடுபவர் என்றால், அதில் எந்தப் பாத்திரத்தை வகிப்பது என்பது குறித்து ஒரு திட்டவட்டமான கருத்து உங்களிடம் இருக்கும். நீங்கள் ஒன்றில் அனுபவம் பெறுகின்றபோது, அது குறித்தத் திட்டவட்டமானதொரு கருத்தை உருவாக்கி வைத்திருப்பீர்கள்.

ஆனால், ஒரு கற்றுக்குட்டியிடம் இதுபோன்ற முன்முடிவுகள் எதுவும் இருக்காது. தோற்கக்கூடிய வாய்ப்புகள் இருந்தாலும், புதிய விஷயங்களை முயற்சி செய்ய ஒரு கற்றுக்குட்டி ஆர்வமாக இருப்பார். அவர் ஓர் ஓவியத்தை வரைய முயற்சித்தால், அப்போது தனக்கு என்ன தோன்றுகிறதோ, அதிலிருந்து துவக்குவார். அவர் ஒரு விளையாட்டில் ஈடுபட்டால், அதில் எந்தப் பாத்திரத்தை முயற்சிப்பதற்கும் அவர் தயாராக இருப்பார். தவறுகள் செய்வதற்கும் அவர் தயாராக இருப்பார். அதுபோன்ற தவறுகள்தாம் ஒருவர் கற்றுக் கொள்வதற்கு இன்றியமையாதவை.

உலகை ஒரு புதிய கண்ணோட்டத்தில் பார்ப்பதற்கு நாம் தயாராக இருக்கின்றபோது, நாம் கற்றுக் கொள்கின்ற செயல்முறை இன்னும் நீடிக்கும். ஒரு திறந்த மனத்துடனும் பாரபட்சமின்றியும் விஷயங்களை அணுக அது உதவும். இதுதான் தன் குழுவினரின் வெற்றிக்கான அடிப்படை என்று ஜாக்சன் கருதுகிறார்.

இந்தக் கற்றுக்குட்டி மனோபாவத்தை எப்படி நாம் நம்முடைய அன்றாட வாழ்வில் புகுத்திக் கொள்வது? உங்களுக்கு நீங்களே சில எளிய நினைவூட்டிகளைக் கொடுத்துக் கொள்வதன் மூலம் இதை நீங்கள் துவக்கலாம்.

நீங்கள் தொழில் உலகத்தில் இருந்தால், உங்களைப் பொறுத்தவரை, புதுமைகளைப் புகுத்துவது, பரீட்சார்த்த முறைகளைச் சோதித்துப் பார்ப்பது போன்றவை உங்களுடைய ஷோஷினாக இருக்கும். நீங்கள் எழுத்து, இசை போன்ற படைப்பாற்றல் உலகில் இருந்தால், உங்களைப் பொறுத்தவரை, புதிய தொழில்நுட்பங்களை சுவீகரித்துக் கொள்வது, பலதரப்பட்டப் பாணிகளை உடையவர்களோடு இணைந்து செயலாற்றுவது போன்றவை உங்களுடைய ஷோஷினாக இருக்கும். எவை வேலை செய்யும், எவை வேலை செய்யாது என்பது குறித்துக் கற்றுக்குட்டிகள் வலுவான நம்பிக்கைகளைக் கொண்டிருப்பதில்லை, அவர்கள் எல்லாவற்றையும் முயற்சி செய்து பார்ப்பர்.

நமக்குத்தான் எல்லாம் தெரியும் என்ற நினைப்பைக் கைவிடுவது உங்களுடைய ஆற்றலை அதிகரிக்கவே செய்யும். இந்த வழியில், ஷோஷின், நம்முடைய சவால்களை, கூடுதல் ஆர்வத்துடனும், அடக்கத்துடனும், மீண்டெழுகின்ற உணர்வுடனும் நாம் அணுகுவதற்கும் கற்றுக் கொள்வதற்கும் நமக்கு உதவும்.

பரிசோதனை 4:
கற்றுக் கொடுத்தல் விளைவு

நான் உளவியல் பட்டப்படிப்புப் படித்துக் கொண்டிருந்தபோது, பொதுவாக, குடும்பங்களில், மூத்தக் குழந்தைகள் இளையவர்களைவிட அதிக நுண்ணறிவோடு இருப்பர் என்பதை நான் தெரிந்து கொண்டேன். நான் சிறுவனாக இருந்தபோது, என்னுடைய தம்பி எப்போதும் என்னுடைய பொறுமையைச் சோதித்துக் கொண்டிருப்பான். அது ஏன் என்பது அப்போதுதான் எனக்குப் புரிந்தது.

கடந்த பல ஆண்டுகளின் ஊடாக, வெவ்வேறு அறிவியலறிஞர்கள் இதற்கு வெவ்வேறு காரணங்களைக் கூறி வந்தனர். பெற்றோர் தங்களுடைய மூத்தக் குழந்தைகளிடம் அதிகமான நேரத்தையும் ஆற்றலையும் செலவிட்டனர் என்று சிலர் கூறினர். பெரியவர்களுடன் பழகுகின்ற வாய்ப்பு மூத்தக் குழந்தைகளுக்கு அதிகம் என்பதால் அது அவர்களுடைய நுண்ணறிவு அதிகரிக்க உதவியது என்று சிலர் வாதிட்டனர். பெற்றோருக்குத் தங்களுடைய மூத்தக் குழந்தைகளிடம் அதிக எதிர்பார்ப்பு இருந்ததால், அதைப் பூர்த்தி செய்ய அக்குழந்தைகள் கடினமாக முயன்றனர்.

உண்மையான காரணம் என்ன என்பது குறித்து அறிவியலறிஞர்களிடம் ஒத்தக் கருத்து எதுவும் இதுவரை ஏற்பட்டிருக்கவில்லை. ஆனால், 2009ல் ஸ்டேன்ஃபோர்டு பல்கலைக்கழகம் மேற்கொண்ட ஓர் ஆய்வு சுவாரசியமான விளைவுகளை வெளிப்படுத்தியது. இந்த ஆய்வுக்காக, எட்டாம் வகுப்பு மாணவர்கள் 62 பேர் உயிரியல் வகுப்பு ஒன்றுக்கு அழைத்து வரப்பட்டனர். அவர்கள் இரண்டு குழுக்களாகப் பிரிக்கப்பட்டனர். முதல் குழுவினர் வழக்கம்போல உயிரியல் பாடத்தைப் படிக்கும்படி கேட்டுக் கொள்ளப்பட்டனர். அந்த நாளின் முடிவில் அவர்களுக்கு அதில் ஒரு தேர்வு வைக்கப்படும் என்று கூறப்பட்டது. இரண்டாவது குழுவினரிடம், அவர்கள் படித்துக் கொண்டிருந்ததை, அவர்கள் பின்னர் 'டிஜிட்டல் மாணவர்களுக்குக்' கற்றுக் கொடுக்க வேண்டியிருக்கும் என்று கூறப்பட்டது.

அந்த வகுப்பின் முடிவில், இரண்டு குழுவினரும் எந்த அளவுக்குக் கற்றுக் கொண்டிருந்தனர் என்பதைத் தெரிந்து கொள்வதற்காக அவர்களுக்கு ஒரு தேர்வு வைக்கப்பட்டது. இதில் முதல் குழுவைவிட, இரண்டாவது குழுவினர் நன்றாகச்

செய்திருந்தனர். பிறருக்குக் கற்றுக் கொடுக்கப் போகிறோம் என்ற எண்ணம் அவர்களை ஒரு மேம்பட்ட விதத்தில் கற்றுக் கொள்ள வைத்திருந்தது. அந்த ஆய்வாளர்கள் இதைக் 'கற்றுக் கொடுத்தல் விளைவு' என்று அழைத்தனர்.

அதற்குப் பின்பும் இது தொடர்பாக பல ஆய்வுகள் நடத்தப்பட்டன. வீட்டிலிருக்கின்ற மூத்தக் குழந்தைகள், தங்களுடைய இளைய சகோதர சகோதரிகளுக்குக் கற்றுக் கொடுக்கின்ற காரியத்தில் இறங்குவதால், அவர்களுடைய நுண்ணறிவு அதிகமாக இருக்கிறது என்ற முடிவுக்கு உளவியலாளர்கள் வந்தனர்.

நம்முடைய வாழ்க்கையில் நம்முடைய கற்றல் அனுபவங்களை அதிகரித்துக் கொள்வதற்கு நம்மால் இந்தக் கற்றுக் கொடுத்தல் விளைவைப் பயன்படுத்திக் கொள்ள முடியும். ரோமானிய தத்துவவியலாளரான செனக்கா கூறியபடி, "கற்றுக் கொடுப்பவன் கற்றுக் கொள்கிறான்." கற்றுக் கொடுத்தல் விளைவின் ஆற்றலை நீங்கள் அறிந்து கொண்டால், உங்களால் எந்த இடத்திலும் ஓர் 'ஆசானின்' பாத்திரத்தை எளிதாக எடுத்துக் கொள்ள முடியும்.

எடுத்துக்காட்டாக, நீங்கள் கணினித் துறையில் வேலை பார்க்கிறீர்கள் என்று வைத்துக் கொள்ளலாம். உங்களுக்குக் கீழே பணிபுரிகின்ற ஒருவருடைய வழிகாட்டியாக உங்களை வரித்துக் கொண்டு, நீங்கள் அவருக்கு நிரலாக்கம் செய்வது எப்படி என்பதைக் கற்றுக் கொடுக்க முன்வரலாம். சிக்கலான விஷயங்களைப் பிறருக்குக் கற்றுக் கொடுக்க முனையும்போது, அவை குறித்து நீங்கள் ஆழமாகச் சிந்திக்கத் தலைப்படுவீர்கள். அதன் மூலம் அத்துறையில் உங்களுடைய திறனையும் உங்களால் அதிகரித்துக் கொள்ள முடியும்.

அல்லது, நீங்கள் விற்பனைத் துறையில் இருக்கிறீர்கள் என்று வைத்துக் கொள்ளலாம். நீங்கள் உங்களுக்குக் கீழே பணியாற்றுகின்ற விற்பனைப் பிரதிநிதிகளுக்குக் கற்றுக் கொடுக்க முயலலாம். அல்லது உங்களுடைய விற்பனைக் குழுவிற்காகக் கருத்துப் பட்டறை ஒன்றை ஏற்பாடு செய்யலாம். உங்களுடைய உத்திகளைப் பிறருடன் பகிர்ந்து கொள்வதன் மூலம், உங்களால் உங்களுடைய திறனை மெருகேற்றிக் கொள்ள முடியும்.

நீங்கள் ஒரு குருவாகத்தான் இருக்க வேண்டும் என்று அவசியமில்லை.
ஒரு வழிகாட்டியாக இருந்தாலே போதும்.

பிறருக்குக் கற்றுக் கொடுக்கும் அளவுக்கு நீங்கள் 'தகுதியானவர்' அல்லர் என்று நீங்கள் நினைத்தால், பெரும்பாலும் நம்முடைய பயணத்தில் நமக்குச் சற்று முன்னால் சென்று கொண்டிருப்பவர்களிடமிருந்துதான் நாம் சிறப்பாகக் கற்றுக் கொள்கிறோம் என்பதை நினைவில் வைத்துக் கொள்ளுங்கள். அதனால், எவரொருவராலும் கற்றுக் கொடுக்க முடியும்.

உங்களுடைய வேலைக்குப் பொறுப்பேற்றுக் கொள்ளுங்கள்

1970களின் தொடக்கத்திலிருந்தே, ஓர் எளிய கேள்வி, உளவியலாளர் எட்வர்டு டெசியை அலைக்கழித்துக் கொண்டிருந்தது: கடினமான விஷயங்களைச் செய்வதற்கு மக்களை எது ஊக்குவிக்கிறது?

1970ல் அவர் கார்னகி மெலன் பல்கலைக்கழகத்தில் தன்னுடைய முனைவர் பட்டப்படிப்பை முடித்தவுடன், அதிர்வலைகளை ஏற்படுத்திய ஆய்வுக்கட்டுரை ஒன்றை வெளியிட்டார். அதில் அவர் 'சோமா கியூப்' என்ற புதிரைத் (ரூபிக்ஸ் கியூபைப் போன்ற ஒன்று) தீர்ப்பதற்கு சவால் விடுத்தார். அதற்கு பணப் பரிசு அறிவிக்கப்படுகின்றபோது, அதைத் தீர்க்க முயல்பவர்கள் அந்தச் செயல்முறையை வெகுவாக இரசிப்பதில்லை என்பதை அவர் கண்டறிந்தார். அதோடு, அந்தப் பணப் பரிசு என்ற முடிவை விலக்கிக் கொள்கின்றபோது, அவர்கள் அதிலிருந்து உடனே கழன்று கொள்கிறார்கள் என்பதையும் அவர் கண்டுபிடித்தார்.

ஒரு விஷயத்திற்குக் கொடுக்கப்படும் பணம் அல்லது பொருள்ரீதியான வெகுமதி, அந்தச் செயல்முறையில் அவர்களுடைய ஈடுபாட்டைக் குறைக்கிறது. அதாவது, பணம் அல்லது பொருள்ரீதியான வெகுமதி ஊக்குவிப்பைக் குறைக்கிறது என்ற முடிவுக்கு எட்வர்டு வந்தார்.

1977ல், எட்வர்டு, மற்றோர் உளவியலாளரான ரிச்சர்டு

ரயன் என்பவரோடு இணைந்து, ஊக்குவிப்பு தொடர்பாகப் பல ஆய்வுகளை மேற்கொண்டார். நாம் ஏன் கடினமான விஷயங்களைச் செய்கிறோம் என்பது குறித்து அவர்கள் இருவரும் பல ஆய்வுகளில் ஈடுபட்டனர். அதன் விளைவாக, 1981ல், 'சுய உறுதிக் கோட்பாடு' என்ற ஒன்றை அவர்கள் உருவாக்கினர்.

ஊக்குவிப்பானது, வெகுமதிகள் மற்றும் தண்டனைகளால் தூண்டப்பட்டு வந்தது என்றுதான் அதுவரை பெரும்பாலான அறிவியலறிஞர்கள் எண்ணியிருந்தனர். ஆனால், எட்வர்டும் ரிச்சர்டும், அப்படி இல்லை என்று நிரூபித்தனர்.

ஊக்குவிப்பை அவர்கள் அகரீதியான ஊக்குவிப்பு மற்றும் புறரீதியான ஊக்குவிப்பு என்று இரண்டாகப் பிரித்தனர். அகரீதியான ஊக்குவிப்பு நம்முடைய உள்ளார்ந்த ஊக்குவிப்பு. ஆர்வம், கற்றுக் கொள்ள வேண்டும் என்ற உண்மையான ஆசை, மன நிறைவு போன்றவற்றால் இது தூண்டப்படுகிறது. புறரீதியான ஊக்குவிப்பு வெளிக் காரணிகளால் ஏற்படுகின்ற ஊக்குவிப்பு. ஊதிய உயர்வு, பணம் அல்லது பொருள்ரீதியான வெகுமதி, சமூக அங்கீகாரம் போன்றவற்றால் இது தூண்டப்படுகிறது. ஆனால், இந்த இரண்டில், உள்ளிருந்து வருகின்ற அகரீதியான ஊக்குவிப்புதான் சக்திமிக்கது, நீண்டநாட்கள் நிலைத்திருப்பது என்று அவர்களுடைய கோட்பாடு முழங்கியது.

அவர்கள் அத்துடன் நிறுத்திக் கொள்ளவில்லை. அகரீதியான ஊக்குவிப்பைச் சேர்த்து வைத்துக் கொள்ள முடியும் என்றும் அவர்கள் முன்மொழிந்தனர். தற்சார்பு என்ற அம்சத்தால் அகரீதியான ஊக்குவிப்பை மேலும் அதிகரித்துக் கொள்ள முடியும். அதாவது, தன்னுடைய வேலைக்குப் பொறுப்பேற்றுக் கொள்ளுதல் அது. நமக்கு அதிகாரமளிக்கின்ற ஓர் அம்சம் அது.

ஊக்குவிப்பு வீச்செல்லை

புறரீதியான ஊக்குவிப்பு	அகரீதியான ஊக்குவிப்பு
☐ வெகுமதிகளும் தண்டனைகளும்	☑ மன நிறைவு
☐ சமூக அங்கீகாரம்	☑ ஆர்வமும் கற்றுக் கொள்ளுதலும்
☐ செயல்திட்ட இலக்குகள்	☑ தனிப்பட்ட வளர்ச்சி

தங்களுடைய சொந்தச் செயல்நடவடிக்கைகளின்மீது தங்களுக்குக் கட்டுப்பாடு இருக்கின்றபோது, மக்கள் அவற்றில் ஈடுபடுவதற்கு அகரீதியாக அதிகமாக ஊக்குவிக்கப்படுகிறார்கள். சோமா கியூப் புதிரை விடுவிப்பதற்கு வெகுமதிகள் உதவாமல் போனதற்குக் காரணம், அது அகரீதியான காரணிகளால் தூண்டப்படாமல் புறரீதியான காரணிகளால் தூண்டப்பட்டதுதான்.

நம் வாழ்க்கையிலும் இதுதான் நிகழ்கிறது. நம்முடைய ஒவ்வொரு நடவடிக்கையையும் நம்முடைய மேலதிகாரி கண்காணித்து, "அதை இப்படிச் செய்," அல்லது "இதை அப்படிச் செய்யாதே," என்று நச்சரிப்பதை நாம் விரும்பாமல் இருப்பதற்கு, விஷயங்கள் நம் கட்டுப்பாட்டில் இல்லை என்பதுதான் காரணம். சிறையில் அடைக்கப்படுதல் அல்லது நாம் விரும்பாத ஒரு வேலையோடு வலுக்கட்டாயமாகப் பிணைக்கப்படுதல் போன்றவை நமக்கு நிகழ்கின்றபோது, அது நம்மை உடல்ரீதியாகவும் மனரீதியாகவும் கடுமையாக பாதிக்கிறது.

ஆனால், கட்டுப்பாட்டை எடுத்துக் கொள்வது என்பது அந்த அளவுக்கு எளிதானதல்ல. சிலருக்கு வேலையில் சில கட்டுப்பாடுகளைத் தங்கள் வசம் எடுத்துக் கொள்வதற்கு வழி இருக்கக்கூடும். சில தொழில்முனைவோருக்குத் தங்களுடைய தொழில் செல்கின்ற திசையை நிர்ணயித்துக் கொள்வதற்கான சுதந்திரம் இருக்கலாம். டிஜிட்டல் நாடோடிகளால் உலகமெங்கும் சுற்றிக் கொண்டே தங்களுடைய வேலைகளைப் பார்க்க முடிகின்ற வாய்ப்பு இருக்கலாம். ஆனால், பெரும்பாலான மக்களால் தாங்கள் நினைப்பதுபோலச் செயல்பட முடியாது. ஒரு ஓட்டல் வரவேற்பாளர், அங்கு வருபவர்களை எழுந்து நின்றுதான் வரவேற்றாக வேண்டும். அதோடு, வீட்டில் இருந்தபடி அவரால் வேலை செய்ய முடியாது. மருத்துவமனையில் பணியாற்றுகின்ற ஒரு மருத்துவர் தன்னிடம் மரியாதையின்றி நடந்து கொள்கின்ற நபருக்குச் சிகிச்சை அளிக்காமல் இருப்பதைத் தேர்ந்தெடுக்க முடியாது.

ஆனால், பொறுப்பேற்றுக் கொள்ளுதலை உங்களால் எந்தச் சூழலுக்குள்ளும் புகுத்த முடியும். பெரும்பாலான நேரங்களில், நமக்குப் பிடிக்காத சூழ்நிலைகளை நாம் சந்திக்கின்றபோது, நாம் நம்முடைய தலைவிதியை நொந்து கொள்கிறோம். "நான் வசிக்கின்ற இடம் எனக்குப் பிடிக்கவில்லை. ஆனால், அங்கிருந்து என்னால் நகர முடியாது," என்றோ, அல்லது, "இந்த உறவின் போக்கு சரியில்லை. ஆனால், எனக்கு

அதன்மீது எந்தவிதமான கட்டுப்பாடும் இல்லை," என்றோ நாம் புலம்புவோம்.

சில நேரங்களில் அது உண்மையாக இருக்கலாம். அது குறித்து நம்மால் எதுவும் செய்ய முடியாமல் இருக்கக்கூடும். ஆனால், பெரும்பாலான சமயங்களில், நாம் நினைப்பதைக் காட்டிலும் அதிகமான கட்டுப்பாடு நமக்குப் பல சூழல்கள்மீது இருக்கிறது. சில விஷயங்களில் முழுமையாக இல்லாவிட்டாலும், அதன் சில பகுதிகளிலாவது இருக்கும். சில நேரங்களில், நமக்கு இருக்கின்ற சுதந்திரம் குறித்து நாமே அறியாமல்கூட இருப்போம்.

பரிசோதனை 5:
செயல்பாட்டிற்குப் பொறுப்பேற்றுக் கொள்ளுங்கள்

மோசமான சூழல்களுக்குப் பொறுப்பேற்றுக் கொள்வது குறித்த எடுத்துக்காட்டு என்று வரும்போது எனக்கு ஃபில்லேஆஃப்ஃபிஷ்1066 தான் நினைவுக்கு வரும்.

2016ல், ரெட்டிட் தளத்தில் 'ஃபில்லேஆஃப்ஃபிஷ்1066' என்ற புனைபெயரில் இயங்கிக் கொண்டிருந்த நபர் தன் வேலையை இழந்தது ஒரு பெரிய செய்தியாயிற்று. அவர் ஒரு கணினி நிறுவனத்தில் ஆறு ஆண்டுகளாக வேலை பார்த்து வந்தார். மென்பொருட்களின் தரம் குறித்துச் சோதிக்கின்ற பணி அவருடையது. ஒரே மென்பொருளை மீண்டும் மீண்டும் ஒரே சோதனைக்கு உட்படுத்திக் கொண்டிருக்கின்ற அலுப்பூட்டும் ஒரு வேலை அது.

அதை முறியடிப்பதற்கு அவர் ஒரு திட்டத்தை வகுத்தார். அதனால், அவர் தன் மேலதிகாரிக்குத் தெரியப்படுத்தாமல், எட்டு மாதங்கள் உழைத்து, தன் வேலை தன்னியக்கமாகச் செயல்படுகின்ற விதத்தில் அதற்கு ஒரு நிரலை எழுதிவிட்டார். அதற்குப் பிறகு அவர் எந்த வேலையும் செய்யவில்லை. அந்த நிரலே அவருடைய வேலையைப் பார்த்துக்கொண்டது. எல்லாம் கனகச்சிதமாகச் சென்று கொண்டிருந்ததால், அவருடைய மேலதிகாரி அவருடைய வேலையைப் பரிசோதிக்கவில்லை. அவர் வேலையிலிருந்து நீக்கப்பட்டப் பிறகு, ரெட்டிட் தளத்தில் அவர் இவ்வாறு பதிவு செய்திருந்தார்: "கிட்டத்தட்ட ஆறு ஆண்டுகளாக, நான் என் நிறுவனத்தில் எந்தவொரு வேலையும் பார்க்கவில்லை. நான் விளையாட்டுக்காக இதைச் சொல்லவில்லை. உண்மையிலேயே நான் எந்த வேலையும் பார்க்கவில்லை. தினமும் நான் அலுவலகத்திற்குச் செல்வேன்,

அங்கு வீடியோ விளையாட்டுகளை விளையாடுவேன், ரெட்டிட் தளத்திற்குச் செல்வேன், எனக்குப் பிடித்தப் பிற வேலைகளைப் பார்ப்பேன். இந்த ஆறு ஆண்டுகளில் நான் அதிகபட்சமாக உண்மையிலேயே ஐம்பது மணி நேரம்கூட வேலை பார்த்திருக்க மாட்டேன். யாருக்கும் உண்மையில் பெரிதாக அக்கறை இருக்கவில்லை."

துரதிர்ஷ்டவசமாக, ஆறு ஆண்டுகளுக்குப் பிறகு, அவர் வேலை பார்த்தக் கணினித் துறையைச் சேர்ந்த யாரோ ஒருவர் இதைக் கண்டுபிடித்து அவருடைய மேலதிகாரியிடம் கூறிவிட்டார். தன்னுடைய வேலையையே தன்னியக்கமாகச் செயல்படத் துணிந்த காரியத்திற்காக அவர் வேலையிலிருந்து உடனடியாக நீக்கப்பட்டார்.

இங்கே நான் அவருக்கு வக்காலத்து வாங்கிக் கொண்டிருக்கவில்லை. ஆனால், தனக்குச் சிறிதளவுகூடச் சுதந்திரம் இல்லாத சூழலில்கூட, அவர் முழுப் பொறுப்பு எடுத்துக் கொண்டிருந்தார் என்பதைத்தான் அவருடைய நடவடிக்கைகள் காட்டுகின்றன என்று நான் கருதுகிறேன். நம்மால் ஒரு சூழலுக்குப் பொறுப்பேற்றுக் கொள்ள முடியவில்லை என்றாலும், செயல்முறைக்காகவாவது பொறுப்பேற்றுக் கொள்ள நாம் துணிய வேண்டும்.

நம்மால் ஒரு சூழலுக்குப் பொறுப்பேற்றுக் கொள்ள முடியவில்லை என்றாலும், செயல்முறைக்காகவாவது பொறுப்பேற்றுக் கொள்ள நாம் துணிய வேண்டும்.

தன் வேலையை இழந்திருந்த அந்த ரெட்டிட் நபர், தன் வேலைமீது தனக்குக் கட்டுப்பாடு இருக்கவில்லை என்பதை உணர்ந்திருந்தார். ஆனால், அதை, தான் எப்படிச் செய்வதில் தனக்குக் கட்டுப்பாடு இருந்தது என்பதை அவர் உணர்ந்திருந்தார். அவருக்கு அளிக்கப்பட்ட வேலையின் அளவு, தரத்தைச் சோதிப்பதற்கு அவர் பயன்படுத்திக் கொண்டிருந்த மென்பொருள் போன்றவை அவருடைய கட்டுப்பாட்டில் இருந்தன. ஆனால், செய்து முடிக்கப்பட வேண்டிய வேலைப் பட்டியலை எவ்வாறு கையாள்வது, தன் நேரத்தை எப்படிச் செலவழிப்பது, தனக்குக் கொடுக்கப்பட்டிருந்த உபகரணங்களை எப்படிப் பயன்படுத்துவது போன்றவற்றில் தனக்குச் சுதந்திரம் இருந்தது என்பதை அவர் உணர்ந்து கொண்டார். அப்போதுதான் தன்னியக்கமாகச் செயல்படுகின்ற ஒரு நிரலைத் தன்னால்

உருவாக்க முடியும் என்பதை அவர் கண்டுகொண்டார்.

இதில் நம் அனைவருக்கும் ஒரு பாடம் இருக்கிறது. நமக்கு ஒதுக்கப்படுகின்ற வேலையின் விளைவு எப்படி இருக்க வேண்டும் என்பதை வேறு ஒருவர் தீர்மானித்துக் கொண்டிருந்தாலும், அதை எப்படிச் செய்வது என்பதைத் தீர்மானிக்கின்ற சுதந்திரம் நமக்கு இருக்கிறது. எடுத்துக்காட்டாக, நீங்கள் ஒரு நிறுவனத்தில் வாடிக்கையாளர் பிரிவில் வேலை செய்து வந்தால், அந்த நிறுவனத்தின் கொள்கை வகுப்பில் உங்களுக்கு எந்தக் கட்டுப்பாடும் இருக்காது. ஆனால், வாடிக்கையாளர்களிடம் எப்படி நடந்து கொள்ள வேண்டும் என்பதற்கான பொறுப்பை உங்களால் எடுத்துக் கொள்ள முடியும். அவர்கள் கூறுவதைப் பொறுமையாகக் கேட்டு, அவர்களுடைய நிலையிலிருந்து பிரச்சனையைப் புரிந்து கொண்டு, அதற்குப் புத்திசாலித்தனமான தீர்வுகளை உங்களால் அளிக்க முடியும்தானே?

நீங்கள் ஓர் ஆசிரியராக இருந்தால், உங்களுக்குப் பாடத்திட்டத்தின்மீது கட்டுப்பாடு இருக்காது. ஆனால், அதை எப்படி மாணவர்களுக்குச் சொல்லிக் கொடுக்க வேண்டும் என்பது உங்களுடைய கையில்தானே இருக்கிறது? மாணவர்களின் ஈடுபாட்டை அதிகரிப்பதற்கு, நீங்கள் புதுமையான பாட முறைகளை உருவாக்கலாம், குதூகலமான நடவடிக்கைகளைச் சேர்த்துக் கொள்ளலாம், தனித்தனியாக ஒவ்வொரு மாணவருக்கும் பின்னூட்டக்கருத்தை வழங்கி அவர்கள் மேம்பட உதவலாம்.

நீங்கள் ஒரு தொழிற்சாலையில் ஒரு தொழிலாளியாகப் பணியாற்றினால், உற்பத்தி இலக்குகளின்மீது உங்களுக்குக் கட்டுப்பாடு இருக்காது. ஆனால், அச்செயல்முறைக்கு உங்களால் எப்படிப் பங்களிக்க முடியும் என்பது உங்கள் கைகளில்தான் இருக்கும். செயல்முறையை மேம்படுத்துவதற்கான யோசனைகளை நீங்கள் அளிக்கலாம், ஒரு விஷயம் ஒரு பெரிய பிரச்சனையாக ஆவதற்கு முன்பே அதை அடையாளம் கண்டு நிர்வாகத்திடம் தெரிவிக்கலாம்.

விஷயங்களை உங்களுடைய பாணியில் செய்வதன் மூலம் உங்களால் பெரும் அதிகாரத்தைக் கைவசப்படுத்த முடியும். மிகவும் மோசமாகத் தென்படுகின்ற சூழலில்கூட இது சாத்தியப்படும்.

பரிசோதனை 6:

உங்களுடைய மனப்போக்கை உங்கள் கட்டுப்பாட்டிற்குள் எடுத்துக் கொள்ளுங்கள்

அகரீதியான ஊக்குவிப்பைக் கட்டியெழுப்புவதற்கான கடைசி வழியை, நான் மருத்துவராகப் பணியாற்றிக் கொண்டிருக்கின்றபோது உருவாக்கினேன். ஒரு நாள் நான் மகப்பேறு வார்டில் என் பணியை முடித்துவிட்டுக் கிளம்பியபோது அதை நான் எதிர்கொண்டேன். நான் கிளம்பிக் கொண்டிருந்தபோது, பணியில் இருந்த செவிலி ஒருவர் என்னிடம் வந்து, “டாக்டர் அலி, நான்காவது படுக்கையிலுள்ள பெண்ணிற்கு இந்த ஐவி ஊசியைப் போட்டுவிட முடியுமா?” என்று கேட்டார்.

உடனே என் சுரத்து குறைந்துவிட்டது. ஐவி ஊசியைப் போடுவதற்கு நீங்கள் சிரையைத் தேட வேண்டும். குறிப்பிட்ட அந்தப் பெண்மணியின் சிரையைத் தேடுவது கடினம் என்பதை நான் உணர்ந்திருந்தேன். அதனால், நான் கிளம்புவது குறைந்தபட்சம் அரைமணி நேரமாவது தாமதப்படும் என்பது எனக்குப் புரிந்தது. நான் அந்த உபகரணத்தை வாங்கிக் கொண்டபோது எனக்குள் வெறுப்பு தலைதூக்கத் தொடங்கியிருந்தது. நான் ஒரு சில நிமிடங்கள் முன்பு கிளம்பியிருந்தால், இது இரவுப் பணி மருத்துவரின் தலையில் விடிந்திருக்கும் என்று நான் நினைத்துக் கொண்டேன்.

அப்போதுதான், அதே வார்டில் சற்றுத் தள்ளியிருந்த ஒரு படுக்கையில் படுத்திருந்த ஒரு நோயாளி தன் கணவரிடம் பேசிக் கொண்டிருந்தது தற்செயலாக என் காதில் விழுந்தது. இந்த மருத்துவமனையில் இருந்த மருத்துவர்களும் செவிலியரும் தன்னை நன்றாகப் பார்த்துக் கொண்டதாக அவர் வாயாரப் புகழ்ந்து கொண்டிருந்தார். அது என்னைச் சிந்திக்க வைத்தது. நான் என்னுடைய மருத்துவ அனுபவத்தைப் பயன்படுத்தி ஒரு கர்ப்பிணிப் பெண்ணுக்கு உதவவிருந்தேன். அன்று இரவை அவர் நிம்மதியாகக் கழிக்க அது அவருக்கு உதவும்.

சற்று நேரத்திற்கு முன்னால் எப்படி இதைப் பற்றி என்னால் அவ்வாறு அலுத்துக் கொள்ள முடிந்தது? இது நான் தேர்ந்தெடுத்திருந்த ஒரு வேலை. இப்படி ஒரு நோயாளிக்கு உதவுகின்ற நிலைக்கு என்னைத் தயார்படுத்திக் கொள்ள எனக்கு எட்டாண்டுகள் ஆயின. இறுதியில், இந்த உலகில் ஒரு வித்தியாசத்தை ஏற்படுத்த எனக்கு ஒரு வாய்ப்புக் கிட்டியிருந்தது. ஆனால், ஒரு சில நிமிடங்கள் கூடுதலாகச்

செலவழிப்பது குறித்து நான் சலித்துக் கொண்டிருந்தேன்!

அந்த ஐவி ஊசியைப் போட வேண்டுமா அல்லது வேண்டாமா என்பதைத் தேர்ந்தெடுக்கின்ற சுதந்திரம் எனக்கு அப்போது இருக்கவில்லை. ஆனால், அது குறித்து எப்படி உணர வேண்டும் என்ற மனநிலையைத் தேர்ந்தெடுப்பது என் கைகளில்தான் இருந்தது. முக இறுக்கத்துடன், "என் தலைவிதி. இதை நான் செய்து தொலைக்க வேண்டியிருக்கிறது," என்ற நினைப்புடன் நான் அந்தப் பெண்மணியின் படுக்கைக்குச் செல்லலாம். அதற்குப் பதிலாக, "இதை நான் செய்துதான் ஆக வேண்டும்," அல்லது இன்னும் ஒரு படி மேலே போய், "இதைச் செய்வதற்கு நான் ஆசிர்வதிக்கப்பட்டுள்ளேன்," என்றுகூடக் கூறலாம்.

இந்த மனநிலையுடனும், ஒரு துள்ளல் நடையுடனும், முகத்தில் ஒரு புன்னகையுடனும் நான் அந்தப் பெண்ணின் படுக்கைக்குச் சென்றேன்.

இது நான் மட்டுமே கண்டுபிடித்துப் பயன்படுத்திக் கொண்டிருக்கின்ற ஓர் உத்தி அல்ல. 2021ல் சில ஆய்வாளர்கள் இதைப் பரிசோதிக்க முடிவு செய்தனர். இதில் பங்கேற்பதற்கு அவர்கள் சிலரைச் சேர்த்துக்கொண்டனர். அவர்களை அவர்கள் இரண்டு குழுக்களாகப் பிரித்தனர். முதல் குழுவினரிடம், அதற்கு முந்தைய நாள் அவர்கள் மேற்கொண்டிருந்த மூன்று தேர்ந்தெடுப்புகளைப் பட்டியலிடுமாறு கேட்டுக் கொள்ளப்பட்டது. எடுத்துக்காட்டுகள்: "நான் அதிகாலையில் எழுந்திருக்கவேண்டும் என்பதை நான் தேர்ந்தெடுத்தேன்"; "நான் மதியத்திற்கு உடனடி நூடுல்ஸ் சாப்பிடத் தீர்மானித்தேன்"; "இரண்டாவது அலாரம் அடித்தவுடன் எழுந்து என் வேலைகளைப் பார்ப்பது என்று நான் முடிவெடுத்தேன்." இரண்டாவது குழுவினரிடம், அதற்கு முந்தைய நாள் அவர்கள் செய்திருந்த மூன்று வேலைகளைப் பட்டியலிடுமாறு கேட்டுக் கொள்ளப்பட்டது. எடுத்துக்காட்டுகள்: "நான் காலை உணவு உட்கொண்டேன்; "நான் சாமான்கள் வாங்கக் கடைக்குச் சென்றேன்"; "நான் உடற்பயிற்சிக்கூடத்திற்குச் சென்றேன்."

அவர்கள் அவற்றை எழுதிக் கொடுத்தப் பின்னர், பொதுவாக அவர்களுடைய வாழ்க்கை குறித்து அசைபோடுமாறு அவர்கள் கேட்டுக் கொள்ளப்பட்டனர். அதைத் தொடர்ந்து, அந்த ஆய்வின் ஒரு பகுதியாக, அவர்கள் தங்களுடைய உடல் வலுவைத் தரப்படுத்துமாறு கேட்கப்பட்டது. "உங்களுடைய தசை வலு எப்படி இருக்கிறது?"; "உடல்ரீதியாக எந்த அளவுக்கு நீங்கள் வலுவாக

இருக்கிறீர்கள்?"; "எந்த அளவுக்கு நீங்கள் உடற்கட்டுடன் இருக்கிறீர்கள்?" போன்ற கேள்விகளுக்கு ஒன்றிலிருந்து ஐந்துவரை மதிப்பெண்கள் வழங்குமாறு அவர்கள் கேட்டுக் கொள்ளப்பட்டனர். தங்களுடைய தேர்ந்தெடுப்புகளை நினைவில் வைத்திருந்தவர்கள் உடல் வலுரீதியாகத் தாங்கள் சிறப்பாக இருந்ததாகத் தெரிவித்தனர். அந்த ஆய்வாளர்கள், "பங்கேற்றிருந்தவர்களிடம் தேர்ந்தெடுப்புகள் குறித்து நினைவுகூரும்படி கேட்கப்பட்டது, அவர்கள் தங்களைப் பற்றி வைத்திருந்த எண்ணத்தை மேம்படுத்தியது," என்று தெரிவிக்கின்றனர்.

"நான் செய்தே ஆக வேண்டும்," என்பது உங்களை அதிகாரம் இழக்கச் செய்கிறது. "நான் இதைத் தேர்ந்தெடுக்கிறேன்," என்பது உங்களை அதிகாரம் மிக்கவராக உணரச் செய்கிறது. "இதை நான் செய்தாக வேண்டியிருக்கிறதே!" என்ற நினைப்பு உங்களிடம் உருவானால், அது குறித்து மாற்றி யோசியுங்கள். நீங்கள் மேற்கொண்டிருந்த தேர்ந்தெடுப்புகள் எப்படி உங்களை இங்குக் கொண்டுவந்து நிறுத்தியுள்ளன என்று சிந்தியுங்கள். அது உங்களுடைய தேர்ந்தெடுப்பின் விளைவுதான் என்பதை நீங்கள் உணர்கின்றபோது உங்களுடைய மனநிலை மாறும்.

ஆஸ்திரிய உளவியலாளரும், இரண்டாம் உலகப் போரின்போது ஜெர்மானியர்களால் பிடிக்கப்பட்டு ஆஷ்விட்ஸ் வதைமுகாமில் அடைக்கப்பட்டிருந்தவருமான விக்டர் பிராங்க்கெல் இதை இவ்வாறு அழகாகக் கூறியுள்ளார்: "ஒரு மனிதனிடமிருந்து எதை வேண்டுமானாலும் பிறர் அபகரித்துவிடலாம் – ஒன்றே ஒன்றைத் தவிர! எந்தவொரு சூழலிலும், நாம் எப்படி நடந்து கொள்ள வேண்டும் என்பதைத் தேர்ந்தெடுக்கின்ற சுதந்திரம்தான் அது."

இரத்தினச்சுருக்கமாக

- ‘அதிகாரம்’ என்பது பயமுறுத்துகின்ற ஒரு வார்த்தையாக இருக்கலாம். ஆனால், அப்படி இருக்கத் தேவையில்லை. இரண்டாவது சக்தியூட்டி, ‘அதிகாரம்’ என்று கூறப்படுவதற்கு அர்த்தம், பிறர்மீது கட்டுப்பாட்டைச் செலுத்துவது என்பதல்ல. உங்களுடைய வேலையையும், உங்களுடைய வாழ்க்கையையும், உங்களுடைய வருங்காலத்தையும் உங்களுடைய கரங்களில் எடுத்துக் கொள்ளுங்கள் என்ற பொருளில்தான் அது சொல்லப்படுகிறது.

- உங்களுடைய அதிகார உணர்வை அதிகரித்துக் கொள்வதற்கு மூன்று வழிகள் இருக்கின்றன. முதலாவது, தன்னம்பிக்கை. நாம் பொதுவாக நம்முடைய தன்னம்பிக்கை நிலையானது என்றுதான் நினைத்துக் கொண்டிருக்கிறோம். அப்படிக் கிடையாது. அதை அதிகப்படுத்திக் கொள்ள முடியும்.

- அடுத்து, நீங்கள் உங்களுடைய திறனை அதிகரித்துக் கொள்ள வேண்டும். “இந்த வேலை எனக்கு முற்றிலும் புதிதான ஒன்றாக இருந்தால், இது எப்படி எனக்குத் தோன்றும்?” என்ற கேள்வியையும், “நான் இதில் வல்லுநராக இல்லாதபோதும் இதை என்னால் பிறருக்கு எப்படிக் கற்றுக் கொடுக்க முடியும்?” என்ற கேள்வியையும் உங்களிடம் கேட்டுக் கொள்ளுங்கள்.

- இறுதியாக, சூழல் உங்களுடைய கட்டுப்பாட்டில் இல்லாதிருக்கின்றபோதும் அதற்கு எப்படிப் பொறுப்பேற்றுக் கொள்ள முடியும் என்று யோசியுங்கள். நீங்கள் எதைச் செய்து கொண்டிருக்கிறீர்களோ அதை உங்களால் தேர்ந்தெடுக்க முடியவில்லை என்றாலும், அதைச் செய்கின்ற விதத்தை உங்களால் தேர்ந்தெடுக்க முடியும் என்பதை நினைவில் வைத்திருங்கள். விளைவுகள் பிறரால் நிர்ணயிக்கப்பட்டிருக்கலாம். ஆனால், செயல்முறையும், அதைச் செய்து முடிப்பதற்கான மனப்போக்கும் எப்போதும் உங்கள் கைகளில்தான் இருக்கின்றன.

அத்தியாயம் 3

மக்கள்

சில நபர்களுடன் உரையாடிவிட்டோ அல்லது அவர்களுடன் சற்று நேரம் இருந்துவிட்டோ வந்த பிறகு, உங்களால் இந்த உலகையே வெற்றி கொண்டுவிட முடியும் என்ற உணர்வு உங்களிடம் தோன்றியுள்ளதை நீங்கள் கவனித்துள்ளீர்களா? இத்தகைய மக்கள் உங்களை உற்சாகத்தால் குளிப்பாட்டி, ஆற்றலால் நிரப்புவார்கள். எப்போதும் அவர்களைச் சுற்றியிருக்க நீங்கள் விரும்புவீர்கள்.

மறுபுறம், ஒவ்வொரு முறை உறவாடிவிட்டு வந்த பிறகும், உங்களுடைய ஆற்றல் முழுவதும் உறிஞ்சிவிடப்பட்ட உணர்வை உங்களிடம் ஏற்படுத்துகின்ற சில நபர்களையும் நீங்கள் எதிர்கொண்டிருப்பீர்கள். உங்களுடைய மனநிலையின்மீதும், உங்களுடைய ஊக்குவிப்பின்மீதும் அவர்கள் கண்ணுக்குத் தெரியாத ஒரு போர்வையைக்கொண்டு மூடிவிட்டதைப்போலத் தோன்றும். அத்தகைய நபர்களை மக்கள் கடுந்தொற்றுநோய் பீடித்துள்ளவர்களைப்போலக் கருதி அவர்களைக் கண்டாலே தலைதெறிக்க ஓடுவர்.

என்னுடைய நண்பர் ஒருவர் அவர்களை “ஆற்றல் உறிஞ்சிக் காட்டேறிகள்” என்று அழைப்பார். அவர்கள் ஒரு சமூக நிகழ்வின் உயிரோட்டத்தை அப்படியே உறிஞ்சிவிடுவர்; அங்கிருப்பவர்கள் அனைவரும் களைப்படைந்துவிடுவர். முதலில் இந்த வார்த்தையை நான் கேட்டபோது, இது கொஞ்சம் அதீதக் கற்பனையானது என்றும், அளவுக்கதிகமாகக் கடுமையானது என்றும் நான் நினைத்தேன். ஆனால், இதில் உண்மை இருக்கிறது.

அறிவியலறிஞர்கள் ‘ஒப்பீட்டு ஆற்றல்’ என்ற ஒன்றை வெகுகாலமாகவே அறிந்து வைத்துள்ளனர். பிறருடனான

நம்முடைய உறவாடல் நம்முடைய மனநிலையின்மீது ஒரு பெரும் தாக்கம் ஏற்படுத்துகிறது. 2003ல், ராப் கிராஸ், வைன் பேக்கர் ஆகிய இரண்டு உளவியல் பேராசிரியர்கள் ஓர் ஆய்வை மேற்கொண்டபோது, 'ஆற்றல் வரைபடம்' என்ற ஒன்றை உருவாக்கினர். இதற்காக அவர்கள் சில பெருநிறுவனங்களில் வேலை பார்க்கின்ற பலரை ஆய்வுக்கு உட்படுத்தினர். அதில் யார் யாருடன் வேலை பார்த்து வந்தனர், ஒரு குறிப்பிட்ட நபர் பிற நபர்களின் ஆற்றல் தளங்களின்மீது எத்தகைய தாக்கம் ஏற்படுத்தினார் போன்றவை கணக்கில் எடுத்துக் கொள்ளப்பட்டன. அதில் யார் யார் சக்தியூட்டிகளாக இருந்தனர், யார் யார் ஆற்றல் உறிஞ்சிகளாக இருந்தனர் என்று மக்கள் தனித்தனியாக அடையாளம் கண்டது பிறருடைய கணிப்புகளோடு கணிசமாக ஒத்துப் போனது.

அதற்குப் பிறகு இந்த ஒப்பீட்டு ஆற்றல் குறித்து ஏகப்பட்ட ஆய்வுகள் மேற்கொள்ளப்பட்டுவிட்டன. இது குறித்து, 2010 வாக்கில் எட்டு ஆய்வுகள் மேற்கொள்ளப்பட்டிருந்தன. ஆனால், 2018-ல் இதன் எண்ணிக்கை எண்பதாக உயர்ந்திருந்தது.

இறுதியான சக்தியூட்டியாகத் திகழ்வது மக்கள்தாம். மக்களால் நம்முடைய மனநிலையை மேம்படுத்தி, நம்மைக் கூடுதல் உற்பத்தித்திறன் மிக்கவர்களாக ஆக்க முடியும். ஆனால், அது தானாக நிகழ்வதில்லை. அதற்கு நாம் மெனக்கெட வேண்டும், அதற்கான சில வழிமுறைகளை இப்போது நாம் பார்க்கலாம்.

உங்களுடைய இடத்தைக் கண்டறியுங்கள்

மற்றவரிடமிருந்து கிடைக்கின்ற நல்ல உணர்வு பற்றி நமக்குக் கிடைத்த முதல் முன்னோக்கு, 1970களில் 'கிளாம் ராக்' என்று அழைக்கப்பட்ட ராக் இசைப் பாணியிலிருந்து நமக்குக் கிடைத்தது.

1970களின் தொடக்கத்தில் பிரையன் ஈனோவுக்கு இசையில் பெரும் ஆர்வம் இருந்தபோதும், அக்காலகட்டத்தில் அவரால் பெரிதாகச் சோபிக்க முடியவில்லை. வின்செஸ்டர் கலைக் கல்லூரியில் படித்துப் பட்டம் பெற்றிருந்த அவருக்கு இசையிலும் மிகுந்த ஈடுபாடு இருந்தது. மக்களால் விரும்பப்படுகின்ற ஒரு நபராக அவர் இருந்து வந்தபோதிலும், லண்டனின் ராக் உலகின் வெளி வளையத்திலேயே அவர் வலம் வந்து கொண்டிருந்தார்.

ஆனால், 1971-ல் அவர் உள்ளூர் இசைக் கலைஞர் ஒருவரை எதேச்சையாகச் சந்தித்தபோது எல்லாமே மாறியது. ஈனோ, ஒரு நாள், இரயிலுக்காகக் காத்திருந்தபோது, அவர் ஆன்டி மேக்கே என்ற சாக்ஸபோன் கலைஞரைச் சந்தித்தார். ஆன்டி அவரை, தான் பங்கு கொண்ட உள்ளூர் இசைக் குழு ஒன்றுக்குத் தன்னுடன் வருமாறு அழைப்பு விடுத்தார். ஈனோ அங்குச் சென்றபோது, அங்கிருந்த சூழல் படுபயங்கரத் துடிப்புடன் இருந்ததை அவர் கண்டார். அங்கிருந்த இரசிகர்கள் உற்சாகக் கொப்பளிப்புடன் இருந்தனர். அந்த அறையிலிருந்த ஆற்றல் ஈனோவை மிகவும் கவர்ந்தது. பின்னர் ஈனோ, ஆன்டியுடனான தன்னுடைய சந்திப்பு குறித்து இவ்வாறு கூறினார்: "அன்று மட்டும் நான் இன்னும் பத்தடி தூரம் அந்தப் பிளாட்பார்மில் நடந்து சென்றிருந்தாலோ, அல்லது அந்த இரயிலைத் தவறவிட்டிருந்தாலோ, இன்று நான் அநேகமாக, கலையைக் கற்றுக் கொடுக்கின்ற ஓர் ஆசிரியராக இருந்திருப்பேன்."

மாறாக, ஈனோ, பரபரப்பான, துடிப்பான இசை அரங்கேறிக் கொண்டிருந்த ஓரிடத்தில் இருந்தார். அடுத்தச் சில வாரங்களுக்கு, தன் கண்களில் தென்பட்ட அனைவரிடமும் இசையைப் பற்றி மட்டுமே அவர் பேசிக் கொண்டிருந்தார். அவர் மேக்கேயுடன் இணைந்து 'ராக்சி மியூசிக்' என்ற இசைக்குழுவைத் தொடங்கினார். இறுதியில், கடந்த நூற்றாண்டின் முக்கியமான இசைக் கலைஞராக அவர் உருவெடுத்தார்.

தன்னுடைய இசை வாழ்வைத் துவக்கி வைத்திருந்த அந்தச் சிறிய இசைச் சமூகத்தைப் பற்றி ஈனோ பின்னர் நினைவுகூர்ந்தார். அவருடைய காலத்தில் புதுமைகளைப் புகுத்திக் கொண்டிருந்த இசைக் கலைஞர்கள் எவரும் தனியாக எதையும் சாதித்துக் கொண்டிருக்கவில்லை என்பதை அவர் கண்டார். அவர்கள், பல இசைக் கலைஞர்கள், தயாரிப்பாளர்கள், இரசிகர்கள் போன்ற ஒரு பெரிய குழுவின் அங்கங்களாக இருந்தனர். புதிய இசையைப் படைக்கவும், புதிய யோசனைகளை உருவாக்கவும் அவர்கள் ஒருவரையொருவர் உந்தித் தள்ளிக் கொண்டிருந்தனர். அந்த ஐக்கியக் களத்தின் அருமையை ஈனோ மிகவும் சிலாகித்தார்.

இதை நானும் நேரடியாகவே அனுபவித்திருக்கிறேன். எனக்கு மருத்துவக் கல்லூரியில் பிடிக்காத ஒரு விஷயம் அங்கு நிலவிய கடுமையான போட்டிச் சூழல். எல்லோருமே முதல் மதிப்பெண்ணைப் பெற, பரிசுகளை வென்றெடுக்க,

நல்ல மேற்படிப்புத் துறையைப் பெற முண்டியடித்துக் கொண்டிருந்தனர். பலர் இந்தப் போட்டியை உச்சத்திற்கு எடுத்துச் சென்றனர். எனக்குத் தெரிந்த ஒரு மாணவர், கல்லூரி நூலகத்தில் இருக்கின்ற பாடப்புத்தகங்களின் அனைத்துப் பிரதிகளையும் தானே எடுத்துக் கொண்டு சென்றுவிடுவார். வேறு எவரும் அதைப் படித்து முன்னேறிவிடக்கூடாது என்ற 'நல்ல' எண்ணம்தான் அதற்குக் காரணம்! தாங்கள் வெல்ல வேண்டுமென்றால், மற்றவர்கள் தோற்க வேண்டும் என்ற மனப்பான்மையில் அவர்கள் ஊறிப் போயிருந்தனர்.

உங்களுடைய சகாக்களுடனான உறவு குறித்துச் சிந்திப்பதற்கு வேறு ஒரு வழியும் இருக்கிறது என்பதை நான் ஒருவழியாகக் கற்றுக் கொண்டேன். மருத்துவக் கல்லூரி ஒரு போட்டிக் களம் அல்ல. நாங்கள் அதன் அங்கங்கள். இந்தப் புரிதலின் காரணமாக எங்களால் ஏராளமான வளங்களை அணுக முடிந்தது. தனியாக அதை எங்களால் சாதித்திருக்க முடியாது.

பரிசோதனை 1:
தோழர் மனநிலை

இந்த ஐக்கியக் கள உணர்வை நம்முடைய அன்றாட வாழ்க்கைக்குள் எப்படிப் பிணைத்துக் கொள்வது? குழுப்பணி என்று நாம் அழைப்பதை மறு வரையறை செய்வதன் மூலம் அதைத் தொடங்கலாம்.

ஒருவர் குழுப்பணி என்று கூறினால், உடனே நம் கண்முன், ஒரு வேலை பலரால் சமமாகப் பகிர்ந்து கொள்ளப்பட்டு முடிக்கப்படுகின்ற ஒரு காட்சி தோன்றக்கூடும். அது சரிதான். ஆனால், குழுப்பணிக்கு இப்படி ஒரு விளக்கமும் அளிக்கலாம்: அதிகமான கூட்டுச் சிந்தனை, குறைவான தனிப்பட்ட வேலை.

குழுப்பணி என்பது வேலையைப் பிரித்துக் கொள்வதை மட்டும் உள்ளடக்கியது அல்ல. அது ஓர் உளவியல்ரீதியான நிலையும்கூட.

இதைக் கூறியுள்ளது ஸ்டேன்ஃபோர்டு பல்கலைக்கழகப் பேராசிரியர்களான கிரகரி வால்ட்டனும் பிரியங்கா காரும். இதை அவர்கள் 2014-ல் மேற்கொண்ட ஓர் ஆய்வின் மூலம் கண்டறிந்தனர். அதில் 35 பேர் பங்கேற்றனர். அவர்கள்

மூன்றிலிருந்து ஐந்து பேர் வரையிலான சிறு குழுக்களாகப் பிரிக்கப்பட்டனர். அந்தக் குழுக்களில் இருந்தவர்கள் ஒருவரையொருவர் சந்தித்துச் சிறிது நேரம் பேசிக் கொண்ட பிறகு, அவர்கள் தனித்தனியாகச் சிறிய அறைகளுக்குள் அழைத்துச் செல்லப்பட்டனர். அங்கு அவர்களிடம் தீர்ப்பதற்காக ஒரு புதிர் வழங்கப்பட்டது. அதற்குக் காலக்கெடு எதுவும் கிடையாது என்றும், அதைத் தீர்ப்பதற்கு அவர்கள் எவ்வளவு நேரம் வேண்டுமானாலும் எடுத்துக் கொள்ளலாம் என்றும் அவர்களிடம் தெரிவிக்கப்பட்டது.

அவர்கள் அந்தப் புதிரை விடுவிக்கும் முயற்சியில் இறங்கிய சில நிமிடங்களுக்குப் பிறகு, அனைத்துப் பங்கேற்பாளர்களுக்கும் தனித்தனியாக ஒரு குறிப்புச் சீட்டு அனுப்பப்பட்டது. கையால் எழுதப்பட்டிருந்த அந்தச் சீட்டில் அந்தப் புதிரை விடுவிப்பதற்கான ஓர் உத்தி விளக்கப்பட்டிருந்தது. அக்குறிப்பு உண்மையிலேயே உதவிகரமான ஒன்றுதான். அவர்கள் அனைவருக்கும் அந்த ஆய்வாளர்கள் ஒரே குறிப்பைத்தான் அனுப்பியிருந்தனர். ஆனால், முதல் குழுவினருக்கு அனுப்பப்பட்டக் குறிப்பில், அது அந்த ஆய்வாளர்களால் அனுப்பப்பட்டிருந்தது என்று குறிப்பிடப்பட்டிருந்தது. இரண்டாவது குழுவினருக்கு அனுப்பப்பட்டக் குறிப்பில், அது அவர்களுடைய குழுவைச் சேர்ந்த ஒருவரால் எழுதப்பட்டிருந்ததாகக் குறிப்பிடப்பட்டிருந்தது.

இந்தச் சிறிய வேறுபாடு, பங்கேற்பாளர்கள் அந்தப் பரிசோதனை குறித்துக்கொண்டிருந்த உணர்வின்மீது ஒருபெரும் தாக்கம் ஏற்படுத்தியது. குறிப்புகள் ஆய்வாளர்களிடமிருந்து வந்ததாக நம்பிய முதல் குழுவினர், தங்களுடைய குழுவின் பிற உறுப்பினர்களின் உதவி ஏதுமின்றி, தனியாகத் தாங்களே அதைத் தீர்க்க வேண்டும் என்று நினைத்துக் கொண்டனர். அதைப் பற்றி அவர்களிடம் கேட்கப்பட்டபோது, அவர்கள், "நான் தனியாக எனக்கு அளிக்கப்பட்டப் புதிரை விடுவிக்கின்ற முயற்சியில் ஈடுபட்டிருந்தேன். மற்றவர்களும் அதே முயற்சியில் தனியாக ஈடுபட்டிருந்தனர்," என்று உணர்ந்ததாகத் தெரிவித்தனர்.

மறுபுறம், குறிப்புகள் தங்களுடைய குழு உறுப்பினர் ஒருவரிடமிருந்து வந்திருந்ததாக நம்பிய இரண்டாவது குழுவினரிடம், தாங்கள் ஒரு குழுவைச் சேர்ந்தவர்கள் என்ற நினைப்பு இருந்தது. தங்களுக்குத் தங்களுடைய உறுப்பினர்களிடமிருந்து மறைமுக உதவி கிடைத்துக் கொண்டிருந்ததாக அவர்கள் உணர்ந்தனர். அதைப் பற்றி

அவர்களிடம் கேட்கப்பட்டபோது, அவர்கள், "எங்கள் குழுவில் இருந்த மற்றவர்களுக்கு விரக்தி ஏற்படக்கூடாது என்பதற்காகக் கடினமாக உழைக்க வேண்டும் என்ற உந்துதல் எனக்கு ஏற்பட்டது," என்று தெரிவித்தனர். இந்தக் குழுவில் இருந்தவர்கள், தாங்கள் தனியாகச் செயல்படாமல் சேர்ந்து செயல்பட்டுக் கொண்டிருந்ததாக நம்பினர்.

இரண்டாவது குழுவினரின் மனநிலையில் ஏற்பட்டிருந்த இந்த நுட்பமான மாற்றம் ஒரு குறிப்பிடத்தக்க விளைவை ஏற்படுத்தியிருந்தது. அவர்கள், அந்தப் புதிரை விடுவிப்பதற்கு முதல் குழுவினரைவிட 48 சதவீதம் கூடுதல் முயற்சிகளைப் போட்டனர். அவர்கள் தங்களுக்குள் தோழர் மனநிலையை உருவாக்கிக் கொண்டிருந்தனர். அதன் விளைவாக அவர்கள் ஒரு மேம்பட்ட விதத்தில் செயல்பட்டுக் கொண்டிருந்தனர்.

இந்த வேறுபாடு சிறியதாகப் படலாம். ஆனால், மக்களின் சக்தியூட்டுகின்ற விளைவை அறுவடை செய்து கொள்வதற்கான ஒரு கருவியாக இதைப் பயன்படுத்திக் கொள்ளலாம் என்பதை இது சுட்டிக்காட்டுகிறது. நாம் ஒரு வேலையில் தனியாக ஈடுபட்டிருக்கின்றபோதும், நாம் ஒரு குழுவின் அங்கம் என்று நம்மை நாமே எளிதாக நம்ப வைத்துக் கொள்ள முடியும்.

அதற்கு, நீங்கள் உங்களுடைய சகாக்களை உங்களுடைய குழு உறுப்பினர்கள் என்று வலுக்கட்டாயமாக நினைத்துக் கொள்ள வேண்டும். இவை குறித்து யோசித்துப் பாருங்கள்: "இவர்கள் உங்களுடைய போட்டியாளர்களாக இல்லாமல் தோழர்களாக இருந்தால், நிலைமை எப்படி இருக்கும்? நீங்கள் ஒரு மாணவனாக இருந்தால், உங்களுடைய குறிப்புகளைப் பிறரோடு பகிர்ந்து கொண்டு அந்தக் குழுவோடு சேர்ந்து அதைச் சரிபார்ப்பதில் நீங்கள் ஈடுபடுவீர்களா?

போட்டியாளர் மனநிலை	**தோழர் மனநிலை**
"நீங்கள் வெல்கின்றபோது நான் தோற்கிறேன்."	*"நீங்கள் வெல்கின்றபோது நானும் வெல்கிறேன்."*
"என் வெற்றி முக்கியம்."	*"நம் வெற்றியே முக்கியம்."*
"பிறரைக் கீழே சாய்ப்பதன் மூலம் நான் முன்னேறுகிறேன்."	*"நம்மை ஒன்றாக மேம்படுத்திக் கொள்வதன் மூலம் நாம் சேர்ந்து முன்னேறுகிறோம்."*

"நான் ஒரு குழுவின் உறுப்பினர் என்ற உணர்வு மட்டுமே, ஒருவர் தன் வேலையில் ஊக்கம் பெறுவதற்குப் போதுமானதாக இருக்கிறது," என்ற முடிவுக்கு வால்ட்டனும் பிரியங்காவும் வருகின்றனர். விஷயங்கள் கடினமாகிக் கொண்டிருக்கின்றபோது, உங்களைச் சுற்றி வட்டமிடுகின்ற எதிரிகளைக் கொண்டிராமல், நம்பிக்கை வைக்கக்கூடிய நண்பர்களைக் கொண்டிருப்பது நல்லது.

பரிசோதனை 2:
ஒத்திசைவைக் கண்டறியுங்கள்

சேர்ந்து செயல்படுவதற்கு ஏற்ற நபர்களைக் கண்டுபிடிப்பது சில வேளைகளில் கடினமாக இருக்கும் என்பது உண்மைதான். நமக்கு மறுபக்கம் இருப்பவர்களோடு சேர்ந்து வேலை செய்வது குறித்த எண்ணமே சில நேரங்களில் நமக்கு வேப்பங்காயாகக் கசக்கலாம். சில சமயங்களில் நம்முடைய சகாக்கள் அநியாயத்திற்கு எரிச்சல் ஊட்டுகின்ற நபர்களாக இருக்கக்கூடும்.

இதுபோன்ற சமயங்களில் பயன்படுத்துவதற்கு ஓர் உத்தி இருக்கிறது. இதைப் பற்றி முதன்முதலாக, கனடாவிலுள்ள ரையர்சன் பல்கலைக்கழகத்தைச் சேர்ந்த மூன்று ஆய்வாளர்கள் 2017-ல் வெளியிட்ட ஓர் ஆய்வறிக்கையில் இருந்துதான் நான் அறிந்து கொண்டேன். தங்களுடைய ஆய்வில் அவர்கள் 100 மாணவர்களைப் பங்கேற்க வைத்தனர். அந்த மாணவர்கள் ஆறு பேர்கள் கொண்ட சிறு குழுக்களாகப் பிரிக்கப்பட்டனர். அவர்கள் ஒவ்வொருவருக்கும் ஒரு ஹெட்போன் கொடுக்கப்பட்டது. அதில் அவர்கள் கேட்கும் இசைக்கு ஏற்ப அவர்கள் தங்களுடைய மேசையில் தாளம் போட வேண்டும் என்று கோரப்பட்டது. முதல் குழுவின் மாணவர்கள் அனைவருக்கும் ஒரே இசைக்கோவை கொடுக்கப்பட்டதால், அவர்களின் தாளகதியும் ஒரே மாதிரியாகவே இருந்தது. இரண்டாவது குழுவில் இருந்த மாணவர்களில் மூன்று பேருக்கு ஓர் இசைக்கோவையும் மற்ற மூன்று பேருக்கு வேறு ஓர் இசைக்கோவையும் கொடுக்கப்பட்டது. மூன்றாவது குழுவில் இருந்தவர்கள் ஒவ்வொருவருக்கும் ஒவ்வொரு விதமான இசைக்கோவை கொடுக்கப்பட்டது.

அதற்குப் பிறகு, அந்த மாணவர்களிடமிருந்து ஹெட்போன்கள் எடுத்துக் கொள்ளப்பட்டன. பின் ஒவ்வொரு மாணவருக்கும், பின்னர் பணமாக மாற்றிக்

கொள்ளத்தக்கப் பத்து டோக்கன்கள் கொடுக்கப்பட்டன. அதை அவர்கள் யாருக்கு வேண்டுமானாலும் கொடுக்கலாம் என்று அவர்களிடம் கூறப்பட்டது.

அந்த மாணவர்கள் ஒத்திசைவுடன் செயல்பட்டபோது, அவர்களுக்கு இடையே தோழமை உணர்வு உருவாகியிருந்ததா என்பதை அறிந்து கொள்ள அந்த ஆய்வாளர்கள் ஆர்வமாக இருந்தனர். மூன்று பேர் ஒத்த இசையைத் தாளமிட்டபோது, அந்தக் குழுவிலிருந்த மாணவர்கள் அந்த மூன்று பேருக்கு அந்த டோக்கன்களைக் கொடுக்க விரும்பினர். அதுவே ஆறு பேருடன் அவர்கள் ஒத்திசைவாகத் தாளமிட்டபோது அந்த ஆறு பேருக்கும் அந்த டோக்கன்களைக் கொடுக்க ஆசைப்பட்டனர்.

ஒத்திசைவு நம்மைப் பிறருக்கு உதவி செய்யத் தூண்டுகிறது. நமக்கு நாமே உதவி செய்து கொள்வதற்கும் அது நம்மைத் தூண்டுகிறது.

மக்கள் பிறர்மீது ஏற்படுத்துகின்ற நல்ல உணர்வுக்கும் இதற்கும் என்ன தொடர்பு என்று கேட்கிறீர்களா? குழு உணர்வை உருவாக்கிக் கொள்வது தொடர்பான ஒரு முக்கியமான விஷயத்தை அது நமக்குச் சுட்டிக்காட்டுகிறது. நாம் பிறருடன் ஒத்திசைவாக இருக்கின்றபோது, நம்முடைய உற்பத்தித்திறன் அதிகரிக்கிறது என்பதுதான் அது. ஒத்திசைவு நம்மைப் பிறருக்கு உதவி செய்யத் தூண்டுகிறது. நமக்கு நாமே உதவி செய்து கொள்வதற்கும் அது நம்மைத் தூண்டுகிறது.

இது வெளிப்படுத்துகின்ற விஷயங்கள் இவைதாம்: மக்கள் வெளிப்படுத்துகின்ற நல்ல உணர்வுகளை நீங்கள் அறுவடை செய்ய விரும்பினால், உங்களால் யாரோடு ஒத்திசைவாக இருக்க முடியுமோ அந்த நபர்களைக் கண்டறிய முயலுங்கள். உங்களுடைய வேலையில் அவர்களையும் கட்டாயம் சேர்த்துக் கொள்ள வேண்டும் என்று அவசியமில்லை. எடுத்துக்காட்டாக, நான் இந்தப் புத்தகத்தை எழுதிக் கொண்டிருந்தபோது, 'லண்டன் எழுத்தாளர் பட்டறை' என்ற அமைப்பில் நான் அடிக்கடிப் பங்கேற்றுக் கொண்டிருந்தேன். அவர்கள் வார நாட்களில் தினந்தோறும், சில நூறு எழுத்தாளர்கள் பங்கேற்கின்ற ஒரு மணிநேர நிகழ்ச்சிகளை நடத்தி வந்தனர். அந்த நிகழ்ச்சி தினந்தோறும் நான்கு முறை 'ஜூம்' வீடியோ அழைப்பின் மூலமாக நடத்தப்படும். அதன் துவக்கத்தில் ஓர் ஒருங்கிணைப்பாளர் தோன்றி, ஐந்து நிமிடங்களுக்கு, அன்றைய

நிகழ்ச்சிக்கான ஓர் ஊக்குவிப்புச் செய்தியை விளக்குவார். அதில் பங்கேற்பவர்கள் அது குறித்து எழுதி இணையத்தில் வெளியிட வேண்டும். அடுத்த ஐம்பது நிமிடங்களுக்கு, அவர்கள், ஜூம் செயலியைக் குறைத்து வைத்துவிட்டு, தங்களுடைய கணினியில் அதை எழுதத் தொடங்குவர்.

என் ஆற்றலைத் தக்கவைத்துக் கொள்வதற்கு இந்த நிகழ்ச்சிகள் பெரிதும் உதவின. அதில் பங்கேற்றவர்கள் வெவ்வேறு விஷயங்களில் ஈடுபட்டுக் கொண்டிருந்தபோதிலும், பிறருடன் ஒத்திசைவாக இயங்கியபோது, அது என் கவனக்குவிப்பின்மீது ஒரு பெரும் தாக்கம் ஏற்படுத்தியது, நான் நல்லவிதமாக உணர எனக்கு உதவியது.

சுயநலமற்ற உதவி வழங்குபவருக்குக் கிடைக்கின்ற உன்னத உணர்வை அனுபவியுங்கள்

அந்த எழுத்தாளர்களின் நிகழ்ச்சியில் நான் வேறு ஒன்றையும் கவனித்தேன். நான் அடிக்கடி அதில் பங்கேற்கத் தொடங்கியவுடன், என் குழுவிலிருந்த பிறர் எனக்குப் பரிச்சயமாயினர். பின்னர் அந்த ஜூம் நிகழ்ச்சிக்கு உதவிய குறுஞ்செய்திகளை நாங்கள் எங்களுக்குள் பரிமாறிக் கொண்டோம். அது ஒப்பீட்டு ஆற்றல் குறித்த மற்றொரு பரிமாணத்திற்கு என்னை இட்டுச் சென்றது. உதவி பெறுவதும் உதவி செய்வதும் உங்களிடம் ஏற்படுத்துகின்ற விளைவுதான் அது.

இந்த விளைவை மற்ற அனைவரையும்விட ஆலன் லுக்ஸ் நன்றாகப் புரிந்து வைத்திருந்தார். அவர், 'பிக் பிரதர்ஸ் பிக் சிஸ்டர்ஸ் ஆஃப் நியூயார்க் சிட்டி' என்ற தொண்டு நிறுவனத்தின் தலைவராகப் பல ஆண்டுகள் பணியாற்றியிருந்தார். நியூயார்க் நகரிலுள்ள இளைய சமூகத்தின வாழ்க்கையை மேம்படுத்துகின்ற பணியில் அந்த நிறுவனம் ஈடுபட்டிருந்தது. அதில் எண்ணற்றோர் தன்னார்வப் பணியாளர்களாகப் பணியாற்றி வந்தனர். போதைப் பழக்கத்திற்கு அடிமையாதல், குற்றச் செயல்களில் ஈடுபடுதல் மற்றும் பிற பிரச்சனைகளில் சிக்கிக் கொண்டுள்ள குழந்தைகள் மற்றும் பதின்ம வயதில் உள்ளவர்களுக்குப் பெரியவர்கள் மூலமாக ஆலோசனைகள் மற்றும் வழிகாட்டல் உதவிகளை அந்த அமைப்பு வழங்கி வந்தது. ஆலன் அதில் ஆத்மார்த்தமாக ஈடுபட்டிருந்தார். அது எண்ணற்ற இளைய சமூகத்தினரிடம் ஒரு நல்ல தாக்கம்

ஏற்படுத்தியிருந்தது. ஆனால், அதில் ஈடுபட்டிருந்தவர்களுக்கு அது ஒரு பெரும் சவாலாக இருந்தது.

பல ஆண்டுகள் அதில் தன்னை ஈடுபடுத்திக் கொண்டிருந்த ஆலன், வித்தியாசமான ஒரு விஷயத்தைக் கவனித்தார். அந்தத் தன்னார்வப் பணியாளர்களின் வேலை கடினமானதாக இருந்தாலும், பிறருக்கு ஆலோசனைகள் வழங்கிய பிறகு, அவர்கள் அதிக ஆற்றலுடன் இருந்தனர் என்பதை ஆலன் கவனித்தார். பிறருக்கு உதவி செய்தது, உதவி பெற்றவர்களின் வாழ்க்கையில் மகத்தான தாக்கத்தை ஏற்படுத்தியிருந்ததோடு, அதை வழங்கியிருந்த தன்னார்வத் தொண்டர்களின் வாழ்க்கையிலும் பெரும் தாக்கத்தை ஏற்படுத்தியிருந்தது.

இந்த யோசனையால் கவரப்பட்ட ஆலன், அடுத்தச் சில ஆண்டுகள், பிறருக்குத் தன்னார்வப் பணி மூலம் உதவி செய்து கொண்டிருந்த ஆயிரக்கணக்கான நபர்களைப் பேட்டி கண்டார். அவர்கள் அந்த வேலையைத் தேர்ந்தெடுத்திருந்ததற்கு, அது தங்களை நல்ல விதமாக உணரச் செய்தது ஒரு முக்கியக் காரணம் என்று கூறினர். தன்னார்வப் பணியில் ஈடுபட்டிருந்தவர்களில் 95 சதவீதத்தினர், தங்களுடைய சேவையின் காரணமாக, தாங்கள் அதிக மகிழ்ச்சியாகவும், அதிக மனநிறைவோடும், அதிக ஆற்றலோடும் இருந்ததாக ஆலனிடம் தெரிவித்தனர்.

அதற்கு என்ன காரணம் இருக்க முடியும்? நாம் பிறருக்கு உதவுகின்றபோது, நம்முடைய மூளையில் சுரக்கின்ற ஏகப்பட்ட வேதிப்பொருட்களின் காரணமாக நாம் இயற்கையாகவே புத்துணர்ச்சிமிக்கவர்களாகவும் ஆற்றல்மிக்கவர்களாகவும் உணர்கிறோம் என்று ஆலன் மேற்கொண்ட ஆய்வுகள் நிரூபித்தன. நாம் பிறருக்கு உதவுகின்றபோது, நல்ல உணர்வை ஏற்படுத்துகின்ற ஆக்சிடாசின் போன்ற ஹார்மோன் நம்முடைய மூளையில் சுரந்து உடலெங்கும் பரவி, நமக்குள் நேர்மறையான ஆற்றலைத் தோற்றுவிக்கிறது. அந்த ஆற்றல், நாம் அந்த உதவியை நிறுத்திய பல நாட்களுக்குப் பிறகும் நம் உடலில் தொடர்ந்து நிலை கொண்டிருக்கிறது.

பிறருக்குச் சுயநலமற்ற உதவிகளை வழங்குபவர்களுக்குக் கிடைக்கின்ற உன்னத உணர்வு, வெறும் ஓர் உணர்வு மட்டுமல்ல என்பதை ஆலன் உணர்ந்து கொண்டார். அது வளர்ச்சிக்கும் சமூக மாற்றத்திற்குமான ஒரு கருவியும்கூட. நான் அதில் நல்லுணர்வு ஊட்டும் உற்பத்தித்திறனையும் சேர்த்துக் கொள்வேன். பிறரிடமிருந்து நமக்குக் கிடைக்கின்ற நல்லுணர்வு விளைவுகளில் ஒன்றான இதை, நமக்கு எது முக்கியமோ அதை அதிகமாகச் செய்வதற்கு நாம் பயன்படுத்திக் கொள்ளலாம்.

பரிசோதனை 3:
எதேச்சையான கருணை நடவடிக்கைகள்

நான் ஒரு மருத்துவராகப் பணியாற்றிக் கொண்டிருந்தபோது, ஒரு நோயாளியைப் பார்த்துவிட்டு, அடுத்த நோயாளியைப் பார்ப்பதற்கு முன்பு சிறிது இடைவெளி கிடைத்தால், அந்த வார்டிலுள்ள சமையலறைக்குச் சென்று உடனே எனக்கு ஒரு கப் தேநீர் தயாரித்துக் கொள்வேன்.

ஒரு விதத்தில் பார்த்தால் இது ஒரு சுயநலமான காரியம். எனக்குத் தேநீர் மிகவும் பிடிக்கும். அதை நான் மிகவும் அனுபவித்துக் குடிப்பேன். அந்த வார்டில் பணிபுரிபவர்களுக்கு நான்தான் பொறுப்பு. நான் எனக்குத் தேநீர் போட்டுக் கொள்ளச் செல்கின்ற ஒவ்வொரு முறையும், செவிலியர் அறையில் எட்டிப் பார்த்து அவர்களில் யாருக்காவது தேநீர் வேண்டுமா என்று கேட்காமல் இருக்க மாட்டேன். இந்தச் சிறிய எதேச்சையான கருணை நடவடிக்கை என் குழுவின் நல்லுணர்வை அதிகப்படுத்தும். கோவிட் காலத்தில் ஒரு முறை நான் இப்படித் தேநீர் குடிக்கச் சென்றபோது, மூத்தச் செவிலி ஒருவருக்கு ஒரு கோப்பைத் தேநீர் தயாரித்துக் கொடுத்தேன். அவருக்கு இருந்த அதீதக் களைப்பின் காரணமாக, நான் அவருக்குப் பல இலட்சம் பெறுமானமுள்ள லாட்டரிப் பரிசு ஒன்றைக் கொடுத்ததுபோல அவர் மனமகிழ்ந்து போனார்.

இப்படிப்பட்ட எதேச்சையான கருணை நடவடிக்கைகள், உதவி செய்வோருக்குக் கிடைக்கின்ற உன்னத உணர்வைப் பெறுவதற்கான ஒரு வழியாகும். நீங்கள் செய்து கொண்டிருக்கின்ற காரியங்களை நிறுத்திவிட்டு, எதேச்சையாகப் பிறருக்கு உதவுவதன் மூலம், உங்களால் உங்களுடைய என்டார்பின் ஹார்மோனை அதிகமாகச் சுரக்கச் செய்து பயனடைய முடியும். அது நீங்கள் மேலும் கடினமாக உழைக்க உங்களுக்கு உதவும்.

உங்களுடைய சூழ்நிலை எதுவாக இருந்தாலும், உங்களுடைய அன்றாட வாழ்க்கையில் எதேச்சையான ஏதாவது கருணை நடவடிக்கைகளைக் கண்டிப்பாகச் சேர்த்துக் கொள்ள முடியும். எடுத்துக்காட்டாக, உங்களுடைய அலுவலக சகா ஒருவர் பணிச் சுமை காரணமாகக் கடும் களைப்பில் இருக்கலாம். அவரை நீங்கள் மதிய உணவிற்கு வெளியே அழைத்துச் செல்லலாம்.

நீங்கள் ஒரு பல்பொருள் அங்காடியில் பணம்

செலுத்துவதற்கான வரிசையில் நின்று கொண்டிருக்கிறீர்கள் என்று வைத்துக் கொள்வோம். அப்போது உங்களுக்குப் பின்னால் வரிசையில் நின்று கொண்டிருக்கின்ற நபர் சிறு குழந்தைகளையும் தன்னுடன் கூட்டி வந்திருக்கலாம். அவரை முதலில் பணம் செலுத்த நீங்கள் அனுமதிக்கலாம்.

அல்லது உங்களுக்கு இதுபோன்ற எதேச்சையான கருணைச் செயல் ஒன்றை வேறு யாராவது செய்திருக்கலாம். அவருக்கு நீங்கள் ஏன் ஒரு நன்றிக்குறிப்பை அனுப்பி வைக்கக்கூடாது?

உங்களால் மேற்கொள்ளத்தக்க எதேச்சையான கருணை நடவடிக்கைகளுக்கு அளவே இல்லை. உங்கள் சகாவுக்கு ஒரு பானத்தைக் கலந்து கொடுத்தல்; உங்களுக்கு உதவியவருக்கு ஒரு நன்றிக்குறிப்பை அனுப்புதல்; அந்நியர் ஒருவருக்கு வரிசையில் உங்களிடத்தை விட்டுக்கொடுத்தல். இவை பெரிய விஷயங்கள் அல்லதான். ஆனால், அவை உங்களிடம் நுட்பமான மாற்றங்களை ஏற்படுத்தக்கூடியவை.

பரிசோதனை 4:
பிறரிடம் உதவி கேளுங்கள்

பிறரிடம் உதவி கேட்பது என்பது, நாம் நினைத்துக் கொண்டிருப்பதைப்போல அவருக்குத் தொந்தரவு அளிக்கும் ஒரு காரியமாக இருக்கத் தேவையில்லை. உங்களுக்கு உதவி செய்வதன் மூலம் அவர் தன்னைப் பற்றி நல்லவிதமாக உணர்வதற்கு நீங்கள் அவருக்கு அளிக்கின்ற ஒரு வாய்ப்பு அது.

பெஞ்சமின் பிராங்க்ளின் ஓர் இளைஞராக இருந்தபோது அவருடைய வாழ்க்கையில் நிகழ்ந்த ஒரு முக்கியமான சம்பவம் இதை அவருக்கு உணர்த்தியது. 1737-ல் பென்சில்வேனியா சட்டசபை உறுப்பினர் பதவிக்கு அவர் மீண்டும் போட்டியிட்டார். அவரை எதிர்த்துப் போட்டியிட்ட நபர், பிராங்க்ளின் குறித்து மிக மோசமாகப் பேசிவிட்டார். அவர்களுக்கு இடையே ஒரு நல்ல உறவு நிலவிக் கொண்டிருக்கவில்லை.

தனக்கு எதிராகத் தாறுமாறாகப் பேசிக் கொண்டிருந்த தன் போட்டியாளரை எப்படியாவது தடுத்து நிறுத்தியாக வேண்டிய கட்டாயத்திற்கு பிராங்க்ளின் ஆளானார். தான் மீண்டும் தேர்ந்தெடுக்கப்படுவதற்கான வாய்ப்பை அது பாதிக்கும் என்று அவர் அஞ்சினார். அதனால், அவரை

எப்படி வென்றெடுக்கலாம் என்று பிராங்க்ளின் யோசித்தார். அந்த நபரிடம் ஓர் அரிய புத்தகம் இருந்ததைக் கேள்விப்பட்ட பிராங்க்ளின், தான் அப்புத்தகத்தை வாசிக்க விரும்பியதாகவும், அதைத் தனக்குச் சில நாட்களுக்குப் படிக்கக் கொடுக்குமாறும் அவருக்கு ஒரு குறிப்பை எழுதி அனுப்பினார். அவருடைய போட்டியாளர், அந்தப் புத்தகத்தைப் பிராங்க்ளினுக்கு உடனே அனுப்பி வைத்து அவரை வியப்பில் ஆழ்த்தினார். சில தினங்களில் அதைப் படித்து முடித்த பிராங்க்ளின், அதை அவருக்குத் திருப்பி அனுப்பியபோது, தான் அதை வெகுவாக இரசித்துப் படித்திருந்ததைக் குறிப்பிட்டு அவருக்கு நன்றிக் கடிதம் ஒன்றையும் சேர்த்து அனுப்பினார்.

வியப்பேற்படுத்தும் விதமாக, இது அவர்கள் இருவருக்கும் இடையே நிலவி வந்திருந்த உறவில் ஒரு தாக்கம் ஏற்படுத்தியது. அதைப் பற்றிப் பிராங்க்ளின் இவ்வாறு குறிப்பிட்டுள்ளார்: "நாங்கள் அடுத்த முறை சட்டசபையில் சந்தித்துக் கொண்டபோது, அவர் முதன்முறையாக என்னிடம் நேரில் பேசினார், நாகரிகமாக நடந்து கொண்டார். அதற்குப் பிறகு அவர் தன்னால் இயன்ற உதவியை எனக்கு அளிப்பதற்கு எப்போதும் ஆவலாக இருந்தார். எங்களுடைய நட்பு அவர் மரணிக்கின்றவரை தொடர்ந்தது."

புத்தகத்தைக் கடன் வாங்கிய இந்தச் சிறிய நடவடிக்கை, பிராங்க்ளினின் போட்டியாளர்மீது ஒரு குறிப்பிடத்தக்கத் தாக்கம் ஏற்படுத்தியிருந்ததோடு, பிராங்க்ளின்மீதும் தாக்கம் ஏற்படுத்தியிருந்தது. பிராங்க்ளினின் செயலால் வியப்படைந்த அந்த நபர், பிராங்க்ளினை ஒரு புதிய கண்ணோட்டத்தில் பார்க்கத் தொடங்கினார். தன்னிடம் முரண்பட்டக் கருத்தைக் கொண்டிருந்த ஒரு நபருக்குத் தான் உதவியிருந்தோம் என்பதை முதலில் அந்த நபரால் நம்பவே முடியவில்லை. அதன் விளைவாக, பிராங்க்ளின்மீது அவர் கொண்டிருந்த அபிப்பிராயம் மாறி, அவரை நோக்கி நல்லவிதமான உணர்வுகளை வளர்த்தெடுத்துக் கொள்ள அவருக்கு உதவியது.

இன்று இது 'பெஞ்சமின் பிராங்க்ளின் விளைவு' என்று அழைக்கப்படுகிறது. நாம் ஒருவரிடம் உதவி கேட்கின்றபோது, அது அந்த நபரைப் பற்றி நல்லவிதமாக யோசிக்க வைக்கிறது. அதோடு, அவர் தன்னைப் பற்றியும் நல்லவிதமாக உணர வைக்கிறது.

அப்படி இருக்கின்றபோது, நம்மில் பெரும்பாலானோர் பிறரிடம் உதவி கேட்கின்ற விஷயத்தில் மோசமாக இருப்பது துரதிர்ஷ்டவசமானதுதான். எடுத்துக்காட்டாக,

அலுவலகத்தில் நமக்கு ஒரு முக்கியமான தகவல் நம்முடைய சகாவிடமிருந்து தேவைப்படலாம். ஆனால், அவரைத் ‘தொந்தரவு’ செய்வதற்குப் பதிலாக, அதைத் தெரிந்து கொள்ள நாமே முயல்வோம். அதில் ஏராளமான நேரம் விரயமாகும். அதேபோல, பள்ளியிலோ அல்லது கல்லூரியிலோ நாம் படித்துக் கொண்டிருக்கின்றபோது, நமக்குத் தெரியாத விஷயங்களை அடுத்து இருக்கின்ற சக மாணவரிடமிருந்தோ அல்லது ஆசிரியரிடமிருந்தோ கேட்டுத் தெரிந்து கொள்ள நாம் முயல்வதில்லை. நம்மை அவர்கள் முட்டாள் என்று கருதிவிடுவார்கள் என்ற அச்சம்தான் அதற்குக் காரணம்.

அப்படியானால், பிறரிடம் நாம் எப்படித்தான் உதவி கேட்பது? அதற்குச் சில வழிகள் இருக்கின்றன. முதலில் நாம் உதவி கேட்கத் தயங்குகின்ற நம்முடைய மனப்பான்மையை விட்டொழிக்க வேண்டும். அதற்கு, “மக்கள் உங்களுக்கு உதவுவதற்கு நீங்கள் நினைத்திருப்பதைக் காட்டிலும் அதிக ஆர்வமாகவே இருக்கின்றனர்,” என்ற எண்ணத்தை நீங்கள் சுவீகரித்துக் கொள்ள வேண்டும். பிறர் நமக்கு எந்த அளவுக்கு உதவி செய்யத் தயாராக இருக்கின்றனர் என்பதை நாம் குறைத்து மதிப்பிடுகிறோம்.

இரண்டாவது, நாம் நம்முடைய வேண்டுகோளைச் சரியான விதத்தில் வடிவமைக்க வேண்டும். உதவி கோருகின்றபோது, நீங்கள் முடிந்த அளவு அந்த நபரை நேரில் சந்தித்து அந்த உதவியைக் கோர வேண்டும். உங்களுடைய வேண்டுகோளை டிஜிட்டல் சாதனங்களின் மூலம் கேட்பது உங்களுக்குச் சாதகமான விளைவை ஏற்படுத்தாமல் போகலாம். பிரான்சிஸ் ஃபிளைன், வனேசா பான்ஸ் ஆகிய இரண்டு ஆய்வாளர்கள், 2017-ல் நடத்திய ஓர் ஆய்வின் மூலம், உங்களுடைய வேண்டுகோளை நீங்கள் மின்னஞ்சல் மூலமாகக் கேட்காமல் நேரில் கேட்கின்றபோது அது 34 மடங்கு அதிகப் பயனளிப்பதாக இருப்பதாகக் கண்டுபிடித்துள்ளனர்.

இறுதியாக, நீங்கள் சரியான மொழிநடையைப் பயன்படுத்த வேண்டும். எதிர்மறையான வார்த்தைப் பிரயோகங்களைப் பயன்படுத்துவதைத் தவிருங்கள். எடுத்துக்காட்டாக, “உங்களிடம் இந்த உதவியைக் கேட்பதற்கு எனக்கு மிகவும் சங்கடமாக இருக்கிறது,” என்று கூறாதீர்கள். அதேபோல, உங்களுடைய வேண்டுகோளை ஒரு வர்த்தகப் பரிவர்த்தனையாக ஆக்காதீர்கள். எடுத்துக்காட்டாக, “நீங்கள் எனக்கு இதைச் செய்து கொடுத்தால், நான் உங்களுக்கு அதைச் செய்து கொடுக்கிறேன்,” என்று கூறாதீர்கள். மாறாக,

எதற்காக நீங்கள் அந்தக் குறிப்பிட்ட நபரிடம் ஆலோசனை கேட்கத் தீர்மானித்தீர்கள் என்பதைக் குறிப்பிடுங்கள். எடுத்துக்காட்டாக, "நான் உங்களுடைய படைப்புகளை, ... இல் பார்த்தேன். அது என்மீது அளப்பரிய தாக்கம் ஏற்படுத்தியது. நீங்கள் ..... அதை எப்படிச் செய்தீர்கள் என்பதைத் தெரிந்து கொள்ள நான் ஆவலாக உள்ளேன்," என்று கூறலாம். நீங்கள் ஒருவரிடம் இருக்கின்ற நல்ல விஷயங்களை நேர்மறையுடன் பாராட்டிவிட்டு அவரிடம் உதவி கோரினால், அதை அவர் செய்வதற்கு அதிக வாய்ப்புகள் இருக்கின்றன.

நீங்கள் உங்களுடைய வேண்டுகோளைச் சரியான முறையில் வடிவமைத்தால், அந்த உதவியைப் பெறுகின்ற நீங்கள் எந்த அளவுக்கு நன்றாக உணர்வீர்களோ, உங்களுக்கு உதவி செய்வதன் மூலம் அதே அளவுக்கு அவரும் உணர்வார். நீங்கள் பெஞ்சமின் பிராங்க்ளின் விளைவை அறுவடை செய்ய நினைத்தால், பதிலுக்கு ஒன்றைச் செய்கிறேன் என்ற வாக்குறுதி எதையும் கொடுக்காமல் நேரடியாகக் கேட்க வேண்டும்.

அதிகமாகக் கருத்துப் பரிமாற்றத்தில் ஈடுபடுங்கள்

நான் என் தொழிலைத் துவக்கியபோது, நான் மிகவும் தடுமாறிய விஷயம் கருத்துப் பரிமாற்றம் தொடர்பானது. என் குழுவினருடன் சரியாக எந்த அளவுக்குக் கருத்துப் பரிமாற்றம் இருக்க வேண்டும் என்பது தெரியாமல் நான் விழித்தேன்.

நீங்கள் உங்களுடைய குழுவினருடன் கருத்துகளைப் பரிமாறிக் கொள்ள வேண்டும் என்பது வெளிப்படை. ஆனால், எவ்வளவு கருத்துகளைப் பரிமாறிக் கொள்ள வேண்டும்? எனக்கு எல்லாம் தெரியும் என்ற மிதப்பில் நான் என் குழுவினருடன் குறைவான கருத்துப் பரிமாற்றத்தில் ஈடுபட்டு வந்தேன். என் குழுவினருக்குத் தேவைப்பட்ட, நேர்மறையான மற்றும் எதிர்மறையான பின்னூட்டக் கருத்துகளை நான் அவர்களுக்குக் கொடுக்காமல் இருந்தேன். இது பொதுவாகப் பலரும் சந்திக்கின்ற பிரச்சனை. பொதுவாகப் பலரும் நினைத்துக் கொண்டிருப்பதுபோல நாம் அளவுக்கதிகமான கருத்துப் பரிமாற்றத்தில் ஈடுபடுவதில்லை. தேவைக்கும் குறைவான கருத்துப் பரிமாற்றத்திலேயே நாம் ஈடுபடுகிறோம்.

பொதுவாக நாம் நினைத்துக் கொண்டிருப்பதுபோல நாம் அளவுக்கதிகமான கருத்துப் பரிமாற்றத்தில் ஈடுபடுவதில்லை. தேவைக்கும் குறைவான கருத்துப் பரிமாற்றத்திலேயே நாம் ஈடுபடுகிறோம்.

உங்கள் குழுவிலுள்ள ஒவ்வோர் உறுப்பினரும், பகிர்ந்து கொள்ளப்படுகின்ற கருத்துகளை வெவ்வேறு விதமாகப் புரிந்து கொண்டிருப்பர். அதிக அளவு கருத்துப் பரிமாற்றம் செய்வது என்பது, நீங்கள் தேவை என்று நினைத்துக் கொண்டிருக்கின்ற அளவைத் தாண்டிக் கருத்துப் பரிமாற்றத்தில் ஈடுபடுவதாகும். இறுதியில் நீங்கள் சரியான அளவு கருத்துப் பரிமாற்றத்தில் ஈடுபட்டிருப்பதை நீங்கள் காண்பீர்கள்.

பரிசோதனை 5:

நல்ல உணர்வை அதிகமாகப் பரிமாறிக் கொள்ளுங்கள்

"பகிர்ந்து கொள்ளப்படுகின்றபோது ஆனந்தம் இரட்டிப்பாகும், துக்கம் பாதியாகும்," என்று ஒரு சுவீடன் நாட்டுப் பழமொழி கூறுகிறது. ஒருவர் ஒரு நல்ல விஷயத்தை வேறொருவரோடு பகிர்ந்து கொள்கின்றபோது, இருவருமே மகிழ்ச்சியடைகின்றனர். ஒருவர் ஒரு சோகமான விஷயத்தை வேறொருவரோடு பகிர்ந்து கொள்கின்றபோது, அந்த சோகத்தில் பாதி கரைந்து போய்விடுகிறது.

நல்ல விஷயங்களை அதிகமாகப் பகிர்ந்து கொள்வதற்கான முதல் உத்தி, நேர்மறையான செய்திகளைப் பகிர்ந்து கொள்வதும், உங்களிடம் பகிர்ந்து கொள்ளப்படுகின்ற விஷயங்களுக்கு நேர்மறையாக எதிர்வினையாற்றுவதும் ஆகும். இது பகிர்ந்து கொள்பவருக்கும் உதவுகிறது, அதைப் பெறுபவருக்கும் உதவுகிறது. பகிர்ந்து கொள்பவரிடம் அது நேர்மறையான உணர்வுகளை அதிகரித்து அவரை நல்லவிதமாக உணரச் செய்கிறது. பெறுபவர், செய்திகளைப் பகிர்ந்து கொண்டிருந்தவரின் சாதனை குறித்து மகிழ்ச்சியையும் பெருமையையும் வெளிப்படுத்துவதன் மூலம் அவர்களுக்கு இடையேயான உறவை மேலும் தழைக்கச் செய்கிறார்.

எடுத்துக்காட்டாக, நீங்கள் உங்களுடைய நண்பரிடம், "ஒருவழியாக நான் எதிர்பார்த்துக் கொண்டிருந்த ஊதிய உயர்வு எனக்குக் கிடைத்துவிட்டது," என்று கூறலாம். அதற்கு

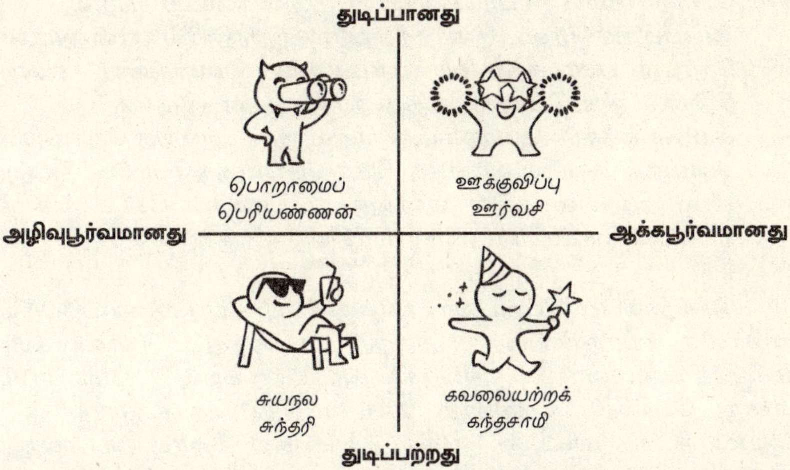

உங்கள் நண்பர், உங்களிடம், "மிக்க மகிழ்ச்சி. நீ அதற்குத் தகுதியானவன்தான்," என்று பதிலளிக்கக்கூடும்.

கலிஃபோர்னியா பல்கலைக்கழகத்தைச் சேர்ந்த உளவியல் பேராசிரியர் ஷெல்லி கேபிள், ஒரு நல்ல செய்தியைக் கேட்கின்ற ஒருவரால் அதற்குப் பல்வேறு முறைகளில் எதிர்வினையாற்ற முடியும் என்றும், அனைத்தும் நேர்மறையானவையாக இருக்க வேண்டிய அவசியமில்லை என்றும் கூறுகிறார்.

எடுத்துக்காட்டாக, ஒருவர் தன் நண்பரிடம், "நான் வெகுநாட்களாக எதிர்பார்த்திருந்த வேலை எனக்குக் கிடைத்துவிட்டது," என்ற மகிழ்ச்சியான செய்தியைப் பகிர்ந்து கொள்கிறார் என்று வைத்துக் கொள்ளலாம். அதற்குப் பதிலளிக்கின்ற நண்பர் நான்கு விதமான பாத்திரங்களுக்குள் புகுந்து கொண்டு, நான்கு விதமான பதில்களை அளிக்கக்கூடும். அவை கீழே குறிப்பிடப்பட்டுள்ள விதங்களில் இருக்கும்.

- **ஊக்குவிப்பு ஊர்வசி**: இவருடைய பதில், "பிரமாதம். நீ கடினமாக உழைத்துக் கொண்டிருந்தாய். அது உனக்குக் கிடைக்கும் என்று எனக்குத் தெரியும்," என்ற ரீதியில் தன் அறைத் தோழரை ஊக்குவிப்பதாக இருக்கும்.
- **கவலையற்றக் கந்தசாமி**: இவருடைய பதில், "அப்படியா, நல்ல செய்திதான்," என்ற ரீதியில் பட்டும் படாமலும் இருக்கும்.

- *பொறாமைப் பெரியண்ணன்:* இவருடைய பதில், "ஓ! அப்படியானால், இனி நீ வார இறுதியில் என்னுடன் சேர்ந்து ஊர் சுற்ற வர மாட்டாய், இல்லையா?" என்ற ரீதியில் ஒரு பொறாமைத் தொனியுடன் இருக்கும்.
- *சுயநல சுந்தரி:* இவருடைய பதில், தன் அறைத் தோழரின் கூற்றைக் காதில் வாங்கிக் கொண்டிராததுபோல, "இன்று என் அலுவலகத்தில் எனக்கு நடந்ததைக் கேட்டால் நீ நம்பவே மாட்டாய்," என்ற ரீதியில் இருக்கும்.

செய்தியைப் பெறுபவர், ஊக்குவிப்பு ஊர்வசியைப்போல எதிர்வினையாற்றினால், அதைப் பகிர்ந்து கொண்டவர் மகிழ்ச்சியடைவார், அவர்களுடைய உறவு மேம்படும் என்று ஷெல்லி கூறுகிறார். 2006-ல் இது தொடர்பான ஓர் ஆய்வு நடத்தப்பட்டது. அதில் 72 காதல் ஜோடிகள் கலந்து கொண்டனர். அவர்களில் ஒருவர் ஒரு நல்ல செய்தியைப் பகிர்ந்து கொண்டபோது, அதற்கு மற்றொருவர் எப்படி எதிர்வினையாற்றினார் என்பதை வைத்து அவர்கள் வருங்காலத்தில் சேர்ந்து இருப்பார்களா மாட்டார்களா என்பதை ஆய்வாளர்களால் கணிக்க முடிந்தது.

எனவே, மற்றவர்களுடைய வெற்றியைக் கொண்டாடுவது நல்லது. எதிர்வினையாற்றுவதற்குச் சிறந்த வழி, ஊக்குவிப்பு ஊர்வசியின் பாணியைக் கடைபிடிப்பதுதான்.

அதிர்ஷ்டவசமாக, நாம் கற்றுக் கொள்ளக்கூடிய ஒரு விஷயமாக இது இருக்கிறது. அதற்கு முதலில் பிறர் ஒரு நல்ல செய்தியைப் பகிர்ந்து கொண்டால், அது குறித்த உங்களுடைய மகிழ்ச்சியை நீங்கள் உணர்வுபூர்வமாக வெளிப்படுத்த வேண்டும். "இது ஒரு பிரமாதமான செய்தி!" என்றோ, "உங்களுக்குக் கிடைத்துள்ள இது எனக்கு மிகவும் மகிழ்ச்சியளிக்கிறது," என்றோ நீங்கள் கூறலாம்.

அடுத்து நீங்கள் அந்த நபரிடம், அவர் அதற்காக எந்த அளவு கடினமாக உழைத்திருந்தார் என்பதை நீங்கள் அவதானித்திருந்தீர்கள் என்பதை வெளிப்படுத்த வேண்டும். எடுத்துக்காட்டாக, அவர் அந்த நுழைவுத் தேர்வுக்காகப் பல வாரங்கள் கடினமாகத் தயார் செய்திருக்கலாம். அதை நீங்கள் குறிப்பிட்டுப் பாராட்டுகின்றபோது, அது அவரைக் கூடுதலாக மகிழ்விக்கும்.

நீங்கள் கேட்டிருந்த அந்த நல்ல செய்தி, அந்த நபருடைய வருங்காலத்தில் எத்தகைய நேர்மறையான தாக்கம் ஏற்படுத்தும் என்று நீங்கள் கூறலாம். எடுத்துக்காட்டாக, ஒருவருக்கு அவர்

எதிர்பார்த்திருந்த கனவு வேலை கிடைத்திருந்தால், அது இன்னும் பெரிய கதவுகளை அவருக்குத் திறந்துவிடும் என்று நீங்கள் அவரிடம் கூறலாம்.

அதிகமான கருத்துப் பரிமாற்றம், அதைப் பெறுபவருக்கு மட்டுமல்லாமல் உங்களுக்கும் உத்வேகமூட்டும்.

நீங்கள் செய்திகளைப் பரிமாறிக் கொள்கின்ற ஒவ்வொரு முறையும், அவை ஆக்கபூர்வமாகவும் துடிப்பாகவும் இருப்பதை நீங்கள் உறுதி செய்ய வேண்டும். ஏனெனில், அதிகமான கருத்துப் பரிமாற்றம், அதைப் பெறுபவருக்கு மட்டுமல்லாமல் உங்களுக்கும் உத்வேகமூட்டும்.

பரிசோதனை 6:

சிறப்பாக இல்லாதபோதும் அதிகமான கருத்துப் பரிமாற்றத்தில் ஈடுபடுங்கள்

மக்களிடமிருந்து நமக்குக் கிடைக்கின்ற நல்ல உணர்வை அறுவடை செய்வதற்கு நாம் நல்ல செய்திகளை மட்டுமே பகிர்ந்து கொள்ள வேண்டும் என்ற கட்டாயம் கிடையாது. மோசமான செய்திகளைப் பகிர்ந்து கொள்வதற்கும் நாம் கற்றுக் கொள்ள வேண்டும். துரதிஷ்டவசமாக, இதில் நாம் சிறந்து விளங்குவதில்லை.

மனிதர்களாகிய நாம் பொய் சொல்வதில் வல்லவர்கள் என்பது ஒரு பெரிய பிரச்சனை. நாம் ஒவ்வொரு நாளும் பொய் சொல்லிக் கொண்டிருப்பதில்லை. நாம் ஒவ்வொரு மணிநேரமும் பொய் சொல்லிக் கொண்டிருக்கிறோம். மசாசூசெட்ஸ் பல்கலைக்கழகத்தைச் சேர்ந்த உளவியலாளர் ராபர்ட் ஃபெல்டுமேன் 2002-ல் ஓர் ஆய்வு நடத்தினார். அறுபது சதவீத மக்கள், பத்து நிமிடங்களுக்கு ஒரு பொய்யையாவது சொல்கின்றனர் என்று அதில் அவர் கண்டுபிடித்தார்.

எல்லா பொய்களும் ஒரே மாதிரியானவை அல்ல. பெரும்பாலான பொய்கள் அற்பமானவை. அவை நல்ல நோக்கத்துடன் கூறப்படுபவை. எடுத்துக்காட்டாக, உங்களுடைய நண்பர் தான் புதிதாக வாங்கியிருக்கின்ற காலணிகளை உங்களிடம் பெருமையாகக் காட்டுகின்றபோது, அது உங்களுக்குப் பிடிக்காமல் இருக்கின்றபோதுகூட,

அது நன்றாக இருப்பதாக நீங்கள் பொய் சொல்லக்கூடும். உங்களுடைய அம்மா செய்திருந்த கோழிக்கறி பிரமாதமாக இருந்ததாக நீங்கள் புளுகக்கூடும்.

ஆனால், இதில் ஒரு சிக்கல் இருக்கிறது. நல்ல நோக்கத்துடன் நீங்கள் பொய் கூறினாலும், உடலியல்ரீதியான ஒரு விளைவை அது ஏற்படுத்துகிறது. நாம் பொய் சொல்கின்றபோது, நம்முடைய மூளையின் லிம்பிக் அமைப்புமுறை தூண்டப்படுகிறது. நாம் நேர்மையாக இருக்கின்றபோது மூளையின் இப்பகுதியில் பெரிய அளவில் நடவடிக்கைகள் எதுவும் நிகழ்வதில்லை.

நேர்மையாக இருப்பது எப்படிப் பார்த்தாலும் இழப்பில்தான் முடியும் என்ற சூழ்நிலைகளில் நாம் பொய் சொல்கிறோம். நாம் உண்மையைச் சொன்னால் நாம் ஒரு மடையனைப்போலத் தோன்றுவோம். அது நமக்கு இழப்பை ஏற்படுத்தும். நாம் நேர்மையற்று இருந்தால், பின்னால் அது குறித்து நாம் வருத்தம் கொள்வோம். அப்போதும் நமக்கு இழப்புதான். பொய் சொல்லாமலேயே ஒரு மோசமான விஷயம் குறித்தத் தகவலைப் பரிமாறிக் கொள்ள முடியுமா? அதற்கு வழி இருக்கிறதா?

நூலாசிரியரும் உயரதிகாரிகளுக்கு ஆலோசனை வழங்குபவருமான கிம் ஸ்காட், வெளிப்படையாகப் பேசுவது இதற்கான தீர்வாக இருக்கும் என்று பரிந்துரைக்கிறார். அப்படிச் செய்கின்றபோது, நீங்கள் பிரச்சனையைப் பற்றி ஒளிவுமறைவின்றிக் கூறிவிடுகிறீர்கள். அதே நேரத்தில், அந்த நபர்மீதான உங்களுடைய அக்கறையையும் நீங்கள் வெளிப்படுத்துகிறீர்கள். வெளிப்படையாகப் பேசுவது என்பதற்கு உங்களுக்கு எல்லாம் தெரியும் என்று காட்டிக் கொள்கிறீர்கள் என்று அர்த்தமில்லை. நீங்கள் அவர்களுடைய முதுகுக்குப் பின்னால் எதையும் கூறாமல் வெளிப்படையாக நடந்து கொள்கிறீர்கள் என்று அர்த்தம். உங்களுடைய மனத்திற்குள் என்ன ஓடிக் கொண்டிருக்கிறது என்பதை நீங்கள் பிறர் அறியச் செய்கிறீர்கள்.

நேர்மைக்குப் பதிலாக வெளிப்படைத்தன்மையைத் தேர்ந்தெடுப்பதில் சில நன்மைகள் இருக்கின்றன. நீங்கள் நேர்மையாக இருக்கின்றபோது, உங்களுக்கு உண்மை தெரியும் என்பது தொக்கி நிற்கிறது. அதில் அறமும் ஒளிந்திருக்கிறது. நீங்கள் ஒருவரிடம், "நான் என் மனத்தில் பட்டதை நேர்மையாகச் சொல்கிறேன்," என்று கூறினால், நீங்கள் உண்மையை உடைக்கப் போகிறீர்கள் என்று அதற்கு அர்த்தம்.

ஆனால், நீங்கள் வெளிப்படையாகப் பேசுகின்றபோது,

உங்களுக்கு உண்மை தெரிந்திருக்கும் என்ற அனுமானம் இருக்காது. நீங்கள் வெளிப்படையாகப் பேசுகின்றபோது, "நான் இப்படி நினைக்கிறேன். நாம் இருவரும் சேர்ந்து பிரச்சனையைத் தீர்க்கலாம்," என்று கூறத்தான் நீங்கள் முனைகிறீர்கள்.

அப்படிப்பட்ட வெளிப்படையான பின்னூட்டக்கருத்தை ஒருவரை நோகடிக்காமல் எப்படிக் கொடுப்பது? அதற்குச் சில வழிகள் இருக்கின்றன. முதலில் நீங்கள் உங்களுடைய கருத்தை, எடைபோடாமல் எடுத்து வைக்க வேண்டும். எடுத்துக்காட்டாக, நீங்கள் ஒருவரிடம், "நீங்கள் செய்வது தவறு," என்றோ, அல்லது, "உங்களுக்குத் திறமை போதாது," என்றோ கூறினால், அந்த நபர் தான் தாக்குதலுக்கு உள்ளாவதாக நினைத்துத் தன்னைப் பாதுகாத்துக் கொள்ள முனைவார். அதனால், உண்மையைக் கூறுவதோடு நிறுத்திக் கொள்ளுங்கள்.

இரண்டாவதாக, தவறாகப் போனவற்றின் விளைவுகளின்மீது கவனத்தைக் குவியுங்கள். இங்கும் நீங்கள் தனிப்பட்ட முறையில் தாக்குவதைத் தவிர்க்க வேண்டும். நீங்கள் அவதானித்துள்ள விஷயத்தை, உண்மைத் தகவல்களின் அடிப்படையில் நீங்கள் எடுத்துரைக்க வேண்டும்.

இறுதியாக, உங்கள் கவனத்தைப் பிரச்சனையிலிருந்து தீர்வை நோக்கித் திருப்புங்கள். எப்படி நடந்தால் நன்றாக இருக்கும் என்பது குறித்த உங்களுடைய கண்ணோட்டத்தை அளியுங்கள். எடுத்துக்காட்டாக, "அடுத்த முறை, மற்றவர்கள் பேசி முடிக்கின்றவரை காத்திருந்துவிட்டு உங்களுடைய கருத்துகளைக் கூறுங்கள்," என்று சொல்லலாம். மாற்றுத் தீர்வுகளை நீங்கள் முன்வைக்கின்றபோது, கவனம் பிரச்சனைகளிலிருந்து விலக்கப்படுவதால், தனிப்பட்ட முறையில் தான் குற்றம் சாட்டப்படவில்லை என்ற உணர்வு அவருக்கு ஏற்படும்.

மோசமான செய்திகளைப் பகிர்ந்து கொள்வதற்கு மேலே கூறப்பட்ட மூன்று வழிகள் உங்களுக்கு உதவும். நீங்கள் மோசமான செய்தியைக் கூறிக் கொண்டிருக்கின்றபோது, மக்களை இணைக்கவும், அவர்களை நல்லவிதமாக உணரச் செய்யவும் இவை உங்களுக்கு உதவும். இதில் பொய்க்கு இடமில்லை.

இரத்தினச்சுருக்கமாக

- நம்மைச் சுற்றி நண்பர்கள் இருக்கின்றபோது, வாழ்க்கை குதூகலமானதாக இருக்கும். அதனால்தான் நாம் மக்களை மூன்றாவது சக்தியூட்டி என்று அழைக்கிறோம். சிலரால் நம்முடைய ஆற்றலை அதிகரிக்க முடியும். அவர்களைக் கண்டறிவதுதான் சிக்கல்.
- அதற்கு நீங்கள் முதலில் குழுவில் ஒத்திசைவுடன் இணைந்து செயல்படுபவராக இருக்க வேண்டும். உங்களுடைய சகாக்களைப் போட்டியாளர்களாகக் கருதாமல் தோழர்களாகக் கருதுங்கள்.
- மக்களுடன் தொடர்பு ஏற்படுத்திக் கொள்வது என்பது அவர்களுக்குக் கைகொடுத்து உதவுவதை உள்ளடக்கிய ஒன்று. நாம் பிறருக்கு உதவுவதோடு நிறுத்திக் கொள்ளாமல் பிறரிடம் உதவி கேட்கத் தயங்கவும் கூடாது.
- இறுதியாக, நீங்கள் பிறருடன் மேற்கொள்கின்ற கருத்துப் பரிமாற்றம் குறித்து யோசிக்கின்றபோது, நீங்கள் அதில் அதிகமாக ஈடுபட்டிருப்பதாகவே நினைப்பீர்கள். ஆனால், உண்மையில் நீங்கள் அதில் குறைவாகவே ஈடுபட்டிருப்பீர்கள்.

பகுதி 2

தடை நீக்குதல்

அத்தியாயம் 4

தெளிவு

நான் பார்த்திருந்த வீடியோக்களிலேயே மிகவும் விநோதமானதொரு வீடியோ, "ஹௌ பேட் டு யூ வான்ட் இட்?" என்ற வீடியோதான். அது கிட்டத்தட்ட 5 கோடி முறை பார்க்கப்பட்டுள்ளது.

அந்த வீடியோவில் ஓர் இளைஞன் தன் கதையை விவரிக்கிறான். அவன், பெயர் குறிப்பிடப்படாத ஒரு 'குருவிடம்' சென்று, எப்படி ஒரு வெற்றியாளனாக ஆவது என்று கேட்கிறான். அதைக் கேட்ட அந்த குரு, அடுத்த நாள் கடற்கரையில் தன்னைச் சந்தித்தால் அதை அவனிடம் விளக்குவதாகக் கூறுகிறார்.

மறுநாள் காலையில் அந்த இளைஞன் கடற்கரைக்குச் செல்கிறான். "கடலுக்குள் இறங்கி நட!" என்று அந்த குரு அவனிடம் கூறுகிறார். அவனும் நடக்கிறான். "இன்னும் உள்ளே போ!" என்கிறார் அந்த குரு. அவனும் போகிறான். "மேலும் உள்ளே போ!" என்கிறார் அந்த குரு. அவன் மேலும் போகிறான். இப்போது கடல் நீரில் அவனுடைய தலை மூழ்கியிருக்கிறது. திடீரென்று அவனுக்கு அருகே வருகின்ற அந்த குரு, அந்த இளைஞனின் தலையை நீருக்குள் மேலும் அமிழ்த்துகிறார். அந்த இளைஞன் திமிறுகிறான். ஆனால், அந்த குரு அவனை இறுக்கமாகப் பிடித்துத் தொடர்ந்து அழுத்திக் கொண்டிருக்கிறார். அவன் கிட்டத்தட்ட நீரில் மூழ்கவிருக்கும் நேரத்தில் அவர் அவனை விடுவிக்கிறார். அவன் மூச்சுத் திணறி நீருக்கு மேல் தலையைத் தூக்குகிறான். அப்போது அந்த குரு அவனிடம், "இப்போது மூச்சுவிடுவதற்கு எந்த அளவு தவிக்கிறாயோ அந்த அளவுக்கு வெற்றி பெற வேண்டும் என்ற தவிப்புடன் இருந்தால்தான் உன்னால்

வெற்றி பெற முடியும்," என்று உபதேசிக்கிறார்.

அந்த வீடியோவில் ஏகப்பட்ட விஷயங்கள் இடம்பெற்றிருந்தன. அந்த குரு யார்? தனக்குப் பெரிதாகப் பரிச்சயமாகி இருக்காத அந்த குருவின் கட்டளைப்படி கடலுக்குள் இறங்கிச் செல்ல அந்த இளைஞன் ஏன் தயாராக இருந்தான்? எல்லாவற்றுக்கும் மேலாக, அந்த வீடியோவுக்குக் கீழே ஏன், 20,000 பேர், அந்த வீடியோ தங்களுடைய வாழ்க்கையையே மாற்றிவிட்டுள்ளது என்று குறிப்பிட்டுள்ளார்கள்?

அந்த வீடியோவை நான் முதலில் பார்த்தபோது, விஷயங்களைத் தள்ளிப்போடுதல் பிரச்சனையால் நான் அல்லாடிக் கொண்டிருந்தேன். இதில் நான் மட்டும் தனியாக இல்லை. லியோனார்டோ டாவின்சியும் என்னுடன் இருந்தார். அவருடைய நண்பர் ஒருவர் டாவின்சியைப் பற்றி இவ்வாறு கூறியுள்ளார். "அவர் 'த லாஸ்ட் சப்பர்' ஓவியத்தை வரைந்து கொண்டிருந்தபோது, சில சமயங்களில் மூன்று நான்கு நாட்களுக்கு அவர் எதையும் வரையாமல் அந்த ஓவியத்தின் முன்பாக நின்று அதையே உற்றுப் பார்த்துக் கொண்டு, அது குறித்துத் தனக்குள் விமர்சித்துக் கொண்டிருப்பார்."

இது போன்ற சமயங்களில், விளையாட்டு, அதிகாரம், மக்கள் ஆகிய மூன்று சக்தியூட்டிகள் போதாது. அது முழுமையான ஒன்று அல்ல. என் தொழில் வளரத் தொடங்கிய பிறகு, நான் இந்த மூன்று சக்தியூட்டிகளையும் என் வாழ்வின் ஓர் அங்கமாக ஆக்கிக் கொண்டேன். ஆனாலும், நான் அவ்வப்போது, தள்ளிப்போடுதல் பிரச்சனையால் அவதிப்பட்டு வந்தேன்.

தள்ளிப்போடுதல் என்னைத் தாக்கியபோது, மேற்கண்ட வீடியோக்களில் கூறப்பட்டிருந்த உத்திகளின்பால் சரணடைகின்ற சபலத்திற்கு நான் ஆளானேன். அந்த வீடியோவின்படி, நீங்கள் விஷயங்களைத் தள்ளிப்போடுகிறீர்கள் என்றால், உங்களிடம் போதுமான அளவு ஊக்குவிப்பு இல்லை என்று அர்த்தம். உங்களிடம் போதுமான அளவு ஊக்குவிப்பு இருந்து, நீங்கள் வெற்றியை அடைந்தே ஆக வேண்டும் என்ற வெறியோடு இருந்தால், உங்களுக்கு வெற்றி கண்டிப்பாகக் கிட்டும்.

தள்ளிப்போடுதலைக் கையாள்வதற்கான இந்த வழியை நான் 'ஊக்குவிப்பு முறை' என்று அழைக்கிறேன். இது பரவலானது. ஆனால், அபத்தமானது.

இந்த முறையிலுள்ள சிக்கல் இதுதான். நம்மில் பலரும்,

நாம் போராடிக் கொண்டிருக்கின்ற விஷயங்களைச் செய்து முடிக்க உண்மையிலேயே விரும்புகிறோம். நம்மிடம் போதுமான அளவு ஊக்குவிப்பு இருப்பதாகவும் நம்புகிறோம். ஆனால், நம்முடைய பாதையில், நிதி நெருக்கடிகள், குடும்பப் பொறுப்புகள், உடல்ரீதியான மற்றும் மனரீதியான பிரச்சனைகள் போன்ற பல தடைகளை நாம் எதிர்கொள்கிறோம். அப்படிப்பட்ட நேரங்களில் வெறும் ஊக்குவிப்பு மட்டுமே போதாது என்பது வெளிப்படை. அப்படிப்பட்டச் சூழலை எதிர்கொண்டிருக்கின்ற நபர்களிடம், இன்னும் கூடுதலாக ஊக்குவிப்பை அவர்கள் பெற்றால் எல்லாம் சரியாகிவிடும் என்று கூறுவது ஓர் உதவிகரமான ஆலோசனை கிடையாது என்பது மட்டுமல்ல, அது ஓர் ஆபத்தான அறிவுரையும்கூட. அது அவர்களை மேலும் முடக்கிப் போடவே உதவும்.

அப்படியானால், ஊக்குவிப்பு நமக்குக் கைகொடுக்காதபோது நாம் என்ன செய்ய வேண்டும்? அங்குக் கட்டுப்பாடு நம் உதவிக்கு வருகிறது. ஒரு விஷயத்தைச் செய்ய நமக்குப் பிடிக்காமல் இருக்கின்றபோதுகூட அதைச் செய்வதுதான் கட்டுப்பாடு. இது ஊக்குவிப்பிற்கு நேர் எதிரானது. உங்களுடைய ஊக்குவிப்பு மிகக் குறைவாக இருந்தாலும்கூட, செயல்நடவடிக்கையில் இறங்குவதுதான் அது. எடுத்துக்காட்டாக, நீங்கள் காலையில் ஓடுவதற்குச் செல்லவிருக்கிறீர்கள் என்று வைத்துக் கொள்வோம். அப்போது, "நான் மராத்தான் போட்டியில் வெற்றியடைய விரும்புகிறேன். அதனால், நான் ஓடுகின்ற மனநிலையில் இருக்கிறேன்," என்று உங்களுக்கு நீங்களே கூறிக் கொள்வது ஊக்குவிப்புப் பாதை. "ஓடுவது குறித்த என் மனநிலை எப்படி இருந்தாலும், நான் ஓடப் போகிறேன்," என்று கூறுவது கட்டுப்பாட்டுப் பாதை.

நான் ஊக்குவிப்புப் பாதையைவிட, கட்டுப்பாட்டுப் பாதைமீது கூடுதல் அனுதாபம் கொண்டுள்ளேன். கட்டுப்பாடு பயனுள்ளதாக இருக்கும். சில நாட்களில் எனக்கு வேலைக்குச் செல்வது பிடிக்காது. ஆனாலும் செல்வேன். அதுதான் கட்டுப்பாடு.

ஆனால், இதுவும் முழுமையானது அல்ல. எடுத்துக்காட்டாக, நீங்கள் விரைவில் அளித்தாக வேண்டிய ஒரு சொற்பொழிவுக்கான பேச்சை நீங்கள் தயாரிக்காமல் இருப்பதற்கு உங்களிடம் கட்டுப்பாடு இல்லாமல் இருப்பது மட்டுமே காரணமாக இருக்க முடியாது. அதற்கு வேறு சில காரணங்களும் இருக்கலாம். ஆனால், உங்களிடம் கட்டுப்பாடு இல்லை என்று கூறப்படுகின்றபோது, அது உங்களைப் பற்றி

மேலும் மோசமாகவே உணர வைக்கும்.

ஊக்குவிப்பும் கட்டுப்பாடும் நல்ல உத்திகளாக இருந்தாலும், அவை ஓர் ஆழமான காயத்திற்குத் தடவப்படுகின்ற மருந்தைப் போன்றவை. அவை தற்காலிகமாக வலியின் வீரியத்தைக் குறைக்கலாம். ஆனால், உள்ளேயிருக்கின்ற காயத்தை அவற்றால் ஆற்ற முடியாது.

அப்படியானால், தள்ளிப்போடுதல் பிரச்சனைக்கு எதுதான் தீர்வு? இதைக் கையாள்வதற்கு நான் கண்டுபிடித்திருக்கும் அணுகுமுறையை நான் ‘தடை நீக்குதல்’ என்று அழைக்கிறேன்.

ஊக்குவிப்பு முறை, ஒரு விஷயத்தைச் செய்து முடிக்க வேண்டும் என்ற உணர்வை நமக்குள் ஊட்டிக் கொள்ள வலியுறுத்துகிறது. கட்டுப்பாட்டு முறை, நம் உணர்வுகளை அலட்சியப்படுத்த அறிவுறுத்துகிறது. நாம் ஏன் ஒரு விஷயம் குறித்து மோசமாக உணர்கிறோம் என்பதைப் புரிந்து கொண்டு அவற்றைக் களைய தடை நீக்குதல் முறை முயல்கிறது.

நாம் ஏன் ஒரு விஷயம் குறித்து மோசமாக உணர்கிறோம் என்பதைப் புரிந்து கொண்டு அவற்றைக் களைய தடை நீக்குதல் முறை முயல்கிறது.

இப்படிக் கற்பனை செய்யுங்கள். உங்களுடைய காலணிக்குள் ஒரு சிறு கல் புகுந்துவிட்டது. அது உங்களுக்கு அசௌகரியத்தைக் கொடுத்துக் கொண்டிருக்கிறது. நீங்கள் ஒரு விருந்துக்கு அவசரமாகச் சென்றாக வேண்டும். ஏற்கனவே தாமதமாகிவிட்டது. சரியான நேரத்திற்கு அங்குச் சென்றாக வேண்டும். அப்போது என்ன செய்ய வேண்டும்?

இதற்கான முதல் தீர்வு எளிதானது. ஒன்றுமே செய்யாமல் இருப்பதுதான் அது. அதை முடிந்தவரையில் தள்ளிப்போடுவது. பின்னர் அதன் விளைவுகளைச் சந்தித்துக் கொள்ளலாம் என்று இருந்துவிடுவது.

இரண்டாவது தீர்வு, ஊக்குவிப்புப் பாதையைத் தேர்ந்தெடுப்பது. விருந்து சிறப்பாக இருக்கும். அங்கு நேரத்திற்குச் செல்வதுதான் முக்கியம். வலியைப் பொறுத்துக் கொண்டு ஓடிவிடலாம் என்று நீங்கள் கணக்குப் போடுகிறீர்கள். வழியில் வலியின் காரணமாக நீங்கள் தடுமாறி விழுந்துவிடுகிறீர்கள். கால் பிசகி வீங்கிவிடுகிறது. ஆனாலும், நீங்கள் கவலைப்படவில்லை. போதுமான அளவு ஊக்குவிப்பு

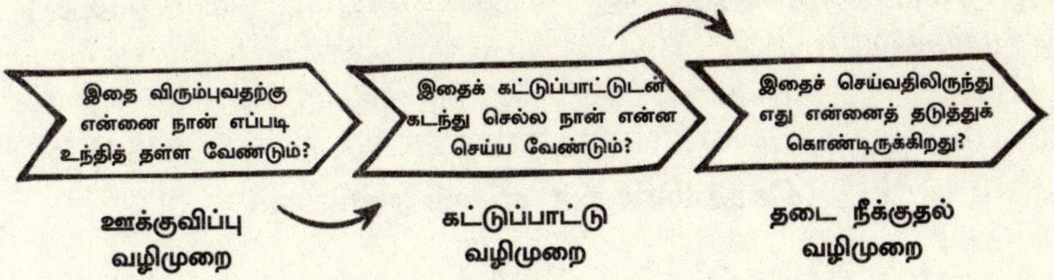

இருந்தால் உங்களால் எந்தத் தடையையும் மீறிவிட முடியும் என்று நீங்கள் உங்களைத் தேற்றிக் கொள்கிறீர்கள்.

மூன்றாவது தீர்வு, கட்டுப்பாட்டுப் பாதையைத் தேர்ந்தெடுப்பது. வலியைப் பொறுத்துக் கொண்டு விருந்து நடைபெறும் இடம்வரை நீங்கள் ஓடிவிடுகிறீர்கள். ஆனால், நீங்கள் அங்குச் சென்றடைந்ததும் உங்களுடைய கால் இருக்கின்ற நிலையைப் பார்த்த விருந்தளிப்பவர், உங்களை அருகிலுள்ள மருத்துவமனைக்கு அழைத்துச் செல்கிறார். நீங்கள் இறங்கிய காரியத்தைக் கட்டுப்பாட்டுடன் செய்து முடித்துவிட்டீர்கள் என்று உங்களுக்கு நீங்களே கூறிக் கொள்கிறீர்கள்.

இந்த மூன்று தீர்வுகளுமே நடைமுறைக்கு ஏற்றவை அல்ல. நான்காவது தீர்வு ஒன்றும் இருக்கிறது. அதற்கு நீங்கள் சற்று ஆழமான சிந்தனையில் ஈடுபட வேண்டும். அப்படி யோசித்தால், ஒரு நிமிடம் நின்று, உங்களுடைய காலணியைக் கழற்றி, அந்தச் சிறு கல்லை எடுத்து எறிந்துவிட்டு, உங்களுடைய ஓட்டத்தைத் தொடரலாம். அதுதான் நான் பரிந்துரைக்கின்ற தடை நீக்குதல் வழிமுறை.

அந்தத் தடை நீக்குதல் வழிமுறையைப் பற்றி அடுத்த மூன்று அத்தியாயங்களில் பார்க்கலாம். விஷயங்களைத் தள்ளிப்போடுதல் பொதுவாக எதிர்மறை உணர்வுகளால் ஏற்படுகிறது. குழப்பம், பயம், துடிப்பின்மை போன்ற எதிர்மறை உணர்ச்சிகள் நமக்குக் குறுக்கே வருகின்றபோது, நாம் விஷயங்களைத் தள்ளிப்போடுகிறோம். இது நமக்குள் இன்னும் அதிக மோசமான உணர்வை ஏற்படுத்துகிறது. அதன் காரணமாக, தள்ளிப்போடுதல் மேலும் அதிகரிக்கிறது. இந்த நச்சுச் சுழற்சி தொடர்ந்து கொண்டே இருக்கும்.

அதிர்ஷ்டவசமாக, இந்த மூன்று தடுப்பான்களின் சக்தியை நம்மால் குறைக்க முடியும். எதிர்மறை உணர்ச்சிகள் துல்லியமாக நம்முடைய ஆற்றலை எப்படி உறிஞ்சிக் கொண்டிருக்கின்றன என்பதை அடுத்து வருகின்ற சில பக்கங்களில் பார்க்கலாம்.

அவற்றை மீறுவதற்கான உத்திகளையும் நாம் அறிந்து கொள்ளலாம்.

நிச்சயமின்மை எனும் மூடுபனி

நல்லுணர்வு ஊட்டும் உற்பத்தித்திறனுக்கு இடைஞ்சலாக இருக்கின்ற முதல் தடுப்பான் நிச்சயமின்மை. அது பரவலான ஒன்றாக இருந்தாலும், அதைக் கண்டுபிடிப்பது கடினம். அது இருப்பதே நமக்குத் தெரியாது.

மூடுபனி சூழ்ந்திருக்கின்ற ஒரு சாலையில் நீங்கள் காரோட்டிச் சென்று கொண்டிருப்பதாகக் கற்பனை செய்து கொள்ளுங்கள். காரின் முன்விளக்குகளை நீங்கள் போடுகிறீர்கள். கண்களை இடுக்கிக் கொண்டு பார்க்கிறீர்கள். ஆனாலும் உங்களால் தெளிவாகப் பார்க்க முடியவில்லை. இறுதியில் நீங்கள் உங்களுடைய வண்டியை எங்காவது ஓரமாக நிறுத்தியாக வேண்டும் என்ற புரிதல் உங்களுக்கு ஏற்படுகிறது.

தள்ளிப்போடுதல் விஷயத்திலும் இதுதான் நிகழ்கிறது. சில நேரங்களில் நாம் ஒரு காரியத்தைத் துவக்காமல் இருப்பதற்குக் காரணம், நாம் என்ன செய்ய வேண்டும் என்பதை நாம் உறுதியாக அறிந்திருப்பதில்லை. நம்மைச் சுற்றி ஒரு மர்மமான மூடுபனி சூழ்ந்திருப்பதைப் போன்றது அது. அதை நான் நிச்சயமின்மை எனும் மூடுபனி என்று அழைக்கிறேன்.

இது குறித்து ஏகப்பட்ட ஆய்வுகள் நடத்தப்பட்டுள்ளன. எதிர்பாராத விஷயங்களை நாம் எதிர்கொள்கின்றபோதும், சிக்கலான சூழல்களைச் சந்திக்கின்றபோதும், நாம் எந்த நடவடிக்கையை எடுக்க வேண்டும் என்று தெரியாமல் தவிக்கிறோம். இது நம்மை முடக்கிப் போட்டுவிடுவதால், நாம் எடுத்துக் கொண்டுள்ள விஷயங்களில் நம்மால் முன்னேற முடிவதில்லை. அதோடு, நமக்கு நல்ல உணர்வு ஏற்படுவதையும் இது தடுக்கிறது.

நிச்சயமின்மை நம்மை மோசமாக உணரச் செய்வதால், நம்மால் அதிகமாகச் சாதிக்க முடிவதில்லை. பொதுவாகவே, நமக்குத் தெரியாத விஷயங்கள் குறித்து நமக்குள் உள்ளார்ந்த ஒரு வெறுப்பு இருக்கிறது. அதனால், நாம் இயல்பாகவே, ஒரு நிலையான, முன்கூட்டியே உறுதியாகக் கணிக்கத்தக்க ஒரு சூழலையே விரும்புகிறோம். அது நம்மைத் தீர்க்கமாகவும் செயல்திறனுடனும் இயங்க வைக்கிறது. ஆனால், நம்மில் சிலர், நிச்சயமற்றத்தன்மையைக் கையாள்வதில் மற்றவர்களைவிடச்

சிறந்து விளங்குகிறோம். 1990களில் மைக்கேல் டுகாஸ் என்ற உளவியலாளர், மக்கள் நிச்சயமின்மையை எந்த அளவுக்குச் சகித்துக் கொள்கின்றனர் என்பதைக் கண்டறிய ஓர் ஆய்வை நடத்தினார். அதற்காக அவர்கள் சில கேள்விகளைத் தொகுத்தனர். எடுத்துக்காட்டாக, "என்ன நடக்கும் என்பதை முன்கூட்டியே அறிந்திராமல் இருப்பதை என்னால் ஏற்றுக் கொள்ள முடியாது," என்பது அதில் ஒரு கேள்வி. இப்படிப்பட்டப் பல கேள்விகளுக்கு ஒருவர் அளிக்கின்ற பதில்களை வைத்து, நிச்சயமற்றத்தன்மையை எதிர்கொள்கின்ற அவருடைய பாங்கை அவர்கள் கண்டறிந்தனர்.

நிச்சயமற்றத்தன்மை தள்ளிப்போடுதலை எப்படி, எதனால் தூண்டுகிறது என்பதை இந்த ஆய்வு வெளிப்படுத்தியது. நிச்சயமின்மை குறித்தச் சகிப்புத்தன்மை குறைவாக இருக்கின்ற நபர்களிடம் அச்சூழலை அச்சுறுத்துகின்ற ஒன்றாகப் பார்க்கின்ற போக்கு இருக்கும். அது அவர்களுடைய பதற்றத்தைத் தூண்டும். அதன் காரணமாக அவர்கள் அதைத் தள்ளிப்போடுவர். நிச்சயமின்மைக்கும் பதற்றத்திற்கும் இடையேயுள்ள உறவைப் பற்றிய ஓர் ஆய்வு கீழ்க்கண்ட விஷயங்களைத் தெரிவிக்கிறது.

1. நிலைமையின் தீவிரத்தன்மையை நாம் மிகைப்படுத்துகிறோம். ஏற்கனவே பதற்றமாக இருக்கின்ற ஒருவர், நிச்சயமற்றத்தன்மையை எதிர்கொள்கின்றபோது, அதை மிகைப்படுத்துவார்.
2. நாம் அளவுக்கதிகமான கண்காணிப்புடன் இருக்கிறோம். எதிர்மறையான ஒன்று நிகழக்கூடும் என்ற எதிர்பார்ப்பு நம்மிடம் இருக்கின்றபோது, பாதுகாப்பு குறித்து எச்சரிக்கின்ற நம்முடைய மனப்போக்கு இன்னும் தீவிரமடைந்துவிடுகிறது.
3. பாதுகாப்பு தொடர்பான எச்சரிக்கை மணிகளை நாம் அலட்சியம் செய்துவிடுகிறோம். நாம் அளவுக்கதிகமான கண்காணிப்புடன் இருப்பதால், ஆபத்து இல்லாத சூழல்களில்கூட நம்மால் அமைதியாக இருக்க முடிவதில்லை.
4. நாம் விஷயங்களைத் தவிர்க்க முயல்கிறோம். அந்தச் சூழலிலிருந்து எவ்வளவு விரைவாக முடியுமோ அவ்வளவு விரைவாகத் தப்பிக்கும்படி நம்முடைய மூளை நம்மை எச்சரிக்கிறது.

தள்ளிப்போடுதலில் ஈடுபட்டிருந்த எவரொருவராலும் நான் மேலே குறிப்பிட்டுள்ள காரணிகளில் சிலவற்றையாவது அடையாளம் கண்டுகொள்ள முடியும். நீங்கள் ஒரு நிலையான வேலையில் இருப்பதாக வைத்துக் கொள்வோம். உங்களுக்குக் கூடுதல் மனநிறைவை அளிக்கின்ற, ஆனால் உங்களுடைய தற்போதைய வேலை அளவுக்கு நிலையானதாக இல்லாத ஒரு வேலைக்கு மாறுவது குறித்து நீங்கள் சிந்தித்துக் கொண்டிருக்கிறீர்கள் என்று வைத்துக் கொள்வோம். இந்தப் பாதையைச் சூழ்ந்துள்ள நிச்சயமின்மை கீழ்க்கண்ட செயல்முறைகளைத் தூண்டக்கூடும்:

1. **அதீத மதிப்பீடு.** இந்த வேலைப் பாதையைத் தேர்ந்தெடுப்பதன் மூலம், போதுமான அளவு பணம் கிடைக்காது என்பது போன்ற எதிர்மறையான பின்விளைவுகளை நீங்கள் அளவுக்கதிகமாகக் கற்பனை செய்கிறீர்கள்.
2. **அதீதக் கண்காணிப்பு.** பெரும்பாலான மக்கள் ஒரு வேலையிலிருந்து வேறு வேலைக்கு மாறிய பிறகு அது குறித்துப் பின்வருத்தம் கொண்டுள்ளனர் என்பது போன்ற புள்ளிவிபரங்கள் உங்களை அலைக்கழிக்க நீங்கள் அனுமதிக்கிறீர்கள்.
3. **அங்கீகாரமின்மை.** நீங்கள் தாவத் தயாராக இருக்கின்ற நிறுவனம் குறித்து ஆய்வு செய்தல் போன்ற, நல்ல விளைவுகளை ஏற்படுத்தக்கூடிய காரணிகளை அடையாளம் காண்பதை நீங்கள் நிறுத்துகிறீர்கள்.
4. **தவிர்த்தல்.** வேறு வேலைக்கு மாறுகின்ற உங்களுடைய யோசனையை நீங்கள் தள்ளிப்போடுகிறீர்கள். தற்போதைய வேலையில் இன்னும் ஓராண்டு நீடிப்பது ஒன்றும் பெரிய அளவிலான மோசமான விளைவுகளை ஏற்படுத்திவிடாது என்று நீங்கள் நினைக்கிறீர்கள்.

இதன் விளைவு: பயம், பதற்றம் போன்ற உணர்வுகளை நீங்கள் அனுபவிக்கிறீர்கள். அது, வேலை மாறுவது குறித்த உங்களுடைய தீர்மானத்தை மேலும் தள்ளிப்போடுகிறது. அது குறித்து நீங்கள் மோசமாக உணர்கிறீர்கள். அதனால், நீங்கள் குறைவான அளவு வேலையைச் செய்கிறீர்கள்.

நம்மில் பலரும் இதுபோன்ற நிலையை எதிர்கொண்டிருந்திருப்போம். அதிர்ஷ்டவசமாக, இந்த நச்சு வளையத்தை உடைத்துவிட முடியும், நிச்சயமின்மையை நீக்க

முடியும்.

இதற்கு நீங்கள் சரியான முறையில் வடிவமைக்கப்பட்டச் சில கேள்விகளைக் கேட்க வேண்டும், அவ்வளவுதான். அவற்றுக்கு விடை கிடைத்தவுடன், பாதை தெளிவாகப் புலப்படத் தொடங்கிவிடும்.

'ஏன்' என்று கேளுங்கள்

நம்முடைய இறுதி நோக்கம் குறித்தத் தெளிவின்மையை உருவாக்குவதன் மூலமே, நிச்சயமின்மை, தள்ளிப்போடுதலை முடுக்கிவிடுகிறது. எந்தவொரு திட்டத்திலும் நாம் ஏன் இறங்கியிருக்கிறோம் என்பது நமக்குத் தெரியாமல் இருந்தால், அதை உண்மையில் செய்து முடிப்பது கிட்டத்தட்ட இயலாத காரியமாகிவிடும்.

1982-ல் அமெரிக்க இராணுவம் இந்த முடிவுக்குத்தான் வந்தது. அப்போது அமெரிக்க இராணுவம், புதுப்பிக்கப்பட்டக் 'களப்பணி வழிகாட்டியை' வெளியிட்டது. போரில் வெற்றி பெறுவதற்கு எப்படிச் சண்டையிட வேண்டும் என்று அது எடுத்துரைத்தது. அதன் முக்கிய அம்சமாக ஒரு புதிய கருத்து புகுத்தப்பட்டிருந்தது. 'தளபதியின் நோக்கம்' என்பதுதான் அது.

தளபதியின் நோக்கம் என்ற கருத்தாக்கம், பத்தொன்பதாம் நூற்றாண்டு ஜெர்மானிய இராணுவப் பாரம்பரியத்திலிருந்து தோன்றிய ஒன்று. போரின் எதார்த்தத்தில் எந்தவொரு இராணுவத் திட்டமும் நிலைத்து நிற்கப் போவதில்லை. ஃபீல்டு மார்ஷல் மோட்கேயின் வார்த்தைகளில் கூற வேண்டுமென்றால், "எதிரியை நேருக்கு நேர் எதிர்கொள்கின்றவரை மட்டுமே இராணுவத் தந்திரோபாயங்கள் தாக்குப்பிடிக்கும்."

அதனால், ஜெர்மானிய அதிகாரிகள், போர்க்களத்தில் தங்களுடைய போர்வீரர்கள் எந்தெந்த நடவடிக்கைகளை எடுக்க வேண்டும் என்பது குறித்து மண்டையை உடைத்துக் கொண்டிராமல், திட்ட உத்திகளில் கவனத்தைக் குவித்தனர். அது, எப்படி என்பதற்கு முக்கியத்துவம் கொடுக்காமல், ஏன் என்பதற்கு முக்கியத்துவம் கொடுத்தது. தளபதியின் நோக்கம் கீழ்க்கண்ட மூன்று முக்கிய அம்சங்களை உள்ளடக்கியிருந்தது.

1. திட்டத்திற்குப் பின்னாலுள்ள நோக்கம்.
2. தலைவர் குறி வைத்துள்ள இறுதி நிலை.
3. நோக்கத்தை அடைவதற்குத் தலைவர் மேற்கொள்ள வேண்டிய முக்கியப் பணிகள்.

தளபதியின் நோக்கம், முக்கியமான 'ஏன்' கேள்விகளுக்கு விடை காண்பதுதான் என்பதை வலியுறுத்தியது. திட்டத்தின் நோக்கத்தைக் கண்டறிந்து, அடுத்தடுத்து மேற்கொள்ளப்பட்ட வேண்டிய கட்டங்கள் வடிவமைக்கப்பட வேண்டும். பின்னர், களத்தில் மாறிக் கொண்டிருக்கும் சூழலுக்கு ஏற்பத் தங்களுடைய முடிவுகளை மாற்றிக் கொள்ளக்கூடிய நெகிழ்வுத்தன்மை அவர்களுக்கு வழங்கப்பட வேண்டும்.

இந்த அணுகுமுறை போர்க்களத்திற்கு அப்பாலும் கடைபிடிக்கப்படக்கூடிய ஒன்று. தளபதியின் நோக்கத்தைப் புரிந்து கொள்வது, நிச்சயமின்மை எனும் மூடுபனியை விலக்கிக் கொள்ள உதவும்.

பரிசோதனை 1:

தளபதியின் நோக்கம் என்ற யோசனையைப் பயன்படுத்திக் கொள்ளுதல்

தளபதியின் நோக்கத்தை எப்படி நம்முடைய சொந்த வாழ்க்கையில் பயன்படுத்திக் கொள்வது? இதற்கான முதல் பதில், 1944 ஜூன் 6 அன்று வடக்குப் பிரான்சில் நடைபெற்றச் சம்பவங்களில் அருமையாக வெளிப்படுகிறது.

நேச நாடுகளின் அந்தப் படையெடுப்பு துல்லியமாகத் திட்டமிடப்பட்டது. அதன் முதல் கட்டமாக, 1,33,000 வீரர்கள் அடங்கிய ஒரு படையை, பிரான்சிலுள்ள நார்மன்டி கடற்கரையில் தரையிறக்கத் திட்டமிடப்பட்டது. அவர்களுக்குத் துணையாக விமானப் படையின் பாராசூட் வீரர்கள் தரையிறக்கப்படுவர் என்றும், அவர்கள் முக்கியமான கிராமங்களையும் நகரங்களையும் நாஜிக்களிடமிருந்து மீட்டெடுப்பர் என்றும் முடிவு செய்யப்பட்டது. ஆனால், திட்டம் ஆரம்பித்தக் கணத்திலிருந்தே ஏகப்பட்ட விஷயங்கள் தவறாகப் போகத் தொடங்கின.

பாராசூட் படையினர் தரையைத் தொட்டப் பிறகு, தாங்கள் தவறான இடத்தில் தரையிறங்கியிருந்ததை அறிந்து கொண்டனர். முதலில் திட்டமிட்டிருந்தபடி ஒருவருக்கொருவர் பரிச்சயமாகியிருந்த படைப் பிரிவுகள் அருகருகே தரையிறங்கி

இருக்கவில்லை என்பது கண்டறியப்பட்டது. அது இராணுவரீதியான மகாசொதப்பல்.

ஆனால், மாயாஜாலம்போல, ஒருசில மணிநேரங்களுக்குள், 'டி டே' என்று அவர்கள் குறியீடாக அழைத்த அத்திட்டம் மீண்டும் புத்துயிர் பெற்றது. நேசப் படையினரால் தாங்கள் திட்டமிட்டிருந்த கிராமங்களை விடுவிக்க முடியவில்லை என்றாலும், தாங்கள் தரையிறங்கியிருந்த இடத்திற்கு அருகே இருந்த கிராமங்களை அவர்கள் நாஜிக்களிடமிருந்து விடுவித்தனர். அதன் காரணமாக, திட்டமிட்டிருந்தபடி, நார்மன்டி கடற்கரையில் தரையிறங்கியிருந்த படையினரால் முன்னேறிச் செல்ல முடிந்தது.

இது தளபதியின் நோக்கம் என்ற கருத்தாக்கத்திற்குக் கிடைத்திருந்த வெற்றி. இராணுவத் தளபதிகளின் விரிவான திட்டமிடுதல்கள் அங்குப் பலனளிக்கவில்லை. ஆனால், படையினரின் மண்டைக்குள், அத்தாக்குதலின் நோக்கம் குறித்து நன்றாகப் பதிய வைக்கப்பட்டிருந்ததால், அவர்களால் அங்கு ஒரு மாற்று ஏற்பாட்டை மேற்கொண்டு வெற்றிக்கனியைச் சுவைக்க முடிந்தது.

இன்று, நான் இந்தக் கருத்தாக்கத்தை என்னுடைய அன்றாட வாழ்வில் பயன்படுத்திக் கொண்டிருக்கிறேன். முன்பெல்லாம், நான் ஒரு பணித்திட்டத்தில் இறங்கினால், அடுத்தடுத்து என்னென்ன செய்ய வேண்டும் என்பதைத் திட்டமிட்டு அவற்றை நிறைவேற்றுவேன். அதன் இறுதி இலக்கைப் பற்றி நான் பெரிதாகச் சிந்தித்துக் கொண்டிருக்க மாட்டேன். ஆனால், இந்த வகையான அதிதீவிரத் திட்டமிடுதல் சில நேரங்களில் ஒரு தடையாக மாறியது. அதனால், இப்போது நான் ஒரு பணித்திட்டத்தைக் கையிலெடுத்தவுடன், முதலில், "இதன் நோக்கம் என்ன?" என்ற கேள்வியைத்தான் கேட்பேன். அதன் அடிப்படையில், செய்யப்பட வேண்டிய வேலைகளின் பட்டியலை நான் உருவாக்கிக் கொள்வேன்.

இந்த எளிய கேள்வியைக் கேட்பது குறிப்பிடத்தக்க விளைவுகளை ஏற்படுத்தியதை நான் கண்டறிந்தேன். ஆறடுக்கு வயிற்றுத் தசையுடன்கூடிய கட்டான உடற்கட்டைப் பெறுவதற்கு நான் பல ஆண்டுகளாக முயற்சி செய்து வந்துள்ளேன். ஒவ்வொரு ஜனவரி முதல் தேதியன்றும் நான் உற்சாகமாக உடற்பயிற்சிக்கூடத்திற்குச் செல்வேன். ஆனால், சில வாரங்களிலேயே என்னுடைய ஊக்குவிப்பு மங்கத் தொடங்கிவிடும். நான் புறப்பட்ட இடத்திற்கே வந்து சேர்ந்துவிடுவேன்.

கட்டான உடற்கட்டைப் பெறுதல் என்ற என்னுடைய இலக்கை, தளபதியின் நோக்கக் கருத்தாக்கக் கேள்விக்கு நான் உட்படுத்தியபோது நான் அதிர்ச்சியடைந்தேன். என்னுடைய உண்மையான நோக்கம் ஆரோக்கியமான உடற்கட்டைப் பெறுவதுதான் என்பது எனக்குப் புலனானது. ஆறடுக்கு வயிற்றுத் தசையுடன்கூடிய கட்டான உடற்கட்டைப் பெறுவதில் ஒரு வசீகரம் இருந்தது உண்மைதான் என்றாலும், ஆரோக்கியமான, வலுவான உடற்கட்டைப் பெறுவது அதைவிட அதிக முக்கியமானதாக இருந்தது.

இந்த அணுகுமுறையை நீங்கள் எந்த விஷயத்திற்கு வேண்டுமென்றாலும் பயன்படுத்திக் கொள்ளலாம். எடுத்துக்காட்டாக, நீங்கள் பிரெஞ்சு மொழியைக் கற்றுக் கொள்ள விரும்புகிறீர்கள் என்று வைத்துக் கொள்வோம். உங்களுடைய நோக்கம் என்ன என்று உங்களையே கேட்டுக் கொள்ளுங்கள். பத்தொன்பதாவது நூற்றாண்டின் பிரெஞ்சு நாவல்களை அவற்றின் மூல அழகோடு கிரகித்துக் கொள்வது உங்கள் நோக்கமா? அல்லது, விரைவில் நீங்கள் பாரீஸ் நகருக்கு மேற்கொள்ளவிருக்கின்ற பயணத்திற்கு அது உதவும் என்பது உங்கள் நோக்கமா? அதற்கு உங்களுக்குக் கிடைக்கின்ற பதிலைக் கொண்டு நீங்கள் அது தொடர்பான நடவடிக்கைகளை அமைத்துக் கொள்ளலாம்.

அல்லது, நீங்கள் ஒரு தொழிலைத் துவக்க விரும்புகிறீர்கள் என்று வைத்துக் கொள்வோம். இதில் உங்களுடைய இறுதி இலக்கு என்ன? பல கோடி மதிப்புள்ள ஒரு தொழிலைக் கட்டியெழுப்புவது உங்களுடைய நோக்கமா? அல்லது, பகுதி நேரத்தில் உங்களுக்குப் பணம் ஈட்டிக் கொடுப்பதற்காக அதை நீங்கள் தொடங்க விரும்புகிறீர்களா? இதற்கான பதில் உங்களுடைய அடுத்தக் கட்ட நடவடிக்கைகளைத் தீர்மானிக்கும். எடுத்துக்காட்டாக, நீங்கள் இப்போது பார்த்துக் கொண்டிருக்கும் வேலையை விட வேண்டுமா என்ற முடிவு அவற்றில் ஒன்றாக இருக்கும். அல்லது, இதற்காக நீங்கள் உங்களைத் தயார் செய்து கொள்ள வேண்டியிருக்குமா?

பரிசோதனை 2:
ஐந்து 'ஏன்' என்ற கேள்விகள்

'ஏன்' என்ற கேள்வியை நீங்கள் தினந்தோறும் உங்களிடம் கேட்டுக் கொண்டிருக்க வேண்டும். நீங்கள் அனுப்புகின்ற

ஒவ்வொரு மின்னஞ்சலும், நீங்கள் ஏற்பாடு செய்கின்ற ஒவ்வொரு கூட்டமும், நீங்கள் மேற்கொள்கின்ற ஒவ்வோர் உரையாடலும் நீங்கள் உங்களுடைய இறுதி இலக்கை அடைவதற்கு உதவ வேண்டும்.

ஆனால், இது எளிதல்ல. சில நேரங்களில் நீங்கள் ஒரு பெரிய பணித்திட்டத்தில் ஈடுபட்டிருக்கின்றபோது, அதன் முக்கிய நோக்கத்தைப் பற்றிய உங்களுடைய கவனத்தைச் சிதறவிட்டுவிட்டு, அன்றாடச் சிறிய வேலைகளில் மூழ்கிவிடுகின்ற அனுபவம் உங்களுக்கு ஏற்பட்டிருக்கும். நான் இந்தப் புத்தகத்தை எழுதிக் கொண்டிருந்தபோது, இதை நான் நேரடியாகவே அனுபவித்தேன். தேவையற்ற வேலைகளில் நான் என் கவனத்தைக் குவித்திருப்பேன். ஆனால், என்னுடைய நோக்கமான, முதல் கையெழுத்துப் பிரதியை உருவாக்குகின்ற பணி ஆண்டுக்கணக்கில் அப்படியே கிடப்பில் போடப்பட்டிருக்கும்.

அப்படியானால், உங்களுடைய ஒவ்வொரு தேர்ந்தெடுப்பிலும் உங்களுடைய முக்கியமான ஏன் என்ற கேள்வி இடம் பெறுவதை எப்படி உறுதி செய்து கொள்வது? இதற்கான ஒரு பரிந்துரை இருபதாம் நூற்றாண்டின் தொடக்கக் காலத்திய ஜப்பானின் பொருள் உற்பத்தித் தொழிற்சாலையிலிருந்து வருகிறது. மேற்கில், சகிசி டொயோடா, அவர் துவக்கிய டொயோட்டா என்ற அவருடைய நிறுவனத்தின் மூலமாக அறியப்படுகிறார். ஆனால், ஜப்பானில் அவர் இரண்டு விஷயங்களுக்காகக் கொண்டாடப்படுகிறார். முதலில், அவர் பத்தொன்பதாம் நூற்றாண்டின் இறுதியில், அந்த நாட்டின் துணி ஆலைத் துறையில் மாபெரும் புரட்சிகளை ஏற்படுத்தியிருந்தார். இரண்டாவது, அவர் ஜப்பானியத் தொழிற்புரட்சியின் தந்தையாக அறியப்படுகிறார்.

டொயோடா தன் தொழிற்சாலைகளில் தவறுகளை முற்றிலுமாக அழித்தொழிப்பதில் அதிதீவிரக் கவனம் செலுத்தினார். அவருடைய தொழிற்சாலைகளில் வேலை செய்தவர்கள், அர்த்தமுள்ள விஷயங்களில் கவனத்தைக் குவிக்கப் பயிற்றுவிக்கப்பட்டனர். நேரத்தையும் வளங்களையும் தவறாகப் பயன்படுத்துவதை அவர் ஒருபோதும் சகித்துக் கொண்டதில்லை. ஆடை நெய்யப்பட்டுக் கொண்டிருந்தபோது ஒரு நூல் அறுந்து போனாலே தானாகவே நின்றுவிடுகின்ற ஒரு தறியை உருவாக்கியதன் மூலம் அவர் முதன்முதலாகப் பிரபலமானார். அதன் மூலம், வீணாதல் தவிர்க்கப்பட்டது.

இதை அடிப்படையாகக் கொண்டு அவர் உருவாக்கியிருந்த 'ஐந்து ஏன் என்ற கேள்விகள்' பின்னர் மிகவும் பிரபலமடைந்தது.

தொடக்கத்தில், ஒரு விஷயம் ஏன் தவறாகப் போனது என்பதைக் கண்டுபிடிப்பதற்காகத்தான் அது பயன்படுத்தப்பட்டது. தொழிற்சாலைத் தளத்தில் ஏதாவது ஒன்று தவறாகப் போனால், டொயோட்டாவின் ஊழியர்கள் ஐந்து முறை ஏன் என்ற கேள்வியைக் கேட்பர்.

எடுத்துக்காட்டாக, ஓர் இயந்திரத்தின் பாகம் ஒன்று உடைந்துவிடுவதாக வைத்துக் கொள்வோம். உடனடியாக, அது ஏன் நடந்தது என்ற முதல் கேள்வி கேட்கப்படும். அதற்கான பதில், அதன் உடனடிக் காரணத்திற்கு இட்டுச் செல்லும். "தறியில் ஒரு துணி சிக்கிக் கொண்டதுதான் அதற்குக் காரணம்." அடுத்த ஏன் என்ற கேள்வி இன்னும் ஆழமாகச் செல்லும். "எல்லோரும் களைப்பாக இருந்ததால், எவருமே அதில் கவனம் செலுத்தியிருக்கவில்லை." ஐந்தாவது ஏன் என்ற கேள்விக்கான பதில் கிடைக்கின்றபோது, ஊழியர்கள் அந்தப் பிரச்சனையின் ஆணிவேரைத் தொட்டிருப்பர்: "எங்களுடைய மேலதிகாரி அணுகுவதற்கு உகந்த ஒரு நபராக இல்லாதிருப்பதால்தான் நிறுவனத்தின் கலாச்சாரம் தற்போது படுமோசமாக இருக்கிறது."

நான் டொயோட்டாவின் முறையை எனக்கு ஏற்ற விதத்தில் சற்று மாற்றியுள்ளேன். தவறுகளைக் கண்டுபிடிப்பதற்கு மட்டுமல்லாமல், முதலில், அந்த வேலை செய்யத் தகுதியானதா இல்லையா என்பதைத் தீர்மானிப்பதற்கும் அந்த ஐந்து கேள்விகள் பயன்படுத்தப்பட வேண்டும் என்று நான் நினைத்தேன். என் குழுவிலுள்ள யாராவது ஒருவர் ஒரு புதிய திட்டத்தை முன்மொழிந்தால், நான் உடனே ஏன் என்ற கேள்வியை ஐந்து முறை கேட்பேன். முதல் விடை எப்போதும் குறுகிய கால நோக்கத்தையே அடிப்படையாகக் கொண்டிருக்கும். அத்திட்டம் செயல்படுத்தப்படுவதற்கு உண்மையிலேயே தகுதியானதாக இருந்தால், அது உங்களுடைய தளபதியின் நோக்கத்தோடு ஒத்திசைவாக இருக்க வேண்டும். இல்லையெனில், அதை நீங்கள் கைவிட்டுவிடலாம்.

இந்த முறை, நானும் என் குழுவினரும், உண்மையிலேயே முக்கியமான விஷயங்களில் எங்களுடைய கவனத்தைக் குவிப்பதற்குப் பேருதவியாக இருந்தது. அதைத் தொடர்ந்து, தேவையற்ற விஷயங்கள் தாமாகவே தம்முடைய முக்கியத்துவத்தை இழந்துவிடும்.

'என்ன' என்று கேளுங்கள்

நீங்கள் உங்களுடைய ஏன் என்ற கேள்விகளுக்கான விடையை அறிந்து கொண்டவுடன், இதை நீங்கள் இன்னும் திடமான ஒன்றாக மாற்ற வேண்டும். ஒரு பணித்திட்டத்தைச் செயல்படுத்துவதற்கு வெறும் நோக்கத்தை அறிந்திருப்பது மட்டும் போதாது. உங்களுக்கு ஒரு விபரமான செயல்நடவடிக்கை வடிவம் தேவைப்படும். இல்லையெனில், எங்கிருந்து துவக்குவது என்று தெரியாமல் நீங்கள் தவிப்பீர்கள்.

ஆனால், என்ன செய்யப்பட வேண்டும் என்பதைத் தீர்மானிப்பது அவ்வளவு எளிதான காரியமல்ல.

இப்படி ஒரு காட்சியை உங்கள் மனத்தில் உருவகப்படுத்திக் கொள்ளுங்கள். அது ஓர் அலுவலகம். அங்கு ஜிம் வேலை பார்க்கிறார். சார்ல்ஸ் என்பவர் அவருடைய மேலதிகாரியாக வருகிறார். அவர்கள் இருவருக்கும் இடையில் சுமூகமான உறவு இல்லை. ஜிம் எவ்வளவுதான் முயன்றாலும், அவர் சோம்பேறித்தனமாக இருப்பதாகவும், தொழில்நேர்த்தியின்றிச் செயல்படுவதாகவும் அவருடைய மேலதிகாரி நினைக்கிறார். சார்ல்ஸின் மனத்தில் ஜிம்மால் தன்னைப் பற்றிய நல்லதோர் அபிப்பிராயத்தை ஏற்படுத்த முடியவில்லை.

ஒரு நாள் காலையில், சார்ல்ஸ் ஜிம்மை அழைத்து, "உங்களுடைய அனைத்து வாடிக்கையாளர்களின் தீர்வறிக்கையைத் தயார் செய்து என்னிடம் கொடுங்கள்," என்று அவரிடம் கூறுகிறார். துரதிர்ஷ்டவசமாக, தீர்வறிக்கை என்றால் என்ன என்று ஜிம்முக்குத் தெரியவில்லை. அது என்னவாக இருக்கும் என்று அன்று முழுவதும் ஜிம் யோசித்துப் பார்க்கிறார். அன்றைய நாளின் முடிவில் அது என்ன என்பதை அவரால் கண்டுபிடிக்க முடியாததால், சார்ல்ஸின் அறைக்குச் சென்று, தன் மேலதிகாரி தன்னைப் பற்றி என்ன நினைத்துக் கொள்வாரோ என்ற அச்சத்துடன், அவரிடம், "தீர்வறிக்கை என்றால் என்ன?" என்று கேட்கிறார்.

இது என் கற்பனையில் உதித்த ஒன்றல்ல. 'த ஆபீஸ்' என்ற பிரபலமான தொலைக்காட்சித் தொடரில் இடம்பெற்றிருந்த ஒரு காட்சி இது. அத்தொடர், அன்றாட அலுவலகச் சொதப்பல்களை நகைச்சுவையுடன் காட்டியதால் மக்கள் மத்தியில் மிகவும் பிரபலமடைந்தது. அடாவடியான அதிகாரிகள், அலுவலக அரசியல் போன்றவை அதில் இடம்பெற்றிருந்தன.

இதைத்தான் நான் 'என்ன என்பது குறித்த நிச்சயமின்மை' என்று அழைக்கிறேன். தனக்கு வழங்கப்பட்டிருக்கின்ற ஆய்வுப்பணி என்ன என்று புரியாமல் முழிக்கின்ற ஒரு மாணவனாகவோ, அல்லது தன் மேலதிகாரியிடமிருந்து தெளிவற்ற அறிவுறுத்தல்களைப் பெற்றுக் கொண்டு முழித்துக் கொண்டிருக்கின்ற ஓர் ஊழியராகவோ, அல்லது சொந்தமாக கிதார் வாசிக்கக் கற்றுக் கொள்ள விரும்பி, ஆனால் எங்கிருந்து தொடங்குவது என்று தெரியாமல் விழித்துக் கொண்டிருக்கின்ற ஒருவராகவோ உங்களைக் கற்பனை செய்து கொள்ளுங்கள். இந்தச் சூழ்நிலைகள் ஒவ்வொன்றிலும் துல்லியமாக நீங்கள் என்ன செய்ய வேண்டும் என்பதைத் தெரிந்து கொள்வதற்கே நீங்கள் பெரும் முயற்சி செய்ய வேண்டியிருக்கும்.

அப்படியானால், இதற்கு என்னதான் தீர்வு? உங்களுடைய நோக்கத்தைத் திட்டவட்டமான இலக்குகளாகவும் செயல்நடவடிக்கைகளாகவும் மாற்றிக் கொள்வதுதான் அதற்கான தீர்வு.

பரிசோதனை 3:

நல்லுணர்வூட்டும் இலக்குகள்

உங்களுடைய நோக்கத்தை ஒரு திட்டமாக மாற்றுவதற்கு ஏதாவது ஒருவிதமான இலக்கு நிர்ணயித்தல் முறை உங்களுக்குத் தேவைப்படும். திட்டவட்டமான இறுதி இலக்கு உங்களிடம் இல்லையெனில், நீங்கள் விரும்புகின்ற இடத்திற்கு உங்களால் போய்ச் சேர முடியாது.

ஆனால், இலக்குகளை நிர்ணயித்தல் சற்றுச் சிக்கலானது. இலக்குகள் முக்கியமானவை என்பது எல்லோரும் அறிந்த ஒரு விஷயம்தான். ஆனால், அவை எந்த வடிவத்தில் இருக்க வேண்டும் என்பது குறித்து அறிவியலறிஞர்களிடையே கருத்து வேறுபாடுகள் இருக்கின்றன.

1981-ம் ஆண்டுவாக்கில், ஜார்ஜ் டோரன் என்ற ஆலோசனையாளர், ஐந்து ஆங்கில வார்த்தைகளின் முதலெழுத்துகளைக் கொண்டு உருவாக்கியிருந்த, 'ஸ்மார்ட்' இலக்குகள் என்ற ஒன்றை அறிமுகப்படுத்தினார். அதன் விரிவாக்கம் இதுதான்: உங்களுடைய இலக்கு, திட்டவட்டமானதாக, அளவிடத்தக்கதாக, பிறருக்கு ஒதுக்கப்படத்தக்கதாக, பொருத்தமானதாக, மற்றும் காலக்கெடுவுடன்கூடியதாக இருக்க வேண்டும். அது உடனே

மிகவும் பிரபலமடைந்தது. அதன் பிரபலத்துவத்தால், இலக்குகளை நிர்ணயித்துக் கொள்வதற்கு இதுபோன்ற ஆங்கில வார்த்தைகளின் முதலெழுத்துகளால் உருவாக்கப்பட்டப் பல முறைகள் உருவாக்கப்பட்டன.

இவை அனைத்திற்கும் இடையே ஓர் ஒற்றுமை இருந்தது. முதலில், உங்களுடைய இலக்கு தெளிவானதாகவும் அளவிடத்தக்கதாகவும் இருக்க வேண்டும் என்பதுதான் அது. நீங்கள் உங்களுடைய இலக்கை அடைந்துவிட்டீர்களா என்பது சோதித்து அறியப்படத்தக்கதாக இருக்க வேண்டும். இரண்டாவது, இலக்கின் விளைவுகள் அளவிடத்தக்கவையாக இருக்க வேண்டும்.

சோதித்து அறியத்தக்கதாகவும் அளவிடத்தக்கதாகவும் இருக்கின்ற இலக்கு நிர்ணய முறை, பலிக்காத ஒன்றாக இருந்துவிட்டால், அது பரிதாபம்தான். சில நேரங்களில், சில இலக்கு நிர்ணய முறைகள், உற்பத்தித்திறனை அதிகரிப்பதற்குப் பதிலாக அதற்குத் தடையாக அமைந்துவிடுவதும் உண்டு.

சமீபத்திய ஆய்வுகள் அதைத்தான் சுட்டிக்காட்டுகின்றன. திட்டவட்டமானவையாகவும் சவாலானவையாகவும் விளங்குகின்ற இலக்குகள், சில குறிப்பிட்ட வகையான நபர்களுக்கும் சில குறிப்பிட்ட வேலைகளுக்கும் பலனளிக்கக்கூடும் என்றாலும், அவற்றால் எதிர்மறையான பின்விளைவுகள் ஏற்படுவதற்கும் வாய்ப்பு இருக்கிறது.

நான் இந்த விவாதத்தை முதன்முதலாகக் கேள்விப்பட்டபோது என்னால் அதை நம்ப முடியவில்லை. நான் ஏழு ஆண்டுகளாக ‘ஸ்மார்ட்’ இலக்குகளை நிர்ணயித்து வந்திருந்தேன். ஆனால், திடீரென்று, நான் நினைத்துக் கொண்டிருந்ததுபோலன்றி, அது பெரிதாகப் பலனளிக்கக்கூடிய ஒன்றல்ல என்பதை நான் அறிந்து கொண்டபோது நான் மிகவும் அதிர்ந்து போனேன்.

ஆனால், ஆய்வுகள் அதைத் தெள்ளத்தெளிவாக நிரூபிக்கின்றன. நாம் ஓர் ஒற்றை இலக்கின்மீது நம்முடைய முழுக் கவனத்தையும் குவிக்கின்றபோது, நம்முடைய விழுமியங்களுக்கு விசுவாசமாக இருத்தல் போன்ற வேறு சில காரணிகளை நாம் கண்டுகொள்ளாமல் இருந்துவிட நேர்கிறது. 2009-ல், பல பல்கலைக்கழகங்கள் இணைந்து மேற்கொண்ட ஓர் ஆய்வு, ஒருவர் அதீத இலக்குகளை நிர்ணயித்தலில் ஈடுபடுகின்றபோது அது தேவையற்றப் பக்கவிளைவுகளை ஏற்படுத்துகிறது என்று தெரிவித்தது.

அதற்காக, இலக்கு நிர்ணய முறைகள் அனைத்துமே

நல்லுணர்வூட்டும் இலக்குகள்

மோசமானவை என்றோ, ஸ்மார்ட் இலக்குகள் போன்றவை பயனற்றவை என்றோ நான் கூற வரவில்லை. சில நபர்களுக்கு, சில வேலைகளுக்கு அவை சிறப்பாகப் பலனளிக்கின்றன என்பதை மறுப்பதற்கில்லை. அவற்றில் சில பக்கவிளைவுகள் இருக்கின்றன. தள்ளிப்போடுதல் உங்களுக்கு ஒரு பெரிய பிரச்சனையாக இருந்தால், ஒரு மாற்று அணுகுமுறை உங்களுக்கு உதவக்கூடும்.

அப்படிப்பட்ட மாற்று அணுகுமுறை ஒன்றை நான் முன்மொழிகிறேன். இது விளைவுகள்மீது அதீத கவனம் செலுத்துவதில்லை, மாறாக, நல்லுணர்வை ஊட்டுகின்ற பயணத்தின்மீது கவனத்தைக் குவிக்கிறது. அந்த நான்கு அம்ச நல்லுணர்வு ஊட்டும் இலக்கு நிர்ணய முறையை இப்போது பார்க்கலாம்.

- **உடனடிக் காலத்திய:** இலக்குகள் உடனடிக் காலத்தியவையாக இருக்கின்றபோது, நம்முடைய பயணத்தில் நாம் அடுத்து எடுத்துவைக்கவேண்டியிருக்கின்ற அடிகளில் நாம் நம்முடைய கவனத்தைக் குவிப்போம். தினசரி அல்லது வாராந்திர இலக்குகள் மிகச் சிறப்பாகப் பலனளிப்பதாக நான் கருதுகிறேன்.
- **உள்ளீடுசார்ந்த:** இலக்குகள் உள்ளீடு சார்ந்தவையாக இருக்கின்றபோது, விளைவுகளில் கவனம் செலுத்தப்படுவதற்குப் பதிலாக, செயல்முறையில் கவனம் செலுத்தப்படும். எடுத்துக்காட்டாக, "இந்த ஆண்டு இறுதிக்குள் 5 கிலோ எடை குறைய வேண்டும்", "என் புத்தகம் அதிகமாக விற்பனையாகின்ற நூல்களின் பட்டியலில் இடம்பெற வேண்டும்" என்பன போன்ற இலக்குகள் விளைவுகளை அடிப்படையாகக் கொண்டவை. "தினமும் பத்து நிமிடங்கள் நடந்துவிட்டு

வர வேண்டும்," "என் புதினத்திற்காக நான் தினமும் 100 வார்த்தைகள் எழுத வேண்டும்," என்பன போன்ற இலக்குகள் உள்ளீடு சார்ந்தவையாகும்.

- *கட்டுப்படுத்தத்தக்க:* நாம் அனைவருமே நம்முடைய கட்டுப்பாட்டிற்குள் இருக்கின்ற இலக்குகளில் கவனத்தைக் குவிக்கவே விரும்புகிறோம். எடுத்துக்காட்டாக, "என் புதினத்திற்காக நான் தினமும் எட்டு மணி நேரம் செலவழிக்கப் போகிறேன்," என்ற இலக்கு நடைமுறைச் சாத்தியமற்றது. ஏனெனில், உங்களுடைய கட்டுப்பாட்டில் இல்லாத ஏகப்பட்டப் புறக் காரணிகள், அதன்மீது தாக்கம் ஏற்படுத்தும். உங்களுடைய புதினத்தை எழுதுவதற்கு, தினமும் இருபது நிமிடங்களைச் செலவழிக்க முடிவெடுப்பது எதார்த்தமானதாக இருக்கும்.
- *ஆற்றலளிக்கின்ற:* நம்முடைய வேலைகளை சக்தியூட்டுபவையாக ஆக்கிக் கொள்வது எப்படி என்பதைப் பற்றி நாம் ஏற்கனவே விரிவாகப் பார்த்துவிட்டோம். நீங்கள் நிர்ணயிக்கின்ற இலக்கிற்குள், விளையாட்டு, அதிகாரம் மற்றும் மக்களை ஒருங்கிணைப்பதற்கு வழியேதும் இருக்கிறதா என்று யோசியுங்கள்.

நீங்கள் உங்களுடைய நீண்டகால இலக்குகளுக்கு ஸ்மார்ட் முறையையும், குறுகிய கால இலக்குகளுக்கு நல்லுணர்வு ஊட்டும் இலக்கு முறையையும் பயன்படுத்திக் கொள்ளலாம். அவற்றுக்கான சில எடுத்துக்காட்டுகள் இதோ:

	ஸ்மார்ட் இலக்குகள்	நல்லுணர்வூட்டும் இலக்குகள்
ஆரோக்கியம்	*அடுத்த மூன்று மாதங்களுக்குள் 10 கிலோ எடையைக் குறைத்தல்.*	*தினமும் 30 நிமிடங்களுக்கு உடற்பயிற்சியில் ஈடுபடுதல். கவனக்குவிப்பு, இரசித்து ஈடுபடுதல், கட்டுப்பாடு ஆகியவற்றுக்கு இங்கு முக்கியத்துவம் அளிக்கப்படுகிறது.*

வேலை	அடுத்த இரண்டு ஆண்டுகளுக்குள் ஒரு மேலதிகாரியாகப் பதவி உயர்வு பெறுதல்.	ஒரு முக்கியத் திறனை மேம்படுத்துவதற்கு அல்லது உங்களுடைய தொழிற்துறையின் முக்கிய நபர்களுடன் தொடர்பு ஏற்படுத்திக் கொள்வதற்கு வாரத்திற்கு ஒரு மணி நேரத்தை அர்ப்பணித்தல்.
கல்வி	அடுத்த இரண்டு ஆண்டுகளில் ஒரு முதுகலைப் பட்டப்படிப்பை முடித்தல்.	தினமும் இருபது நிமிடங்களைப் பாடம் படிப்பதற்கும் வீட்டுப் பாடங்களைச் செய்வதற்கும் ஒதுக்கிக் கொள்ளுதல்.

இதன் விளைவாக, உங்களுடைய ஆற்றலையும், நல்லுணர்வு ஊட்டுகின்ற உற்பத்தித்திறனையும் அதிகரிக்கின்ற இலக்குகளை உங்களால் நிர்ணயித்துக் கொள்ள முடியும். ஆனால், இவற்றை நீங்கள் அடையாவிட்டாலும் ஒன்றும் குடிமுழுகிப் போய்விடாது.

பரிசோதனை 4:
முன் அலசல் முறை

நல்லுணர்வூட்டும் இலக்குகளை நிர்ணயித்துக் கொண்ட பிறகு, எங்கிருந்து துவக்க வேண்டும் என்பது குறித்தத் தெளிவு உங்களிடம் பிறந்திருக்கும். நீங்கள் உங்களுடைய பயணத்தைத் துவக்குவதற்கு முன்பாக, சில பிரச்சனைகளைக் களைவது நல்லது.

நீங்கள் அடுத்த வாரத்தில் இருப்பதாகக் கற்பனை செய்து கொள்ளுங்கள். நீங்கள் என்ன செய்ய வேண்டும் என்பது குறித்தும் அதை ஏன் செய்ய வேண்டும் என்பது குறித்தும் உங்களிடம் தெளிவு பிறந்துள்ளது. இவ்வளவு முன்தயாரிப்புகள் இருந்தும் நீங்கள் இன்னும் தொடங்கவில்லை. எது தவறாகப் போனது?

இதற்கு ‘முன் அலசல் முறை’ என்று பெயர். உங்களுடைய இலக்குகளைத் தடம்புரள வைக்கின்ற சாத்தியக்கூறுள்ள தடைகளை முன்கூட்டியே அடையாளம் காண்பதற்கான வழிமுறைகளை இது வழங்குகிறது.

உங்களுடைய திட்டத்தில் எவையெல்லாம் தவறாகப் போகும் என்பதை நீங்கள் உங்களுடைய மனத்திற்குள் முன்கூட்டியே யோசிப்பது, அவை உண்மையிலேயே நடைபெறுவதற்கான வாய்ப்புகளைக் கணிசமாகக் குறைக்கும். ஒரு விஷயம் நடப்பதற்கு முன்பாகவே அதை மனத்தில் கற்பனை செய்து பார்ப்பது, அது தவறாகவோ அல்லது சரியாகவோ போவதற்கான காரணங்களை அடையாளம் கண்டுகொள்வதற்கான நம்முடைய திறனை 30 சதவீதம் அதிகரிக்கிறது என்று வார்ட்டன் பேராசிரியர் டெபோரா மிட்செல் மேற்கொண்ட ஓர் ஆய்வு தெரிவிக்கிறது.

சில எளிய கேள்விகளைச் சேர்த்துக் கொண்டால் இந்த முறை ஆற்றல்மிக்க ஒன்றாகிவிடும். இதை நான் என் குழுவினரிடம் பயன்படுத்துகிறேன். அவர்களும் என்னைக் கேள்வி கேட்க நான் அனுமதிக்கிறேன். நீங்கள் அடுத்த வாரத்தில் இருப்பதாகக் கற்பனை செய்து கொள்ளுங்கள். நீங்கள் தொடங்க உத்தேசித்திருந்த வேலையை நீங்கள் இன்னும் தொடங்கியிருக்கவில்லை. இப்போது கீழ்க்கண்ட கேள்விகளை உங்களிடம் கேளுங்கள்:

1. நீங்கள் அதில் இறங்காமல் இருப்பதற்கான தலையாய மூன்று காரணங்கள் என்னென்ன?
2. அந்த மூன்று காரணங்கள் உங்களுடைய திட்டத்தைத் தடம்புரளச் செய்துவிடுகின்ற ஆபத்தைத் தவிர்ப்பதற்கு நீங்கள் என்ன செய்ய வேண்டும்?
3. இதில் நீங்கள் அர்ப்பணிப்போடு தொடர்ந்து செயல்படுவதற்கு யாரிடம் உங்களால் உதவி கேட்க முடியும்?
4. இந்த வேலையைச் செய்து முடிப்பதற்கான சாத்தியக்கூறை அதிகரிப்பதற்கு உங்களால் என்னென்ன நடவடிக்கைகளில் இறங்க முடியும்?

‘எப்போது’ என்று கேளுங்கள்

நீங்கள் ஏதாவது ஒரு காரியத்தில் இறங்கிய பிறகு, “இதைச் செய்வதற்கு நான் எப்படி நேரத்தைக் கண்டுபிடிக்கப் போகிறேன்?” என்று யோசித்ததுண்டா?

‘நான்காயிரம் வாரங்கள்’ என்ற நூலின் ஆசிரியரான

ஆலிவர் பர்க்மேன், “நேரம் என்பது ஏற்கனவே கடந்து சென்றுவிட்டுள்ள ஒன்று,” என்று குறிப்பிடுகிறார். நம்மில் சிலருக்கு, மற்றவர்களைக் காட்டிலும் அது படுவேகமாக ஓடி மறைந்துவிடுகிறது. நம் அனைவருக்கும் அதே 24 மணி நேரம்தான் இருக்கிறது என்று பொதுவாகக் கூறப்படுவதுண்டு. ஆனால், அது உண்மையல்ல. ஒரு நாளில் 24 மணி நேரம் இருக்கலாம். ஆனால், அவற்றில் எவ்வளவு மணி நேரம் உங்களுடைய கட்டுப்பாட்டில் இருக்கிறது என்பது எண்ணற்ற விஷயங்களைச் சார்ந்துள்ளது. ஒரு சமையற்காரர், ஒரு கார் ஓட்டுநர், இரண்டு முழு நேரப் பணியாட்கள், குழந்தைகளைப் பார்த்துக் கொள்ள ஒரு நபர், தனிப்பட்ட உதவியாளர் என்று வாழ்கின்ற ஒரு பிரபலத்தால், தன்னுடைய 24 மணி நேரத்தின் பெரும்பகுதியைத் தன் இஷ்டத்திற்குச் செலவழிக்க முடியும். ஆனால், சராசரி மனிதர்கள், சமைத்தல், துவைத்தல், சுத்தம் செய்தல், சாமான்கள் வாங்குதல், வேலை, போக்குவரத்து, குழந்தைகள் நலம் பேணுதல் போன்ற, வாழ்க்கையை நிர்வகிப்பதற்குத் தேவையான காரியங்களில் தினமும் பல மணி நேரங்களைச் செலவழித்தாக வேண்டியுள்ளது.

ஒட்டுமொத்தத்தில், நேரம் என்பது குறைவான அளவில் நமக்குக் கிடைக்கின்ற ஒரு பொருளாக நமக்குத் தோன்றுகிறது. அதனால், நிச்சயமின்மை என்ற மூடுபனியை விலக்கிக் கொள்வதற்கான கடைசி முயற்சி, நேர நிர்வாகம் குறித்தக் கேள்விகளாகும்.

இதுவரை, நாம் ஒரு காரியத்தை ஏன் செய்ய வேண்டும், என்ன செய்ய வேண்டும் என்ற கேள்விகளைக் கேட்டு அதற்கான விடைகளையும் அறிந்து கொண்டோம். ஆனால், நாம் இன்னொரு முக்கியமான கேள்வியையும் கேட்க வேண்டும். எப்போது அதைச் செய்யப் போகிறோம் என்ற கேள்விதான் அது. ஒரு விஷயத்தை நீங்கள் எப்போது செய்யப் போகிறீர்கள் என்பது உங்களுக்குத் தெரியாமல் இருந்தால், அதில் நீங்கள் ஈடுபடுவதற்கான சாத்தியக்கூறுகள் குறைவே.

ஒரு விஷயத்தை நீங்கள் எப்போது செய்யப் போகிறீர்கள் என்பது உங்களுக்குத் தெரியாமல் இருந்தால், அதில் நீங்கள் ஈடுபடுவதற்கான சாத்தியக்கூறுகள் குறைவே.

ஒரு தளத்தில் பார்த்தால், 'எப்போது' என்ற கேள்வியைக் கேட்பது என்பது உங்களுடைய வரம்புகளை ஒத்துக் கொள்வதாகும். ஒவ்வொரு வாரமும், வேறு விஷயங்களுக்குப் பயன்படுத்திக் கொள்வதற்கு உங்களுக்கு ஒரு சில மணி நேரம் மட்டுமே கிடைத்தால், அதை நீங்கள் உங்களுடைய உற்பத்தித்திறனை அதிகரித்துக் கொள்வதற்குப் பயன்படுத்திக் கொள்ள வேண்டும் என்ற சிந்தனை உங்களுக்கு எழாது. இந்தக் கண்ணோட்டத்தில் பார்த்தால், நீங்கள் விஷயங்களைத் தள்ளிப்போட்டுக் கொண்டிருக்கவில்லை. மாறாக, நீங்கள் சில விஷயங்களுக்கு முன்னுரிமை அளித்துக் கொண்டிருக்கிறீர்கள், அவ்வளவுதான்.

ஆனால், நாம் செய்ய விரும்புகின்ற திட்டங்கள் என்று வருகின்றபோது, 'எப்போது' என்ற கேள்விக்கான பதிலை நீங்கள் கண்டுபிடித்துத்தான் ஆக வேண்டும். அதற்கான முதல் வழிமுறை, 2010களின் மத்தியில் பாஸ்டன் பல்கலைக்கழகத்தில் உதயமாயிற்று.

பரிசோதனை 5:

செயல்படுத்தத்தக்க உள்நோக்கங்கள்

2015-ல், பாஸ்டன் நகரை, 'உடற்பயிற்சி செய்வதற்கு நேரம் இல்லை என்று கருதுபவர்களுக்காக' என்ற தலைப்பில் வெளியான துண்டுப் பிரசுரங்கள் நிறைத்தன. மக்களை அதிகமாக உடற்பயிற்சி செய்ய வைப்பதற்கான வழிமுறையைக் கண்டறிய பாஸ்டன் பல்கலைக்கழக ஆய்வாளர்கள் விரும்பினர்.

அந்தத் துண்டுப் பிரசுரத்திற்கு பதிலளித்தவர்கள் அந்த ஆய்விற்காகத் தேர்ந்தெடுக்கப்பட்டனர். அதில் கலந்து கொண்டவர்கள், ஒரு வாரத்தில் அவர்கள் எடுத்து வைக்கின்ற அடிகளின் எண்ணிக்கையை உயர்த்துவதற்கு ஓர் இலக்கை நிர்ணயித்துக் கொள்ள வேண்டும். ஒருவர் தினசரி எடுத்து வைக்கின்ற அடிகளைக் கணக்கிடுகின்ற 'ஃபிட்பிட்' என்ற சாதனம் அவர்கள் ஒவ்வொருவருக்கும் வழங்கப்பட்டது. அதை அவர்கள் ஐந்து வாரங்களுக்கு அணிந்திருக்கும்படி கேட்டுக் கொள்ளப்பட்டனர்.

அதில் பங்கேற்றிருந்தவர்களுக்குத் தெரியாமல், அவர்கள் இரண்டு குழுக்களாகப் பிரிக்கப்பட்டிருந்தனர். முதல் குழுவினருக்கு ஃபிட்பிட் கொடுக்கப்பட்டபோது, வேறு

எந்தவிதமான அறிவுறுத்தல்களும் கொடுக்கப்படவில்லை. இரண்டாவது குழுவினரிடம் அந்தச் சாதனம் கொடுக்கப்பட்டதோடு, அவர்களுக்கு ஓர் அறிவுரையும் கொடுக்கப்பட்டது. அடுத்த நாள் அவர்கள் எப்போது கூடுதல் அடிகளை எடுத்து வைக்கத் தீர்மானித்துள்ளார்கள் என்பதை முதல் நாளே மின்னஞ்சல் மூலம் ஆய்வாளர்களுக்குத் தெரிவிக்கும்படி அவர்கள் கேட்டுக் கொள்ளப்பட்டனர்.

இந்தச் சிறிய தலையீடு ஒரு பெரும் வித்தியாசத்தை ஏற்படுத்தியது. முதல் குழுவினர் ஒரு வாரத்தில் எடுத்து வைத்திருந்த அடிகளில் எந்தவிதமான மாற்றமும் ஏற்பட்டிருக்கவில்லை. ஆனால், இரண்டாவது குழுவினர் எடுத்து வைத்திருந்த அடிகள் அதிகரித்திருந்தன. அவர்கள் எடுத்து வைத்திருந்த அடிகளின் எண்ணிக்கை சராசரியாக *7,000*த்திலிருந்து *9,000*மாக உயர்ந்திருந்தது.

ஒருவரைச் செயல்நடவடிக்கையில் ஈடுபட வைக்கின்ற இதுபோன்ற சிறிய தூண்டுவிப்பான்கள், செயல்படுத்தத்தக்க உள்நோக்கங்கள் என்று அழைக்கப்படுகின்றன. அவை புரட்சிகரமானவை என்று நடத்தை அறிவியல் முழங்குகிறது.

இந்தச் செயல்படுத்தத்தக்க உள்நோக்கங்கள் குறித்து, நியூயார்க் பல்கலைக்கழகத்தைச் சேர்ந்த உளவியல் பேராசிரியர் பீட்டர் கோல்விட்சர் ஒரு தீவிர ஆய்வில் ஈடுபட்டார். நீங்கள் ஒரு விஷயத்தை எப்போது செய்யப் போகிறீர்கள் என்பதை முன்கூட்டியே தீர்மானிக்கின்றபோது, அதைச் செய்வதற்கு அதிக வாய்ப்புகள் இருக்கின்றன. உள்நோக்கங்களைச் செயல்படுத்துவதற்கான நல்லதொரு வழி, அதற்கு ஒரு நிபந்தனையை விதிப்பதுதான் என்று பீட்டர் கூறுகிறார். எடுத்துக்காட்டு: "இது நடந்தால், நான் இதைச் செய்வேன்."

நீங்கள் தியானத்தில் ஈடுபட விரும்புகிறீர்கள் என்று வைத்துக் கொள்வோம். அதை எப்படி உங்களுடைய கால அட்டவணைக்குள் புகுத்திக் கொள்வது என்று தெரியாமல் நீங்கள் திணறிக் கொண்டிருந்தால், உங்கள் மனத்தில் இப்படி ஒரு தூண்டுவிப்பானைப் புகுத்திக் கொள்ளுங்கள்: "நான் காலையில் தேநீர் அருந்தி முடித்தவுடன் சில நிமிடங்கள் தியானத்தில் ஈடுபடுவேன்."

எப்போதாவது பழம் சாப்பிடுகின்ற உங்களுடைய நடத்தையைத் தினமும் பழம் சாப்பிடுகின்ற ஒன்றாக மாற்றிக் கொள்ள உங்கள் மனத்தில் இப்படி ஒரு தூண்டுவிப்பானைப் புகுத்திக் கொள்ளுங்கள்: "நான் சமையலறைக்குள் நுழைந்தவுடன் ஓர் ஆப்பிளைச் சாப்பிடுவேன்."

நீண்டகால அடிப்படையில் நீங்கள் உங்களுடைய குடும்பத்தாருடன் அதிக நேரம் செலவழிக்க விரும்புகிறீர்கள் என்றால், உங்கள் மனத்தில் இப்படி ஒரு தூண்டுவிப்பானைப் புகுத்திக் கொள்ளுங்கள்: "நான் வேலையிலிருந்து வீடு திரும்பியவுடன் என் அம்மாவைத் தொலைபேசியில் அழைத்துப் பேசுவேன்."

பீட்டர், 2006-ல், 8,000 நபர்களை உள்ளடக்கிய, பலதரப்பட்ட 94 ஆய்வுகளை அலசி ஆராய்ந்து, "இது நடந்தால், நான் இதைச் செய்வேன்," என்பது போன்ற தூண்டுவிப்பான்கள் மக்களின் நீண்டகால நடத்தையில் பெரும் மாற்றங்களை ஏற்படுத்துகின்றன என்ற முடிவுக்கு வந்தார். அப்படிப்பட்ட நிபந்தனைகள் முன்கூட்டியே மனரீதியாக நம்மைத் தயார் செய்துவிடுகின்றன. அதனால், அந்தத் தூண்டுவிப்பான் நிகழ்கின்றபோது, நம்மால் அதை இயல்பாகச் செய்துவிட முடிகிறது.

அதை எப்போது செய்யப் போகிறீர்கள் என்று நீங்கள் யோசித்துக் கொண்டிருக்க வேண்டியதில்லை. அதை நீங்கள் செய்துவிடுவீர்கள்.

இதன் விளைவு குறிப்பிடத்தக்கதாக இருக்கும். அதை எப்போது செய்யப் போகிறீர்கள் என்று நீங்கள் யோசித்துக் கொண்டிருக்க வேண்டியதில்லை. அதை நீங்கள் செய்துவிடுவீர்கள்.

பரிசோதனை 6:
நேரத்தைக் கட்டம் கட்டுதல்

நீங்கள் மதிக்கின்ற விஷயங்களைச் செய்வதற்கான நேரத்தைக் கண்டுபிடிப்பதற்கு ஓர் எளிய வழி இருக்கிறது. நேரத்தைக் கட்டம் கட்டுதல்தான் அது. ஆனால், இது பெரிய அளவில் பயன்பாட்டில் இல்லை.

நேரத்தைக் கட்டம் கட்டுதலை வேறு வார்த்தைகளில் கூற வேண்டுமென்றால், அதை இப்படிக் கூறலாம்: "ஒரு விஷயம் செய்து முடிக்கப்பட வேண்டும் என்று நீங்கள் விரும்பினால், அதை நீங்கள் உங்களுடைய நாட்காட்டியில் ஒட்டி வைத்துக் கொள்ளுங்கள்." இங்கு நான் வெறும் அலுவலகக்

கூட்டங்களைப் பற்றி மட்டுமே பேசிக் கொண்டிருக்கவில்லை. உடற்பயிற்சி செய்தல் போன்ற மற்ற விஷயங்களைப் பற்றியும்தான் நான் பேசிக் கொண்டிருக்கிறேன். இது வெளிப்படையானதுதான் என்றாலும், நம்மில் பலர் இதைப் பெரிய அளவுக்குப் பயன்படுத்திக் கொண்டிருக்கவில்லை என்பது விநோதமானது.

மிகவும் ஒழுங்குமுறையாக இயங்கிக் கொண்டிருக்கின்ற, மிகவும் உத்வேகத்துடன் செயல்பட்டுக் கொண்டிருக்கின்ற, வாழ்க்கையின் பல்வேறு அம்சங்கள் குறித்துத் தெளிவான இலக்கைக் கொண்டிருக்கின்ற மக்கள்கூட, தங்களுக்கு முக்கியமாகப் படுகின்ற விஷயங்களைத் தங்களுடைய நாட்காட்டியில் குறித்து வைத்துக் கொள்ளாமல் இருப்பதைக் கண்டு நான் மிகவும் வியந்து போயிருக்கிறேன். நீங்கள் செய்து முடிக்க விரும்புகின்ற வேலைகளை நீங்கள் உங்களுடைய நாட்காட்டியில் குறிப்பிடவில்லை என்றால், அவை செய்து முடிக்கப்படாது என்பதை அறிந்து கொள்ள நான் ஒரு பெரும் விலை கொடுத்துள்ளேன்.

நாட்காட்டியை முழுமையாகப் பயன்படுத்திக் கொள்ள மக்கள் ஏன் எதிர்ப்புக் காட்டுகிறார்கள் என்பதை என்னால் புரிந்து கொள்ள முடியவில்லை. தங்களுடைய நாளைத் திட்டவட்டமானதாக வடிவமைத்துக் கொள்வதை மக்கள் இயல்பாகவே விரும்புவதில்லை. எடுத்துக்காட்டாக, "உடற்பயிற்சிக்கான நேரம்," அல்லது "புதினம் எழுதுவதற்கான நேரம்" என்று தங்களுடைய நாட்காட்டியில் குறித்து வைத்துக் கொள்வது தங்களுடைய நாளை இறுக்கமானதாக ஆக்கிவிடும் என்று அவர்கள் நினைக்கின்றனர்.

ஆனால், உண்மையில் திட்டவட்டமான முறையில் செயல்படுதல் உங்களுக்குக் கூடுதல் சுதந்திரத்தைத்தான் அளிக்குமே தவிர, அதைக் குறைக்காது. பல்வேறுபட்ட நடவடிக்கைகளுக்கு ஒரு குறிப்பிட்ட நேரத்தை ஒதுக்குவதன் மூலம், வேலை, பொழுதுபோக்கு, ஓய்வு, உறவாடல்கள் போன்ற, உங்களுக்கு முக்கியமாகப் படுகின்ற விஷயங்கள் செய்து முடிக்கப்படுவது உறுதி செய்யப்படும். இப்படிச் செய்வதன் மூலம், உங்களுக்கு நடக்கின்ற விஷயங்களுக்கு நீங்கள் வெறுமனே எதிர்வினையாற்றிக் கொண்டிருப்பதும் அல்லது உங்கள்மீது வலிந்து திணிக்கப்படும் வேலைகளை மட்டும் செய்து கொண்டிருப்பதும் தவிர்க்கப்படும். உங்களுடைய முன்னுரிமைகளின்படி உங்களால் உங்களுடைய வாழ்க்கையை வடிவமைத்துக் கொள்ள முடியும்.

நேரத்தைக் கட்டம் கட்டுதல் என்பது, உங்களுடைய நேரத்திற்கான வரவு-செலவுத் திட்டமிடுதலாகும். எப்படி நீங்கள் உங்களுடைய பணத்தை வீட்டு வாடகை, மளிகைச் சாமான்கள், பொழுதுபோக்குகள், சேமிப்பு போன்றவற்றுக்கு ஒதுக்குவீர்களோ, அதைப்போலவே, பல்வேறுபட்ட நடவடிக்கைகளுக்கு நீங்கள் உங்களுடைய நேரத்தை ஒதுக்குவீர்கள். பண வரவு-செலவுத் திட்டம் எப்படி உங்களுக்குப் பொருளாதாரச் சுதந்திரத்தைக் கொடுக்குமோ, அதைப்போல, நேரத்தைக் கட்டம் கட்டுதல் உங்களுக்கு நேரச் சுதந்திரத்தைக் கொடுக்கும்.

நீங்கள் நேர நிர்வாகம் குறித்த இந்த வழிமுறையைப் பின்பற்ற விரும்பினால், உங்களுக்கு உதவுவதற்கு நான் ஒரு மூன்று கட்டச் செயல்முறையை உருவாக்கியிருக்கிறேன்.

முதல் கட்டம், நீங்கள் தவிர்த்துக் கொண்டிருக்கும் வேலைகளுக்கு நேரத்தை ஒதுக்குவது. உங்களுடைய 'செய்யப்பட வேண்டிய வேலைகள்' பட்டியலில் நீண்டகாலமாக அமர்ந்திருக்கின்ற வேலைகளை நீங்கள் முதலில் கையாள வேண்டும். உங்களுடைய மின்னஞ்சல் வருகைப் பெட்டியைக் காலியாக வைத்திருப்பது, உங்களுடைய அலுவலக அறையை ஒழுங்குபடுத்துவது, நீண்ட நாட்களாக நீங்கள் தள்ளிப்போட்டுக் கொண்டிருக்கும் அந்த முக்கிய அறிக்கையைத் தயாரிப்பது போன்றவை உங்கள் நினைவுக்கு வரலாம். எடுத்துக்காட்டாக, நீங்கள் உங்களுடைய மின்னஞ்சல் வருகைப் பெட்டியைக் காலி செய்வதற்குச் செவ்வாய்க்கிழமை காலை *9* மணியிலிருந்து *10* மணிவரை ஒதுக்கிக் கொள்கிறீர்கள் என்று வைத்துக் கொள்வோம். அந்த நேரத்தை ஒரு முக்கியமான நபரைச் சந்திப்பதற்கு நீங்கள் ஒதுக்கியிருந்தால் அதை எப்படி ஒழுங்காகக் கடைபிடிப்பீர்களோ, அதைப்போலவே இதற்கும் நீங்கள் செய்ய வேண்டும். நீங்கள் நேரத்தை ஒரு குறிப்பிட்ட விஷயத்திற்குக் கட்டம் கட்டியிருந்தால், அந்த நேரத்தில் அந்த வேலையில் மட்டுமே கவனத்தைக் குவிக்க வேண்டும்.

இரண்டாம் கட்டம், ஒரு நாளின் நேரத்தைப் பல்வேறு வேலைகளுக்கு ஒதுக்குவதைப் பற்றியது. அதை நீங்கள் தினந்தோறும் காலையில் முதல் வேலையாகச் செய்து முடிக்க வேண்டும். எடுத்துக்காட்டாக, நீங்கள் உங்களுடைய ஒரு நாளின் நேரத்தை இப்படிக் கட்டம் கட்டிக் கொள்ளலாம்: காலை *7-8* உடற்பயிற்சி; *8-9* காலையுணவு மற்றும் குடும்பத்தாருடன் நேரம் செலவழித்தல்; *9-11* முக்கியமான அலுவலகப் பணித்திட்டம்; *11-12* மின்னஞ்சல்; இப்படியே

முழு நாளையும் நீங்கள் கட்டம் கட்டிக் கொள்ள வேண்டும்.

இதில் நீங்கள் உங்களுடைய ‘செய்து முடிக்கப்பட வேண்டிய வேலைகள்’ பட்டியலை ஒரு கால அட்டவணையாக மாற்றுகிறீர்கள். ஒவ்வொரு குறிப்பிட்ட வேலைக்கும் ஒரு குறிப்பிட்ட நேரத்தை ஒதுக்குவதன் மூலம், அவை எந்த நேரத்தில் எப்படிச் செய்து முடிக்கப்படும் என்பது குறித்தத் தெளிவு உங்களுக்குக் கிடைக்கும்.

மூன்றாவது கட்டம், உங்களுடைய கச்சிதமான வாரத்தைக் கட்டம் கட்டுவ்வதைப் பற்றியது. நீங்கள் ஒரு முழு வாரத்தையும் திட்டமிடுகிறீர்கள். உங்களுடைய வாழ்க்கையின் அனைத்து அம்சங்களும் அதில் இடம்பெற்றிருப்பதை உறுதி செய்து கொள்ளுங்கள். வேலை, குடும்பம், பொழுதுபோக்கு, ஓய்வு, தனிப்பட்ட வளர்ச்சி போன்ற, நீங்கள் முக்கியமாகக் கருதுகின்ற விஷயங்களை அடையாளம் கண்டு, அவை ஒவ்வொன்றுக்கும் அந்த வாரத்தில் ஒரு குறிப்பிட்ட நேரத்தை நீங்கள் ஒதுக்கிக் கொள்ள வேண்டும்.

எடுத்துக்காட்டாக, நீங்கள் தினந்தோறும், உடற்பயிற்சிக்கு மாலை *6-7*, குடும்பத்தோடு சேர்ந்து உணவருந்துவதற்கு *7-8*, புத்தகம் வாசிப்பதற்கு *8-9* என்று நேரம் ஒதுக்கிக் கொள்ளலாம். அதேபோல, திங்கள் மற்றும் செவ்வாய் காலை நேரங்களை அதிகக் கவனத்துடன் செய்யப்பட வேண்டிய முக்கியப் பணித் திட்டங்களுக்கும், புதன் மற்றும் வியாழன் காலை நேரங்களைக் குழுக் கூட்டங்களுக்கும், வெள்ளி மதிய நேரத்தை வெளியாட்களைச் சந்திப்பதற்கும் ஒதுக்கிக் கொள்ளலாம். மொத்தத்தில், அது உங்களுக்குச் சௌகரியமானதாக இருப்பது முக்கியம்.

நீங்கள் திட்டமிட்டபடி செயல்களைச் செய்ய முடியாமல் போகலாம். வேறு சில முக்கியமான வேலைகள் வந்து உங்களுடைய திட்டங்களைத் தடம்புரள வைக்கலாம். நீங்கள் அது குறித்து அலட்டிக் கொள்ள வேண்டியதில்லை. நேரத்தைக் கட்டம் கட்டுதல் என்பது இறுக்கமாக உங்களுடைய நேரத்தைச் செலவழிப்பதையும், அதன் மூலம் மன அழுத்தத்தை உருவாக்கிக் கொள்வதையும் பற்றியது அல்ல. உங்களுக்கு முக்கியமாகப் படுகின்ற விஷயங்களில் நேரத்தைச் செலவழிப்பதற்கு ஒரு கட்டமைப்பை உருவாக்கிக் கொள்வதைப் பற்றியது அது.

இதை நீங்கள் செய்தால், நிச்சயமின்மை மூடுபனி மேலும் விலகும்.

இரத்தினச்சுருக்கமாக

- வேலைகளைத் தள்ளிப்போடுதலைப் பற்றி நாம் தவறாகப் புரிந்து கொண்டுள்ளோம். நாம் பொதுவாக, தள்ளிப்போடுவதற்குப் பின்னாலுள்ள காரணங்களை ஆராயாமல் அதை மேலோட்டமாகக் கையாள்கிறோம். பெரும்பாலான நேரங்களில் அந்தக் காரணங்கள் நம்முடைய மனநிலையோடு தொடர்புடையவையாக இருக்கின்றன. நாம் மோசமாக உணர்கின்றபோது குறைவாகச் சாதிக்கிறோம். அதனால், தடைநீக்குதல் என்பது உங்களுடைய நல்ல மனநிலையைத் தடுத்துக் கொண்டிருக்கின்ற விஷயங்களை அடையாளம் கண்டு அவற்றை நீக்குவதைப் பற்றியது.

- முதலாவது தடை நிச்சயமின்மை. அதற்கான தீர்வு? நீங்கள் என்ன செய்து கொண்டிருக்கிறீர்கள் என்பது குறித்தத் தெளிவுதான் அதற்கான தீர்வு. அதற்கு முதலில், நீங்கள், 'ஏன்?' என்ற கேள்வியைக் கேட்க வேண்டும். பின் அதன் அடிப்படையில், 'எப்படி?' என்ற அடுத்தக் கேள்வியைக் கேட்க வேண்டும்.

- அதைத் தொடர்ந்து 'என்ன?' என்ற கேள்வியைக் கேட்க வேண்டும். அதற்கு நீங்கள் இலக்கை நிர்ணயித்துக் கொள்ள வேண்டும். இலக்குகளை நிர்ணயிப்பதற்கு 'ஸ்மார்ட்' இலக்கு நிர்ணய முறை உட்படப் பல வழிமுறைகள் இருக்கின்றன. ஆனால், நான் பரிந்துரைக்கின்ற நல்லுணர்வூட்டும் இலக்கு நிர்ணய முறை சிறப்பாகப் பலனளிக்கவல்லது.

- கடைசியாக, 'எப்போது?' என்ற கேள்வியைக் கேளுங்கள். ஒரு விஷயத்தை நீங்கள் எப்போது செய்யப் போகிறீர்கள் என்பது உங்களுக்குத் தெரியாமல் இருந்தால், அதில் நீங்கள் ஈடுபடுவதற்கான சாத்தியக்கூறுகள் குறைவே. 'செயல்படுத்தத்தக்க உள்நோக்கங்கள்' என்ற உத்தி அதற்கான தீர்வுகளில் ஒன்று. இங்கு உங்களுடைய அன்றாடப் பழக்கங்கள் தூண்டுவிப்பான்களாகச் செயல்படும்.

அத்தியாயம் 5

துணிச்சல்

அலெக்ஸ் ஹோனால்டு அந்த உயரமான பாறையைத் தன் விரல்நுனிகளால் பிடித்தவாறு தொங்கிக் கொண்டிருந்தார்.

ஆயிரக்கணக்கான அடிகள் கீழே யோஷிமைட் பள்ளத்தாக்கில் அவருடைய நண்பர்கள் அதைத் திகிலுடன் பார்த்துக் கொண்டிருந்தனர். அலெக்ஸ் ஏறிக் கொண்டிருந்த, எல் கேபிட்டன் என்று அழைக்கப்பட்ட அந்தச் செங்குத்துப் பாறை, 3,000 அடிகள் உயரமானது. அவர் வெகு உயரம் ஏறிவிட்டிருந்ததால், அவரால் இப்போது கீழேயும் போக முடியாது. அவருக்கு இருந்த ஒரே வழி மேலே செல்வதுதான்.

பாதுகாப்புக் கயிறுகள் எதுவுமின்றித் தனியொருவராக அந்தப் பாறையின்மீது ஏறிச் சாதனை படைத்துள்ள அவருடைய இந்தச் சாகசம், 'ஃபிரீ ஸோலோ' என்ற பெயரில் ஓர் ஆவணப்படமாகவும் தயாரிக்கப்பட்டுள்ளது. 2018-ல் அது வெளியிடப்பட்டபோது அது உலகையே கலக்கியது. அந்தப் படம் பலருடைய மனத்தில் தோற்றுவித்திருந்த ஒரு கேள்வி இதுதான்: நம்மால் கனவில்கூடக் கற்பனை செய்து பார்க்க முடியாத விஷயங்களைச் சிலர் செய்யத் துணிவது எதனால்?

அலெக்ஸைப் பொறுத்தவரை, அவரிடம் மற்றவர்களிடமிருந்து உடல்ரீதியான ஒரு வேறுபாடு இருந்தது. அந்த ஆவணப்படத்தின் ஒரு பகுதியாக, அவர் ஒரு மருத்துவரைப் பார்க்கச் செல்வதும் படமாக்கப்பட்டுள்ளது. அதில் அவருக்கு எம்ஆர்ஐ ஸ்கேன் எடுக்கப்படும். அவருடைய மூளையின் அமிக்டாலா என்ற பகுதி, மற்றவர்களோடு ஒப்பிடுகையில் குறைவாகச் செயல்பட்டுக் கொண்டிருந்தது அப்போது கண்டுபிடிக்கப்பட்டது.

நமக்கு அச்சுறுத்தலான ஒரு சூழல் ஏற்படுகின்றபோது,

உடனே அதைக் கண்டுகொள்வது இந்த அமிக்டாலாதான். அது நம்மிடம் பயம் போன்ற உணர்ச்சிகளைத் தூண்டி, அங்கிருந்து ஓடிவிடும்படி நம்மை எச்சரிக்கும். தங்களுடைய அமிக்டாலா பகுதியில் பிரச்சனை இருப்பவர்கள் பயத்தை உணர மாட்டார்கள். அலெக்ஸ் 3,000 அடி உயரப் பாறையின்மீது பயமின்றி ஏறியதற்கு அது ஒரு காரணம்.

அமிக்டாலாவைப் பற்றிய நல்ல செய்தி, அதன் இந்த எச்சரிக்கைத் தூண்டுகோல் இல்லாவிட்டால், ஆபத்தை எதிர்கொள்கின்றபோது நம்மால் உயிர்பிழைத்திருக்க முடியாது என்பது. மனிதகுலம் இத்தனை ஆயிரம் ஆண்டுகாலம் உயிர்பிழைத்திருந்திருக்காது. அமிக்டாலாவைப் பற்றிய ஒரு மோசமான செய்தியும் இருக்கிறது. அது கற்பனையான சில அச்சங்களையும் நமக்குள் தோற்றுவிக்கிறது. ஆய்வாளர்கள் இதை ‘அமிக்டாலாவின் கடத்தல்’ என்று அழைக்கின்றனர். இதன் விளைவாக, நம்முடைய பாதுகாப்பிற்கு உண்மையிலேயே அச்சுறுத்தல் இல்லாதிருக்கின்ற சூழல்களில்கூட அது நம்மை அங்கிருந்து ஓடத் தூண்டுகிறது.

நல்லுணர்வு ஊட்டும் உற்பத்தித்திறனுக்கு இடைஞ்சலாக இருக்கின்ற இரண்டாவது தடுப்பானான பயத்தின்மீது அமிக்டாலா தாக்கம் ஏற்படுத்துகிறது. அந்நியர்கள் கூட்டம் ஒன்றை எதிர்கொள்ளுதல், குறுகிய காலக்கெடுவுடன்கூடிய ஒரு பணித்திட்டத்தை எடுத்துக் கொள்ளுதல், ஒரு முக்கியமான நுழைவுத் தேர்வை எழுத வேண்டியிருத்தல் போன்ற சவால்களை நாம் எதிர்கொள்கின்றபோது, அவற்றை அமிக்டாலா அச்சுறுத்தல்களாகப் பார்க்கிறது. இது போன்ற விஷயங்களைத் தள்ளிப்போடுதல் வருங்காலத்தில் நமக்கு அதிகமான மன அழுத்தத்தை கொண்டுவரும் என்பதை நாம் அறிந்திருந்தாலும், நம்முடைய மூளை, உடனடி அச்சுறுத்தலைக் களைவதிலேயே குறியாக இருக்கும். இதைச் சமாளிப்பதற்கான எளிய வழி? ஒன்றுமே செய்யாமல் இருப்பதுதான்.

நீங்கள் நிராகரிக்கப்படுவீர்கள் என்ற அச்சத்தின் காரணமாக நீங்கள் எப்போதாவது ஒரு வேலைக்கு அல்லது பதவி உயர்வுக்கு விண்ணப்பிக்காமல் இருந்திருக்கிறீர்களா? அல்லது நீங்கள் செல்லவிருக்கும் சமூக நிகழ்வு ஒன்றில் ஏராளமான முன்பின் தெரியாதவர்களைச் சந்திக்க வேண்டியிருக்கும் என்ற பயத்தின் காரணமாக, அதை நீங்கள் தவிர்த்திருக்கிறீர்களா? அல்லது, படைப்பாற்றல் தேவைப்படுகின்ற ஒரு திட்டத்திற்குத் தேவையான திறமை உங்களிடம் இல்லையென்று கருதி நீங்கள் அதில் இறங்காமல்

இருந்திருக்கிறீர்களா? அது உங்களுடைய அமிக்டாலாவின் சித்து விளையாட்டு.

உங்களைப் பின்னுக்கு இழுத்துக் கொண்டிருப்பது திறமையின்மையோ அல்லது உத்வேகமின்மையோ அல்ல. பயம்தான் அதற்குக் காரணம்.

நம்முடைய உற்பத்தித்திறனுக்கு ஒரு தடுப்புச் சுவராக நின்று கொண்டிருக்கின்ற மற்றோர் எதிர்மறை உணர்ச்சி பயம். பயம் நமக்கு நல்ல உணர்வுகளைக் கொடுக்கின்ற ஹார்மோன்கள் சுரக்காமல் தடுக்கிறது. அதோடு, அது நம்முடைய சிந்தனையைக் குழப்பி, பிரச்சனைகளைத் தீர்க்கின்ற நம்முடைய திறனை மழுங்கடிக்கிறது. பயம் பரவியிருக்கின்றபோது, விஷயங்களைத் தள்ளிப்போடுவது என்பது இயல்பாக நிகழ்கின்ற ஒன்று.

அதற்கான தீர்வு? துணிச்சலைக் கண்டுபிடிப்பதுதான். நம்முடைய பயத்தை எதிர்கொண்டு, அதை அங்கீகரித்து, நாம் அதைக் கடந்து செல்ல வேண்டும்.

உங்களுடைய சுய சந்தேகங்களையும் பதற்றத்தையும் மாயாஜாலமாகக் களைந்தெறிய உங்களுக்கு உதவுவது இந்த அத்தியாயத்தின் நோக்கமல்ல. உங்களுடைய பயம் ஒருபோதும் உங்களைவிட்டு முழுமையாக மறைந்து போய்விடப் போவதில்லை. நம்முடைய பயங்களை எதிர்கொள்வதற்கும் அவற்றைப் புரிந்து கொள்வதற்கும் தேவையான துணிச்சலை வளர்த்துக் கொள்வதன் மூலம்தான், வாழ்க்கை முழுவதும் விஷயங்களைத் தள்ளிப்போடுவதற்கு இட்டுச் செல்கின்ற மனப்போக்கை நம்மால் மீறி வர முடியும். பயத்தை நம்முடைய திறன்களுக்குப் போடுகின்ற பூட்டாக வைத்துக் கொண்டால், துணிச்சல்தான் அதைத் திறப்பதற்கான திறவுகோலாகும்.

உங்களுடைய பயத்தைப் புரிந்து கொள்ளுங்கள்

என்னுடைய தொழிலைத் தொடங்குவதற்கு எனக்கு ஏழு ஆண்டுகள் பிடித்தன.

2010லிருந்தே, எனக்கென்று யூடியூப் சேனல் ஒன்றை உருவாக்கிக் கொள்ள நான் விரும்பி வந்திருந்தேன். என்

முதல் வீடியோவைப் படம் பிடிப்பதற்குத் திட்டம் தீட்டி, அதை என்னுடைய கால அட்டவணையில் புகுத்தி, அதில் இறங்குவதற்கு நான் முனைந்தபோதெல்லாம், அதைச் செய்யவிடாமல் ஏதோ ஒரு சக்தி என்னைத் தடுத்துக் கொண்டிருந்தது. எல்லாவற்றையும் கச்சிதமாகச் செய்ய வேண்டும் என்ற என்னுடைய அதீத விருப்பத்தின் காரணமாகத்தான் நான் அதைத் தள்ளிப்போட்டுக் கொண்டிருந்தேன் என்றுதான் நான் முதலில் நினைத்துக் கொண்டிருந்தேன். எப்போதுமே எனக்கு நானே மிக உயர்ந்த தரங்களை நிர்ணயித்துக் கொண்டிருந்தேன். அதனால், நான் இயல்பாகவே மட்டமான வீடியோக்களை உருவாக்க விரும்பவில்லை.

இப்போது திரும்பிப் பார்க்கின்றபோது, என்னுடைய அந்தக் கண்ணோட்டம் தவறானது என்பது எனக்குப் புரிகிறது. தேர்வுகள், நண்பர்களைத் தேர்ந்தெடுத்தல் போன்ற பல விஷயங்களில் நான் கச்சிதமானவனாக இருந்து வந்தேன். ஆனால், ஒரு கச்சிதமான சூழல் அமைந்தால்தான் அவற்றை நான் துவக்குவேன் என்று நான் ஒருபோதும் வீம்பு பிடித்துக் கொண்டிருந்ததில்லை. அப்படியானால் வேறு ஏதோ ஒன்று என்னை இழுத்துப் பிடித்துக் கொண்டிருக்க வேண்டும் என்பது எனக்குப் புரிந்தது. பயம்தான் அது என்பதை நான் கண்டுபிடித்தேன். தோல்வி பயம், போதுமான அளவு சிறப்பாக இல்லாமல் போய்விடுமோ என்ற பயம், பிறரால் எடைபோடப்படுவோம் என்ற பயம் ஆகியவை என்னிடம் கோலோச்சிக் கொண்டிருந்தன. “இது ஒருக்காலும் வேலை செய்யப் போவதில்லை,” என்று என்னுடைய பயம் என் காதுக்குள் ஓதிக் கொண்டிருந்தது. “இதைச் செய்கின்ற அளவுக்கு நீ போதுமானவன் அல்லன். எதற்காக வீண் முயற்சியில் ஈடுபடுகிறாய்?” என்று பயம் என்னை இடித்துரைத்துக் கொண்டிருந்தது. அதன் காரணமாக, 2017வரை நான் எந்த வீடியோவையும் தயாரிக்கவில்லை.

இத்தனை ஆண்டுகளாக இந்த பயத்தை என்னால் மீறி வர முடியாமல் போனதற்கு, அதை நான் புரிந்து கொள்ளாமல் இருந்ததுதான் காரணம். என்னுடைய சோம்பேறித்தனமும், போதுமான அளவு அர்ப்பணிப்பு இல்லாமையும், அவற்றின் விளைவாக என்னுள் ஏற்பட்டிருந்த சுய சந்தேகங்களும் எதிர்மறையான சுயபேச்சும்தாம் நான் வீடியோ தயாரிப்பில் இறங்குவதைத் தடுத்துக் கொண்டிருந்தன என்று நான் நினைத்துக் கொண்டிருந்தேன். ஆனால், பயம் எந்த

அளவுக்கு என் வாழ்வில் ஆட்டம் போட்டுக் கொண்டிருந்தது என்பதை நான் புரிந்து கொண்டதும், எனக்கும் என்னுடைய இலட்சியத்திற்கும் இடையே ஒரு மாபெரும் முட்டுக்கட்டையாக நின்று கொண்டிருந்தது பயம்தான் என்பதை நான் புரிந்து கொண்டேன்.

நம்முடைய பயங்களை அறிந்து கொள்வதுதான் அவற்றை மீறி வருவதற்கான முதற்படியாகும்.

அறிவே ஆற்றல். நம்முடைய பயங்களை அறிந்து கொள்வதுதான் அவற்றை மீறி வருவதற்கான முதற்படியாகும். சரியான முறையில் கையாளப்பட்டால் அவை நமக்குப் பல ஆண்டுகளை மிச்சப்படுத்திக் கொடுக்கும்.

பரிசோதனை 1:
உணர்ச்சி முத்திரை

நம்முடைய பயங்கள் குறித்து அறிந்து கொள்வதற்காக, 2016-ல், சிலந்திகளைக் கண்டு பயப்படுகின்ற இயல்பு கொண்டவர்களை வைத்து, கலிஃபோர்னியா பல்கலைக்கழகத்தைச் சேர்ந்த சில ஆய்வாளர்கள் ஓர் ஆய்வை மேற்கொண்டனர்.

இதற்காக, உலகிலேயே மிகப் பெரிய சிலந்திப் பூச்சிகளில் ஒன்றான டெரான்ஷுலா என்ற சிலந்திப்பூச்சி ஒன்று அந்த ஆய்வகத்திற்குக் கொண்டுவரப்பட்டது. அந்த ஆய்வில் கலந்து கொண்டவர்கள், அந்தச் சிலந்திப்பூச்சியைச் சந்திக்க ஒரு வரிசையில் காத்துக் கொண்டிருந்தனர். ஆறு அங்குலமிருந்த அந்தப் பூச்சி ஒரு பெட்டியில் வைக்கப்பட்டிருந்தது. அவர்கள் அதன் அருகே நெருங்கியதும், தங்களுடைய ஆள்காட்டி விரலின் நுனியால் அந்தச் சிலந்தியைத் தொடுமாறு அவர்கள் கேட்டுக் கொள்ளப்பட்டனர்.

அது, துன்பத்தில் இன்பம் காண முயல்வது குறித்த ஆய்வல்ல. பயமெனும் அறிவியலைப் பற்றி ஆழமாக அறிந்து கொள்ள மேற்கொள்ளப்பட்டிருந்த ஆய்வு அது. தங்களுடைய பயங்களைப் புரிந்து கொள்ளவும் அவற்றை மீறுவது சாத்தியம்தானா என்பதைத் தெரிந்து கொள்ளவும் அந்த ஆய்வில் பங்கேற்றிருந்தவர்கள் விரும்பினர்.

அதில் பங்கேற்க வந்திருந்தவர்கள் சில குழுக்களாகப்

பிரிக்கப்பட்டிருந்தனர். அந்தச் சிலந்தியிடம் அழைத்துச் செல்லப்படுவதற்கு முன்பாக, அவர்களுக்குச் சில அறிவுறுத்தல்கள் வழங்கப்பட்டன. ஒரு குழுவினர், சிலந்திகளைப் பற்றிச் சிந்திக்காமல் தங்களுடைய சிந்தனையை வேறு ஒன்றின் பக்கம் திருப்பிக் கொள்ளுமாறு அறிவுறுத்தப்பட்டிருந்தனர். மற்றொரு குழுவினர், சிலந்தியைப் பற்றி எதிர்மறையாகச் சிந்திக்காமல் இருக்குமாறு கேட்டுக் கொள்ளப்பட்டனர். ஒரு குழுவினர், அவர்கள் அந்தச் சிலந்தியை எதிர்கொள்ளும்போது தங்களுக்குள் ஏற்படுகின்ற உணர்ச்சியைத் தெளிவாக எழுதிக் கொடுக்கும்படி கேட்டுக் கொள்ளப்பட்டனர். எடுத்துக்காட்டு: "இந்த அருவருப்பான சிலந்தி என்மீது தாவிவிடுமோ என்று எனக்குப் பதற்றமாக இருக்கிறது."

அந்த ஆய்வில் பங்கேற்றிருந்தவர்கள் அனைவருமே அதன் முடிவில், அது தங்களுக்கு மன அழுத்தத்தைக் கொடுத்திருந்ததாகத் தெரிவித்திருந்தனர். ஆனால், சிலருடைய மன அழுத்தம் வேறு சிலருடைய மன அழுத்தத்தைவிடக் குறைவாக இருந்தது. தங்களுடைய பயத்தைப் பற்றி எழுதிக் கொடுக்குமாறு கேட்டுக் கொள்ளப்பட்டிருந்தவர்களின் மன அழுத்தம்தான் இருப்பதிலேயே குறைவாக இருந்தது. அவர்கள், தங்களுடைய பயம் படிப்படியாகக் குறைந்து கொண்டிருந்ததாகவும் தெரிவித்தனர். அது கிட்டத்தட்ட ஒரு வாரகாலம் நீடித்தது.

பயம் என்பது உண்மையிலேயே என்ன என்பதைப் பார்ப்பதற்கான ஆற்றல்வாய்ந்த ஒரு வழிமுறை இது. இங்கு நம்முடைய இலக்கு, அமிக்டாலாவின் இயக்கத்தை முழுமையாக நிறுத்த முயல்வது அல்ல. சாலையில் திடீரென்று வருகின்ற ஒரு வாகனம் நம்மீது மோதிவிடாமல் நம்மைக் காப்பாற்றுவதற்கு நமக்கு அமிக்டாலாவின் உதவி தேவை. 'அமிக்டாலாவின் கடத்தல்' ஏற்படாமல் தடுப்பதே இங்கு நம்முடைய நோக்கம்.

நீங்கள் எதிர்கொள்கின்ற பயம் குறித்த உங்களுடைய உணர்ச்சிகளை வார்த்தைகளில் வடிக்கின்றபோது, நீங்கள் எத்தகைய உணர்ச்சிகளை அனுபவித்துக் கொண்டிருக்கிறீர்கள் என்பதை நீங்கள் அறிந்து கொள்கிறீர்கள். இது இரண்டு வழிகளில் வேலை செய்கிறது. முதலாவது, இது நம்முடைய சுயவிழிப்புணர்வை அதிகரிக்கிறது. நம்முடைய சுயவிழிப்புணர்வு அதிகரிக்கின்றபோது, நம்முடைய உணர்ச்சிப் போக்குகள் குறித்த நம்முடைய புரிதல் கூடுகிறது.

பயம் குறித்த நம்முடைய எண்ணங்களை மீண்டும் மீண்டும் அசைபோடுவதை இது குறைக்கிறது. பயம் குறித்த எண்ணங்கள் ஒரு சுழற்சி முறையில் நம்மிடம் வருகின்றபோது, பயம் உண்மையானதுதான் என்ற யோசனையை அது நமக்குள் உருவாக்கிவிடுகிறது. நாம் நம்முடைய பயங்களின்மீது உணர்ச்சிரீதியான முத்திரை குத்துகின்றபோது, பயம் குறித்த இந்த எண்ணச் சுழற்சியிலிருந்து நம்மால் விடுபட முடியும்.

ஆனால், பயங்களின்மீது இப்படி முத்திரை குத்துவது அவ்வளவு எளிதானதல்ல. பயங்களை அடையாளம் காண்பதே பலருக்குப் பெரும்பாடாக இருக்கும். ஒரு விஷயத்தை நாம் ஏன் செய்யாமல் இருக்கிறோம் என்பதை நியாயப்படுத்துவதில் வல்லவர்கள் நாம். எடுத்துக்காட்டுகள்: "என்னுடைய சொந்தத் தொழிலை நான் துவக்காமல் இருப்பதற்குக் காரணம் பயம் அல்ல. எனக்கு இன்னும் சரியான யோசனை கிடைத்திருக்கவில்லை என்பதால்தான் நான் அதில் குதித்திருக்கவில்லை." "புதினம் எழுதுவதை நான் இன்னும் துவக்காமல் இருப்பதற்குக் காரணம் பயம் அல்ல. அதற்கு எனக்குப் போதுமான நேரம் கிடைத்திருக்கவில்லை என்பதுதான் காரணம்."

அப்படியானால், நம்முடைய பயத்திற்கு முத்திரை குத்துவது எப்படி? அதற்கு நீங்கள் உங்களிடம் சில கேள்விகளைக் கேட்டுக் கொள்ள வேண்டும். நீங்கள் விஷயங்களைத் தள்ளிப்போடுகின்றபோது, "நான் எதைக் கண்டு பயப்படுகிறேன்?" என்ற கேள்வியை உங்களிடம் கேட்டுக் கொள்ள வேண்டும். தள்ளிப்போடுவதற்குப் பெரும்பாலும் ஏதாவது ஒரு பயம்தான் காரணமாக இருக்கும். அதை மீறுவதற்கு முதலில் அதை நாம் அடையாளம் காண வேண்டும்.

அதையடுத்து, "இந்த பயம் எனக்கு எங்கிருந்து வந்தது?" என்ற கேள்வியை நீங்கள் கேட்க வேண்டும். பொதுவாக அதற்கு இரண்டு காரணங்கள் இருக்கும். முதலாவது, உங்களுடைய திறன் குறித்து நீங்கள் கொண்டிருக்கின்ற கண்ணோட்டத்திலிருந்து அது உருவாகியிருக்கலாம். எடுத்துக்காட்டாக, நான் போதுமானவன் அல்லன் என்ற யோசனை இந்த வகையைச் சேர்ந்தது. இரண்டாவது, நீங்கள் செய்கின்ற விஷயங்கள் குறித்து மக்கள் எப்படி எதிர்வினையாற்றுவார்கள் என்பது குறித்த உங்களுடைய கண்ணோட்டத்திலிருந்து அது உருவாகியிருக்கலாம். எடுத்துக்காட்டாக, மக்களுக்கு உங்களுடைய வேலை அல்லது

படைப்பு பிடிக்காமல் போகக்கூடும் என்று நீங்கள் அஞ்சலாம்.

இதற்குப் பிறகும் நீங்கள் உங்களுடைய பயத்துடன் போராடிக் கொண்டிருந்தால், என்ன செய்யலாம்? நான் அதற்கு ஓர் உத்தியைக் கடைபிடிக்கிறேன். நான் அனுபவித்துக் கொண்டிருக்கின்ற அனுபவத்தை, வேறொருவருடைய கதையைப்போலப் பார்த்தல் அது. நான் ஒரு நூலை எழுதுவதைத் தள்ளிப்போட்டுக் கொண்டிருப்பதை, வேறொருவர் தான் எழுத விரும்புகின்ற ஒரு நூலைத் தள்ளிப்போட்டுக் கொண்டிருப்பதாக நான் கற்பனை செய்து கொள்வேன். பின், அவரைப் பின்னுக்கு இழுத்துக் கொண்டிருக்கின்ற பயம் எது என்று நான் யோசிப்பேன்.

பரிசோதனை 2:
அடையாள முத்திரை

சில நேரங்களில் நம்முடைய பயங்கள் ஒரு குறிப்பிட்ட விஷயத்தைப் பற்றியவையாக மட்டுமே இருக்கும். எடுத்துக்காட்டு: சிலந்திகள் குறித்த பயம். சில நேரங்களில் நம்முடைய பயம் பரந்துபட்டதாக இருக்கும். நமக்கு நாமே கொடுத்துக் கொள்கின்ற அடையாள முத்திரைகளின் காரணமாகச் சில விஷயங்களைத் தொடங்கவே நாம் பயப்படுவோம். "நான் ஓர் ஓட்டக்காரன் அல்லன்," அல்லது, "சுட்டுப் போட்டாலும் எனக்குக் கணக்கு வராது," போன்றவை அதற்கான எடுத்துக்காட்டுகளில் சில.

குறிப்பிட்டச் சில பயங்களைப்போலவே, இந்த அடையாளங்களும் ஒரு விஷயத்தைத் துவக்குவதிலிருந்து நம்மை தடுக்கின்றன. ஹோவர்டு பெக்கர் என்ற உளவியலாளர், 1960களில் சமூகம் நம்மீது குத்திக் கொண்டிருந்த முத்திரை நம்முடைய நடத்தையை வெகுவாக பாதித்தது என்று கூறுகிறார். அச்சமயத்தில் குற்றவியலில் ஆர்வம் கொண்டிருந்த அவர், ஒருவர் முதன்முறையாக ஒரு குற்றச் செயலில் ஈடுபட்டவுடனேயே சமூகம் அவர்மீது குற்றவாளி என்ற முத்திரையைக் குத்திவிடுகிறது என்பதை அவர் அவதானித்தார்.

1990களில் நடத்தப்பட்ட ஆய்வுகள், இந்த முத்திரை குத்தப்படுதல், குற்றவியலைத் தாண்டியும் நடைமுறையில் இருப்பதாகத் தெரிவிக்கின்றன. பள்ளிகளிலிருந்து இராணுவம்வரை எல்லா இடங்களிலும் இது பரவியிருந்ததை அந்த ஆய்வு வெளிப்படுத்தியது. எதிர்மறையாக முத்திரை

குத்தப்படுபவர்கள் பிரச்சனைக்குரிய நடத்தைகளை மீண்டும் மீண்டும் வெளிப்படுத்துவதற்கு அதிக வாய்ப்புகள் இருக்கின்றன.

ஹோவர்டு இதை 'முத்திரைக் கோட்பாடு' என்று அழைத்தார். நமக்கு நாமே குத்திக் கொள்கின்ற முத்திரைகள் நாளடைவில் நிஜமாகிவிடுகின்றன. இதை நீங்களும் உணர்ந்திருக்கலாம். எடுத்துக்காட்டாக, உங்களுக்கு ஒரு கசப்பான காதல் உறவு ஏற்பட்டுவிட்டால், "நான் காதல் உறவுக்கே பொருந்தாதவன்," என்ற முத்திரையை உங்களுக்கு நீங்களே குத்திக் கொள்கிறீர்கள். நீங்கள் ஒரு தேர்வில் தோற்றவுடன், "என் மரமண்டையில் படிப்பு ஏறாது," என்ற முடிவுக்கு நீங்கள் வந்துவிடுகிறீர்கள். நீங்கள் ஒரு முறை ஒரு குறிப்பிட்டக் காலக்கெடுவுக்குள் ஒரு விஷயத்தை முடித்துக் கொடுக்காமல் போனவுடன், "நான் ஒரு காலந்தாழ்த்தி," என்ற பெயரை உங்களுக்கு நீங்களே சூட்டிக் கொள்கிறீர்கள்.

இது தொடர்பாக ஒரு நல்ல செய்தியும் இருக்கிறது. அதாவது, முத்திரை குத்துதலை மாற்றியும் செய்யலாம். எதிர்மறையான முத்திரை குத்துதலால் எப்படி உங்களுடைய பயத்தைப் பெரிதாக்க முடிகிறதோ, அதேபோல, உங்களுடைய நேர்மறையான முத்திரை குத்துதலால் உங்களுடைய பயத்தைக் குறைக்க முடியும்.

எடுத்துக்காட்டாக, நான் சுயசந்தேகத்தால் அவதிப்படுகின்றபோது, எனக்கு நானே, "நான் ஒரு வாழ்நாள் மாணவன்," என்ற நேர்மறையான முத்திரையைக் குத்திக் கொள்வேன். கற்றுக் கொள்ளவும் வளரவும் நான் தயாராக இருப்பதை இந்த முத்திரை அடிக்கோடிட்டுக் காட்டுகிறது. இதன் மூலம், அவமானம், பின்வருத்தம் போன்ற, தள்ளிப்போடுதலோடு தொடர்புடைய எதிர்மறை உணர்ச்சிகளில் என் கவனம் குவிக்கப்படுவது தவிர்க்கப்படும். தொடர்ந்து முன்னேறுவதற்கும் கற்றுக் கொள்வதற்கும் தேவையான தன்னம்பிக்கையை நான் பெறுவேன். ஒரு வாழ்நாள் மாணவன் எப்போதும் தன்னை மேம்படுத்திக் கொள்வதற்கான வழிமுறைகளை ஆராய்வான். அவன் தள்ளிப்போடுதல் என்ற நச்சு வட்டத்திற்குள் நீண்டகாலம் மாட்டிக் கொண்டிருக்க மாட்டான்.

இந்த முறையை நீங்களும் முயற்சி செய்து பார்க்கலாம். நீங்கள் விஷயங்களைத் தள்ளிப்போட்டுக் கொண்டிருப்பதைப் பார்க்கின்றபோது, உங்கள்மீது நீங்கள் எத்தகைய முத்திரைகளைக் குத்திக் கொண்டிருக்கிறீர்கள்

என்று நோக்குங்கள். "நான் எப்போதுமே விஷயங்களைத் தள்ளிப்போட்டுக் கொண்டிருப்பவன்," என்றோ, "பொதுவாக நான் விஷயங்களைத் தள்ளிப்போட்டுக் கொண்டிருப்பவன் என்பதால், எப்போது இந்த வேலையை நான் செய்து முடிப்பேன் என்று உங்களுக்கு வாக்குறுதி அளிக்க முடியாது," என்றோ நீங்கள் அடிக்கடிக் கூறிக் கொண்டிருக்கிறீர்களா? இதற்குப் பதிலாக, என்னால் என்மீது நேர்மறையான முத்திரை எதையும் குத்திக் கொள்ள முடியுமா? "கடின உழைப்பாளி?" "இதற்கு முன்பு ஏராளமானவற்றைச் சாதித்துள்ள ஒருவன்?"

இது ஒரு மிகச் சிறிய மாற்றமாகத் தோன்றலாம். ஆனால், அது உண்மையல்ல. முத்திரைகள் சடத்தனமானவை அல்ல. நாம் யார் என்பதை அறிந்து கொள்ள உதவுகின்ற கருவிகள் அவை. நம்மால் நம்முடைய முத்திரைகளை மாற்றிக் கொள்ள முடிந்தால், நம்முடைய நடத்தையை நம்மால் மாற்றிக் கொள்ள முடியும்.

உங்களுடைய பயத்தைக் குறைத்துக் கொள்ளுங்கள்

பீட்டர் டிலியோ, கலிஃபோர்னியா மாநிலத்திலுள்ள ஒலாஞ்சா என்ற ஊரிலுள்ள காபி கடைக்கு வந்து சேர்ந்தபோது, ஒரு பரதேசியைப்போலக் காணப்பட்டார். ஏனெனில், அவர் தொடர்ந்து ஒன்பது நாட்கள் நடந்து வந்து அந்த இடத்தை அடைந்திருந்தார்.

அவருடைய சிறிய விமானம் சியாரா நெவாடா என்ற பகுதியில் விபத்துக்குள்ளாகியிருந்தது. அதில் பயணித்திருந்த மூன்று பேரும் அதிர்ஷ்டவசமாக உயிர் தப்பியிருந்தனர். ஆனால், பீட்டர் மட்டுமே உதவி தேடி அங்கிருந்து கிளம்பியிருந்தார். சிராய்ப்புக் காயங்களுடன் இருந்த அவர், விபத்து நடந்த இடத்திலிருந்து கிளம்பி நடக்கத் தொடங்கினார். நடப்பது அவ்வளவு எளிதாக இருக்கவில்லை. அவர்களுடைய விமானம் 9,000 அடி உயரத்திலிருந்த ஒரு மலைப்பகுதியில் விபத்திற்குள்ளாகி இருந்ததால், பனி படர்ந்திருந்த அந்த மலைப்பகுதியில் அவர் நடக்க வேண்டியிருந்தது. இறுதியில், கீழே ஒரு கிராமத்திலிருந்து தெரிந்த ஒளி அவருக்கு நம்பிக்கையூட்டியது. அதை நோக்கி அவர் நடக்கத் தொடங்கினார். ஒருவழியாக ஒரு நெடுஞ்சாலையை வந்தடைந்த அவர், அங்குச் சென்று கொண்டிருந்த ஒரு காரை நிறுத்தி அதில் ஏறி ஒலாஞ்சாவுக்கு வந்து சேர்ந்தார்.

அங்கு வந்தவுடன், அந்த ஊரில் இருந்தவர்கள் அவருக்கு அளிக்க முன்வந்த மருத்துவ உதவியை மறுத்துவிட்டு, விபத்து நடந்த இடத்தில் தான் விட்டுவிட்டு வந்திருந்த தன் சக பயணிகளை மீட்டெடுப்பதற்காக ஒரு குழுவைத் தயார் செய்வதில் அவர் இறங்கினார். ஒரு மீட்பு விமானத்தில் ஏறி, தேடல் குழுவினருடன், அந்த விபத்து நடந்த இடத்திற்கு அவர் சென்றார். ஆனால், அதற்குள் காலம் கடந்துவிட்டிருந்தது. அவருடைய நண்பர்கள் இறந்துவிட்டிருந்தனர்.

பீட்டரின் நண்பர்கள் விபத்து நடந்த இடத்திலேயே காத்திருக்க முடிவு செய்தபோது, அவரை எது நடக்கத் தூண்டியது? இதையொத்தக் கேள்விகளை, இக்கட்டான நிலைகளிலிருந்து உயிர்தப்பிப் பிழைத்தல் தொடர்பான ஆய்வுகளில் ஈடுபட்டிருந்த உளவியலாளர் ஜான் லீச் பல ஆண்டுகளாகக் கேட்டுக் கொண்டிருந்தார். விபத்து நடந்த இடத்தில் காத்திருக்க முடிவு செய்தவர்கள் எப்படி இறந்து போயினர்? அங்கு, குளிரிலிருந்து பாதுகாப்பாக இருப்பதற்குத் தேவையான பொருட்கள் இருந்தன, தண்ணீரும் இருந்தது. நெருப்பு மூட்டத் தேவையான வசதிகள் இருந்தன. அவர்கள் பசியால் வாடியிருப்பதற்கான வாய்ப்பு அங்கு இருக்கவில்லை.

ஜானின் ஆய்வுகள் மனித இயல்பு குறித்த ஓர் அடிப்படை உண்மையை வெளிப்படுத்தின: நாம் பயத்தால் பீடிக்கப்பட்டிருக்கின்றபோது உறைந்து போய்விடுகிறோம். பேரிடர்கள் ஏற்படுகின்றபோது, அதில் மாட்டிக் கொள்பவர்களுக்கு ‘அறிவாற்றல் முடக்கம்’ ஏற்பட்டுவிடுகிறது. அதாவது, அவர்களால் சிந்திக்கவும், தீர்மானங்கள் எடுக்கவும், செயல்நடவடிக்கைகளில் இறங்கவும் முடியாமல் போய்விடுகிறது.

ஆனால் நம்மால் அறிவாற்றல் முடக்கத்தைக் குறைத்துக் கொள்ள முடியும் என்பது ஒரு நல்ல செய்தி. எல்லோருமே பயத்தினால் முடங்கிப் போவதில்லை. பீட்டரைப் போன்றவர்கள் மன அழுத்தத்தால் முடங்கிப் போகாமல், தங்களுக்குள் சுரக்கின்ற அட்ரினலின் ஹார்மோனின் உதவியோடு உதவி நாடிச் செயல்நடவடிக்கைகளில் இறங்குகின்றனர். சரியான கருவிகளின் உதவியோடு, பயம் நம்மீது ஏற்படுத்துகின்ற தாக்கத்தை நம்மால் தணித்துக் கொள்ள முடியும்.

பரிசோதனை 3:
10/10/10 விதி

பயம் நம்மீது ஏற்படுத்துகின்ற தாக்கத்தைக் குறைத்துக் கொள்வதற்கு, நாம் முதலில், பயம் நம்மை ஏன் முடக்கிப் போடுகிறது என்பது குறித்தச் சில விஷயங்களை அறிந்து கொள்ள வேண்டும்.

பயம் நம்மை உறைய வைக்க நாம் அனுமதிப்பதற்கு, நாம் எதிர்கொள்கின்ற பேரழிவை மிகைப்படுத்தும் போக்கு நம்மிடம் இருப்பது ஒரு முக்கியக் காரணம். ஒரு சிறிய பின்னடைவைக்கூட நாம் பூதாகரமாக ஆக்குகிறோம். நிகழக்கூடிய சாத்தியம் இருக்கின்ற எந்தவொரு தோல்விக்கும், நம்முடைய மொத்த வாழ்க்கையையும் தடம்புரள வைக்கின்ற சக்தி இருக்கிறது. கீழேயுள்ளவற்றைப் பாருங்கள்:

- நீங்கள் ஆழமாக நேசித்த ஒருவர் உங்களை நிராகரித்துவிடுகிறார். அதன் விளைவாக, நீங்கள் பிறரால் நேசிக்கப்படத் தகுதியில்லாதவர் என்ற முடிவுக்கு நீங்கள் வந்து, வாழ்க்கையைத் தனியாகக் கழிக்கத் தீர்மானிக்கிறீர்கள்.
- நீங்கள் ஒரு வேலைக்கு விண்ணப்பித்திருந்து அது உங்களுக்குக் கிடைக்கவில்லை. அதன் விளைவாக, உங்களுக்கு எவரும் வேலை கொடுக்க முன்வர மாட்டார்கள் என்ற முடிவுக்கு வந்து, நீண்டகாலத்திற்கு வேலையில்லாத ஒருவராக நீங்கள் அவதிப்படப் போகிறீர்கள் என்று நீங்கள் நினைக்கத் தொடங்குகிறீர்கள்.
- வாகனம் ஓட்டும் தேர்வில் முதல் முயற்சியில் உங்களால் வெற்றி பெற முடியவில்லை. அதன் விளைவாக, நீங்கள் ஒரு மோசமான காரோட்டி என்ற முடிவுக்கு வந்து, இனி ஒருபோதும் காரோட்டப் போவதில்லை என்று நீங்கள் தீர்மானிக்கிறீர்கள்.

உங்களை முடக்கிப் போடுகின்ற இத்தகைய சிந்தனை உங்களைப் பீடித்துக் கொள்கின்றபோது, உங்களிடமிருந்து சற்று விலகியிருந்து, உங்களுடைய பார்வையைப் பரந்துபட்ட அளவில் செலுத்துவது நல்லது. அப்படி, சூழலை விட்டேத்தியான முறையில் அவதானித்தால், நாம் நினைக்கின்ற அளவுக்குச் சூழல் மோசமானதாக இல்லை

என்பதை நம்மால் உணர்ந்து கொள்ள முடியும். அப்போது பயத்தின் தீவிரத்தன்மை குறைந்துவிடும்.

உளவியல் இதை 'அறிவாற்றல் மறுபரிசீலனை' என்று அழைக்கிறது. ஒரு சூழலுக்கு நாம் அளிக்கின்ற விவரணத்தை மாற்றுகின்றபோது, நமக்கு நல்ல உணர்வைக் கொடுக்கின்ற விதத்தில் அது மாறக்கூடும். நாம் ஒரு நேர்மறையான அனுபவத்தைப் பெறுவதற்கு வழிவகுக்கின்ற விதத்தில், ஒரு நிகழ்வு குறித்த நம்முடைய கண்ணோட்டத்தை மாற்ற முயல்வதுதான் அறிவாற்றல் மறுபரிசீலனையின் இலக்கு.

அறிவாற்றல் மறுபரிசீலனையை நடைமுறைப்படுத்துவதற்கு ஓர் எளிய வழி இருக்கிறது. அதற்கு, இப்போது நீங்கள் ஒரு விஷயம் குறித்துப் படுமோசமாக உணர்ந்து கொண்டிருந்தாலும், வருங்காலத்தில் அது குறித்த உங்களுடைய உணர்வு அவ்வளவு தீவிரமாக இருக்காது என்ற உண்மையை உங்களுக்கு நீங்கள் நினைவுபடுத்திக் கொள்ள வேண்டும். கீழேயுள்ள படத்தில் காணப்படுகின்ற மூன்று கேள்விகளை உங்களிடம் கேட்டுக் கொள்வதன் மூலம் அதை உங்களால் செய்ய முடியும். அதை நான் *10/10/10* விதி என்று அழைக்கிறேன்.

முந்தைய எடுத்துக்காட்டுகளில் இது எப்படிச் செயல்படுகிறது என்று இப்போது பார்க்கலாம்:

- **தூண்டுவிப்பான்:** நீங்கள் ஆழமாக நேசித்த ஒருவர் உங்களை நிராகரித்துவிடுகிறார். *10 நிமிடங்களுக்குப் பிறகும் இது முக்கியமானதாக இருக்குமா?* ஆமாம். நான் இன்னும் மன உளைச்சலுடன்தான் இருப்பேன். நான் அந்த நபருடன் முகம் கொடுத்துப் பேச மாட்டேன். *10 வாரங்களுக்குப் பிறகும் இது முக்கியமானதாக இருக்குமா?*

நல்லுணர்வூட்டும் இலக்குகள்

10 நிமிடங்களுக்குப் பிறகும் இது முக்கியமானதாக இருக்குமா?

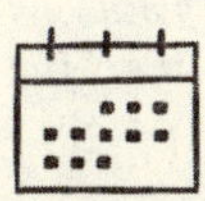

10 வாரங்களுக்குப் பிறகும் இது முக்கியமானதாக இருக்குமா?

10 ஆண்டுகளுக்குப் பிறகும் இது முக்கியமானதாக இருக்குமா?

இருக்கலாம். ஆனால், அதன் வீரியம் கண்டிப்பாகச் சற்றுக் குறைந்திருக்கும். 10 ஆண்டுகளுக்குப் பிறகும் இது முக்கியமானதாக இருக்குமா? சாத்தியமில்லை. இடைப்பட்ட ஆண்டுகளில் நான் பல்வேறு நபர்களைச் சந்தித்திருப்பேன். அவர்களின் மூலமாக என் வாழ்க்கையே மாறியிருக்கும்.

- **தூண்டுவிப்பான்:** நீங்கள் ஒரு வேலைக்கு விண்ணப்பித்திருந்து அது உங்களுக்குக் கிடைக்கவில்லை. 10 நிமிடங்களுக்குப் பிறகும் இது முக்கியமானதாக இருக்குமா? ஆமாம். அன்று நாள் முழுவதும் நான் மோசமான உணர்வுடனேயே இருந்து கொண்டிருப்பேன். 10 வாரங்களுக்குப் பிறகும் இது முக்கியமானதாக இருக்குமா? அது சாத்தியமில்லை. ஏனெனில், இடைப்பட்டக் காலத்தில் நான் பல வேலைகளுக்கு விண்ணப்பித்திருப்பேன். 10 ஆண்டுகளுக்குப் பிறகும் இது முக்கியமானதாக இருக்குமா? இருக்கவே இருக்காது. சிறு தடைகளைச் சந்திக்காமல் எவரொருவரும் வாழ்க்கையில் வெற்றி பெறுவது சாத்தியமேயில்லை. நான் இதை என் வாழ்க்கையில் நிகழ்ந்த ஒரு சிறு தடையாகவே பாவித்துக் கொள்வேன்.
- **தூண்டுவிப்பான்:** வாகனம் ஓட்டும் தேர்வில் முதல் முயற்சியில் உங்களால் வெற்றி பெற முடியவில்லை. 10 நிமிடங்களுக்குப் பிறகும் இது முக்கியமானதாக இருக்குமா? கண்டிப்பாக. இதனால் ஏற்படுகின்ற அவமான உணர்வை நான் சீரணித்துக் கொள்ள ஒரு சில மணி நேரமாவது ஆகும். 10 வாரங்களுக்குப் பிறகும் இது முக்கியமானதாக இருக்குமா? அது சாத்தியமில்லை. மறு தேர்வுக்கு நான் விண்ணப்பித்திருப்பேன். அதில் நான் தேறியும் இருக்கக்கூடும். 10 ஆண்டுகளுக்குப் பிறகும் இது முக்கியமானதாக இருக்குமா? கண்டிப்பாக இருக்காது. இதை நான் அடியோடு மறந்தேகூடப் போயிருக்கலாம். அப்படியே நினைவிருந்தாலும், அதை நான் ஒரு வேடிக்கையான நிகழ்வாகவே எடுத்துக் கொள்வேன்.

நம் மனத்தை உளைச்சலுக்கு ஆளாக்கிக் கொண்டிருக்கின்ற பிரச்சனையின் தீவிரத்தை அறிந்து கொள்ள இந்த 10/10/10 விதி நமக்கு உதவும். நாம் எதிர்கொண்டிருக்கின்ற தோல்விகள் நம்மை வரையறை செய்வதில்லை என்பதையும், இன்று நாம் எதிர்கொண்டிருக்கின்ற பயங்கள் வருங்காலத்தில்

தம் முக்கியத்துவத்தை இழந்திருக்கும் என்பதையும் நாம் கண்டறிந்திருப்போம்.

பரிசோதனை 4:
தன்னம்பிக்கைச் சமன்பாடு

பயம் எப்போதும், "என் வாழ்க்கை மீண்டும் சரி செய்யப்பட முடியாத அளவுக்குப் பாழாகிவிட்டது," என்ற ரீதியில்தான் வர வேண்டும் என்ற அவசியமில்லை. நம்முடைய பயங்களில் பெரும்பாலானவை, நமக்கும் நம்முடைய இலக்குகளுக்கும் குறுக்கே நிற்கின்ற, நான் போதுமானவன் அல்லன் என்ற சுயசந்தேகத்தின் உருவில்தான் வருகின்றன.

இதுபோன்ற சுயசந்தேகங்கள் நம்மைப் பிடித்து ஆட்டுகின்றபோது, நாம் ஒருவிதமான இருதலைக்கொள்ளி எறும்பு நிலையில் மாட்டிக் கொண்டு தவிக்கிறோம். நம்முடைய ஒரு பகுதி, "நான் இதைச் செய்ய விரும்புகிறேன்," என்று நம்மைத் தூண்டுகிறது. நம்முடைய மற்றொரு பகுதியோ, "உனக்கு இது சாத்தியமே இல்லை," என்று அடித்துக் கூறுகிறது. இதன் விளைவாக நாம் உறைந்து போகிறோம்.

எடுத்துக்காட்டாக, எழுதுகின்றபோது எனக்கு இது அடிக்கடி நேர்கிறது. ஒரு புறம், ஒரு புத்தகத்தை எழுதுவதன் மூலம் மக்களுக்கு உதவ வேண்டும் என்ற உண்மையான ஆர்வம் என்னுள் இருக்கிறது. மறுபுறம், "நீ எழுதுவது எப்படியும் குப்பையாகத்தான் இருக்கப் போகிறது. அப்புறம் இதற்காக இந்த வெட்டி வேலை?" என்று ஒரு சிறு குரல் என் மண்டைக்குள் ஒலிக்கிறது.

சில நேரங்களில் சந்தேகம் பயனுள்ளதாக இருக்கும் என்பதில் மாற்றுக் கருத்து இருக்க முடியாது. என்னால் ஒரு விமானத்தை ஓட்ட முடியுமா என்ற சந்தேகம் நியாயமானது. ஆனால், நம்முடைய சந்தேகங்களில் பெரும்பாலானவை பகுத்தறிவுக்குப் புறம்பானவை. பெரும்பாலான சமயங்களில், நம்முடைய சந்தேகங்களுக்கு நம்முடைய கண்ணோட்டங்களே காரணமாக இருக்கின்றன. எடுத்துக்காட்டாக, எழுதுவதற்குத் தேவைப்படுகின்ற திறமை என்னிடம் இல்லை என்ற கண்ணோட்டம் எனக்கு இருக்கிறது. இதை ஒரு சமன்பாடாக வடித்தால் அது இப்படி இருக்கும்:

தன்னம்பிக்கை = நம் திறமை குறித்து நாம் கொண்டிருக்கின்ற கண்ணோட்டம் – தேவைப்படுகின்ற தரம் குறித்து நாம் கொண்டிருக்கின்ற கண்ணோட்டம்

நம் திறமை குறித்து நாம் கொண்டிருக்கின்ற கண்ணோட்டம், தேவைப்படுகின்ற தரம் குறித்து நாம் கொண்டிருக்கின்ற கண்ணோட்டத்தைவிட அதிகமாக இருந்தால், நாம் தன்னம்பிக்கையோடு செயல்படுவோம். நம் திறமை குறித்து நாம் கொண்டிருக்கின்ற கண்ணோட்டம், தேவைப்படுகின்ற தரம் குறித்து நாம் கொண்டிருக்கின்ற கண்ணோட்டத்தைவிடக் குறைவாக இருந்தால், நாம் சுயசந்தேகம் கொண்டிருப்போம்.

சரியான உத்திகளின் மூலம் நம்மால் நம்முடைய தன்னம்பிக்கையை அதிகரித்துக் கொள்ள முடியும். இரண்டாவது அத்தியாயத்தில், தன்னம்பிக்கையை வளர்த்துக் கொள்வதற்குத் தேவையான சில உத்திகளை நாம் பார்த்திருந்தோம், இல்லையா? அவற்றை, சுயசந்தேகங்களை நீக்கிக் கொள்வதற்கும் பயன்படுத்திக் கொள்ள முடியும். தன்னம்பிக்கையை உயர்த்திக் கொள்வதைப் பற்றி நான் பிறருக்கு போதித்துக் கொண்டிருந்தாலும், அன்றாடம் நான் சுயசந்தேகத்தால் அவதிப்பட்டுக் கொண்டுதான் இருக்கிறேன். இந்தப் புத்தகத்தை நான் எழுதிக் கொண்டிருந்தபோது, பல சமயங்களில் நான் வாரக்கணக்கில்கூட எழுதுவதைத் தள்ளிப்போட்டு இருந்திருக்கிறேன்.

இதுபோன்ற சூழல்களில் தன்னம்பிக்கையை உயர்த்திக் கொள்வது என்பது அவ்வளவு எளிதாக இருக்காது. தன்னம்பிக்கை இருந்தால் நன்றாகத்தான் இருக்கும். அது விஷயங்களை மேம்படுத்தும் என்பது உண்மைதான். ஆனால், தள்ளிப்போடுதலை நிறுத்துவதற்கு உங்களுக்கு ஏதாவது ஒரு தூண்டுகோல் தேவைப்பட்டால், அதற்கு உங்களுக்கு ஓர் எளிய வழி தேவைப்படும்.

இதற்கு நான் ஓர் உத்தியைக் கடைபிடித்து வருகிறேன். எனக்கு நானே இப்படிக் கேட்டுக் கொள்வேன்: "இதைத் துவக்குவதற்கு எனக்கு எவ்வளவு தன்னம்பிக்கை தேவை?" அதையடுத்து, "இப்போது என்னிடம் இருக்கின்ற குறைவான தன்னம்பிக்கையை வைத்துக் கொண்டே என்னால் இந்த வேலையைத் துவக்க முடியுமா?" என்ற கேள்வியைக் கேட்பேன். பெரும்பாலான நேரங்களில் எனக்கு இதற்குக் கிடைக்கின்ற பதில், "ஆமாம்," என்றுதான் இருக்கும். இந்தப்

புத்தகத்தை எழுதுவது, என்னுடைய சொந்தத் தொழிலைத் தொடங்குவது போன்றவை தொடர்பான சுயசந்தேகங்கள் என்னுள் எழுகின்றபோது, அவற்றைத் துவக்குவதற்கு என்னிடம் குறைவான தன்னம்பிக்கை இருந்தாலே போதும்.

முதலில் தொடங்குங்கள். நீண்டகாலத்திற்கு நீங்கள் கச்சிதமானவராக இருக்க வேண்டியதில்லை.

முதலில் விஷயங்களைத் தொடங்குங்கள். தொடக்கத்தில் அது சிறிது தடுமாறினாலும் பரவாயில்லை. தினசரி ஒரு மணி நேரம் உடற்பயிற்சி செய்வதற்கு நான் அர்னால்டு ஸ்வார்சனெக்கரைப்போல உணர வேண்டியதில்லை. என் தொழிலைத் தொடங்குவதற்கு நான் ஒரு பெருநிறுவனத்தின் தலைவரைப்போல உணர வேண்டியதில்லை. அதேபோல, என்னுடைய புத்தகத்தின் முதல் கையெழுத்துப் பிரதி, ஆகச் சிறந்ததொரு புத்தகமாக இருக்க வேண்டிய அவசியமில்லை.

நீங்கள் ஒரு புதிய விஷயத்தை முயற்சி செய்கின்றபோது, உங்களுடைய தன்னம்பிக்கை உச்சத்தில் இருந்தாக வேண்டும் என்று நினைப்பதே ஒரு தடுப்பானாகச் செயல்படும். அதற்கான தீர்வு? வெறுமனே காரியத்தில் இறங்குவதுதான். இப்போது துவங்கினால் அதை உங்களால் சுமாராகத்தான் செய்ய முடியும் என்று நீங்கள் நினைத்தால்கூட, அதில் இறங்குவதுதான் மேலானது.

முதலில் தொடங்குங்கள். நீண்டகாலத்திற்கு நீங்கள் கச்சிதமானவராக இருக்க வேண்டியதில்லை.

உங்களுடைய பயத்தை வெல்லுங்கள்

அந்த மாபெரும் அரங்கத்தின் மேடையில் பிரகாசமான விளக்கு வெளிச்சம் பாய்ந்தபோது, உலகப் புகழ்பெற்ற ஆங்கிலேயப் பாடகியான அடேல், தன்னுடைய உள்ளங்கைகள் வியர்த்துக் கொட்டியதைக் கவனித்தார். அவருக்கு முன்னால் ஆயிரக்கணக்கான இரசிகர்கள் அமர்ந்திருந்தனர். இதுபோன்ற நிகழ்ச்சிகள் சிலவற்றில் அவர் இதற்கு முன்பும் கலந்து கொண்டிருந்தார். ஆனால், இம்முறை ஏனோ அவரை ஓர் இனம் புரியாத பயம் சூழ்ந்து கொண்டது.

அவர் பெரும் புகழ் பெறுவதற்கு முன்பாக, இதுபோன்ற பெரும் கூட்டத்தின் முன் பாடுவதற்கு அவர் பயந்தார். அந்தப் பயம் தன்னுடைய இசை வாழ்க்கையையே குட்டிச்சுவராக்கிவிடுமோ என்று அவர் அஞ்சினார். அப்போதுதான், தன் பயத்தை மீறுவதற்கு ஓர் உத்தியை அவர் எதேச்சையாகக் கண்டுபிடித்தார். அது அவருடைய வாழ்க்கையை அடியோடு மாற்றியது.

அந்த ஊக்கத்தை அவர் பிரபலமான அமெரிக்கப் பாடகியான பியான்ஸேயிடமிருந்து பெற்றிருந்தார். பியான்ஸே, 2008-ல் தன்னுடைய மூன்றாவது இசை ஆல்பத்தை வெளியிட்டபோது, அதற்குத் தன்னுடைய 'மாற்று ஆளுமையான' ஸாஷா பியர்ஸின் பெயரைச் சூட்டினார். மேடை ஏறுகின்றபோது, தன்னுடைய தன்னம்பிக்கையை அதிகரித்துக் கொள்வதற்கும், தன் சக்தியைப் பெருக்கிக் கொள்வதற்கும், தன் கூச்ச சுபாவத்தைக் களைவதற்கும் ஸாஷா பியர்ஸ் ஆளுமை தனக்கு உதவியதாக பியான்ஸே தெரிவித்திருந்தார். "நான் என்னுடைய குதூகலமான, முரட்டுத்தனமான, கவர்ச்சிகரமான, வெளிப்படையான பக்கத்தை வெளிப்படுத்த ஸாஷா பியர்ஸ் எனக்கு உதவினாள்," என்று அவர் கூறியிருந்தார்.

அதைப் பின்பற்றி, அடேலும், 'ஸாஷா கார்ட்டர்' என்ற மாற்று ஆளுமை ஒன்றை உருவாக்கியிருந்தார். அடேல், அந்தப் பெயரை பியான்ஸேயின் ஸாஷாவிலிருந்தும், பிரபலமான இசைக் கலைஞரான ஜூன் கார்ட்டரிடமிருந்தும் கடன் வாங்கியிருந்தார். தான் மேடையில் எப்படி இருக்க வேண்டும் என்று அடேல் கற்பனை செய்து வைத்திருந்தாரோ அப்படியிருந்தார் ஸாஷா கார்ட்டர். அச்சமின்றியும், அசாத்தியத் துணிச்சலுடனும், தன்னம்பிக்கையின் மொத்த உருவமாகவும் ஸாஷா கார்ட்டர் இருந்தார். ஸாஷா கார்ட்டர் என்ற ஆளுமைக்குள் புகுந்து கொண்டதன் மூலம், மேடையில் அடேலால் தன் பயத்தை மீறித் தன்னம்பிக்கையுடன் செயல்பட முடிந்தது.

பயத்தின் உறைய வைக்கின்ற விளைவைக் கடந்து செல்வதற்கான இறுதி வழியை அடேலின் மாற்று ஆளுமை நமக்குக் காட்டுகிறது. பிறரால் காணப்படுவது குறித்த பயம் தள்ளிப்போடுதலை முடுக்கிவிடுகின்ற மற்றோர் அம்சமாகும். நாம் ஒரு விளக்கவுரை நிகழ்த்த முயலலாம். அல்லது, நாம் எடுத்திருந்த ஒரு வீடியோவை அந்நியர்களுக்குப் போட்டுக் காட்டத் திட்டமிட்டிருக்கலாம். அல்லது, முழுவதுமாக

அந்நியர்கள் நிறைந்திருக்கின்ற ஒரு சமூக நிகழ்வுக்குச் செல்ல வேண்டியிருக்கலாம். இதுபோன்ற சமயங்களில், நாம் உண்மையிலேயே யாராக இருக்கிறோமோ அது பிறர் கண்களில் பட்டுவிடக்கூடும் என்று நாம் பயப்படுகிறோம்.

பிறர் பார்வையில் பட்டுவிடும் என்று நாம் அஞ்சுகின்ற நம்முடைய தவறுகள், தவறான அடியெடுத்து வைத்தல்கள், நம்முடைய மோசமான சில குணாம்சங்கள் போன்றவற்றை நாம் பிறரிடம் பொதுவாகக் காட்டுவதில்லை. நம்மிடமிருக்கின்ற குறைபாடுகளை நாம் மிகைப்படுத்துவதுதான் அதற்குக் காரணம்.

இதுவரை நாம் பயங்களைப் பற்றியும், அவற்றின் பிடியிலிருந்து எப்படி விடுபடுவது என்பதைப் பற்றியும் பார்த்தோம். ஆனால், தீவிரமான காரியங்களுக்கு இவை போதுமானவை அல்ல. நம்மால் நம்முடைய பயங்கள் அனைத்தையும் களைந்தெறிந்துவிட முடியாது. ஆனால், அவற்றிலிருந்து நாம் மீண்டாக வேண்டும்.

அப்படியெனில், பயத்திலிருந்து துணிச்சலை நோக்கி நகர்வதற்கு நாம் ஒரு வழி கண்டுபிடித்தாக வேண்டும். அதற்கு நீங்கள் உங்களை எப்படி நோக்கிக் கொண்டிருந்தீர்களோ அதில் மாற்றம் ஏற்படுத்த வேண்டும்.

பரிசோதனை 5:
ஒளிவட்டம் பாய்ச்சுவதை நிறுத்துங்கள்

இச்செயல்முறை என் நண்பன் ஜேக்கின் விருந்து ஒன்றின்போது தொடங்கியது.

அது ஒரு சனிக்கிழமை இரவு. நாங்கள் ஜேக்கின் வீட்டில் இருந்தோம். அந்த அறை எங்களுடைய கலகலப்பான உரையாடல்களாலும் சிரிப்பாலும் குலுங்கிக் கொண்டிருந்தது. ஜேக் அப்படிப்பட்ட ஒரு விருந்தை அளிப்பதற்குப் பல வாரங்களாகத் திட்டமிட்டிருந்தான். அவனைப் பொறுத்தவரை அது ஒரு பெரிய விஷயம். அவன் பொதுவாக உணவகங்களிலிருந்து உணவை 'ஊபர் ஈட்ஸ்' என்ற இணையச் செயலி மூலம் வரவழைத்துச் சாப்பிட்டுக் கொண்டிருப்பவன். அவன் தன் நண்பர்களுக்குப் பலவிதமான உணவு வகைகளைச் சமைத்துப் பரிமாறுவது என்பது அதற்கு முன்பு நாங்கள் கேள்விப்பட்டிராத ஒன்று.

இங்கு ஓர் அபாரமான நகைச்சுவைக்கு இடமிருந்ததாக

நான் நினைத்தேன். ஒரு சரியான தருணத்திற்காக நான் காத்திருந்தேன். அவன் ஓர் அருமையான உணவுப் பதார்த்தத்தை எங்களுக்குப் பரிமாறியபோது, நான் நினைத்து வைத்திருந்த நகைச்சுவையைப் பகிர்ந்து கொள்வதற்கான வேளை வந்துவிட்டதாக நான் கருதினேன். உடனே, "ஜேக், இந்த உணவு வகைகள் அனைத்தையும் ஊபர் ஈட்ஸ் மூலம் வரவழைத்து எங்களுக்குக் கொடுத்துக் கொண்டிருப்பதற்கு உனக்கு நன்றி," என்று நான் கூறினேன்.

சட்டென்று அங்கு ஓர் அமைதி சூழ்ந்து கொண்டது. ஒரு சில கணங்களுக்குப் பிறகும் அந்த அமைதி தொடர்ந்தது. ஒருவர்கூடச் சிரிக்கவில்லை. பின்னர் அங்கு வந்திருந்தவர்கள் தாங்கள் சாப்பிடுவதைத் தொடர்ந்தனர். என் முகம் அவமானத்தால்சிவந்துவிட்டது.என்னுடையதுதேவையில்லாத ஒரு பேச்சு. அதை எவரும் இரசிக்கவில்லை. எங்களுக்காக ஜேக் பல மணி நேரம் சமையலறையில் வெந்து கொண்டிருந்தபோது நான் அப்படிப் பேசியிருந்திருக்கக்கூடாதுதான்.

அன்று இரவு நான் என் தோழி கேத்தரினுடன் பேசிக் கொண்டிருந்தபோது, நான் அது பற்றிப் புலம்பித் தள்ளிவிட்டேன்: "என் செய்கை அவ்வளவு மோசமானதா? என்னுடைய ஒரே ஒரு வேடிக்கைப் பேச்சின் மூலம் நான் என்னுடைய நண்பர்கள் அனைவரையும் என்னிடமிருந்து ஒதுக்கித் தள்ளிவிட்டேனா? இந்த நண்பர்கள் இனி என்னை அவர்கள் அளிக்கின்ற விருந்துகளுக்குக் கூப்பிடுவார்களா?" இதைக் கேட்டுக் கொண்டிருந்த கேத்தரின் என்னை வியப்புடன் பார்த்தார். நான் அப்படி ஒரு நகைச்சுவையை உதிர்த்திருந்தேன் என்பதையே அவர் உணர்ந்திருக்கவில்லை. "நான் எனக்கு மேலும் உணவைப் பரிமாறிக் கொள்வதில்தான் குறியாக இருந்தேன். ஜேக்கின் சமையல் பிரமாதமாக இருந்தது, இல்லையா?" என்று அவர் என்னிடம் கேட்டார்.

நான் சபை நாகரிகத்தை மீறிவிட்டிருந்ததாக நான் அளவுக்கதிகமாகக் கற்பனை செய்திருந்தேன் என்பதை நான் புரிந்து கொண்டேன். அதிலிருந்து நான் ஒரு முக்கியமான விஷயத்தையும் கற்றுக் கொண்டிருந்தேன். அன்று நான் நடந்து கொண்டிருந்ததை வைத்துப் பிறர் என்னை மோசமாக எடைபோட்டிருந்ததாக நான் மிகையாக எண்ணியிருந்தேன். உலகம் என்மீது நான் நினைத்துக் கொண்டிருக்கின்ற அளவு கவனம் செலுத்திக் கொண்டிருக்கவில்லை என்பதை நான் உணர்ந்து கொண்டேன். அவரவர் அவரவருக்கே உரிய உலகத்தில் உழன்று கொண்டிருந்தனர். தங்களுடைய

உரையாடல்களிலும் உறவாடல்களிலுமே அவர்கள் குறியாக இருந்தனர்.

உளவியலில் 'ஒளிவட்டம் பாய்ச்சுதல் விளைவு' என்று அழைக்கப்படுகின்ற சுவாரசியமான விஷயம் ஒன்றிற்கு நான் பலியாகியிருந்தேன் என்பதை நான் பின்னர் புரிந்து கொண்டேன். பிறர் நம்மைப் பற்றி என்ன நினைத்துக் கொண்டிருக்கிறார்கள் என்பது குறித்து நாம் மிகையாகக் கவனம் செலுத்திக் கொண்டிருக்கிறோம். ஒரு சமூக விலங்கு என்ற முறையில், நாம் பிறரின் கருத்துகளுக்கு முக்கியத்துவம் கொடுக்கிறோம். அது தவிர்க்கப்பட முடியாது. ஆனால், எப்போதும் ஓர் ஒளிவட்டம் நம்மீது பாய்ச்சப்பட்டுக் கொண்டிருக்கிறது என்றும், நம்மைச் சுற்றியிருப்பவர்கள் எப்போதும் நம்மை அவதானித்துக் கொண்டும் நம்முடைய நடத்தையை எடைபோட்டுக் கொண்டும் இருக்கிறார்கள் என்றும் நாம் தவறாக நினைத்துக் கொண்டிருக்கிறோம்.

தங்களைப் பற்றிப் பிறர் எந்த அளவுக்கு நினைத்துக் கொண்டிருக்கிறார்கள் என்பதை மக்கள் மிகைப்படுத்திக் கொள்கின்றனர் என்பதை 2000-ம் ஆண்டின் தொடக்கத்தில் உளவியல் பேராசிரியர் தாமஸ் கிலோவிச் மேற்கொண்ட பல ஆய்வுகள் நிரூபித்தன. தங்களுடைய மிகச் சிறிய நடவடிக்கைகளைக்கூடப் பிறர் எப்படி அவதானித்துக் கொண்டிருக்கிறார்கள் என்பது குறித்து மக்கள் எப்போதுமே பதற்றத்தில் இருக்கின்றனர். இது தேவையற்றது. பெரும்பாலானவர்கள் உங்களைப் பற்றிப் பெரிதாக அலட்டிக் கொள்வதில்லை என்பதே உண்மை.

எல்லோருமே பெருமளவுக்குத் தங்களைப் பற்றிய கவலையில்தான் மூழ்கியிருக்கின்றனர் என்பதே உண்மை. அவர்களும் உங்களைப்போலவே பிறர் தங்களைப் பற்றி என்ன நினைத்துக் கொண்டிருக்கின்றனர் என்பதில்தான் அக்கறை கொண்டுள்ளனரே தவிர, உங்களைப் பற்றி அல்ல.

இந்த ஒளிவட்டம் பாய்ச்சுதல் விளைவிலிருந்து நீங்கள் ஒன்றைக் கற்றுக் கொள்ளலாம். எவரும் உங்கள்மீது அக்கறை கொண்டிருக்கவில்லை என்பதுதான் அது. ஒரு விஷயத்தைச் செய்யவிடாமல் பயம் உங்களைப் பின்னுக்கு இழுத்துக் கொண்டிருக்கின்றபோது, இது உங்களுக்கு ஒருவிதமான நிம்மதியைக் கொடுக்கக்கூடும். என் விஷயத்திலிருந்து நான் சில எடுத்துக்காட்டுகளைக் கீழே கொடுக்கிறேன்.

- என்னுடைய முதல் சில வீடியோக்கள் மட்டமானவையாக இருந்தால்கூட எவரும் அது குறித்துப் பெரிதாக அலட்டிக் கொள்ளப் போவதில்லை.
- எழுதுவதில் எனக்கு அனுபவம் இல்லை என்பதால் என் எழுத்துகள் ஏனோதானோவென்று இருந்தால்கூட யாரும் அது குறித்துப் பெரிதாக அலட்டிக் கொள்ளப் போவதில்லை.
- நான் புதியவன் என்பதால் நான் இந்த சால்சா நடனப் பயிற்சிக்கு ஒரு ஜோடியோடு வராமல் தனியாக வந்தால்கூட யாரும் அது குறித்துப் பெரிதாக அலட்டிக் கொள்ளப் போவதில்லை.
- நான் இந்த விருந்துக்கு வரும்போது என்னுடைய பெல்ட் என் காலணியின் நிறத்தோடு ஒத்துப் போகவில்லை என்றால்கூட யாரும் அது குறித்துப் பெரிதாக அலட்டிக் கொள்ளப் போவதில்லை.

'யாரும் அது குறித்துப் பெரிதாக அலட்டிக் கொள்ளப் போவதில்லை' என்ற மனப்போக்கு உங்களுக்குப் பெரும் மன நிம்மதியைக் கொடுக்கும். தள்ளிப்போடுதல் காரணமாக எனக்குள் எழுகின்ற பதற்றத்தைத் தணிப்பதற்கு நான் இந்த உத்தியை வெற்றிகரமாகப் பயன்படுத்திக் கொண்டிருக்கிறேன்.

இது ஒரு சர்வரோக நிவாரணி அல்ல என்பதை நீங்கள் நினைவில் வைத்துக் கொள்ள வேண்டும். பயத்தைக் கையாளுதல் என்பது வாழ்நாள் முழுவதும் மேற்கொள்ளப்பட வேண்டிய ஒரு முயற்சியாகும். அதை ஓரிரு உத்திகளைப் பயன்படுத்துவதன் மூலம் வெற்றி கொண்டுவிட முடியாது. மக்கள் உங்களையும் உங்களுடைய நடவடிக்கைகளையும் பற்றி என்ன நினைத்துக் கொண்டிருக்கிறார்கள் என்பதைப் பற்றிய கவலை உங்களைவிட்டு அப்படி உடனடியாக மறைந்துவிடாது.

பயத்தைப் பொறுத்தவரை, ஆரோக்கியமான அளவு என்ற ஒன்றும் இருக்கிறது, நம்மை முடக்கிப் போடுகின்ற அளவு என்ற ஒன்றும் இருக்கிறது. ஒளிவட்டம் பாய்ச்சுதல் விளைவைப் புரிந்து கொள்வது பிறருடைய கண்ணோட்டத்தைப் பற்றிய அக்கறையின்றி ஒன்றைத் துவக்குவதற்கான துணிச்சலை உங்களுக்குக் கொடுக்கும். அது எந்த அளவுக்கு மோசமானது என்பதை உங்களைத் தவிர வேறு எவரும் அறிந்திருக்க மாட்டார்கள்.

பரிசோதனை 6:
பேட்மேன் விளைவு

பொதுவெளியில் அவமானப்பட்டுவிடுவோம் என்ற பயத்தை மீறுவதற்கு, மக்கள் எவரும் உங்களைப் பற்றி அக்கறை கொண்டிருக்கவில்லை என்ற புரிதல் மட்டும் போதாது. அடேல் அந்த அரங்கத்திற்குள் நுழைந்தபோது, அவர் மிகவும் பதற்றத்தில் இருந்திருக்க வேண்டும். ஏனெனில், அவரைப் பற்றி உண்மையில் பலர் அக்கறை கொண்டிருந்தனர்.

இது போன்ற தருணங்களில், நம்மால் அடேலின் மாற்று ஆளுமையான ஸாஷா கார்ட்டரிடமிருந்து கற்றுக் கொள்ள முடியும். பயத்தை வெல்வதற்கு ஒரு மாற்று ஆளுமைக்குள் புகுந்து கொள்கின்ற உத்தி நிஜமாகவே பலனளிக்கக்கூடிய ஒன்றுதான். உளவியலில் அதற்கு ஒரு வேடிக்கையான பெயர்கூட இருக்கிறது: பேட்மேன் விளைவு.

பென்சில்வேனியா பல்கலைக்கழகத்தைச் சேர்ந்த பேராசிரியர் ரேச்சல் ஒயிட்தான் இதை முதன்முதலாகக் கண்டுபிடித்தவர். ஒரு மாற்று ஆளுமையை சுவீகரித்துக் கொள்வது ஒரு குழந்தையின் திறனை மேம்படுத்துமா என்பதைத் தெரிந்து கொள்ள ரேச்சல் விரும்பினார். அதற்காக, அவர்கள் நான்கிலிருந்து ஆறு வயதுக்கு உட்பட்டக் குழந்தைகளை வைத்து ஓர் ஆய்வை மேற்கொண்டனர். அதிகக் கவனம் தேவைப்படுகின்ற ஒரு வேலை அக்குழந்தைகளுக்குக் கொடுக்கப்பட்டது. அதற்கு அருகிலேயே, அவர்கள் விரும்புகின்ற எளிய நடவடிக்கை ஒன்றும் வைக்கப்பட்டிருந்தது.

அக்குழந்தைகள் மூன்று குழுக்களாகப் பிரிக்கப்பட்டனர். முதல் குழுவினருக்கு எந்தவிதமான அறிவுறுத்தல்களும் கொடுக்கப்படவில்லை. இரண்டாவது குழுவினர், தங்களுடைய உணர்ச்சிகள் மற்றும் எண்ணங்கள் குறித்தத் தங்களுடைய கருத்துகளைப் பகிர்ந்து கொள்ளுமாறு கேட்டுக் கொள்ளப்பட்டனர். மூன்றாவது குழுவினர், 'பேட்மேன்' போன்ற, அவர்களுக்குப் பிடித்த ஒரு சூப்பர்ஹீரோவாகத் தங்களை பாவித்துக் கொள்ளும்படி கேட்டுக் கொள்ளப்பட்டனர்.

தங்களை சூப்பர்ஹீரோக்களாக பாவித்துக் கொண்டிருந்த குழந்தைகள், மற்றவர்களோடு ஒப்பிடுகையில், சுயகட்டுப்பாடு, கவனம், விடாமுயற்சி போன்றவற்றை அதிகமாக வெளிப்படுத்தியது அந்த ஆய்வில் கண்டறியப்பட்டது.

தவறுகள் குறித்த பயத்தையும் தள்ளிப்போடுதலையும் மீறி வருவதற்கு பேட்மேன் விளைவைப் பயன்படுத்துவதற்கான சாத்தியக்கூறை இந்த ஆய்வு ஆராய்ந்தது. பயமற்ற, துணிச்சலான மாற்று ஆளுமை ஒன்றின் பண்புநலன்களை நாம் சுவீகரித்துக் கொள்கின்றபோது, நம்மிடம் இருக்கிறது என்று நாம் உணராத, துணிச்சல் மற்றும் மன உறுதியை நம்மால் கைவசப்படுத்த முடியும்.

என்னுடைய பாதுகாப்பின்மை உணர்வை மீறி வருவதற்கு நான் பல ஆண்டுகளாக அந்த பேட்மேன் விளைவைப் பயன்படுத்தி வந்துள்ளேன். பொதுவெளியில் சொற்பொழிவாற்றும்போது இது எனக்கு வெகுவாகக் கைகொடுத்து உதவியுள்ளது. விளக்கவுரைகள் அளிப்பது, பாடம் எடுப்பது போன்றவற்றில் நான் பல ஆண்டுகளாக ஈடுபட்டு வந்துள்ளபோதிலும், பயத்தால் நான் கடுமையாக பாதிக்கப்பட்டுள்ளேன். அதுபோன்ற சமயங்களில், எக்ஸ்-மேன் தொலைக்காட்சித் தொடரில் வருகின்ற பேராசிரியர் சார்ல்ஸ் சேவியரை நான் என்னுடைய மாற்று ஆளுமையாக வரித்துக் கொண்டேன்.

என்னை அந்த ஆளுமைக்குள் இட்டுச் செல்வதற்கான தூண்டுகோல், நான் அணிகின்ற ஒரு போலிக் கண்ணாடிதான். இப்போது நான் லேசர் சிகிச்சை மூலம் என் பார்வைக் கோளாற்றைச் சரி செய்து கொண்டுவிட்டதால், கண்ணாடி அணிகின்ற அவசியம் எனக்கு இல்லாமல் போய்விட்டது. ஆனால், நான் பொதுவெளியில் சொற்பொழிவாற்றும்போது, ஒரு போலிக் கண்ணாடியை அணிவதன் மூலம் என் ஆளுமையைப் பேராசிரியர் சார்ல்ஸ் சேவியராக நான் மாற்றிக் கொள்கிறேன்.

உங்களுடைய சொந்த பயங்களை மீறி வருவதற்கு நீங்கள் ஒரு தீவிரமான எக்ஸ்-மேன் இரசிகராக இருக்க வேண்டிய அவசியமில்லை. நீங்கள் வெகுகாலமாகத் தள்ளிப்போட்டுக் வந்துள்ள ஒன்றை நினைத்துக் கொள்ளுங்கள். அது, நீங்கள் ஈடுபட விரும்பிய ஒரு பொழுதுபோக்காகவோ அல்லது உங்களுடைய வேலையோடு சேர்த்து நீங்கள் துவக்க விரும்புகின்ற ஒரு தொழிலாகவோ இருக்கலாம். நீங்கள் தேர்ந்தெடுத்துள்ள ஒன்றைச் சிறப்பாகச் செய்கின்ற ஒருவரை உங்களுடைய மாற்று ஆளுமையாக வரித்துக் கொள்ளுங்கள். நீங்கள் சுவீகரித்துக் கொள்ள விரும்புகின்ற துணிச்சல், உறுதிப்பாடு, மன உறுதி போன்றவற்றின் மொத்த உருவமாக அந்த நபர் இருக்கலாம்.

சிறிது நேரத்திற்கு உங்களால் அமைதியாக இருக்க முடிகின்ற ஓரிடத்தைத் தேர்ந்தெடுத்துக் கொள்ளுங்கள். நீங்கள் தேர்ந்தெடுத்துள்ள அந்த மாற்று ஆளுமையாக நீங்கள் மாறிவிடுவதாகக் கற்பனை செய்து கொள்ளுங்கள். அந்த நபரின் உருவம், குரல், மனப்போக்கு ஆகியவற்றை வரித்துக் கொள்ளுங்கள். இதை நீங்கள் எந்த அளவுக்குப் பயிற்சி செய்கிறீர்களோ, அந்த அளவுக்கு, அந்த மாற்று ஆளுமையாக நீங்கள் மாறுகின்றபோது அந்த மனப்போக்கை சுவீகரித்துக் கொள்வது எளிதாக இருக்கும்.

சுயபிரகடனம் ஒன்றை உருவாக்கிக் கொள்வது வெகுவாகப் பலனளிப்பதை நான் கண்டுபிடித்துள்ளேன். உங்களுடைய மாற்று ஆளுமையின் பண்புநலன்களை உள்ளடக்கிய சிறு வாக்கியங்கள் அடங்கிய கூற்றுகளாக அவை இருக்க வேண்டும். உங்களுக்குத் துணிச்சல் அல்லது ஊக்குவிப்பு தேவைப்படுகின்றபோது இந்த சுயபிரகடனத்தை நீங்கள் கூறி வாருங்கள். ஓர் எடுத்துக்காட்டு:

நான் தன்னம்பிக்கையோடு இருக்கிறேன்.
நான் பயமின்றி இருக்கிறேன்.
நான் தடுத்து நிறுத்தப்பட முடியாதவனாக இருக்கிறேன்.

இந்த சுயபிரகடனங்கள் வேடிக்கையாக இருப்பதுபோல உங்களுக்குத் தோன்றலாம். ஆனால், இவை உண்மையிலேயே பலனளிக்கின்றன. நம்முடைய கற்பனைக்கும் அப்பாற்பட்ட ஆற்றல் நம்மிடம் இருக்கிறது என்பதை அவை நமக்கு நினைவூட்டுகின்றன.

இரத்தினச்சுருக்கமாக

- நம்முடைய இரண்டாவது தடுப்பானான பயம் இன்னும் சிக்கலானது. நீங்கள் ஒரு பெரிய வேலைக்கு விண்ணப்பிக்கின்றபோதோ அல்லது நீங்கள் நேசிக்கின்ற ஒருவரிடம் உங்களுடைய காதலைச் சொல்கின்றபோதோ, இந்த அரக்கன் வெளியே வந்து நம்மைப் படாத பாடுபடுத்துவான். பயத்தை முழுமையாக ஒழித்துக்கட்டுவது நம்முடைய இலக்கு அல்ல. அதை எதிர்கொள்வதற்கான துணிச்சலை உருவாக்கிக் கொள்வதுதான் நம்முடைய இலக்கு.

- அந்தத் துணிச்சல் மூன்று ஆதாரங்களிலிருந்து வருகிறது. முதலாவது, பயம் குறித்தப் புரிதல். உங்களிடம் நீங்கள் இப்படிக் கேட்டுக் கொள்ளுங்கள்: அந்தப் பணித்திட்டத்தை நான் ஏன் இன்னும் துவக்கியிருக்கவில்லை? நான் எதைக் கண்டு பயப்படுகிறேன்? இந்தப் பயம் எங்கிருந்து வருகிறது?

- இரண்டாவது, பயத்தைக் குறைத்தல். பெரும்பாலான சமயங்களில், நாம் நம்முடைய பயத்தை மிகைப்படுத்திக் கொள்கிறோம். அதிலிருந்து தப்பிப்பதற்கு, உங்களிடம் நீங்கள் இப்படிக் கேட்டுக் கொள்ளுங்கள்: 10 நிமிடங்களுக்குப் பிறகும் இது முக்கியமானதாக இருக்குமா? 10 வாரங்களுக்குப் பிறகும் இது முக்கியமானதாக இருக்குமா? 10 ஆண்டுகளுக்குப் பிறகும் இது முக்கியமானதாக இருக்குமா?

- மூன்றாவது, உங்களுடைய பயத்திலிருந்து மீள்தல். பிறர் உங்களைப் பற்றி என்ன நினைப்பார்களோ என்று நீங்கள் பயந்து கொண்டிருந்தால், பெரும்பாலான மக்கள் உங்களைப் பற்றி யோசித்துக் கொண்டிருப்பதே இல்லை என்பதை உங்களுக்கு நினைவுபடுத்திக் கொள்ளுங்கள். நாம் சுயபிரக்ஞை கொண்ட விலங்குகள். பொதுவாக நாம் பிறரைப் பற்றி நினைப்பதில்லை. நம்மைப் பற்றியே நாம் நினைத்துக் கொண்டிருக்கிறோம்.

அத்தியாயம் 6

துவக்கம்

1684-ல், ஐசக் நியூட்டன் தன்னுடைய இலட்சிய நூலை எழுதும் பணியைத் துவக்கினார். அடுத்தப் பதினெட்டு மாதங்களுக்கு, அவர் இராப்பகலாக ஊன் உறக்கமின்றி உழைத்து, பின்னாளில் உலகிலேயே மிகவும் பிரபலமாக விளங்கிய நூல்களில் ஒன்றான 'பிலாஸாஃபியே நேச்சுரலிஸ் பிரின்சிபியா மேத்தமேட்டிகா' என்ற நூலை எழுதி முடித்தார்.

1687-ல் அந்த நூல் பிரசுரிக்கப்பட்டபோது, உலகிலேயே முதன்முறையாக, பருப்பொருட்கள் எப்படி விண்வெளியில் நகர்ந்தன என்பதற்கான அறிவியல்பூர்வமான விளக்கம் அளிக்கப்பட்டது. அந்த நூலின் சாராம்சம், நியூட்டனின் முதல் இயக்க விதி என்று பின்னர் அழைக்கப்பட்ட விதியின் விளக்கத்தில் அடங்கியிருந்தது: "ஒரு பொருளின்மீது புறவிசை ஒன்று செயல்படாதவரை எந்தவொரு பொருளும் தனது ஓய்வு நிலையையோ அல்லது நேர்க்கோட்டில் அமைந்த சீரான இயக்க நிலையையோ மாற்றிக் கொள்ளாது."

வேறு வார்த்தைகளில் கூற வேண்டுமென்றால், ஒரு பொருள் அசைவின்றி இருந்தால், அது அப்படியே அசைவின்றி இருந்து கொண்டே இருக்கும். ஒரு பொருள் இயக்க நிலையில் இருந்தால், புவியீர்ப்பு விசை அல்லது காற்று விசை போன்ற வேறு ஓர் ஆற்றல் அதைத் தடுக்காதவரை, அது அதே இயக்க நிலையில் தொடர்ந்து கொண்டே இருக்கும்.

நியூட்டனின் வாழ்நாளிலேயே பிற அறிவியலறிஞர்கள், அவருடைய நூல் ஒரு தலைசிறந்த நூல் என்பதை ஒப்புக் கொண்டிருந்தனர். பிரபஞ்சத்தின் பருப்பொருள் சார்ந்த பண்புநலன்களை அதற்கு முன்பு வேறு எந்தவொரு புத்தகமும் விளக்க முயன்றிருக்கவில்லை. ஆனால்,

அந்த அறிவியலறிஞர்கள் அறிந்திராத விஷயம் ஒன்று இருந்தது. நியூட்டனின் முதல் விதி, மனித நடத்தையின் அடிப்படைகளைப் பற்றியும் விளக்கியிருந்தது. அந்த விதி உற்பத்தித்திறனுக்கும் பொருந்தும் என்பதுதான் அது.

நம்மை நன்றாக உணர வைக்கவிடாமல் வைக்கின்ற இரண்டு தடுப்பான்களைப் பற்றி நாம் ஏற்கனவே பார்த்துவிட்டோம். முதலாவது தடுப்பான் நிச்சயமின்மை. நாம் விஷயங்களைத் தொடங்காமல் இருப்பதற்கு அதுதான் காரணம். இரண்டாவது தடுப்பான் பயம். அது தொடங்காமல் இருப்பது தொடர்பான பதற்றத்தை நமக்குள் உருவாக்குகிறது. மூன்றாவது தடுப்பான்தான் இருப்பதிலேயே மிகவும் சிக்கலானது. சடத்துவம்தான் அது.

ஒரு விஷயம் தொடர்ந்து இயங்கிக் கொண்டிருப்பதற்குத் தேவையான ஆற்றலைவிட, அதன் இயக்கத்தைத் தொடங்குவதற்கு அதிக ஆற்றல் தேவைப்படும் என்பதை நியூட்டன் அறிந்திருந்தார். நீங்கள் எதுவுமே செய்யாமல் இருக்கின்றபோது, அப்படி எதுவுமே செய்யாமல் இருந்துவிடுவது சுலபம். அதேபோல, நீங்கள் வேலை செய்து கொண்டிருக்கின்றபோது, தொடர்ந்து வேலை செய்து கொண்டிருப்பது எளிது. உங்களை ஊக்கப்படுத்திக் கொள்வதற்குத் தேவையான அனைத்து முயற்சிகளையும் மேற்கொண்ட பிறகும் நீங்கள் விஷயங்களைத் தள்ளிப்போட்டுக் கொண்டிருக்கிறீர்கள் என்றால், உங்களை உந்தித் தள்ளுவதற்குக் கடைசியாக ஒன்று இருக்கிறது.

சடத்துவம் நம்முடைய உணர்ச்சித் தளத்தைச் சமதளமாக்கிவிடும். அது நம்முடைய நல்லுணர்வைச் சுரண்டிவிடும். ஆனால், அதை நம்மால் மீறி வந்துவிட முடியும். சடத்துவத்தை நான் சாலையில் இருக்கின்ற ஒரு மேடாகத்தான் பார்க்கிறேன். இப்படிக் கற்பனை செய்து கொள்ளுங்கள். ஒரு மலைப் பாதையிலிருந்து உங்களுடைய மிதிவண்டியைக் கீழே ஓட்டி வர நீங்கள் முடிவு செய்கிறீர்கள். மிதிவண்டி தயார் நிலையில் இருக்கிறது. நீங்கள் ஹெல்மெட் போட்டுக் கொண்டு தயாராக இருக்கிறீர்கள். ஒரே ஒரு பிரச்சனை மட்டுமே இருக்கிறது. நீங்கள் கீழே இறங்குவதற்கு முன்பாக, அந்தப் பாதையில் இருக்கும் ஒரு சிறு மேட்டை நீங்கள் ஏறிக் கடந்தாக வேண்டும். அதற்கு நீங்கள் உங்களுடைய ஆற்றலைச் சிறிது செலவழிக்க வேண்டியிருக்கும்.

அதை நீங்கள் தாண்டிவிட்டால், உங்களால் அந்தச் சரிவில் மிகவும் சௌகரியமாக மிதிவண்டியில் வர முடியும். முகத்தில்

அடிக்கின்ற காற்றுடன், நல்ல உணர்வுடன் உங்களால் அதை அனுபவிக்க முடியும்.

உராய்வைக் குறையுங்கள்

இந்தச் சிறிய மேட்டை எப்படிக் கடப்பது? அதற்கு, முதலில், ஒரு விஷயத்தைத் துவக்குவது ஏன் உங்களுக்குக் கடினமாக இருக்கிறது என்பதைக் கண்டுபிடிக்க நீங்கள் முயற்சிக்க வேண்டும். உங்களுடைய சூழலில் நீங்கள் மேற்கொள்கின்ற சிறிய மாற்றங்கள் பெரும் தாக்கம் ஏற்படுத்தும். இதைப் புரிந்து கொள்வதற்கு, காய்கறி வாங்குவதற்குப் பின்னாலுள்ள உளவியலை ஆய்வு செய்ய முனைந்த மர்லின் ஹன்டிங்கின் ஆய்வைப் பற்றி நாம் தெரிந்து கொள்வது அவசியம்.

அதிகச் செலவில்லாமல் மக்களின் ஆரோக்கியத்தை மேம்படுத்துவதற்கு என்ன செய்யலாம் என்பதைத் தெரிந்து கொள்ள ஒரு பல்பொருள் அங்காடியும் சில தொண்டு நிறுவனங்களும் விரும்பின. அதற்காகத்தான் மர்லின் அந்த ஆய்வில் ஈடுபட்டார். சுற்றுச்சூழல் எப்படி ஒருவர் காய்கறி வாங்குகின்ற பாணியின்மீது தாக்கம் ஏற்படுத்துகிறது என்பதைத் தெரிந்து கொள்வதற்காக அவர்கள் ஓர் எளிய முறையை வடிவமைத்தனர். வாரத்தில் சில நாட்கள், அந்தப் பல்பொருள் அங்காடியிலிருந்த தள்ளுவண்டியின் உட்புறத்தில், அதன் பாதியை மறைக்கின்ற விதத்தில் அவர்கள்

ஒரு காகிதத்தை ஒட்டினர். வாங்கப்படுகின்ற காய்கறிகளை அந்தத் தள்ளுவண்டியில் எங்கு வைக்க வேண்டும் என்று அக்காகிதத்தில் குறிப்பிடப்பட்டிருந்தது. அதோடு, சாமான்கள் வாங்க வருகின்ற மக்கள் என்ன செய்கின்றனர் என்பது குறித்தச் சில தகவல்களும் அதில் அச்சிடப்பட்டிருந்தன. எடுத்துக்காட்டாக, "இந்தக் கடையில் மக்கள் அதிகமாக வாங்குகின்ற மூன்று காய்கறிகள், வெள்ளரிக்காய், அவக்காடோ மற்றும் குடைமிளகாய்," என்று அச்சிடப்பட்டிருந்தது. இன்னொரு வாசகம், "பெரும்பாலான வாடிக்கையாளர்கள் குறைந்தபட்சம் ஏழு காய்கறிகளையாவது வாங்குகின்றனர்," என்று கூறியது. பிற நாட்களில், அந்த ஆய்வாளர்கள், தள்ளுவண்டியில் ஒட்டப்பட்டிருந்த அந்தக் காகிதத்தை நீக்கிவிட்டனர்.

மக்களை மறைமுகமாகத் தூண்டுகின்ற தங்களுடைய உத்தி வேலை செய்ததா என்பதைத் தெரிந்து கொள்ள அந்த ஆய்வாளர்கள் ஆவலாக இருந்தனர். உண்மையில் அது வேலை செய்தது என்பதை அவர்களுடைய ஆய்வின் முடிவுகள் அறிவித்தன. அந்தக் காகிதம் ஒட்டப்பட்டிருந்த நாட்களில், வாடிக்கையாளர்கள், தாங்கள் வழக்கமாக வாங்குவதைவிட 50 சதவீதம் அதிகமான காய்கறிகளை வாங்கினர்.

ஒரு விஷயத்தைத் துவக்குவதற்குத் தேவைப்படுகின்ற ஆற்றலின் அளவை இதுபோன்ற சிறிய மாற்றங்கள் குறைக்கின்றன என்று நாம் எடுத்துக் கொள்ளலாம். நமக்கும் நம்முடைய இலக்குகளுக்கும் இடையே குறுக்கே நின்று கொண்டிருக்கின்ற உரசலை அது நீக்கிவிடுகிறது. நீங்கள் காய்கறி வாங்க வேண்டும் என்று உங்களை ஒன்று தொடர்ந்து நினைவூட்டிக் கொண்டிருந்தால், அதை நினைவுபடுத்திக் கொள்வதற்கு உங்களுக்குக் குறைந்த அளவு ஆற்றலே தேவைப்படும். நீங்கள் இருக்கின்ற சமூகத்தில் பெரும்பாலான மக்கள் வாங்கிச் செல்கின்ற காய்கறி எது என்பதை நீங்கள் அறிந்து கொள்கின்றபோது, எந்தெந்தக் காய்கறிகளை வாங்க வேண்டும் என்று தீர்மானிப்பது எளிதாகிவிடுகிறது.

பரிசோதனை 1:
சுற்றுச்சூழல் உரசலைக் குறையுங்கள்

இதுபோன்ற உரசல்கள் நம்முடைய வேகத்தை மட்டுப்படுத்துவதற்கான வழி நம்முடைய சுற்றுப்புறத்தில்

இருக்கிறது. நாம் எதையாவது செய்தாக வேண்டும் என்பதை நாம் அறிந்திருந்தாலும், அதைத் துவக்குவதற்குக் கடினமாக இருக்கின்ற இடங்களுக்குள் நாம் மாட்டிக் கொண்டிருப்பதை நாம் காண்கிறோம்.

2018-ல் நான் ஒரு முழுநேர மருத்துவராக வேலை பார்த்து வந்தபோது, மாலை வேளைகளில் என்னுடைய கிதாரில் பயிற்சி மேற்கொள்வதை ஒரு பழக்கமாக ஆக்கிக் கொள்ள நான் மிகவும் சிரமப்பட்டேன். "நான் கிதார் பயிற்சியில் ஈடுபட வேண்டும்," என்று அவ்வப்போது நான் நினைத்துக் கொள்வேன். ஆனால், அதை நான் எப்போதும் தள்ளிப்போட்டுக் கொண்டே வந்தேன். எனக்கு நேரம் இல்லாமல் இல்லை. மாலை நேரங்களில் நான் தொலைக்காட்சி பார்த்துக் கொண்டோ அல்லது என் அலைபேசியில் சமூக ஊடகங்களில் மேய்ந்து கொண்டோ இருந்தேன். என் கிதார் என் புத்தக அலமாரிக்குப் பின்னால் இருந்ததால், பெரும்பாலான நேரங்களில் அது கண்களில் படாமலேயே இருந்து வந்தது. ஜேம்ஸ் கிளியர் எழுதியுள்ள 'சின்னஞ்சிறு பழக்கங்கள்' என்ற நூலைப் படித்தபோதுதான், என் பிரச்சனைக்கான சரியான தீர்வு என்ன என்பது எனக்குப் புரிந்தது. உடனே நான் என்னுடைய கிதாரை எடுத்து அறையின் மத்தியில் வைத்தேன். அதற்குப் பிறகு கிதாரை எடுத்து வாசிப்பது எளிதாகிவிட்டது.

நான் கிதாரை எடுத்து நடுக்கூடத்தில் வைத்தது, பல்பொருள் அங்காடியின் தள்ளுவண்டியில் காகிதத்தை ஒட்டியது போன்ற நடவடிக்கைகளைப் பற்றி நீங்கள் சிந்தித்துப் பார்க்கலாம். இவற்றுக்கான நோக்கம்? உரசல்களைக் குறைத்து, துவக்கத்தை எளிதாக்குவது.

நீங்கள் திட்டவட்டமான தேர்ந்தெடுப்புகள் எதையும் மேற்கொள்ளவில்லை என்றால், இது உங்களுடைய தன்னிச்சையான தேர்ந்தெடுப்பாகிவிடும். அந்தப் பல்பொருள் அங்காடிக்கு நீங்கள் செல்கின்ற நாளில் அந்தத் தள்ளுவண்டியில் அந்தத் தகவல் காகிதம் ஒட்டப்பட்டிருந்தால், காய்கறி வாங்குவது உங்களுக்குத் தன்னிச்சையான தீர்வாகிவிடும். தானியங்கள் வாங்குவதற்குத்தான் நீங்கள் மெனக்கெட வேண்டியிருக்கும்.

நடைமுறையில் இதைக் கடைபிடிப்பது எந்த அளவுக்கு எளிதாக இருக்கும்? முதலில், நீங்கள் செய்ய விரும்புகின்ற காரியத்தைத் துவக்குவதற்கு உதவி செய்கின்ற விதத்தில், நீங்கள் உங்களுடைய சுற்றுச்சூழலில் மாற்றத்தை ஏற்படுத்த வேண்டும். அந்த மாற்றம் அந்தச் செயலை நீங்கள் தன்னிச்சையாகச்

செய்வதற்கு உங்களைத் தூண்ட வேண்டும். அதே நேரத்தில், நீங்கள் செய்ய விரும்பாத காரியங்களைச் செய்வதை அது கடினமாக்க வேண்டும். கீழே சில எடுத்துக்காட்டுகள் கொடுக்கப்பட்டிருக்கின்றன.

- **கிதாரைக் கண்களில் படும்படி வைத்தல்:** உங்களுடைய கிதாரை வரவேற்பறையின் மத்திக்கு மாற்றுவதன் மூலம் நீங்கள் அதை உங்களுடைய தன்னிச்சையான தேர்ந்தெடுப்பாக மாற்றுகிறீர்கள். நீங்கள் செய்து கொண்டிருக்கின்ற வேலையிலிருந்து எப்போதெல்லாம் உங்களுக்கு ஒரு பத்து நிமிட ஓய்வு தேவைப்படுகிறதோ, அப்போதெல்லாம், யோசிக்காமல் உங்கள் கை அதன் பக்கம் சென்றுவிடும்.
- **பாடப்புத்தகங்களை மேசையில் வைத்தல்:** நீங்கள் உங்களுடைய பாடப்புத்தகங்களையும் குறிப்பேடுகளையும் உங்களுடைய மேசையில் உங்களுடைய மடிக்கணினிக்கு அருகே கைக்கெட்டும் தூரத்தில் வைத்திருப்பதன் மூலம் நீங்கள் அதை உங்களுடைய தன்னிச்சையான தேர்ந்தெடுப்பாக மாற்றுகிறீர்கள். நீங்கள் உங்களுடைய மேசைக்கு அருகே உட்கார்ந்திருக்கின்றபோது, பாடப்புத்தகங்களை எடுத்துப் படிப்பது எளிதாகிவிடுகிறது.
- **அலைபேசியின் பயன்பாட்டைக் குறைத்தல்:** உங்களுடைய அலைபேசிக்குத் தகவல்கள் வருகின்றபோது அதைச் சுட்டிக்காட்டுகின்ற வசதியை நீங்கள் நிறுத்தி வைத்துவிட்டால், அதை நீங்கள் அடிக்கடி எடுத்துப் பார்க்கின்ற அவசியம் இல்லாமல் போய்விடும்.

உங்களுடைய சுற்றுச்சூழலில் சிறு மாற்றங்களை ஏற்படுத்துவது, நீங்கள் உண்மையிலேயே விரும்புகின்ற சரியான தீர்மானங்களை எடுக்க உங்களைத் தூண்டும். எந்தவிதமான யோசனைகளுமின்றி மோசமான தீர்மானங்களை நீங்கள் எடுப்பதிலிருந்து அது உங்களைக் காப்பாற்றும்.

பரிசோதனை 2:

உணர்ச்சிசார் உராய்வுகளைக் குறையுங்கள்

நீங்கள் ஒரு வேலையைத் தொடங்குவதற்கு உங்களுக்கு இடைஞ்சலாக இருப்பது உங்களுடைய சுற்றுச்சூழல்

மட்டும் அல்ல என்பது வெளிப்படை. அதில் உங்களுடைய மனநிலைக்கும் ஒரு பங்கு இருக்கிறது. ஒரு விஷயத்தை நாம் தொடங்குவதற்கு நமக்குத் தடையாக இருக்கின்ற நிச்சயமின்மையையும் பதற்றத்தையும் பற்றி நாம் ஏற்கனவே பார்த்துவிட்டோம். இன்னொரு சிறிய தடையும் இருக்கிறது. பேச்சுவழக்கில் அது 'ஒரு சோம்பேறிக் கழுதையாக இருத்தல்' என்று அழைக்கப்படுகிறது.

இது எங்கள் ஊரில் பரவலாகப் பயன்படுத்தப்படுகிறது. ஒரு விஷயத்தைத் தொடங்குவதற்குக்கூட ஒருவர் முயலாதிருக்கின்ற மனப்போக்கு இது. எடுத்துக்காட்டுகள்: கிதார் எடுத்து வாசிக்க முடியாத அளவுக்கு நான் ஒரு சோம்பேறிக் கழுதையாக இருக்கிறேன். இந்தப் புத்தகத்தை எழுதி முடிக்க முடியாத அளவுக்கு நான் ஒரு சோம்பேறிக் கழுதையாக இருக்கிறேன்.

இந்தச் சோம்பேறிக் கழுதைத்தனம் பரவலானது. ஒரு விஷயத்தை நாம் தொடங்காமல் இருப்பதில் இது ஒரு முக்கியப் பங்கு வகுக்கிறது. ஆனால், இதை எளிதாக மீறிவிடலாம். அதற்கு நீங்கள் வழமையாகப் பயன்படுத்தப்படுகின்ற 'ஐந்து நிமிட விதியை' உங்கள் துணைக்கு அழைத்துக் கொள்ள வேண்டும்.

இந்த ஐந்து நிமிட விதி, ஆற்றல்மிக்க ஓர் எளிய உத்தியாகும். ஒரு விஷயத்தை தொடர்ந்து ஐந்து நிமிடங்களுக்கு முயன்று பார்ப்பதற்கு நீங்கள் உங்களை அர்ப்பணித்துக் கொள்ள வேண்டும் என்று இந்த விதி கூறுகிறது. எந்தவொரு வேலையிலும், முதலடி எடுத்து வைப்பதுதான் இருப்பதிலேயே கடினமானது என்ற கண்ணோட்டத்தை இது அடிப்படையாகக் கொண்டுள்ளது. அந்த ஐந்து நிமிடங்களுக்கு, நீங்கள் எதைத் தவிர்க்க முயன்று கொண்டிருக்கிறீர்களோ அதற்கு உங்களுடைய முழுக் கவனத்தையும் அளிக்க வேண்டும். அந்த ஐந்து நிமிடங்கள் முடிந்த பிறகு, அதைத் தொடர வேண்டுமா அல்லது விட்டுவிட வேண்டுமா என்பதை நீங்கள் தீர்மானித்துக் கொள்ளலாம்.

என் விஷயத்தில் இந்த ஐந்து நிமிட விதி சிறப்பாக வேலை செய்வதை நான் பார்த்திருக்கிறேன். நான் தவிர்க்கின்ற விஷயத்தை ஐந்து நிமிடங்களுக்குத் தொடர்ந்து செய்வதாக நான் முதலில் கற்பனை செய்து கொள்வேன். அப்படிக் கற்பனை செய்வது எளிது. அதோடு, அதை நான் முழுவதுமாகச் செய்து முடிக்க வேண்டிய அவசியமில்லை, வெறும் ஐந்து நிமிடங்கள் முயற்சி செய்தால் போதுமானது

என்ற நினைப்பு, அதில் இறங்குவதற்கு என்னை ஊக்குவிக்கும்.

80 சதவீத நேரங்களில், அந்த ஐந்து நிமிடங்களுக்குப் பிறகும், நான் அந்த வேலையைத் தொடர்ந்திருக்கிறேன். ஒரு முறை, பின்னணி இசையைக் கேட்டுக் கொண்டே, நான் தவிர்த்து வந்த ஒரு விஷயத்தைச் செய்ய நான் முயன்றபோது, நான் நினைத்திருந்த அளவுக்கு அது மோசமானதாக இருக்கவில்லை என்பதை நான் உணர்ந்து கொண்டேன். அதற்குப் பிறகு அதைத் தொடர்ந்து செய்வது கடினமாக இருக்கவில்லை.

ஆனால், இங்கு நான் ஒரு விஷயத்தைக் குறிப்பிட்டாக வேண்டும். நீங்கள் ஒரு விஷயத்தை உங்கள்மீது வலுக்கட்டாயமாகத் திணிக்கக்கூடாது. அது வேலை செய்யாது. மீதியுள்ள 20 சதவீத நேரங்களில், அந்த ஐந்து நிமிட நேரத்திற்குப் பிறகு நான் அந்த வேலையைத் தொடர மாட்டேன். எடுத்துக்காட்டாக, நான் என்னுடைய வருமான வரியைக் கணக்கிடுவதற்கு உட்கார்ந்தால், ஐந்து நிமிடங்களுக்குப் பிறகு, பின்னர் பார்த்துக் கொள்ளலாம் என்று நான் அதைக் கைவிட்டுவிடுவேன்.

ஐந்து நிமிடங்களுக்குப் பிறகு ஒரு வேலையை நிறுத்திக் கொள்ள என்னை நான் அனுமதிப்பதன் மூலம், ஐந்து நிமிடங்கள் என்று பொய் சொல்லி ஒரு காரியத்திற்கு என்னை நான் இழுக்கவில்லை என்ற திருப்தியை நான் பெறுகிறேன். நான் ஒரு வேலையை ஐந்து நிமிடங்களுக்கு மட்டுமே செய்யப் போகிறேன் என்ற நினைப்புடன் அந்தக் காரியத்தில் இறங்கிய பிறகு, அதைத் தொடர்வதற்கு என்னை நான் கட்டாயப்படுத்தினால், இந்த ஐந்து நிமிட விதி அதன் ஈர்ப்பை இழந்துவிடும்.

செயல்நடவடிக்கையில் இறங்குங்கள்

அமெரிக்கத் தொழிலதிபரும், நிறுவனங்களின் நிர்வாக அதிகாரிகளுக்கு ஆலோசனை வழங்கி வருபவருமான மேட் மோச்சரியின் வாடிக்கையாளர்களில், சிலிக்கான் வேல்லியிலுள்ள பெருநிறுவனங்களின் முதன்மை நிர்வாக அதிகாரிகள் பலர் அடங்குவர். அவர்கள் அவருடைய ஆலோசனையைப் பெறுவதற்காக அவரை நோக்கிப் படையெடுக்கின்றனர். ரெட்டிட் நிறுவனத்தின் முதன்மை நிர்வாக அதிகாரியான ஸ்டீவ் ஹஃப்மேன், தன் நிறுவனத்தின்

மதிப்பைக் கூடுதலாக 100 கோடி டாலர்கள்வரை தன்னால் உயர்த்த முடிந்ததற்கு மேட்தான் காரணம் என்று வெளிப்படையாகவே குறிப்பிட்டுள்ளார்.

கடந்த சில ஆண்டுகளாக, என்னுடைய தொழிலில், எனக்கென்று சில தொழில் ஆலோசகர்களை நான் அமர்த்திக் கொண்டிருந்தபோதிலும், ஆலோசனை வழங்குவதற்குப் பல இலட்சம் டாலர்கள் கட்டணம் வசூலிக்கின்ற மேட் போன்ற ஆலோசகர்கள் எத்தகைய ஆலோசனைகளை வழங்குவர் என்று நான் எப்போதும் யோசித்து வந்துள்ளேன். ஓர் ஆலோசகரை ஒரு சில முறை சந்தித்து அவருடைய ஆலோசனைகளைப் பெறுவதன் மூலம் எப்படி ஒருவரால் 100 கோடி டாலர்கள் அளவுக்குத் தன் தொழிலின் மதிப்பை உயர்த்திக் கொள்ள முடியும்? இப்படிப்பட்டச் சந்திப்புகளில் எந்த மாதிரியான மாயாஜாலமான துப்புகளும் உத்திகளும் அவர்களுக்கு வழங்கப்படும்?

வெளியே தெரியாத, பிரம்மாண்டமான இரகசியங்கள் சிலவற்றை அவர்கள் கற்றுக் கொடுக்கக்கூடும் என்று நான் எண்ணியிருந்தேன். எனக்குப் பிடித்தமான வலையொலிப்பதிவாளரான டிம் ஃபெர்ரிஸ், மேட்டைப் பேட்டி கண்டபோது, அதை நான் ஆவலாகக் கேட்டேன். ஆனால், அதில் மேட் பகிர்ந்து கொண்டிருந்த விஷயங்களைக் கேட்டவுடன் எனக்குச் சப்பென்று போய்விட்டது. அதில் மேட் இவ்வாறு கூறியிருந்தார்: “பலர் என்னிடம், என்னுடைய தனித்துவம் என்ன என்று கேட்டுள்ளனர். அதற்கு பதிலளிக்க நான் சிரமப்பட்டிருக்கிறேன். ஏனெனில், நான் செய்வது மிகவும் எளிமையானது. நான் ஆலோசனை வழங்குபவர்கள், குறைந்தபட்சம் இரண்டு மூன்று செயல்நடவடிக்கைகளிலாவது இறங்காதவரை நான் அவர்களை விட மாட்டேன்.”

“என்ன இவ்வளவுதானா?” என்று நான் யோசித்தேன். ஒரு தொழிலின் வெற்றியைப் பன்மடங்காகப் பெருக்க இரண்டு மூன்று செயல்நடவடிக்கைகள் போதுமா? பின் நான் என்னுடைய வாழ்க்கையைப் பற்றிச் சிந்தித்தேன். பெரும்பாலான சமயங்களில், அடுத்து என்ன நடவடிக்கைகள் எடுக்க வேண்டும் என்று தெரியாமல் நான் தவித்திருக்கிறேன். அதுதான் சில விஷயங்களைச் சாதிக்கவிடாமல் என்னைத் தடுத்து வைத்திருந்தது.

மேட் தன் கொள்கைகளை, ‘செயல்நடவடிக்கைகளின்பால் சாய்வு’ என்று அழைக்கிறார். அவர் தன் வாடிக்கையாளர்களுடன் செலவழிக்கின்ற நேரத்தை மிகவும்

மதிக்கிறார். செயல்நடவடிக்கைகளுக்கு இட்டுச் செல்லாத வெறும் வறட்டுக் கோட்பாடுகளால் எந்தவிதமான பயனும் கிடையாது என்று அவர் நம்புகிறார். தெளிவற்ற, வருங்காலத்தில் என்றோ சாதிக்கவிருக்கின்ற இலக்குகளைக் காட்டிலும், தெளிவான, திட்டவட்டமான செயல்நடவடிக்கைகள் இன்றியமையாதவை என்று அவர் நம்புகிறார்.

செயல்நடவடிக்கைகளின்பால் சாய்வு என்ற இந்த உத்தி, சடத்துவத்தை மீறி வருவதற்கான இரண்டாவது வழியாகும். ஒரு விஷயத்தைத் தொடங்குவதற்குத் தேவையான ஆற்றலைக் குறைப்பதைப் பற்றி நாம் பார்த்திருந்தோம். இப்போது நீங்கள் உண்மையான முதலடியை எடுத்து வைக்க வேண்டும். அதைக் கண்டுபிடிப்பதற்கு நாம் டிம் பைச்சிலின் ஆய்வைப் பற்றித் தெரிந்து கொள்ள வேண்டும்.

பரிசோதனை 3:

அடுத்தக் கட்ட நடவடிக்கையை வரையறுங்கள்

தள்ளிப்போடுதலைப் பற்றி மற்றவர்களைக் காட்டிலும் டிம் பைச்சில் கூடுதலாகவே அறிந்து வைத்திருந்தார்.

டிம், கடந்த இருபது ஆண்டுகளில், தள்ளிப்போடுதல் குறித்த இருபத்தைந்து ஆய்வுக் கட்டுரைகளை வெளியிட்டுள்ளார். கனடாவின் கார்லெட்டன் பல்கலைக்கழகத்தில் அவர் நிறுவியுள்ள 'தள்ளிப்போடுதல் ஆய்வுக் குழு' இந்த விஷயத்தில் உலகிலேயே மிகவும் தீவிரமான ஆய்வுகளில் ஈடுபட்டுள்ள ஒன்றாகும். அவர் என்னிடம் பேசியபோது, "நான் ஒருபோதும் எந்த விஷயத்தையும் தள்ளிப்போடுவதில்லை," என்று கூறினார்.

"அது எப்படிச் சாத்தியம்?" என்று நான் அவரிடம் கேட்டேன். அதற்கு அவர் இவ்வாறு பதிலளித்தார்: "ஏதாவது ஒரு விஷயத்தைத் தள்ளிப்போட வேண்டும் என்ற நினைப்பு எனக்குத் தோன்றினால், நான் உடனே என்னிடம், 'இதைத் தள்ளிப்போடாமல் இருப்பதற்கு அடுத்து நான் துல்லியமாக எந்தக் குறிப்பிட்டச் செயல்நடவடிக்கையில் ஈடுபட வேண்டும்?' என்று கேட்பேன். அந்த நடவடிக்கையில் ஈடுபட்ட உடனேயே, தள்ளிப்போடுதலுக்கு அங்கு வாய்ப்பில்லாமல் போய்விடும்." எடுத்துக்காட்டாக, அவர் யோகா பயிற்சியில் ஈடுபட விரும்பவில்லை என்று வைத்துக் கொள்வோம். அவர் உடனே, "இதைத் தள்ளிப்போடாமல் இருப்பதற்கு, அடுத்து

நான் துல்லியமாக எந்தக் குறிப்பிட்டச் செயல்நடவடிக்கையில் ஈடுபட வேண்டும்?' என்று கேட்பார். அதற்கான பதில், "யோகா பாயை எடுத்துத் தரையில் விரி," என்பதாக இருக்கும். அந்தப் பாயை எடுத்து விரித்து, அதன் மேல் நின்றவுடன் எல்லாம் சரியாகிவிடும், அவ்வளவுதான்.

கேட்பதற்கு இது மிகவும் சாதாரணமானதாகத் தோன்றலாம். ஆனால், இது உண்மையிலேயே சிறப்பாக வேலை செய்கிறது. நம்முடைய தயக்கத்தை ஒரு திட்டவட்டமான செயல்நடவடிக்கையாக மாற்றுவதில்தான் டிம்மின் வெற்றி அடங்கியிருக்கிறது.

வெவ்வேறுபட்டச் சூழல்களில் இது எப்படி இருக்கும் என்று பார்க்கலாம்.

- ஒரு தேர்வுக்குப் படிப்பதை நீங்கள் தள்ளிப்போடுகிறீர்கள் என்று வைத்துக் கொள்வோம். உங்களுடைய அடுத்தச் செயல்நடவடிக்கை, அந்தப் புத்தகத்தை எடுத்து, நீங்கள் படிக்க வேண்டியிருக்கின்ற பக்கத்தைத் திறப்பதாக இருக்க வேண்டும்.
- உடற்பயிற்சிக்கூடத்திற்குச் செல்வதை நீங்கள் தள்ளிப்போடுகிறீர்கள் என்று வைத்துக் கொள்வோம். உங்களுடைய அடுத்தச் செயல்நடவடிக்கை, உடற்பயிற்சிக்கூடத்திற்குச் செல்கின்றபோது நீங்கள் அணிகின்ற ஆடைகளை அணிவதாக இருக்க வேண்டும்.
- ஒரு புத்தகம் எழுதுகின்ற முயற்சியை நீங்கள் தள்ளிப்போடுகிறீர்கள் என்று வைத்துக் கொள்வோம். உங்களுடைய அடுத்தச் செயல்நடவடிக்கை, உங்களுடைய மடிக்கணினியைத் திறந்து அதில் தட்டச்சு செய்வதற்கான ஒரு செயலியைத் திறப்பதாக இருக்க வேண்டும்.

இந்த மூன்று எடுத்துக்காட்டுகளிலுமே, நாம் நம்முடைய பார்வையை, நம்மை பயமுறுத்துகின்ற நீண்டகால இலக்கில் (எடுத்துக்காட்டு: புத்தகம் எழுதி முடித்துப் பிரசுரித்தல்) பதிய வைக்காமல், உடனடியாகச் சாதிக்கக்கூடிய சிறிய நடவடிக்கைகளின்மீது (ஒரு சில பக்கங்களை எழுதுதல்) குவிக்கிறோம். டிம் குறிப்பிடுகின்ற, 'நமக்கு நாமே ஒரு சுய ஏமாற்று அடுக்கு' ஒன்றை இங்கு நாம் ஏற்படுத்திக் கொள்வதால், அது நம்முடைய பதற்றத்தைக் குறைக்கிறது. இறுதியில் எப்படியும் நீங்கள் தேர்வை எழுதியே ஆக வேண்டும், வியர்வை வழிய அந்த ஓட்ட இயந்திரத்தில் ஓடியே

ஆக வேண்டும், அந்தப் புத்தகத்தை எழுதியே ஆக வேண்டும். ஆனால், அது குறித்து இக்கணத்தில் நீங்கள் கவலைப்படத் தேவையில்லை.

பரிசோதனை 4:
உங்களுடைய முன்னேற்றத்தை அளவிடுங்கள்

அதிபுனைவுக் கதைகளை எழுதுகின்ற மிகப் பிரபலமான எழுத்தாளரான பிரான்டன் சான்டர்சனுக்கு, வழக்கமாக எழுத்தாளர்கள் அவ்வப்போது அனுபவிக்கின்ற 'சிந்தனை ஸ்தம்பிப்பு' ஏற்படும் என்று எவரும் எதிர்பார்த்திருக்க மாட்டார்கள். தன்னுடைய சிறு வயதில் ஒரு புத்தகப் புழுவாக இருந்த சான்டர்சன், நடுநிலைப் பள்ளியில் படித்துக் கொண்டிருந்தபோதே சொந்தமாகப் புனைகதைகளை எழுதத் தொடங்கிவிட்டார். அதற்குப் பிறகு அவர் அதை நிறுத்தவே இல்லை. இரவு நேரத்தில் ஓர் ஓட்டலில் ஒரு வரவேற்பாளராகப் பணியாற்றிக் கொண்டே, 2003 வாக்கில், பன்னிரண்டு புனைகதைகளை அவர் எழுதி முடித்திருந்தார். அப்போதுதான் அவருடைய முதல் நாவல் பிரசுரமானது. அதற்குப் பிறகு அவர் பதினாறு நாவல்கள், பத்துச் சிறுகதைகள், மற்றும் மூன்று சித்திரக் கதைகளை எழுதினார்.

அதனால், சான்டர்சன் 'சிந்தனை ஸ்தம்பிப்பால்' அடிக்கடி அவதிப்பட்டு வந்தார் என்று கேள்விப்பட்டபோது என்னால் அதை நம்ப முடியவில்லை. அதைப் பற்றி அவர் ஒரு பேட்டியில் இவ்வாறு கூறியிருந்தார்: "நான் ஒரு நாவலை எழுதத் தொடங்கி ஒரு சில அத்தியாயங்களை எழுதி முடித்தப் பிறகு, அதற்குப் பிறகு கதையை எப்படி எடுத்துச் செல்ல வேண்டும் என்று நான் ஸ்தம்பித்து நின்றுவிடுவேன். இதுபோன்ற சமயங்களில், எழுதுவதை நிறுத்திவிட வேண்டும் என்ற தூண்டுதல் பீறிட்டுக் கிளம்புவதைத் தடுக்க முடியாது."

அப்படிப்பட்டச் சமயங்களில் அவர் என்ன செய்வார்? எழுதுவதைத் தற்காலிகமாக நிறுத்தி வைத்துவிட்டு, மீண்டும் எழுதத் தோன்றும்போது எழுதுவது என்ற முடிவு, எழுத்துக்கு நிரந்தரமாக முழுக்குப் போடுவதற்குச் சமானம் என்பது அவருடைய கண்ணோட்டம். அதனால், கதையை எப்படி எடுத்துச் செல்வது என்பது தொடர்பாக அவருக்கு என்னதான் குழப்பம் இருந்தாலும், எழுதுவதை மட்டும் அவர் நிறுத்துவதில்லை. தினமும் குறைந்தபட்சம்

2,000 வார்த்தைகளையாவது எழுத வேண்டும் என்ற தன்னுடைய இலக்கை அடைகின்றவரை அவர் எழுதுவதை நிறுத்துவதில்லை. பின் அவர் அந்தக் குறைந்தபட்ச அளவை 4,000 என்றும், பிறகு 6,000 என்றும் அதிகரித்துக் கொண்டே போவார்.

சான்டர்சனின் நாவல்கள் 4,00,000 வார்த்தைகள்வரைகூட நீளும். ஆனால், தொடர்ந்து எழுதிக் கொண்டிருப்பதன் மூலம் அவர் தன் இலக்கை நோக்கி நகர்ந்து கொண்டே இருப்பார். அது அவருடைய பயணத்தையும் எளிதாக்குகிறது. அதனால், தான் வாக்குறுதி அளித்துள்ளபடி தன் நாவல்களை வெளியிடவும் அதன் மூலம் உலகெங்குமுள்ள தன்னுடைய கோடிக்கணக்கான இரசிகர்களைத் திருப்திப்படுத்தவும் அவரால் முடிகிறது.

முன்னேற்றத்தை அளவிடுகின்ற இந்தச் செயல்முறை நல்ல விளைவுகளை ஏற்படுத்தவல்லது. 2016-ல் சுமார் 20,000 நபர்களிடம் இது தொடர்பாக நடத்தப்பட்ட 138 ஆய்வுகளை ஆய்வாளர்கள் அலசி ஆராய்ந்தனர். இறுதியில், நீங்கள் உங்களுடைய இலக்குகளை நோக்கிய பயணத்தில் எந்த அளவுக்கு முன்னேறியிருக்கிறீர்கள் என்பதைக் கண்காணித்து வருவது, நீங்கள் அந்த இலக்குகளை அடைவதற்கான சாத்தியக்கூறுகளை அதிகரிக்கிறது என்ற முடிவுக்கு அந்த ஆய்வாளர்கள் வந்தனர்.

இதற்கு என்ன காரணம்? முதலாவது, நீங்கள் உங்களுடைய முன்னேற்றத்தை அளவிடுகின்றபோது, உங்களுக்கு எதிலாவது பின்னடைவு ஏற்பட்டிருக்கிறதா அல்லது ஏதாவது சிறிய மாற்றங்கள் தேவைப்படுகின்றனவா என்பதை உங்களால் தெரிந்து கொள்ள முடியும். உங்களுடைய முன்னேற்றத்தைக் கண்காணிப்பதன் மூலம், உங்களுடைய முன்னேற்றத்திற்குத் தடையாக இருக்கின்ற பழக்கங்கள், மனப்போக்குகள் போன்றவற்றையும் உங்களால் அடையாளம் கண்டுகொள்ள முடியும். எடுத்துக்காட்டாக, நான் இந்தப் புத்தகத்தை எழுதிக் கொண்டிருந்தபோது, நான் என்னுடைய முன்னேற்றத்தைக் கண்காணித்தேன். அப்போது, நான் சில அத்தியாயங்களை எழுதியபோது, நான் நிர்ணயித்திருந்த வார்த்தை இலக்குகளை என்னால் எளிதாக அடைய முடிந்ததையும், வேறு சில அத்தியாயங்களை எழுதியபோது என்னால் அந்த இலக்குகளை அடைய முடியவில்லை என்பதையும் நான் கண்டறிந்தேன். அதன் அடிப்படையில் நான் சில மாற்றங்களைச் செய்தேன். இரண்டாவது, நீங்கள் உங்களுடைய முன்னேற்றத்தைக்

கண்காணித்துக் கொண்டிருக்கின்றபோது, உங்களால் சிறிய மற்றும் பெரிய வெற்றிகளைக் கொண்டாட முடியும். எடுத்துக்காட்டாக, ஒரு நாளைக்கு 8,000 வார்த்தைகள் என்ற இலக்கை நான் அடைகின்றபோதெல்லாம், எனக்கு நானே வெகுமதியளித்துக் கொள்வேன். லண்டனில் எனக்குப் பிடித்தமான ஓர் உணவகத்திற்குச் சென்று உணவருந்துவதுதான் அது.

எல்லாவற்றுக்கும் மேலாக, நீங்கள் உங்களுடைய முன்னேற்றத்தை அளவிடும்போது, நீங்கள் உங்களுடைய இலக்கை நோக்கி நகர்ந்து கொண்டிருக்கிறீர்கள் என்பதற்கான நிரூபணம் உங்களுக்குக் கிடைக்கிறது. நான் எழுதி முடித்துள்ள வார்த்தைகளின் எண்ணிக்கை அதிகரித்துக் கொண்டே செல்கின்றபோது, நான் என் புத்தகத்தை எழுதி முடிப்பதை நோக்கி வெகுவாக முன்னேறிக் கொண்டிருக்கிறேன் என்பதை என்னால் உணர்ந்து கொள்ள முடியும். அது என்னை மேலும் ஊக்குவித்தது, கூடுதல் அர்ப்பணிப்போடு இயங்குவதற்கு என்னைத் தூண்டுகிறது. இது ஒரு மிகச் சிறந்த ஊக்குவிப்பு உத்தியாகும்.

நீங்கள் உங்களுடைய முன்னேற்றத்தை அளவிடும்போது, நீங்கள் உங்களுடைய இலக்கை நோக்கி நகர்ந்து கொண்டிருக்கிறீர்கள் என்பதற்கான நிரூபணம் உங்களுக்குக் கிடைக்கிறது.

இது புத்தகம் எழுதுவதற்கு மட்டுமல்லாமல், நீங்கள் ஈடுபடுகின்ற அனைத்து வேலைகளின் முன்னேற்றத்தை அறிந்து கொள்ளவும் உங்களுக்கு உதவும்.

உங்களுடைய உடல் ஆரோக்கியத்தை மேம்படுத்திக் கொள்வது உங்களுடைய இலக்காக இருந்தால், நீங்கள் தினந்தோறும் எந்தெந்த உடற்பயிற்சிகளை எவ்வளவு நேரம் செய்து வந்தீர்கள் என்பதைக் குறித்து வந்திருந்தால், உங்களுடைய முன்னேற்றத்தை அளவிடுவது எளிதாக இருக்கும்.

நீங்கள் ஒரு புதிய திறனைக் கற்றுக் கொள்வதில் இறங்கியிருந்தால், உங்களுடைய முன்னேற்றத்தைக் கண்காணிப்பதற்கு நீங்கள் ஒரு குறிப்பேட்டைப் பயன்படுத்துவது நல்லது. அதில், நீங்கள் என்ன கற்றுக் கொண்டிருந்தீர்கள், ஏதாவது, ‘ஆகா’ தருணங்களை

எதிர்கொண்டிருந்ீர்களா, ஏதாவது குறிப்பிடத்தக்க முன்னேற்றத்தை அடைந்திருந்தீர்களா போன்றவற்றைக் குறித்துக் கொள்ளலாம். இது உங்களுக்குச் சிறப்பான ஊக்குவிப்பை அளிப்பதோடு, இன்னும் என்ன கற்றுக் கொள்ள வேண்டும் என்பது குறித்தத் தெளிவையும் உங்களுக்குக் கொடுக்கும்.

நீங்கள் ஒரு தேர்வுக்குப் படித்துக் கொண்டிருந்தால், ஒரு வரைபடத்தின் மூலம் உங்களுடைய முன்னேற்றத்தை உங்களால் கண்காணிக்க முடியும். எத்தனை பாடங்களை நீங்கள் படித்தீர்கள், மறுபடியும் எவற்றையெல்லாம் நீங்கள் படிக்க வேண்டும் போன்றவற்றை அதில் நீங்கள் குறித்துக் கொள்ளலாம். அதற்கு நீங்கள் பல்வேறு வண்ணங்களைப் பயன்படுத்தலாம். அது உங்களுக்கு நினைவூட்டிகளாகச் செயல்பட்டு உங்களைச் சரியான திசையில் நகர்த்தும்.

உங்களை ஆதரியுங்கள்

சடத்துவம் குறித்து நான் இதுவரை கொடுத்துள்ள, நீங்கள் அடுத்து எடுக்க வேண்டிய நடவடிக்கைகள் மற்றும் உரசல்களைக் குறைப்பதற்கான செயல்பாடுகள் போன்ற அறிவுரைகள் அனைத்தும் குறுகியகால நோக்குடன் இருப்பதை நீங்கள் கவனித்திருப்பீர்கள். நீண்டகால நோக்கில் அவற்றை எப்படி எதிர்கொள்வது என்பதைப் பற்றி நான் இதுவரை எதையும் கூறியிருக்கவில்லை.

விஷயங்களைத் தொடங்குவதுதான் பெரும்பாலும் என்னுடைய முக்கியப் பிரச்சனையாக இருந்து வந்திருந்தது. சடத்துவப் பிரச்சனையைக் கடந்துவிட்டால் எல்லாம் சரியாகிவிடும் என்று நான் நினைத்திருந்தேன். ஆனால், அதற்குப் பிறகும் நான் என்னுடைய வேகத்தை வெகு சீக்கிரம் இழந்து கொண்டிருந்தேன். எடுத்துக்காட்டாக, இந்தப் புத்தகத்தை எழுதுகின்றபோது, முதல் இரண்டு மாதங்களில் நான் 30,000 வார்த்தைகள் எழுதியிருந்தேன். அதற்கு அடுத்தப் பன்னிரண்டு மாதங்களில் மொத்தமாக நான் 10,000 வார்த்தைகளை மட்டுமே எழுதியிருந்தேன்.

அதனால் நாம் இப்போது, ஒரு வேலைப் பணியின் பிற்பகுதியில் நமக்குள் எழுகின்ற தள்ளிப்போட வேண்டும் என்ற எண்ணத்தைப் பற்றிப் பார்க்கலாம். அதுவரை நீங்கள் மேற்கொண்டு வந்திருந்த முன்னேற்றம் திடீரென்று

நின்றுவிடும். இந்தச் சூழலில் ஊக்குவிப்புடன் இருப்பதற்கு உங்களுக்கு முற்றிலும் புதியதொரு வழி தேவை.

உங்களுக்கு நீங்களே ஆதரவளித்துக் கொள்வதுதான் அதற்கான தீர்வாகும். நீங்கள் உங்களுடைய இலக்கை நோக்கி நகர்ந்து கொண்டிருக்கின்றபோது, உங்களை நீங்களே ஊக்கப்படுத்திக் கொள்வதற்கான வழிமுறைகளை நீங்கள் கண்டறிய வேண்டும். அதோடு, உங்களுடைய செயல்களுக்கு நீங்கள் பொறுப்பேற்றுக் கொள்ள வேண்டும். அதற்கு நீங்கள் பொறுப்புடைமைப் பங்காளி ஒருவரைக் கண்டுபிடிக்க வேண்டும்.

பரிசோதனை 5:
பொறுப்புடைமைப் பங்காளி ஒருவரைக் கண்டுபிடியுங்கள்

ரெட்டிட் தளத்தில், படிப்பு, வேலை, உடற்பயிற்சி, ஆரோக்கியப் பழக்கங்களை உருவாக்கிக் கொள்ளுதல் போன்ற அம்சங்களில், தங்களுக்கு ஒரு பொறுப்புடைமைப் பங்காளி தேவை என்ற தகவலை 1,79,000 பேர் பதிவேற்றியுள்ளனர். கிதார் கற்றுக் கொள்ளுதல், உடற்பயிற்சிக்கூடத்திற்குச் செல்லுதல், பாடம் படித்தல், நிரல்களை எழுதக் கற்றுக் கொள்ளுதல், சரியான நேரத்திற்குப் படுக்கைக்குச் செல்லுதல் போன்றவற்றைத் தாங்கள் ஒழுங்காகச் செய்து வருகிறோமா என்பதைக் கண்காணிப்பதற்கும் நினைவுபடுத்துவதற்கும் அவர்களுக்கு பொறுப்புடைமைப் பங்காளிகள் தேவைப்பட்டனர்.

இவர்கள் அனைவரும், ஊக்குவிப்பு தொடர்பாக ஒரு விநோதமான இயல்பு மனிதர்களிடம் இருப்பதைக் கவனித்துள்ளனர். ஒரு புதிய விஷயத்தைத் துவக்குகின்றபோது, அதைப் பிறரோடு சேர்ந்து செய்வதைவிட, தனியாகச் செய்வது கடினம் என்பதுதான் அது. நாம் நம்முடைய செயல்களை ஒழுங்காகச் செய்து கொண்டிருக்கிறோமா என்பதைக் கண்காணிப்பதற்கு வேறு ஒருவர் பொறுப்பேற்றுக் கொள்ளும்போது, நாம் சடத்துவத்திலிருந்து மீள்வது எளிதாகிவிடுகிறது.

இதற்கு ஒரு காரணம் நாம் மக்களை இதில் ஈடுபடுத்துகிறோம் என்பது. மக்களை ஈடுபடுத்துவதிலுள்ள அனுகூலங்களைப் பற்றி நாம் மூன்றாவது அத்தியாயத்தில் ஏற்கனவே விரிவாகப் பார்த்துவிட்டோம். மக்கள் நம்மிடம் நல்ல உணர்வுகளைத் தோற்றுவிக்கின்றனர். நண்பர்கள்

புடைசூழ இருக்கும்போது வாழ்க்கை சிறப்பாக இருக்கும்.

இரண்டாவது, பொறுப்புடைமைப் பங்காளிகளைச் சேர்த்துக் கொள்ளும்போது அவர்கள் நம்முடைய கடமையுணர்வை இன்னும் தூண்டிவிடுவர். பிறர் சறுக்கிவிடாமல் அவர்களைக் கைதூக்கிவிடுவது ஓர் அடிப்படை மனித இயல்பாகும். நீங்கள் வழக்கமாக உடற்பயிற்சிக்கூடத்திற்கு சென்று வருகின்ற ஒரு நபராக இருந்தாலும், திடீரென்று ஒரு நாள் போக வேண்டாம் என்று தோன்றினால் அன்று போகாமல் இருந்துவிடுவீர்கள். ஆனால், நீங்கள் எப்போதும் ஒரு நண்பரோடு சேர்ந்து உடற்பயிற்சிக்கூடத்திற்குச் செல்கின்ற ஒரு நபராக இருந்தால், அப்படி உங்களால் உங்கள் இஷ்டத்திற்கு முடிவெடுக்க முடியாது. அவர் அதிகாலை நேரத்தில் உங்கள் வீட்டின் முன்பாக வந்து நின்று கொண்டிருப்பார்.

இதுபோன்ற ஒரு சமூகப் பழக்கத்தை ஓர் அமைப்புமுறையாக ஆக்குவதுதான் இந்தப் பொறுப்புடைமைப் பங்காளி உத்தியாகும். இதில் நீங்களும் உங்களுடைய பொறுப்புடைமைப் பங்காளியும், நீங்கள் இருவரும் ஏற்கனவே ஒப்புக் கொண்டிருந்த ஒரு குறிப்பிட்ட விஷயத்தை ஒழுங்காகக் கடைபிடித்து வருகிறீர்களா என்று பரஸ்பரம் கண்காணித்துக் கொள்வதுதான் அது. அந்த நபர் உங்களை உடற்பயிற்சிக்கூடத்திற்கு அழைத்துச் செல்வதற்காக அதிகாலை ஆறு மணிக்கு உங்கள் வீட்டுக் கதவைத் தட்டுகின்ற ஒரு நண்பராக இருக்கலாம். அல்லது, அந்த நபர், நீங்கள் ஒழுங்காகப் படித்துக் கொண்டிருக்கிறீர்களா என்பதை அலைபேசி வாயிலாக உறுதி செய்கின்ற ஒருவராக இருக்கலாம்.

ஒரு பொறுப்புடைமைப் பங்காளியை நியமித்துக் கொள்வதற்கான எளிய வழி எது? இதை நீங்கள் மூன்று கட்டங்களாகப் பிரித்துக் கொள்ளலாம். முதலாவது, அந்த நபர் உங்களுடைய கண்ணோட்டங்களை ஒத்தக் கண்ணோட்டங்களைக் கொண்டவராக இருத்தல் நல்லது. நண்பர்கள் இந்தக் கணக்கில் வருவார்கள். உங்களை ஒத்த இலக்குகளைக் கொண்டிருக்கின்ற அந்நியர்களால்கூட நல்லப் பொறுப்புடைமைப் பங்காளிகளாகத் திகழ முடியும். உடற்பயிற்சிக்கூடத்தில் அல்லது கிதார் வகுப்பில் நீங்கள் சந்திக்கின்ற நபர்களை நீங்கள் இந்தக் கணக்கில் சேர்த்துக் கொள்ளலாம். இதன் மூலம் உங்களுக்கு ஒரு புதிய நண்பர்கூடக் கிடைக்கலாம்.

இரண்டாவதாக, நீங்கள் உருவாக்க விரும்புகின்ற ஒரு பொறுப்புடைமைக் கலாச்சாரம் இருவருக்கும் ஏற்புடையதாக இருத்தல் வேண்டும். உங்களுடைய பங்காளி, விடாப்பிடியாக நடந்து கொள்வதற்கும், எரிச்சலூட்டுகின்ற விதத்தில் உங்களைக் கண்காணிப்பதற்கும் இடையே ஒரு நூலிழைதான் வித்தியாசம் இருக்கும். அதனால், நீங்கள் இருவரும் உங்களுக்கு இடையே சில அடிப்படை விதிகளை உருவாக்கிக் கொள்ள வேண்டும். ஒரு நல்ல பொறுப்புடைமைப் பங்காளியிடம் ஐந்து அம்சங்கள் இருத்தல் இன்றியமையாதது. கட்டுப்பாட்டுடன் இருத்தல் (நீங்கள் ஒப்புக் கொண்டுள்ள விஷயத்தின்படி நடந்து கொள்ளுதல்), சவாலைத் தூண்டுதல் (நீங்கள் அடுத்த நிலைக்குச் செல்ல உங்களைத் தூண்டுதல்), பொறுமையாக இருத்தல் (உங்களைத் துரித நடவடிக்கைக்குத் தூண்டாதிருத்தல்), ஆதரவாக இருத்தல் (ஊக்குவிப்பு வார்த்தைகளைப் பயன்படுத்தி உங்களுக்கு உத்வேகமூட்டுதல்), ஆக்கபூர்வமாக இருத்தல் (நேர்மையான மற்றும் பயனுள்ள பின்னூட்டக்கருத்துகளை உங்களிடம் தெரிவித்தல்).

இறுதியாக, பொறுப்புடைமைச் செயல்முறையைப் பற்றி விபரமாக விவாதித்தல். நீங்கள் இருவரும் பரஸ்பரம் ஒருவரையொருவர் எப்படித் தட்டிக் கேட்பீர்கள்? அதை எப்படி, எப்போது செய்வீர்கள்? சிலர் தங்களுடைய பங்காளியை வாரத்திற்கு ஓரிரு நாட்கள் நேரில் சந்திக்க விரும்புவர். அல்லது, வீடியோ மூலம் தினமும் ஒருவரையொருவர் தொடர்பு கொண்டு, நீங்கள் ஒப்புக் கொண்டுள்ள வேலை அல்லது திட்டம் எப்படிப் போய்க் கொண்டிருக்கிறது என்று வினவிக் கொள்ளலாம். அல்லது, மாதத்திற்கு ஒரு முறை சந்தித்துக் கொள்ள ஏற்பாடு செய்து கொள்ளலாம். இதில் நீங்கள் எப்படிச் செய்கிறீர்கள் என்பதைவிட, அதைச் செய்ய ஒப்புக் கொள்வதுதான் முக்கியம்.

பொறுப்புடைமைப் பங்காளி உத்தியை நீங்கள் சரியாகப் பயன்படுத்தினால், அதனால் பிரமாதமான விளைவுகளை ஏற்படுத்த முடியும். உங்களுடைய வெற்றிகளைப் பகிர்ந்து கொள்ளவும், தோல்விகள் குறித்துப் புலம்பவும் உங்களுக்கு இப்போது ஓர் ஆள் கிடைத்திருப்பார். அதன் காரணமாக, நீங்கள் ஒப்புக் கொண்டபடி அதிகாலையில் நீங்கள் உங்கள் படுக்கையைவிட்டு எழுந்துவிடுவீர்கள்.

பரிசோதனை 6:
உங்களை மன்னித்துக் கொள்ளுங்கள்

2010-ல் கார்லெட்டன் பல்கலைக்கழகத்தைச் சேர்ந்த உளவியல் பேராசிரியர் மைக்கேல் வோல், தன் மாணவர்களிடம் ஒரு விஷயத்தைக் கண்டறிந்தார். ஆனால் அது அவருக்குப் பெரிதாக வியப்பேற்படுத்தவில்லை. அவருடைய மாணவர்கள், தள்ளிப்போடுவதைக் கொண்டாடினர்.

பல்கலைக்கழகம் இருந்த அந்த ஒட்டாவா நகரில், அவருடைய மாணவர்களுக்குக் கவனச்சிதறல் ஏற்படுத்துவதற்கு ஓராயிரம் விஷயங்கள் இருந்தன. ஒட்டுமொத்தத்தில், படிப்பதைத் தவிர மற்ற அனைத்திலும் அவர்கள் ஈடுபட்டு வந்தனர். படிப்பதை மட்டும் அவர்கள் தள்ளிப்போட்டுக் கொண்டே வந்தனர்.

தள்ளிப்போடுதல் மட்டுமே பிரச்சனையில்லை. அவர்கள் தங்களுக்குத் தாங்களே வழங்கிக் கொண்டிருந்த சுய தண்டனைதான் பிரச்சனை. அவர்களுடைய உற்பத்தித்திறன் குறைவுப் பிரச்சனை அவர்களை வறுத்தெடுத்துக் கொண்டிருந்தது. படிக்க வேண்டிய விஷயங்களை, படிக்க வேண்டிய நேரத்தில் அவர்கள் படிக்கத் தவறியபோது, தாங்கள் மோசமான மாணவர்கள் என்று தங்களுக்குத் தாங்களே சவுக்கடி கொடுத்துக் கொள்வதில் மேலும் பல நாட்களை அவர்கள் வீணாக்கினர். இந்தக் குற்றவுணர்வு அவர்களுடைய படிப்பை மேலும் பாதித்தது.

தள்ளிப்போடுதலைவிட, நம்மை நாமே நொந்து கொள்வதுதான் பெரிய பிரச்சனை என்ற முடிவுக்கு மைக்கேல் வந்திருந்தார். அது உண்மையா என்பதைச் சோதித்துப் பார்க்க அவர் விரும்பினார். நடுப்பருவத் தேர்வுக்கு ஒரு நாளுக்கு முன்பாக, அவர் தன் மாணவர்களிடம், அவர்கள் படிக்காமல் இருந்துவிட்டதற்காகத் தங்களை எந்த அளவுக்கு அவர்கள் மன்னித்தனர் என்பதை மதிப்பிட்டுக் கூறும்படி கேட்டுக் கொண்டார்.

தங்களை அதிக அளவு மன்னித்ததாகக் கூறிய மாணவர்கள் அத்தேர்வில் மற்றவர்களைவிட அதிக மதிப்பெண்களைப் பெற்றனர். தங்களுக்கு சுயமன்னிப்பை வழங்கிக் கொண்டிருந்த மாணவர்கள், தள்ளிப்போடுதலைத் தொடர்ந்து வருகின்ற குற்றவுணர்வு மற்றும் அவமான உணர்விலிருந்து விடுபட்டிருந்தனர். தங்களுடைய பழைய

நடத்தையை நினைத்து விரக்தியடையாமல் அவர்கள் தங்கள் தேர்வில் கவனம் செலுத்தினர்.

சடத்துவம் நம்மைத் தடம்புரள வைக்கின்ற கடைசி வழியை மைக்கேல் எதேச்சையாகக் கண்டறிந்திருந்தார். நாம் எடுத்துக் கொண்டுள்ள ஒரு காரியத்தைத் தொடர்ந்து மேற்கொள்ளத் தேவையான வேகத்தை நம்மால் நிலைநிறுத்திக் கொள்ள முடியவில்லை என்றால், நம்மை நாம் நொந்து கொள்கிறோம். இதனால் யாருக்கும் எந்தப் புண்ணியமும் இல்லை. இன்னும் சொல்லப் போனால், அது நிலைமையை மேலும் மோசமாக்குகிறது. சடத்துவம் நம்மை நாமே நொந்து கொள்ளச் செய்கிறது. இந்த சுயவெறுப்பின் காரணமாக நம்மால் உருப்படியான எதையும் செய்ய முடியாமல் போய்விடுகிறது.

இந்தச் சுழற்சிக்குள் மாட்டிக் கொள்ளாமல் இருப்பதற்கு ஏதாவது வழி இருக்கிறதா? பேராசிரியர் மைக்கேல் கண்டுபிடித்துள்ள சுயமன்னிப்புதான் இதற்கான தீர்வு. இதற்கு நான் 'வெற்றியைக் கண்டுபிடி' என்ற உத்தியைக் கடைபிடித்து வருகிறேன். இதற்கு நீங்கள் ஏதாவது ஒரு வெற்றியைக் கண்டறிய வேண்டும். அது எவ்வளவு சிறியதாக இருந்தாலும் பரவாயில்லை. அது உங்களுடைய பணிக்குத் தொடர்பற்றதாக இருந்தாலும் பிரச்சனையில்லை. இதற்கு நான் ஒரு வாசகத்தையும் உருவாக்கியுள்ளேன். "நான் இதைச் செய்யவில்லை என்றாலும், நான் அதைச் செய்திருந்தேன்." அதற்கான எடுத்துக்காட்டுகள்:

- இன்று காலையில் நான் உடற்பயிற்சிக்கூடத்திற்குச் செல்லவில்லை. அதற்குப் பதிலாக நான் கூடுதலாக ஒரு மணி நேரம் தூங்கினேன். இப்போது நான் கூடுதல் புத்துணர்ச்சியுடன் இருக்கிறேன்.
- நான் முடித்திருந்திருக்க வேண்டிய அறிக்கையின் கடைசிப் பகுதியை நான் முடித்திருக்கவில்லை. ஆனால், நான் என் சக ஊழியருடன் மனம்விட்டுப் பேசிக் கொண்டிருந்தேன். அது எங்களுடைய உறவை மேம்படுத்தியுள்ளது.
- நான் இன்று வேலைக்கான விண்ணப்பத்தைப் பூர்த்தி செய்து முடித்திருக்கவில்லை. ஆனால், என் பாட்டியுடன் நான் இன்று சிறிது நேரம் செலவிட்டேன். அது என் மனத்திற்குத் திருப்தியாக இருந்தது.

ஒன்று, நீங்கள் சிறிய தோல்விகளின்மீது கவனத்தைக் குவிக்கலாம். அல்லது, சிறிய வெற்றிகளைக் கொண்டாடலாம்.

தள்ளிப்போடுதல் என்பது எல்லா நேரங்களிலும் நம் கட்டுப்பாட்டில் இருப்பதில்லை. ஆனால், நம்மை நாமே மன்னித்துக் கொள்வது நம் கையில்தான் இருக்கிறது. ஒன்று, நீங்கள் சிறிய தோல்விகளின்மீது கவனத்தைக் குவிக்கலாம். அல்லது, சிறிய வெற்றிகளைக் கொண்டாடலாம். நம்மிடம் இருக்கின்ற தவிர்க்கப்பட முடியாத மனப்போக்கான தள்ளிப்போடுதலை ஏற்றுக் கொண்டு, அதற்காக நம்மை மன்னிப்பதன் மூலமும், நம்முடைய சிறிய வெற்றிகளைக் கொண்டாடுவதன் மூலமும், தள்ளிப்போடுதல் நம்மீது வைத்திருக்கின்ற பிடியிலிருந்து நம்மால் வெற்றிகரமாக விடுபடத் தொடங்க முடியும்.

இரத்தினச்சுருக்கமாக

- நம்முடைய மூன்றாவது தடுப்பானான சடத்துவம் பரவலான ஒன்று. நீங்கள் எதுவுமே செய்யாமல் இருக்கின்றபோது, அப்படி எதுவுமே செய்யாமல் இருந்துவிடுவது சுலபம். அதேபோல, நீங்கள் வேலை செய்து கொண்டிருக்கின்றபோது, தொடர்ந்து வேலை செய்து கொண்டிருப்பது எளிது.

- ஆனால், இதை எதிர்ப்பதற்குச் சில எளிய வழிகள் இருக்கின்றன. உங்களுடைய வாழ்க்கையில் எங்கெல்லாம் உராய்வுகள் இருக்கின்றன என்று நோக்குங்கள். நீங்கள் ஒரு விஷயத்தைத் தொடங்குவதை எவை தடுத்துக் கொண்டிருக்கின்றன? அவற்றைக் களைவது எப்படி?

- ஒன்றுமே செய்யாமல் இருப்பதற்கான தீர்வு, எதையாவது செய்வதுதான். உங்களுடைய அடுத்தக் கட்டத்தை வடிவமைப்பதன் மூலம் உங்களால் செயல்நடவடிக்கையில் இறங்க முடியும். அடுத்து, நீங்கள் உங்களுடைய இலக்கை நோக்கிச் சரியான விதத்தில் முன்னேறிக் கொண்டிருக்கிறீர்களா என்பதை உறுதி செய்து கொள்வதற்கு, நீங்கள் உங்களுடைய முன்னேற்றத்தைக் கண்காணிக்க வேண்டும்.

- இறுதியாக, நீண்டகால நோக்கில் உங்களுக்கு ஆதரவாக இருக்கின்ற அமைப்புமுறைகளை நீங்கள் உருவாக்கிக் கொள்ள வேண்டும். எல்லாவற்றுக்கும் மேலாக, நீங்கள் உங்களைக் கறாராக எடைபோட்டுக் கொண்டிருக்காமல் உங்களுடைய சிறிய வெற்றிகளைக் கொண்டாட வேண்டும்.

பகுதி 3

தாக்குப்பிடித்தல்

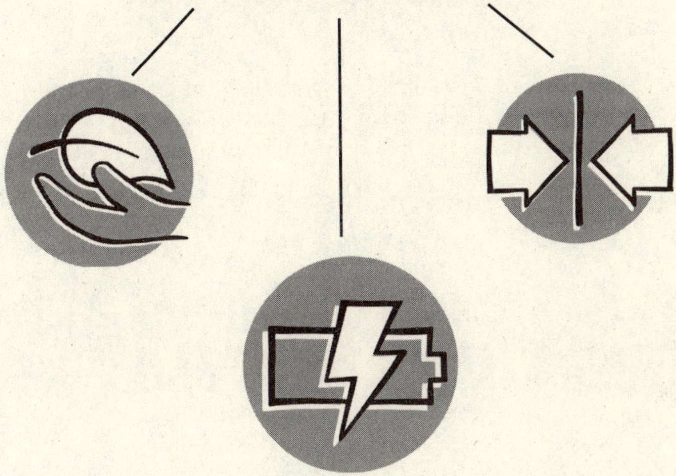

அத்தியாயம் 7

சேமிப்பு

ஒரு வேலையில் நீண்ட காலம் அளவுக்கதிகமாக உழைத்ததால் தங்களுக்கு 'வேலைத் தீய்வு' ஏற்பட்டுள்ளது என்று மக்கள் சொல்கின்றபோது, பொதுவாக, நியூயார்க் நகரில் வானளாவ உயர்ந்து நிற்கும் கட்டடம் ஒன்றில் தினமும் பதினெட்டு மணி நேரம் உழைக்கின்ற முதலீட்டு வங்கியாளர் அல்லது ஐந்து பசித்த வயிறுகளுக்குச் சோறு போடுவதற்கு ஒன்றுக்கு மேற்பட்ட வேலைகளில் அல்லாடிக் கொண்டிருக்கும் ஒற்றைப் பெற்றோர் நம் நினைவுக்கு வருவர்.

2020-ம் ஆண்டு கிறிஸ்துமஸுக்கு முதல் நாள் மாலை நான் என்னுடைய வீட்டில் ஒரு சோபாவில் குப்புறப் படுத்துக் கொண்டு, என் அலைபேசியிலுள்ள வீடியோ செயலியில் என் அம்மாவை அழைத்து, என்னால் இனி கூடுதலாக ஒரு நாள்கூட வேலை செய்ய முடியாது என்று அவரிடம் கூறியபோது, நான் குழப்பமாகவும் விரக்தியுடனும் இருந்தேன்.

நான் என்னுடைய தொழிலில் கவனம் செலுத்துவதற்காக, இரண்டு ஆண்டுகளாக நான் ஆற்றி வந்த மருத்துவர் வேலையைச் சில மாதங்களுக்கு முன்புதான் நான் துறந்திருந்தேன். இப்போது நான் என்னுடைய வாழ்க்கை குறித்துப் புலம்பிக் கொண்டிருந்தேன்.

இக்கட்டத்தில் நான் என்னுடைய மொத்தக் கவனத்தையும் என் தொழிலில் குவித்திருந்தேன். நான் என் கனவு வேலையைச் செய்து கொண்டிருந்தேன். நான் மிகவும் நேசித்த ஒன்றில், ஒரு சிறு குழுவின் உதவியோடு நான் ஈடுபட்டிருந்தேன். விஷயங்கள் சிறப்பாகச் சென்று கொண்டிருந்திருக்க வேண்டும். ஆனால், எதார்த்தம் அப்படி இருக்கவில்லை.

ஒரு மருத்துவராக நான் ஈட்டியிருந்திருக்கக்கூடிய

வருவாயைவிடப் பல மடங்கு வருவாயை என் தொழில் எனக்கு ஈட்டிக் கொடுத்துக் கொண்டிருந்தது. ஆனால், என் ஆற்றல் முழுவதும் உறிஞ்சப்பட்டுக் கொண்டிருந்ததாக நான் உணர்ந்தேன். சில மாதங்களாகவே, என்னை ஊக்குவித்துக் கொள்வது எனக்குப் பெரும்பாடாக இருந்தது. ஒரு சமயத்தில் மிகவும் இரசிக்கத்தக்கதாக இருந்த ஒன்று இப்போது ஒரு சலிப்பான வேலையாக மாறிவிட்டிருந்தது. என்னுடைய இந்த நிலைகுலைவால் என் தொழிலும் அடிவாங்கிக் கொண்டிருந்தது.

என்ன நிகழ்ந்து கொண்டிருந்தது? நான் என்னுடைய இந்த வேலையை மிகவும் நேசித்துக் கொண்டிருந்தேன். இப்போது அதைப் பற்றிய எண்ணமே எனக்குச் சோர்வைக் கொடுத்தது.

அப்போதுதான் நான் என் அம்மாவிடம் அப்படிப் புலம்பினேன். முதலில், என் அம்மா, நான் எதிர்பார்த்திருந்த விஷயத்தையே கூறினார்: "அலி, நீ மருத்துவர் பணியை விட்டிருந்திருக்கக்கூடாது." அதைத் தொடர்ந்து அவர் கூறிய ஒன்று நான் சிறிதுகூட எதிர்பார்த்திராதது: "நீ வேலைத் தீய்வு உணர்வை அனுபவித்துக் கொண்டிருக்கிறாய் என்று நான் நினைக்கிறேன்."

"கண்டிப்பாக இருக்காது," என்ற எண்ணம்தான் எனக்கு உடனடியாகத் தோன்றியது. இன்றைய காலகட்டத்தில் அந்த வார்த்தையை நீங்கள் அறிந்திராமல் இருக்க முடியாது. ஆனால், அது எனக்குப் பொருந்தாது என்றுதான் அதுவரை நான் நினைத்துக் கொண்டிருந்தேன். நான் வாழ்க்கையை ஓட்டுவதற்காகப் போராடிக் கொண்டிருக்கவில்லை. இன்னும் சொல்லப் போனால், நான் தீவிரமான எதுவொன்றையும்கூடச் செய்து கொண்டிருக்கவில்லை. அப்படியிருக்கின்றபோது, வேலைத் தீய்வால் என்னை எப்படித் தீண்ட முடியும்?

அடுத்தச் சில நிமிடங்களுக்கு நான் என் அம்மா கூறியதைப் பொறுமையாகக் கேட்டுக் கொண்டிருந்தேன் (அவர் ஓர் உளவியலாளர்): வேலைத் தீய்வு என்பது கடுமையான மன அழுத்தத்தைக் கொடுக்கக்கூடிய வேலையில் தினமும் நீண்ட நேரம் உழைக்கின்ற நபர்களுக்கு மட்டும் வருகின்ற ஒன்றல்ல. தாங்கள் பார்த்துக் கொண்டிருக்கின்ற வேலை அதன் அர்த்தத்தையும் சுவாரசியத்தையும் இழக்கின்றபோது, நிர்வகிக்கப்பட முடியாத நிலையை அடைகின்றபோது, அது மக்களுக்குக் கடும் விரக்தியையும் மனச்சோர்வையும் அளிக்கிறது. நீங்கள் வேலைத் தீய்வால் அவதிப்படுகின்றபோது, உங்களுக்கு ஒரு திக்குமுக்காடல் உணர்வு ஏற்படுகிறது;

உங்களுடைய வேலை குறித்து நீங்கள் சுத்தமாக ஊக்கமிழந்து போவீர்கள். நீங்கள் எவ்வளவு முயன்றாலும், எவ்வளவு கடின உழைப்பைப் போட்டாலும், உங்களால் அதற்கு ஈடுகொடுக்க முடியாது என்ற உணர்வு உங்களுக்கு ஏற்படும்.

நான் அவரிடம் பேசி முடித்துவிட்டு என் அலைபேசியைக் கீழே வைத்தப் பிறகு, வேலைத் தீய்வு குறித்து மேலும் ஆழமாகத் தெரிந்து கொள்ள முடிவு செய்தேன். சமீபத்தில் உலகச் சுகாதார நிறுவனம், வேலைத் தீய்வு என்பதற்கான விளக்கத்தை மறுவரைவு செய்திருந்தது. அளவுக்கதிகமான வேலை செய்வதன் மூலம் ஏற்படுகின்ற மன உளைச்சலைத் தாண்டிய ஒன்று அது. அதனால் நீங்கள் பாதிக்கப்படுகின்றபோது, உங்களுடைய ஆற்றல் முழுவதும் உறிஞ்சப்பட்டுள்ள உணர்வு உங்களுக்கு ஏற்படும்; அதீதக் களைப்பை நீங்கள் உணர்வீர்கள்; மனரீதியாக நீங்கள் உங்களுடைய வேலையிலிருந்து வெகுதூரம் விலகி இருப்பீர்கள்; வேலை குறித்த எதிர்மறை உணர்வும் அவநம்பிக்கை உணர்வும் உங்களிடம் கோலோச்சும்; வேலை தொடர்பான உங்களுடைய செயல்திறன் அதலபாதாளத்தில் இருக்கும். எல்லாவற்றையும்விட, நீங்கள் உங்களுடைய வேலையில் எத்தனை மணி நேரம் செலவழிக்கிறீர்கள் என்பது இங்கு ஒரு பொருட்டல்ல. அது குறித்து நீங்கள் எப்படி உணர்கிறீர்கள் என்பதுதான் முக்கியம்.

கடந்த இரண்டு ஆண்டுகளாக, வேலை செய்கின்றபோது ஏற்படுகின்ற நல்ல உணர்வின் முக்கியத்துவம் குறித்து நான் விழிப்புணர்வுடன் இருந்தேன். நான் ஒரு மருத்துவராகப் பணியாற்றிக் கொண்டிருந்தபோது, விளையாட்டு, அதிகாரம், மக்கள் ஆகிய மூன்று சக்தியூட்டிகள் நமக்குள் ஏற்படுத்துகின்ற நல்லுணர்வுகள் குறித்து நான் ஆர்வம் கொண்டிருந்தேன். அதைத் தொடர்ந்து, நான் என்னுடைய தொழிலைத் தொடங்கிய பிறகு, தள்ளிப்போடுதலுக்குக் காரணமாக அமைந்திருந்த நிச்சயமின்மை, பயம், சடத்துவம் ஆகியவற்றை மீறி வருவதில் நான் மேம்படத் தொடங்கினேன்.

என்னுடைய அன்றாடத்தில் நான் ஏகப்பட்டக் குதூகலமான விஷயங்களைச் சேர்த்துக் கொண்டிருந்தேன். அதன் ஈர்ப்பின் காரணமாக, எனக்குக் கிடைத்த வேலைகளின் அளவை நான் அதிகரித்துக் கொண்டே சென்றேன். இறுதியில், உற்பத்தித்திறனுக்குப் பெரும் தடையாக விளங்குகின்ற ஒன்றான வேலைத் தீய்வை நான் எதிர்கொண்டேன். என்னுடைய வேலை நீண்டகால அடிப்படையில் எனக்கு மன நிம்மதியை அளிக்காவிட்டால், நல்லுணர்வு ஊட்டுகின்ற

உற்பத்தித்திறன் குறித்த என்னுடைய ஆய்வுகளால் எந்தவொரு பயனும் இல்லாமல் போய்விடும். நான் உற்பத்தித்திறனின் அடிப்படைகளைக் கரைத்துக் குடித்திருந்தேன். ஆனால், நீண்டகால நோக்கில் தழைத்திருக்கின்ற உற்பத்தித்திறனை நான் இன்னும் கைவசப்படுத்தியிருக்கவில்லை.

அதனால், நான் வேலைத் தீய்வு குறித்து மேலும் படிக்க ஆரம்பித்தேன். அப்போதுதான், நம்மை மோசமாக உணரச் செய்கின்ற, வேலைத் தீய்வை நோக்கி நம்மைத் தள்ளுகின்ற மூன்று வகைகளை நான் கண்டுபிடித்தேன். அந்த மூன்றும் ஒன்றுக்கொன்று நெருக்கமாக இருந்தாலும், அடிப்படையில் அவை வெவ்வேறானவை.

முதலாவது, மிகுமுயற்சி வேலைத் தீய்வு. உங்களுடைய சக்திக்கு மீறி, அளவுக்கதிகமான வேலைகளை இழுத்துப் போட்டுக் கொண்டு செய்வதால் வருகின்ற வேலைத் தீய்வு இது. தினந்தோறும் உங்களால் கையாள முடிகின்ற அளவைவிட அதிகமான விஷயங்களை நீங்கள் கையாள வேண்டியிருப்பதால் உங்களுடைய மனநிலை பாதிப்படைகிறது.

இரண்டாவது, ஆற்றலுறிஞ்சி வேலைத் தீய்வு. ஓய்வு குறித்து நாம் கொண்டிருக்கின்ற தவறான அணுகுமுறையால் வருவது இது. இங்கு அன்றாடம் நமக்கு நாமே கொடுத்துக் கொள்கின்ற சிறு ஓய்வுகளைப் பற்றி நான் பேசவில்லை. உங்களை ஆழமாக ஆசுவாசப்படுத்திக் கொள்வதற்குத் தேவையான நீண்ட ஓய்வுகளைப் பற்றியே நான் பேசுகிறேன். நீண்ட ஓய்வுகள் உங்களுடைய உடல், மனம் மற்றும் ஆன்மாவுக்குப் புத்துணர்ச்சியளிக்கும்.

மூன்றாவது, ஒத்திசைவின்மை வேலைத் தீய்வு. உங்களுக்கு ஆனந்தத்தையோ அல்லது அர்த்தத்தையோ கொண்டுவராத ஒன்றுக்காக நீங்கள் உங்களுடைய வாழ்க்கையின் பல மாதங்களை அல்லது பல ஆண்டுகளை அர்ப்பணிக்கின்றபோது, அது இறுதியில் உங்களுக்குக் கடும் விரக்தியையும் அதீதக் களைப்பையும் பரிசாகக் கொடுக்கும். நீங்கள் உங்களுடைய ஆற்றலைத் தவறான வழியில் பயன்படுத்திக் கொண்டிருந்திருப்பீர்கள்.

இதைப் பற்றி அறிந்து கொண்டவுடன், நான் இந்த மூன்றாலும் பாதிக்கப்பட்டிருந்ததை நான் புரிந்து கொண்டேன். நான் அளவுக்கதிகமாக வேலை பார்த்துக் கொண்டிருந்தேன். நான் போதுமான அளவு ஓய்வெடுத்துக் கொண்டிருக்கவில்லை. என் தொழில் தொடர்பாக நான் செய்து கொண்டிருந்த பல விஷயங்கள் எனக்கு இனியும் அர்த்தமுள்ளவையாகத்

தோன்றவில்லை. இவை என் மனநிலையின்மீது தாக்கம் விளைவித்தன, என் உற்பத்தித்திறனை பாதித்தன.

மிகுமுயற்சி வேலைத் தீய்வைத் தவிர்ப்பது எப்படி

முதலில் நான் என்னுடைய மிகுமுயற்சி வேலைத் தீய்வின்மீது கவனம் செலுத்த முடிவு செய்தேன். சமீப காலமாக நான் அளவுக்கதிகமான வேலைகளைச் செய்து கொண்டிருந்தேன் என்ற புரிதல் எனக்கு ஏற்பட்டது. ஆனால், இது குறித்து என்ன செய்வது என்பது குறித்து எனக்குக் குழப்பமாக இருந்தது. என்ன இருந்தாலும், என்னால் என் தொழிலுக்கு முழுக்குப் போட முடியாது. பின்னர் திடீரென்று எனக்கு ஒரு யோசனை தோன்றியது.

என் அம்மாவிடம் பேசியதற்குச் சில நாட்கள் கழித்து, தலைசிறந்த கூடைப்பந்து வீரர் லெப்ரான் ஜேம்ஸிடம் டிம் ஃபெர்ரிஸ் எடுத்தப் பேட்டியை நான் கேட்டேன். நான் பெரிய அளவுக்குக் கூடைப்பந்துப் பிரியன் அல்லன். ஆனால், அந்தப் பேட்டியைக் கேட்டவுடன், நான் லெப்ரானின் விளையாட்டைப் பற்றித் தெரிந்து கொள்ள ஆசைப்பட்டு, அவருடைய விளையாட்டுகளை யூடியூபில் தேடித் தேடிப் பார்த்தேன். அப்போது எனக்குத் திடீரென்று ஒரு விஷயம் பளிச்சிட்டது. உண்மையில் லெப்ரானின் இரண்டு அவதாரங்கள் இருந்ததாக எனக்குத் தோன்றியது.

முதல் அவதாரம், துரித ஓட்டக்காரர் லெப்ரான். கூடைப்பந்து ஆடுகளத்தில், அவர் தன் அணியின் பக்கத்தில் இருக்கின்றபோது, பந்து அவருடைய கைக்குக் கிடைத்துவிட்டால், கண்மூடித் திறப்பதற்குள் அவர் எதிரணியின் கூடைக்கு அருகே நின்று கொண்டிருப்பார். அவரால் மணிக்கு 17 மைல் வேகத்தில் ஓட முடியும். அமெரிக்க தேசியக் கூடைப்பந்தாட்டச் சங்கத்தின் வரலாற்றிலேயே மிக வேகமாக ஓடக்கூடிய ஆட்டக்காரராக அவர் விளங்கினார்.

இரண்டாவது அவதாரம், நடையாளர் லெப்ரான். அவர் வசம் பந்து இல்லாதிருக்கும்போது, அவர் அந்த ஆடுகளத்தில் சாவகாசமாக நடைபோட்டுக் கொண்டிருப்பார். ஓடுவதற்குத் தேவையில்லாமல் இருக்கின்றபோது, அவர் ஓடவே மாட்டார். எதற்காக அவர் ஓட வேண்டும்? அவர்தான் பத்து மீட்டர் தூரத்திலிருந்தே பந்தைத் துல்லியமாகக் கூடையில் எறிவதில் கில்லாடியாயிற்றே!

லெப்ரான் மிக நீண்டகாலம் விளையாடிக் கொண்டிருந்ததற்கு அவருடைய இந்த இரட்டை நடத்தை காரணமாக இருக்கலாம் என்று வர்ணனையாளர்கள் கூறி வந்தனர். கூடைப்பந்தாட்டத்தில் நான்கரை ஆண்டுகள் தாக்குப்பிடித்தாலே அதிகம். அவர்கள் ஒரு பருவத்திற்கு அதிகபட்சம் ஐம்பது ஆட்டங்களில் பங்கேற்றிருப்பர். ஆனால், லெப்ரான், பருவத்திற்கு எழுபதுக்கும் மேற்பட்ட ஆட்டங்களில் பங்கேற்றதோடு, பத்தொன்பது ஆண்டுகளாக விளையாடிக் கொண்டிருந்தார்.

இவ்வளவு நீண்டகாலம் அவரால் எப்படித் தாக்குப்பிடிக்க முடிந்தது? கூடைப்பந்து ஆடுகளத்தில் அவர் மேற்கொண்ட நடைதான் அதற்குக் காரணம் என்று கருதப்பட்டது.

டன் கணக்கிலிருந்த அவருடைய விளையாட்டுத் தரவுகள் ஆய்வு செய்யப்பட்டபோது இது உறுதி செய்யப்பட்டது. லெப்ரானால் அதிவேகமாக ஓட முடியும் என்றாலும், பந்தயங்களில் மிகவும் மெதுவாகச் செயல்பட்டுக் கொண்டிருந்த நபராகத்தான் அவர் இருந்து வந்தார். எடுத்துக்காட்டாக, 2018-ல், அவருடைய சராசரி வேகம் மணிக்கு 3.85 மைல்களாக இருந்தது. இது பொதுவாக ஒருவர் நடக்கின்ற வேகம். அவர் ஆடுகளத்தில் இருந்த நேரத்தில் 74.4 சதவீத நேரம் அவர் நடந்து கொண்டிருந்ததுதான் இதற்குக் காரணம்.

என்னுடைய அதீதக் களைப்புப் பிரச்சனைக்கான தீர்வை நான் லெப்ரானிடமிருந்துதான் கற்றுக் கொண்டேன். மிகுமுயற்சி வேலைத் தீய்வு, நாம் அதிகமான வேலைகளை அதிகமான வேகத்துடன் செய்வதால்தான் வருகிறது என்பதுதான் அது. நம்முடைய சக்திக்கு மீறிய வேலைகளை நாம் நம்மீது இழுத்துப் போட்டுக் கொள்கிறோம். அவற்றைச் செய்து முடிப்பதற்காக, ஓய்வு ஒழிச்சலின்றி நாம் எப்போதும் ஓடிக் கொண்டேயிருக்கிறோம். அதுதான் நம் பிரச்சனை.

குறைவாகச் செய்யுங்கள். அப்போதுதான் உங்களால் அதிகமானவற்றை விடுவிக்க முடியும்.

அதற்கான தீர்வு? லெப்ரானைப் பின்பற்றுங்கள். ஆற்றலைச் சேமியுங்கள். குறைவாகச் செய்யுங்கள். அப்போதுதான் உங்களால் அதிகமானவற்றை விடுவிக்க முடியும்.

குறைவாகச் செய்யுங்கள்

அது 1997. அப்போது ஸ்டீவ் ஜாப்ஸிடம் எல்லோரும் கேட்க ஆசைப்பட்ட ஒரு கேள்வி, "ஆப்பிள் உருவாக்கிக் கொண்டிருந்த 'ஓப்பன்டாக்' திட்டம் என்னவாயிற்று?" என்பதுதான். அதற்கு முந்தைய ஐந்து ஆண்டுகள், ஆப்பிளின் பொறியாளர்கள் அத்திட்டத்திற்காகக் கடுமையாக உழைத்துக் கொண்டிருந்தனர். அது ஒரு புரட்சியை ஏற்படுத்தும் என்று எதிர்பார்க்கப்பட்டது. அப்போதுதான் ஸ்டீவ் ஜாப்ஸ் ஆப்பிளுக்குத் திரும்பி வந்திருந்தார். வெகு விரைவிலேயே ஓப்பன்டாக் திட்டம் நிறுத்தப்பட்டது.

அச்சமயத்தில் ஜாப்ஸ் ஒரு மாபெரும் வரலாற்றுப் பிழையைச் செய்துவிட்டார் என்றே பலரும் நினைத்தனர். ஆனால், அவர் தன் செயல்களை நேரடியாக நியாயப்படுத்தினார்: "கவனக்குவிப்பு என்றால், நீங்கள் எதில் கவனத்தைக் குவிக்க வேண்டுமோ அதற்குச் சரி என்று சொல்வது என்று மக்கள் கருதுகின்றனர். அது சரியான செயலல்ல. மாறாக, அங்கிருக்கின்ற வேறு நூற்றுக்கணக்கான நல்ல யோசனைகளை நிராகரிப்பதுதான் அது."

ஸ்டீவ் ஜாப்ஸ் தன் கருத்தைத் தெளிவாக வெளிப்படுத்தியிருந்தார். 'சரி' அளவுக்கு 'இல்லையும்' முக்கியத்துவம் வாய்ந்தது. "நான் செய்துள்ள விஷயங்கள் குறித்து எந்த அளவு நான் பெருமை கொண்டிருக்கிறேனோ, அதே அளவு, நான் செய்யாமலிருந்த விஷயங்கள் குறித்தும் நான் பெருமை கொண்டிருக்கிறேன்," என்று அவர் ஒரு முறை குறிப்பிட்டிருந்தார்.

அவருடையது சரியான தீர்மானம். அடுத்தப் பத்து ஆண்டுகளில் ஆப்பிள் படுபயங்கர வேகத்தில் வளர்ந்தது. 2011-ல் ஸ்டீவ் ஜாப்ஸ் இறந்தபோது, ஆப்பிள் நிறுவனம், பங்குச் சந்தையில் உலகிலேயே மிக அதிக மதிப்பு வாய்ந்த நிறுவனமாக ஆகியிருந்தது.

இந்தப் படிப்பினை நம் அனைவருக்குமே முக்கியமானது. கீழே குறிப்பிடப்பட்டுள்ளவற்றைப் படிக்கின்றபோது, அது உங்களுக்குப் பரிச்சயமான ஒன்றாகத் தோன்றுகிறதா?

- உங்களுடைய நண்பர் ஒருவர், அடுத்த வாரம் ஓர் உணவகத்திற்குச் சென்று சாப்பிட உங்களை அழைக்கிறார். அந்த வார இறுதிக்குள் நீங்கள் முடித்தாக

வேண்டிய முக்கியமான பணித்திட்டம் ஒன்றில் நீங்கள் ஈடுபட்டிருக்கிறீர்கள். ஆனால், அதைக் காலக்கெடுவுக்குள் உங்களால் முடித்துவிட முடியும் என்ற நம்பிக்கை உங்களுக்கு இருந்ததால், உங்கள் நண்பரின் அழைப்பை நீங்கள் ஏற்றுக் கொள்கிறீர்கள். ஆனால், உங்களுடைய பணித்திட்டம் முடிவடையவில்லை. நண்பருடன் உணவருந்தச் செல்வது சாத்தியமற்றது.

- உங்களுடைய சகா ஒருவர், சுவாரசியமற்றதொரு கூட்டத்தைப் பல மாதங்கள் கழித்து ஏற்பாடு செய்கிறார். அதில் கலந்து கொள்ள நீங்கள் ஒப்புக் கொள்கிறீர்கள். இப்போது உங்களுக்கு ஏகப்பட்ட வேலைகள் இருந்தாலும், அந்தக் காலகட்டத்தில் நீங்கள் அந்த அளவுக்கு மும்முரமாக இருக்க மாட்டீர்கள் என்ற தைரியத்தில் நீங்கள் அதற்கு ஒப்புக் கொண்டுவிடுகிறீர்கள். ஆனால், அந்த நாளும் வந்துவிடுகிறது. அதில் நீங்கள் கலந்து கொள்ள வேண்டுமென்றால், நீங்கள் வேறு பல முக்கியமான வேலைகளைக் கைவிட வேண்டியிருக்கும் என்பது உங்களுக்குப் புரிகிறது.
- உங்களுடைய நண்பர் ஒருவர் உங்களுக்குப் பிடித்தமான ஒரு வீடியோ விளையாட்டை விளையாடுவதற்கு நீங்கள் வருகிறீர்களா என்று கேட்கிறார். அப்போது நீங்கள் ஒரு முக்கியமான பணித்திட்டத்தில் ஈடுபட்டிருக்கிறீர்கள். ஆனால், அதன் காலக்கெடு உடனடியாக இல்லை என்பதால், நீங்கள் அந்த விளையாட்டில் ஆறு மணி நேரம் மூழ்கிவிடுகிறீர்கள். அத்திட்டத்தை உங்களால் காலக்கெடுவுக்குள் செய்து முடிக்க முடியவில்லை.

இந்த மூன்றிலும் நாம் எதிர்கொள்வது ஒரே விதமான பிரச்சனைதான். நம் சக்திக்கு மீறி விஷயங்களுக்கு ஒப்புக் கொள்ளுதல்தான் அது. மிகுமுயற்சி வேலைத் தீய்வுக்கு அதுதான் நம்மை இட்டுச் செல்கிறது. இன்றைய நிலையைக் கணக்கில் வைத்து, என்றோ வரப் போகின்றது என்ற நினைப்பில் நம் சக்திக்கு மீறிய விஷயங்களை நாம் ஒப்புக் கொண்டுவிடுகிறோம். அந்த நாள் வரும்போது நாம் அவதிப்படுகிறோம்.

இதற்கான காரணத்தை எளிதில் கண்டுகொள்ளலாம். சக்திக்கு மீறி ஒப்புக் கொள்வது சுலபம் என்பதுதான் அது. ஆனால், அதற்காக, அது தவிர்க்கப்பட முடியாத ஒன்று என்று கூறிவிட முடியாது.

பரிசோதனை 1:

ஆற்றல் முதலீட்டுப் பட்டியல்

சக்திக்கு மீறி ஒப்புக் கொள்வதைத் தவிர்ப்பதற்கான முதல் நடவடிக்கை, உங்களுடைய ஆற்றல் உண்மையிலேயே எங்குச் சென்று கொண்டிருக்கிறது என்பதைத் தெளிவாக அறிந்து கொள்வதாகும்.

ஆற்றல் முதலீட்டுப் பட்டியல் என்ற யோசனை எளிய ஒன்று. இதற்கு நீங்கள் இரண்டு பட்டியல்களைத் தயாரிக்க வேண்டும். முதல் பட்டியல், உங்களுடைய அனைத்துக் கனவுகள், நம்பிக்கைகள் மற்றும் அபிலாஷைகளை உள்ளடக்கியிருக்கும். இவை இன்றில்லாவிட்டாலும் என்றாவது ஒரு நாள் நீங்கள் செய்ய விரும்புகின்ற நடவடிக்கைகள். இரண்டாவது பட்டியல், தற்போது நீங்கள் ஈடுபட்டிருக்கின்ற பணித்திட்டங்களை உள்ளடக்கியிருக்கும். இவை இன்று நீங்கள் உங்களுடைய ஆற்றலைச் செலவழித்துக் கொண்டிருக்கின்ற திட்டங்கள்.

எடுத்துக்காட்டாக, என்னுடைய ஆற்றல் முதலீட்டுப் பட்டியல் கீழ்க்கண்டவாறு அமைத்திருக்கும்:

கனவுகள், நம்பிக்கைகள் மற்றும் அபிலாஷைகள்	**தற்போதைய பணித்திட்டங்கள்**
சீன மொழியைக் கற்றுக் கொள்ளுதல்	*உடல் தசையை அதிகரித்துக் கொள்ளுதல்*
மோட்டார் சைக்கிள் ஓட்டக் கற்றுக் கொள்ளுதல்	*சமைக்கக் கற்றுக் கொள்ளுதல்*
வில் வித்தையைக் கற்றுக் கொள்ளுதல்	*அதிகமாக ஸ்குவாஷ் விளையாடுதல்*
ஒரு வேனில் அமெரிக்காவில் சாலைப் பயணம் மேற்கொள்ளுதல்	*போர்ச்சுகலுக்குச் சுற்றுலா செல்லுதல்*
ஆடம்பர முகாம் ஒன்றுக்கு ஏற்பாடு செய்தல்	
நீரலைச் சறுக்கு விளையாட்டில் ஈடுபடுதல்	
அக்ரயோகாவை முயற்சி செய்தல்	

நீர்ச்சறுக்கு விளையாட்டைக் கற்றுக் கொள்ளுதல்
பாலிக்குச் சென்று ஸ்கூபா டைவிங் செய்தல்
டிஜிட்டல் நாடோடியாக வலம் வருதல்
ஆறடுக்கு நெஞ்சுத் தசையை உருவாக்குதல்

உங்களுடைய கனவுகளுக்கு எந்தக் கடிவாளமும் இல்லை. அது எவ்வளவு நீளமாக வேண்டுமானாலும் இருக்கலாம். என்னுடைய தற்போதைய பணித்திட்டங்களில், நான் இப்போது ஈடுபட்டிருக்கின்ற விஷயங்கள் இடம்பெற்றுள்ளன. இதில் நான் முதலீடு என்ற வார்த்தையைப் பயன்படுத்துவதற்குக் காரணம், இங்கு நாம் ஆற்றலை முதலீடு செய்கிறோம் என்பதுதான். இது மகிழ்ச்சி, மதிப்பு போன்ற பதிலீட்டைப் பெற்றுக் கொடுக்கும் என்று நான் நம்புகிறேன்.

தற்போதைய பணித்திட்டங்களின் பட்டியல், தற்போது உங்களிடம் இருக்கின்ற ஆற்றல் அளவின் அடிப்படையில் இருக்க வேண்டும். இது ஆளுக்கு ஆள் வேறுபடும். இப்பட்டியலில் இடம்பெற்றிருக்கும் விஷயங்களின் எண்ணிக்கை ஐந்துக்கு மேல் போகாமல் நான் பார்த்துக் கொள்கிறேன். உங்களுக்கு இளம் குழந்தைகள் இருந்தாலோ அல்லது உங்களுடைய வேலைச் சுமை அதிகமாக இருந்தாலோ, அதை நீங்கள் மூன்றாகவோ அல்லது இரண்டாகவோ குறைத்துக் கொள்ளலாம். எது எப்படியோ, அது பத்தைத் தாண்டாமல் பார்த்துக் கொள்ளுங்கள்.

நீங்கள் உங்களுடைய ஒரு கனவை உங்களுடைய தற்போதைய பணித்திட்டப் பட்டியலுக்குள் கொண்டுவர விரும்பினால், அதற்குத் தேவையான நேரத்தையும் ஆற்றலையும் முதலீடு செய்கின்ற நிலையில் நீங்கள் இருப்பதை உறுதி செய்து கொள்ள வேண்டும். இந்தப் பட்டியலில் நீங்கள் அதிகமான விஷயங்களைச் சேர்த்துக் கொண்டால், அது உங்களுக்கு மன அழுத்தத்தைத்தான் கொடுக்கும். எடுத்துக்காட்டாக, அலுவலகத்தில் நீங்கள் ஒரு முக்கியமான திட்டத்தில் ஈடுபட்டிருக்கின்ற அதே சமயத்தில், வீட்டைப் புனர்நிர்மாணம் செய்கின்ற வேலை, ஜப்பானிய மொழியைக் கற்றுக் கொள்கின்ற முயற்சி, உங்களுடைய வலைத்தளத்தை மெருகேற்றுகின்ற காரியம் போன்றவற்றில் நீங்கள் ஈடுபட்டால்

எப்படியிருக்கும் என்று யோசித்துப் பாருங்கள்.

சக்திக்கு மீறி வேலைகளை ஏற்றுக் கொள்வதைத் தவிர்ப்பதற்கு ஆற்றல் முதலீட்டுப் பட்டியல் உங்களுக்கு உதவும். நம்மால் எல்லாவற்றையும் செய்துவிட முடியும் என்று நாம் பொதுவாக நம்புகிறோம். ஆனால், அது ஒரு மாயை. நம்முடைய நேரம் மட்டுக்குள் இருக்கின்ற ஒன்று என்பதைப் புரிந்து கொண்டால்தான், நீடித்து நிலைத்திருக்கின்ற உற்பத்தித்திறன் சாத்தியப்படும்.

பரிசோதனை 2:
முடியாது என்ற கூற்றின் சக்தி

முடியாது என்று கூறுவதன் முக்கியத்துவத்தை நாம் உணர்ந்திருந்தாலும், நடைமுறையில் அப்படிச் சொல்வது கடினமானது. நம்மால் உண்மையிலேயே செய்ய முடியாத விஷயங்களை ஏற்றுக் கொள்ளாமல் தவிர்ப்பது எப்படி?

இது குறித்த யோசனை, எழுத்தாளரும் இசைக் கலைஞருமான டெரிக் சைவர்ஸிடமிருந்து எனக்குக் கிடைத்தது. அவருடைய அறிவுரை இதுதான்: ஒரு புதிய திட்டத்தை ஏற்றுக் கொள்ளலாமா வேண்டாமா என்று நீங்கள் எடைபோட்டுக் கொண்டிருக்கின்றபோது, நீங்கள் தேர்ந்தெடுப்பதற்கு உங்களுக்கு இரண்டே சாத்தியக்கூறுகள்தாம் உண்டு. ஒன்று, நீங்கள் அதற்கு 'நிச்சயமாக' என்று சொல்ல வேண்டும். அல்லது, 'முடியாது' என்று மறுக்க வேண்டும். இடைப்பட்ட நிலை என்ற ஒன்று கிடையாது.

இந்த வடிகட்டியை நீங்கள் பயன்படுத்தினால், 95 சதவீதத் திட்டங்களை நீங்கள் நிராகரித்துவிடுவீர்கள். நிச்சயமாக என்று சொல்லலாமா என்று உங்களை யோசிக்க வைக்கின்ற திட்டங்கள் அபூர்வமாக வரும். ஆனால், அதுவும், "இது சுவாரசியமாக இருப்பதுபோலத் தோன்றுகிறது," என்ற ரீதியிலேயே இருக்கும். உங்களுடைய மூளையின் இதுபோன்ற நியாயப்படுத்தல்களை நிராகரிக்க நீங்கள் கற்றுக் கொள்ள வேண்டும். இதைக் கண்டிப்பாகச் செய்தாக வேண்டும் என்று உங்களுக்குத் தோன்றாவிட்டால், அதற்கான பதில் வேண்டாம் என்பதாகத்தான் இருக்க வேண்டும்.

இதைக் கண்டிப்பாகச் செய்தாக வேண்டும் என்று உங்களுக்குத் தோன்றாவிட்டால், அதற்கான பதில் வேண்டாம் என்பதாகத்தான் இருக்க வேண்டும்.

இரண்டாவது வழி இன்னும் எளிமையானது. பொருளாதாரவியலாளர்கள் 'மாற்றுத் தேர்ந்தெடுப்பு இழப்புச் செலவு' என்று அழைக்கின்ற ஒன்றின் கண்ணோட்டத்தின்படி சிந்தித்தலை இது உள்ளடக்கியிருக்கிறது. நாம் ஒவ்வொரு முறை சரி என்று கூறி ஒரு விஷயத்தைத் தேர்ந்தெடுக்கின்றபோது, நாம் நம்முடைய நேரத்தையும் ஆற்றலையும் செலவழித்திருக்கக்கூடிய வேறு ஒன்றை நாம் முடியாது என்று நிராகரிக்கிறோம் என்பதை அது பிரதிபலிக்கிறது.

இப்படி வைத்துக் கொள்வோம். உங்களுடைய அலுவலக சகா ஒருவர், கூடுதலாக ஒரு பணித்திட்டத்தை ஏற்றுக் கொள்ளும்படி உங்களிடம் கேட்கிறார். பதவி உயர்வு பெறுவது உங்களுடைய இலக்காக இருக்கின்ற பட்சத்தில், அந்தக் கூடுதல் பணித்திட்டத்தை எடுத்துக் கொள்வது உங்களுக்கு உதவும் என்று நீங்கள் கணக்குப் போடுகிறீர்கள். அதனால், அதற்குச் சரி என்று கூறுவதற்கான சபலம் உங்களுக்கு ஏற்படுகிறது. இதை ஏற்றுக் கொள்வதன் மூலம் எதை உங்களால் செய்ய முடியாமல் போகும் என்பதைப் பற்றி நீங்கள் யோசிக்க வேண்டும். நீங்கள் வாக்களித்துள்ளபடி உங்களால் உங்களுடைய குழந்தைகளை பூங்காவுக்கு அழைத்துச் செல்ல முடியாமல் போகலாம். அல்லது, பல காலம் நீங்கள் சந்திக்காமல் இருந்த நண்பரின் அழைப்பை ஏற்றுக் கொள்ள முடியாமல் போகலாம்.

இறுதியாக, முடியாது என்ற கூற்றின் சக்தியைப் பற்றி ஏகப்பட்ட ஆய்வுகளை மேற்கொண்டுள்ள ஜூலியட் ஃபன்ட் முன்மொழிகின்ற ஒரு முறையும் இருக்கிறது. அவர் எழுதியுள்ள, 'ஏ மினிட் டு திங்க்' என்ற நூலில், சிந்திப்பதற்குச் சிறிது நேரம் எடுத்துக் கொள்வது எப்படி உங்களுடைய உற்பத்தித்திறனை அதிகரிக்கும் என்பதை அவர் சுட்டிக்காட்டுகிறார். இந்த நூலுக்காக நான் ஜூலியட்டிடம் ஒரு பேட்டி எடுத்தேன். அப்போது நான் அவரிடம், "நீங்கள் பரிந்துரைக்கக்கூடிய, நடைமுறைக்கு உகந்த ஒரு விஷயம் என்னவாக இருக்கும்?" என்று கேட்டேன். அப்போது அவர் 'ஆறு வாரப் பொறி' என்ற ஓர் ஆழமான கருத்தாக்கத்தைப் பற்றிக் குறிப்பிட்டார். இப்போது நாம் நம்முடைய கால அட்டவணையில் ஆறு வாரங்களுக்கு அப்பாலுள்ள நாட்களைப் பார்த்தால், அவை

காலியாக இருப்பதுபோலத்தான் தோன்றும். அதனால், இப்போது ஒரு புதிய வேலை வருகின்றபோது, அதற்கு நீங்கள் உடனே சரி என்று சொல்லிவிடுவீர்கள். ஆனால், அந்த நாட்கள் நெருங்கும்போதுதான், அவை நாம் நினைத்திருந்ததைப்போலக் காலியாக இல்லை என்பதை நாம் உணர்வோம். உண்மையில் அந்த நாள் வருகின்றபோது, நாம் அதற்குச் சரி என்று சொல்லியிருந்திருக்கக்கூடாது என்று நம்மை நாமே நொந்து கொள்வோம். அது காலங்கடந்த ஞானோதயம். நீங்கள் ஏற்கனவே அதற்கு ஒப்புக் கொண்டுவிட்டிருப்பதால், இப்போது உங்களால் அதிலிருந்து பின்வாங்கவும் முடியாது.

இதற்கு அவர் அளிக்கின்ற தீர்வு இதுதான். சில வாரங்களுக்குப் பிறகு முடித்துக் கொடுக்கப்பட வேண்டிய ஒரு புதிய பணித்திட்டம் உங்கள் முன் வைக்கப்படுகின்றபோது, நீங்கள் இப்படிச் சிந்திக்க வேண்டும்: "இத்திட்டம் நாளையே என் முன்னால் வைக்கப்பட்டால், இது குறித்து நான் பரவசம் அடைவேனா?"

"ஆறு வாரங்களுக்குப் பிறகு என் கால அட்டவணை காலியாக இருக்கும், அதனால் இந்த வேலையைச் செய்வதற்கான ஆற்றலும் நேரமும் என்னிடம் இருக்கும்," என்ற ரீதியில் நீங்கள் சிந்திக்கக்கூடும். ஆனால், உண்மையில் உங்களிடம் அதற்கான நேரமோ அல்லது ஆற்றலோ இருக்காது. ஒரு விஷயத்திற்கு உங்களால் நாளை சரி என்று கூற முடியாது என்று நீங்கள் நினைத்தால், அந்த வேலையை ஒரு மாதமோ அல்லது அதற்குப் பிறகோ முடித்துக் கொடுக்கும்படி உங்களிடம் கேட்டுக் கொள்ளப்பட்டாலும் அதற்கு நீங்கள் சரி என்று சொல்லக்கூடாது.

கவனக்குறைவை எதிர்த்து நில்லுங்கள்

ஆற்றல் சேமிப்பிற்கான நம்முடைய அடுத்த உத்தி, இரண்டு முன்னோக்குகளின் அடிப்படையில் அமைந்துள்ளது. முதலாவது, எல்லோருக்கும் தெரிந்த ஒன்று. மக்களால் பல்பணியாக்கத்தைச் சிறப்பாகச் செய்ய முடியாது. இரண்டாவது, பெரும்பாலானோர் அறிந்திராத ஒன்று. பல்பணியாக்கத்தில் ஈடுபடுவது நாம் நினைக்கின்ற அளவு மோசமானதல்ல.

இதை நான், 2012-ல் ரேச்சல் அட்லர், ரக்கேல் பென்புனான் ஃபிச் ஆகிய ஆய்வாளர்கள் மேற்கொண்டிருந்த

ஓர் ஆய்விலிருந்து தெரிந்து கொண்டேன். அந்த ஆய்வில் பங்கேற்றவர்கள், ஆறு விதமான வேலைகளில் மாற்றி மாற்றி ஈடுபட வேண்டும். சுடோக்கு புதிர், தாறுமாறாகக் கோர்க்கப்பட்டுள்ள எழுத்துகளைக் கொண்டு அர்த்தமுள்ள வார்த்தைகளை உருவாக்குதல், ஒரு குழுவில் வித்தியாசமாக இருக்கின்ற ஒன்றே ஒன்றை மட்டும் கண்டுபிடித்தல் போன்றவை அவற்றில் இடம்பெற்றிருந்தன. வழக்கம்போல அந்த ஆய்வாளர்கள் அந்தப் பங்கேற்பாளர்களை இரண்டு குழுக்களாகப் பிரித்தனர். ஒரு குழுவினர் அந்த ஆறு வேலைகளையும் ஒன்றை முடித்தப் பின் அடுத்த வேலை என்ற ரீதியில் செய்ய வேண்டும். மற்றொரு குழுவினருக்கு அப்படிப்பட்ட எந்தவிதமான கட்டுப்பாடுகளும் விதிக்கப்படவில்லை. அவர்கள் ஒரே நேரத்தில் ஒன்றுக்கு மேற்பட்ட வேலைகளில் ஈடுபடலாம்.

அந்த ஆய்வின் முடிவுகள் இப்படி அமைந்திருந்தன. அளவுக்கதிகமாக ஒரு வேலையிலிருந்து மறு வேலைக்குத் தாவிக் கொண்டிருந்தவர்கள் அந்த வேலைகளை மோசமாகச் செய்திருந்தனர். ஒரு நேரத்தில் ஒரு வேலை என்ற ரீதியில் தங்களுடைய கவனத்தைக் குவித்திருந்தவர்கள் மிகச் சிறப்பாகச் செய்திருந்தனர். இதில் அவர்களுக்கு எந்தவிதமான வியப்பும் ஏற்படவில்லை. ஆனால், அதில் பங்கேற்றிருந்தவர்களின் உற்பத்தித்திறனுக்கும் அவர்கள் ஒரு வேலையிலிருந்து மற்றொரு வேலைக்கு மாறிக் கொண்டிருந்ததற்கும் இடையேயுள்ள உறவை அவர்கள் ஒரு வரைபடமாக மாற்றியபோது அவர்களுக்கு ஓர் ஆச்சரியம் காத்துக் கொண்டிருந்தது. குறைவான அளவில் ஒரு வேலையிலிருந்து மற்றொரு வேலைக்குத் தாவிக் கொண்டிருந்தவர்களின் உற்பத்தித்திறன்தான் இருப்பதிலேயே அதிகமாக இருந்தது என்பதை அவர்கள் கண்டறிந்தனர்.

சிறு அளவிலான கவனச்சிதறல் எப்படி ஒருவருக்கு உதவுகிறது? நாம் ஒரே வேலையில் ஈடுபடுகின்றபோது, நம்முடைய கவனம் சிதறுகிறது. அதனால், நம்முடைய உற்பத்தித்திறன் குறைகிறது. நாம் ஒன்றிலிருந்து மற்றொன்றிற்குத் தொடர்ந்து தாவிக் கொண்டிருக்கின்றபோது, நம்மால் எதிலும் கவனத்தைக் குவிக்க முடிவதில்லை. இங்கும் உற்பத்தித்திறன் அடி வாங்குகிறது. ஆனால், குறைவான அளவில் ஒரு வேலையிலிருந்து மற்றொரு வேலைக்கு மாறுகின்றபோது, நமக்குத் தீவிரக் கவனச்சிதறலும் ஏற்படுவதில்லை, கவனக்குவிப்பு முழுவதுமாக நழுவிவிடுவதுமில்லை. அதனால்தான் இவர்களுடைய உற்பத்தித்திறன் இருப்பதிலேயே

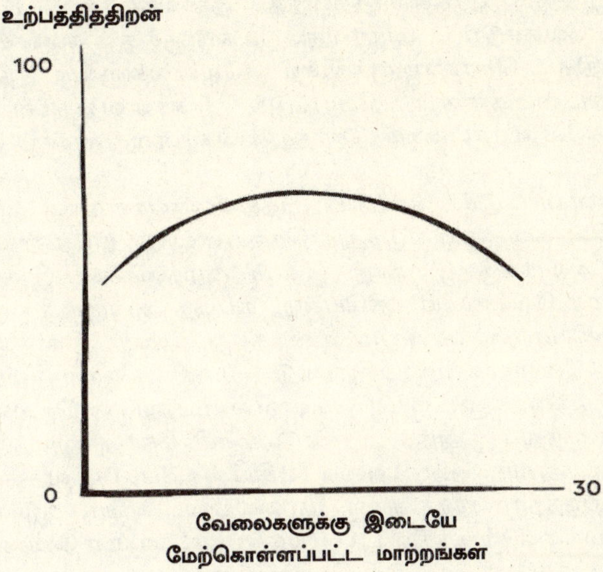

அதிகமாக இருக்கிறது. மேலேயுள்ள படம் இதை விளக்குகிறது.

அதனால் நம்முடைய இலக்கு, நம்முடைய நேரத்தின் பெரும்பகுதியை ஒரே ஒரு வேலையில் கவனத்தைக் குவிப்பதற்குச் செலவழிப்பதாக இருக்க வேண்டும். நமக்கு எப்போதாவது கவனச்சிதறல் ஏற்பட்டால், அது குறித்து நாம் அலட்டிக் கொள்ளக்கூடாது. அதை எப்படிச் செய்வது?

பரிசோதனை 3:
உராய்வைச் சேர்த்துக் கொள்ளுங்கள்

இதற்கான என்னுடைய முதல் விடை, இயற்பியலின் அடிப்படை விதிகளுக்கு நம்மை இட்டுச் செல்லப் போகிறது. ஒரு வேலையைத் தொடங்குவதற்கு உராய்வு எப்படி முட்டுக்கட்டை போடுகிறது என்பதைப் பற்றி நாம் ஆறாம் அத்தியாயத்தில் பார்த்தோம். நீங்கள் உங்களுடைய கிதாரை உங்களுடைய கண்களுக்கு எளிதில் தென்படாத விதத்தில் ஓர் அலமாரிக்குப் பின்னால் வைத்தால், அதை எடுத்து நீங்கள் வாசிப்பதற்கான வாய்ப்புகள் குறைவு. கவனச்சிதறலைக் களைவதற்கான முயற்சியில் நாம் ஈடுபடுகின்றபோது,

நாம் இந்தத் தர்க்கவாதத்தைத் தலைகீழாகப் புரட்டிப் போட வேண்டும். அதாவது, உங்களுக்கு கவனச்சிதறல் ஏற்படுத்திக் கொண்டிருக்கின்ற வேலைகளுக்கு நீங்களே முட்டுக்கட்டைகளைப் போட்டுக் கொள்வதுதான் இது. நீங்களாகவே உராய்வைச் சேர்த்துக் கொள்வது என்று இதைக் கூறலாம்.

விளையாட்டுச் செய்திப் பத்திரிகையாளரான டேவிட் லெங்கலின் கதையை எடுத்துக் கொள்ளலாம். நடுத்தர வயதில் இருந்த அவருக்கு இரண்டு இளம் குழந்தைகள் இருந்தனர். எந்நேரமும் வேலையே கதியென்று கிடந்த அவருக்கு ஒரு நாள் ஒரு முக்கியமான விஷயம் உறைத்தது. அவர் தினந்தோறும் மாலை வேளைகளில் இரண்டு மணி நேரம் மட்டுமே தன் குழந்தைகளுடனும் மனைவியுடனும் செலவிட்டுக் கொண்டிருந்தார். அந்த இரண்டு மணி நேரத்திலும், பெரும் பகுதியை அவர் தன் அலைபேசியில் பேசுவதில் கழித்துக் கொண்டிருந்தார். ஒரு நாள் மாலையில், அவர், "இப்படியே என் வாழ்க்கை முடிந்துவிடப் போகிறதா?" என்ற கேள்வியைத் தன்னைத் தானே கேட்டுக் கொண்டார்.

இதற்கு அவர் ஒரு தீர்வைக் கண்டுபிடித்தார். தன்னுடைய நவீன அலைபேசியைத் தூக்கி எறிந்துவிட்டு, பழைய மாடல் அலைபேசி ஒன்றை அவர் வாங்கினார். அதில் தொடுதிரை, கணக்குவழக்கற்றச் செயலிகள் போன்றவை கிடையாது.

அந்தச் சிறிய மாற்றம் ஏற்படுத்திய விளைவைக் கண்டு அவர் பெரும் வியப்படைந்தார். முதலில் அவர் சற்று அவமானகரமாக உணர்ந்தார். அவரைச் சுற்றியிருந்தவர்கள் அனைவரும் டுவிட்டர் போன்ற செயலிகளில் மூழ்கியிருந்தபோது, அவர் வெறுமனே தன் கைகளைப் பிசைந்து கொண்டு உட்கார்ந்திருந்தார். சில நாட்களில் அந்த உணர்வு மறைந்துவிட்டது. அதற்குப் பிறகு, அவருடைய வார்த்தைகளில் சொல்ல வேண்டுமென்றால், "மாயாஜாலம் நிகழத் தொடங்கியது."

கார்டியன் பத்திரிகையில் அவர் எழுதியுள்ள ஒரு கட்டுரையில் அவர் இவ்வாறு குறிப்பிட்டுள்ளார்: "அதற்குப் பிறகு நான் என் குழந்தைகளுடனும் மனைவியுடனும் அதிக நேரம் செலவிட்டேன். மின்புத்தகங்களுக்குப் பதிலாக, கை விரல்களால் புரட்ட முடிகின்ற புத்தகங்களை நான் படிக்கத் துவங்கினேன். இது என்னுடைய கவனக்குவிப்பு ஆற்றலை வெகுவாக அதிகரித்தது. நான் என் வாழ்க்கையில் மீண்டும் மகிழ்ச்சியை உணரத் துவங்கினேன்."

டேவிட்டின் முறை, தொழில்நுட்பப் பயன்பாட்டில் உராய்வை ஏற்படுத்துவதை உள்ளடக்கியிருந்தது. ஆனால், நீங்கள் உங்களுடைய நவீன அலைபேசியைத் தூக்கி எறிந்துவிட்டு, பழைய மாடல் அலைபேசி ஒன்றிற்கு மாற வேண்டியதில்லை. அதற்குப் பதிலாக, உங்களுடைய அலைபேசியிலுள்ள தேவையற்றச் சமூக ஊடகச் செயலிகளை அப்புறப்படுத்துங்கள். குறிப்பாக, நீங்கள் எதற்கெல்லாம் அடிமையாகி, அதிகமான நேரத்தைச் செலவிட்டுக் கொண்டிருக்கிறீர்களோ அந்தச் செயலிகளைக் களைவதற்கு முன்னுரிமை கொடுங்கள். அவற்றை நீங்கள் அணுக வேண்டுமென்றால், நீங்கள் இணையத்தின் வழியாகச் சென்றாக வேண்டிய நிலை ஏற்படும். அப்போது, உண்மையிலேயே நீங்கள் அதற்குள் செல்ல வேண்டுமா என்று யோசிப்பதற்கு நீங்கள் சில கணங்களை எடுத்துக் கொள்ளுங்கள். அதையும் மீறி நீங்கள் அதற்குள் செல்வதை உங்களால் தடுக்க முடியவில்லை என்றால், அந்தச் செயலிகளிலிருந்து உங்களை 'லாக்-அவுட்' செய்து கொள்ளுங்கள். ஒவ்வொரு முறை அதற்குள் நீங்கள் நுழைய விரும்புகின்றபோதும், நீங்கள் உங்களுடைய பெயரையும் கடவுச் சொல்லையும் தட்டச்சு செய்ய வேண்டியிருக்கும். அதற்குக் குறைந்தபட்சம் 30 நொடிகளாவது ஆகும். பல நேரங்களில் உங்களைத் தடுத்து நிறுத்துவதற்கு அதுவே போதுமானதாக இருக்கும்.

இதற்கு நீங்கள் தொழில்நுட்ப உதவிகளையும் பயன்படுத்திக் கொள்ளலாம். தற்போது இணையச் சேவையின் வேகம் பல மடங்கு அதிகரித்திருப்பதால், நினைத்த மாத்திரத்தில் நம்மால் எந்தவொரு செயலிக்குள்ளும் புகுந்துவிட முடிகிறது. உங்களுடைய செயலிக்குள் நுழைவதைத் தாமதப்படுத்துகின்ற சில ஏற்பாடுகளை உங்களால் தொழில்நுட்பரீதியாகச் செய்து கொள்ள முடியும். என்னுடைய அலைபேசியில் அதுபோன்ற ஒன்றை நான் வைத்துள்ளேன். நான் டுவிட்டருக்குள் நுழைய முயன்றால், அது சிறிது நேரத்தை எடுத்துக் கொள்ளும். பின்னர், "ஆழமாக ஒரு முறை சுவாசியுங்கள்!" என்ற வாசகம் திரையில் தோன்றும். அதற்கு மூன்று நொடிகளுக்குப் பின்னர்தான் டுவிட்டர் திறக்கும்.

"இதை இப்போது நான் செய்தே ஆக வேண்டுமா?" என்ற கேள்வியை எனக்கு நானே கேட்டுக் கொள்வதற்கு அந்த நொடிகள் எனக்குப் போதுமானவையாக இருக்கும். சில நேரங்களில் அதற்கான பதில், "ஆமாம்," என்பதாக இருக்கும். பெரும்பாலான நேரங்களில், "இல்லை. நான் பழக்க

தோஷம் காரணமாக இப்படிச் செய்துவிட்டேன். இப்போது இதற்குள் செல்ல வேண்டிய தேவை எனக்கு இல்லை," என்ற பதில் எனக்குக் கிடைக்கும். உடனே நான் அதிலிருந்து விலகிவிடுவேன்.

பரிசோதனை 4:
சரியான பாதை

கவனச்சிதறலால் பெரிதாக ஒன்றும் குடிமுழுகிப் போய்விடாது. இன்னும் சொல்லப் போனால், உயர் உற்பத்தித்திறனைக் கொண்டுள்ள நபர்கள், அவ்வப்போது சிறிது கவனச்சிதறலுக்கு ஆளாகின்றனர். ஆனால், அது தங்களுடைய உற்பத்தித்திறனை பாதிக்காமல் இருக்குமாறு அவர்கள் பார்த்துக் கொள்கின்றனர். ஆனால், நம்மில் பெரும்பாலானோருக்கு அது அவ்வளவு எளிதல்ல.

இப்படிக் கற்பனை செய்து கொள்ளுங்கள். நீங்கள் லண்டனிலிருந்து நியூயார்க் நகருக்கு ஒரு விமானத்தில் பறந்து கொண்டிருக்கிறீர்கள். பாதி வழியில் விமானியிடமிருந்து ஓர் அறிவிப்பு வெளியாகிறது: "இப்போது வெளியே வானிலை சற்றுக் கொந்தளிப்பான நிலையில் இருப்பதால், நாம் நம்முடைய பயணப் பாதையை ஒரு சில டிகிரிகள் மாற்றப் போகிறோம்." இது என்ன பெரிய விஷயமா என்று நீங்கள் யோசித்துக் கொண்டிருக்கின்றபோது, விமானி மேலும் தொடர்கிறார்: "இதன் காரணமாக நாம் ரியோ டி ஜெனீரோ நகரில் தரையிறங்கப் போகிறோம்."

நம்முடைய வாழ்க்கையின் பெரும்பாலான அம்சங்களில், விஷயங்கள் லேசாகத் தவறாகப் போனால், அதனால் நாம் முற்றிலுமாகத் தடம்புரண்டுவிட மாட்டோம். உங்களுடைய சகாவிடமிருந்து வருகின்ற ஒரு மின்னஞ்சல் காரணமாக உங்களுடைய பணித்திட்டம் ஒரு நாள் தாமதமாகலாம். ஆனால், இரவோடு இரவாக அது இரத்து செய்யப்படப் போவதில்லை. நீங்கள் ஓடிக் கொண்டிருக்கின்றபோது கால் சுளுக்கிவிட்டது. அதனால், உங்களால் ஒரு வாரம் ஓட முடியாமல் போகலாம். அதற்காக நீங்கள் நிரந்தரமாக வீட்டில் முடங்கிக் கிடக்கப் போவதில்லை.

ஆனாலும், நம்முடைய அன்றாட வாழ்க்கையில், சிறு மாறுதல் ஏற்படுகின்றபோது நாம் ஒரு விநோதமான தர்க்கத்தால் ஆட்கொள்ளப்படுகிறோம். "நம்முடைய பாதையிலிருந்து நாம் சிறிது சறுக்கிவிட்டோம். இன்னும் கொஞ்சம் சறுக்கினால்

என்ன ஆகிவிடப் போகிறது?” என்ற மனப்போக்கு நம்மிடம் உருவாகிவிடுகிறது. நேட் சோரஸ் என்ற வலைப்பதிவாளர் அதைத் ‘தாராளச் சறுக்கல்’ என்று அழைக்கிறார். அதற்கான சில எடுத்துக்காட்டுகள்:

- நான் ஏற்கனவே சமூக ஊடகங்களில் பதினைந்து நிமிடங்களைத் தொலைத்துவிட்டேன். அடுத்த மூன்று மணி நேரத்தை அதில் செலவழித்தால் ஒன்றும் ஆகிவிடாது.
- இன்று நான் உடற்பயிற்சியில் ஈடுபடத் தவறிவிட்டேன். இன்றைய நாள் அவ்வளவுதான். அதனால், இன்று எந்த வேலையிலும் ஈடுபடாமல் தொலைக்காட்சி பார்த்துக் கொண்டு பொழுதை ஓட்டிவிட வேண்டியதுதான்.
- இணையச் செயலி மூலம் அந்நிய மொழி கற்றுக் கொள்கின்ற பயிற்சியை நான் இன்று முழுவதும் தவறவிட்டுவிட்டேன். மொத்தமாக இதற்கு முழுக்குப் போட்டுவிடுவதே உத்தமம்.

நாம் ஏராளமான ஆற்றலை வீணாக்கிக் கொண்டிருப்பதற்கு இந்தத் தாராளச் சறுக்கல் அணுகுமுறை ஒரு முக்கியக் காரணம். நாம் நடைபோட்டுக் கொண்டிருக்கின்ற பாதைக்குத் திரும்புவதில்தான் சூட்சுமம் இருக்கிறது.

கவனச்சிதறலை ஒட்டுமொத்தமாகத் தவிர்ப்பது என்பது இயலாத காரியம். அதனால், கவனச்சிதறலுக்கு ஆட்படுவதற்கு உங்களுக்கு நீங்களே அனுமதி கொடுத்துக் கொள்ளுங்கள். கவனச்சிதறலை ஒரு தற்காலிகமான தடம்புரள்தல் என்று நீங்கள் கருதிக் கொள்ள வேண்டும். அதன் காரணமாக, நீங்கள் மொத்தத் திட்டத்தையுமே கைகழுவ வேண்டிய அவசியமில்லை. நாம் பயணித்துக் கொண்டிருந்த பாதைக்கு மீண்டும் வந்துவிட முடிந்தால், நாம் திட்டமிட்டுள்ள இடத்தை நம்மால் அடைந்துவிட முடியும்.

கவனச்சிதறலுக்கு ஆட்படுவதற்கு உங்களுக்கு நீங்களே அனுமதி கொடுத்துக் கொள்ளுங்கள்.

இதற்காக, தியான உலகிலிருந்து ஒரு விஷயத்தைக் கடன் வாங்கிக் கொள்வது பயனுள்ளதாக இருக்கும். தியானிப்பது அவ்வளவு சுலபமல்ல என்பதை தியானம் கற்றுக்

கொடுக்கின்ற ஆசான்கள் நன்றாகவே அறிவர். அதனால், அவர்கள் தியான முறைகளைப் பற்றி விளக்கிவிட்டு இவ்வாறு கூறுவர்: “தியானத்தின்போது உங்களால் ஆழமாகச் செல்ல முடியவில்லை என்றால் பரவாயில்லை. அதைப் பற்றிக் கவலைப்படாதீர்கள். மீண்டும் முதலிலிருந்து துவக்குங்கள்.” ஒன்றுமே இல்லாததற்கு, ஒரு நிமிட கவனக்குவிப்பு எவ்வளவோ மேல்.

எனக்கு கவனச்சிதறல் ஏற்படும்போதெல்லாம், “மீண்டும் முதலிலிருந்து துவங்கு!” என்று எனக்கு நானே கூறிக் கொள்வேன். இது ஓர் ஆற்றல்மிக்க நினைவூட்டியாகும். தாராளச் சறுக்கலுக்கு ஆளாகிவிடாதீர்கள். நீங்கள் எப்படித் தடம்புரண்டிருந்தாலும் உங்களால் மீண்டும் உங்களுடைய பழைய பாதைக்குத் திரும்பிவிட முடியும்.

அதிகமாக விலகுங்கள்

2008-ல் ஜேம்ஸ் டைலர், கேத்தலீன் பர்ன்ஸ் ஆகிய உளவியலாளர்கள் விநோதமான ஆய்வு ஒன்றில் ஈடுபட்டனர். அந்த ஆய்வில் 60 கல்லூரி மாணவர்கள் பங்கேற்றனர். அவர்கள் ஒவ்வொருவராக ஓர் அறைக்குள் அழைக்கப்பட்டனர். அங்கிருந்த ஓர் ஆய்வாளருக்கு முதுகைக் காட்டியவாறு ஒற்றைக் காலில் நின்று கொண்டு, ஆறு நிமிடங்களுக்கு, 2000 என்ற எண்ணில் தொடங்கி, ஏழு ஏழாகக் கழித்து (2000, 1993, 1986, 1979) அதை உரக்கக் கூறுமாறு அவர்கள் கேட்டுக் கொள்ளப்பட்டனர்.

தங்களுடைய கணக்கிடுகின்ற திறன் சோதிக்கப்பட்டுக் கொண்டிருந்ததாக அந்த மாணவர்கள் நம்பிக் கொண்டிருந்தனர். ஆனால், ஆய்வாளர்கள் அதில் நாட்டம் கொண்டிருக்கவில்லை. அதைத் தொடர்ந்து நடத்தப்பட்ட இரண்டாவது பரிசோதனையில்தான் அவர்கள் ஆர்வம் கொண்டிருந்தனர். அந்த மாணவர்கள் மூன்று பிரிவுகளாகப் பிரிக்கப்பட்டிருந்தனர். இரண்டாவது பரிசோதனைக்கு முன்பாக, முதல் குழுவிற்கு ஒரு நிமிட இடைவேளையும், இரண்டாவது குழுவிற்கு மூன்று நிமிட இடைவேளையும், மூன்றாவது குழுவிற்குப் பத்து நிமிட இடைவேளையும் வழங்கப்பட்டன.

இடைவேளைக்குப் பிறகு, அந்த மாணவர்கள் மீண்டும் அந்த அறைக்குள் வரவழைக்கப்பட்டனர். முன்பைப்போலவே

அங்கிருந்த ஆய்வாளருக்கு முதுகைக் காட்டியபடி நிற்கும்படி அவர்கள் கேட்டுக் கொள்ளப்பட்டனர். இம்முறை வேறு ஒரு காரியத்தில் ஈடுபடுமாறு அவர்களிடம் கோரப்பட்டது. கைகளின் வலுவை அதிகரித்துக் கொள்வதற்காகப் பயன்படுத்தப்படுகின்ற, கை விரல்களால் அழுத்தப்படக்கூடிய உடற்பயிற்சிச் சாதனம் ஒன்று அவர்களுக்குக் கொடுக்கப்பட்டது. அதை அவர்கள் தங்களுடைய இரண்டு கைகளில் எந்தக் கை குறைவான வலுவோடு இருக்கிறதோ அதைக் கொண்டு, தங்களால் எவ்வளவு நேரம் முடியுமோ அவ்வளவு நேரம் அழுத்துமாறு கேட்டுக் கொள்ளப்பட்டனர். அவர்கள் அதைச் செய்து கொண்டிருந்தபோது, அவர்களால் அதை எவ்வளவு நேரம் அழுத்திக் கொண்டிருக்க முடிந்தது என்பதை ஆய்வாளர்கள் இரகசியமாகக் கணக்கிட்டனர்.

ஒன்றை இறுகப் பிடித்து அழுத்துவதற்குக் கை வலு மட்டுமே போதும் என்று நீங்கள் நினைத்துக் கொண்டிருக்கலாம். ஆனால், அப்படியில்லை என்பதை அந்த ஆய்வாளர்கள் கண்டுபிடித்தனர். அந்தப் பரிசோதனையில் யார் அதிக நேரம் இடைவெளி எடுத்துக் கொண்டார்களோ, அவர்களால்தான் அதிக நேரம் அழுத்த முடிந்தது. முதல் குழுவால் 34 நொடிகளும், இரண்டாவது குழுவால் 43 நொடிகளும் அழுத்திப் பிடிக்க முடிந்தது. ஆனால், மூன்றாவது குழுவினர் 72 நொடிகள்வரை தாக்குப்பிடித்தனர். இதுதான் அந்த ஆய்வின் முடிவு: நீங்கள் அடுத்தடுத்து இரண்டு வேலைகளில் ஈடுபட வேண்டியிருக்கிறது என்று வைத்துக் கொள்வோம். முதல் வேலை உங்களுக்கு அதீதக் களைப்பு ஏற்படுத்துவதாக இருக்கிறது. இரண்டாவது வேலை, மன உறுதி அதிகம் தேவைப்படுகின்ற ஒரு வேலை. இரண்டு வேலைகளுக்கும் நடுவே வெறும் பத்து நிமிட இடைவேளை கொடுக்கப்பட்டாலே முதல் வேலையின் அதீதக் களைப்பு நீங்கிவிடும்.

நம்முடைய ஆற்றலைச் சேமிப்பதற்கான கடைசி வழியை டைலர் மற்றும் பர்ன்ஸின் ஆய்வுகள் சுட்டிக்காட்டுகின்றன. வெறுமனே முடியாது என்று சொல்வதன் மூலம் கவனச்சிதறலைத் தவிர்ப்பதற்கான வழியை நாம் ஏற்கனவே பார்த்திருந்தோம். அதில் ஒன்று இடம்பெறத் தவறியிருந்தது. அன்றாடம் நீங்கள் அடிக்கடி இடைவெளி எடுத்துக் கொள்ள வேண்டியது அவசியம் என்பதுதான் அது. இது நீங்கள் நினைத்துக் கொண்டிருப்பதைக் காட்டிலும் அதிக முக்கியமானது.

மக்கள் வேலையில் கழிக்கின்ற நேரத்திற்கும் அவர்களுடைய உற்பத்தித்திறனுக்கும் இடையேயுள்ள தொடர்பைப் பற்றி ஓர் ஆய்வு மேற்கொள்ளப்பட்டது. அந்த ஆய்வின் முடிவுகள் இப்படி இருந்தன: எந்நேரமும் வேலையே கதியாகக் கிடப்பவர்களின் உற்பத்தித்திறன் உண்மையில் குறைவாக இருந்தது. ஒரு மணி நேரத்திற்கு ஐந்து நிமிடங்கள் ஓய்வெடுத்துக் கொள்கின்ற பழக்கத்தைக் கொண்டிருந்தவர்களின் உற்பத்தித்திறன், ஓய்வே எடுக்காமல் உழைத்துக் கொண்டிருந்தவர்களின் உற்பத்தித்திறனைவிட அதிகமாக இருந்தது. ஆனால், ஒவ்வொரு 52 நிமிட வேலைக்கும் 17 நிமிடங்கள் ஓய்வெடுத்துக் கொண்ட நபர்கள்தாம் இருப்பதிலேயே அதிக உற்பத்தித்திறன் கொண்டவர்களாக இருந்தனர்.

உங்களுடைய ஆற்றலைச் சேமிப்பதற்கு முதல் இரண்டு வழிகளைவிட இந்த மூன்றாவது வழியே அதிக எளிதானது. அதற்கு நீங்கள், வேலைக்கு நடுவே இடைவெளி எடுத்துக் கொண்டு ஒன்றும் செய்யாமல் சும்மா இருந்தால் போதும்.

பரிசோதனை 5:
உங்களுடைய சிற்றோய்வு நேரத்தைக் கால அட்டவணையில் இடம்பெறச் செய்யுங்கள்

சிற்றோய்வு நேரத்தின் பலனை அனுபவிப்பதற்கு நீங்கள் பெரிதாக மெனக்கெட வேண்டியதில்லை. ஒன்றுமே செய்யாமல் இருப்பதற்கு உங்களுடைய கால அட்டவணையில் நேரம் ஒதுக்கிக் கொள்ளுங்கள்.

அறிவுசார் வேலையில் ஈடுபட்டிருக்கின்ற நபர்கள், 'சுயகட்டுப்பாட்டுடன்கூடிய மிகுமுயற்சி' என்று உளவியலாளர்கள் அழைக்கின்ற ஒன்றில் ஈடுபட்டிருக்கின்றனர். நம்முடைய நடத்தைகள், எண்ணங்கள் மற்றும் உணர்ச்சிகளைக் கட்டுப்படுத்துவதற்கு நம்மிடம் இருக்கின்ற திறன் இது. எடுத்துக்காட்டாக, நான் இந்த அத்தியாயத்தை எழுதுவதற்கு எனக்கு சுயகட்டுப்பாட்டுடன் மிகுமுயற்சியும் தேவைப்படுகிறது. இல்லையெனில், இதைவிடச் சுலபமான ஒரு காரியத்தைச் செய்வதை நான் தேர்ந்தெடுத்துவிடுவேன்.

ஆனால், நம்மிடம் இருக்கின்ற இந்த சுயகட்டுப்பாட்டுடன்கூடிய மிகுமுயற்சி வரம்புக்குட்பட்டது. அது காலியாகிவிடக்கூடிய ஒன்று. இந்தப் புத்தகத்தை எழுதுவதற்கு நான் எவ்வளவு நீண்ட நேரம் உட்கார்ந்திருக்கிறேனோ, அது அவ்வளவு அதிகக்

கடினமானதாக ஆகிக் கொண்டிருக்கும். நான் ஏற்கனவே அந்த ஆற்றலைக் காலி செய்திருப்பேன். அதை இட்டு நிரப்புவதற்கு நான் எதையாவது செய்தாக வேண்டும்.

நான் ஒரு மருத்துவராகப் பணியாற்றிய தொடக்கக் காலத்தில், முதன்முறையாக நான் ஒரு மருத்துவமனையின் அவசரப் பிரிவில் பணியாற்றிக் கொண்டிருந்தேன். அப்போது நான் ஆற்றலை இட்டு நிரப்புவது தொடர்பாக ஒரு நல்ல பாடத்தைக் கற்றுக் கொண்டேன். அன்று பயங்கரக் கூட்டம். நூறு நோயாளிகளுக்கு மேல் காத்திருந்தனர். உட்கார இடம் இல்லாததால் பலர் நின்று கொண்டிருந்தனர். மருத்துவ அறைகளும் நிரம்பி வழிந்ததால், நாங்கள் சில நோயாளிகளுக்குக் காத்திருப்புக் கூடங்களில் வைத்துச் சிகிச்சையளித்துக் கொண்டிருந்தோம்.

நான் அன்று காலை எட்டு மணிக்கு அங்கு வந்திருந்தேன். அப்போது மணி மதியம் ஒன்று. நான் புதியவன் என்பதால் மற்றவர்கள் அளவுக்கு நான் வேகமாகப் பணியாற்றிக் கொண்டிருக்கவில்லை என்ற குற்றவுணர்வு எனக்கு இருந்தது. அதனால், நான் மதிய உணவுக்குச் செல்லாமல் அந்த நேரத்தைச் சேமிக்க முடிவு செய்தேன். அடுத்து நான் யாரைப் பார்க்க வேண்டும் என்று என் கணினியில் காத்திருப்புப் பட்டியலை நான் பார்த்துக் கொண்டிருந்தபோது, என் தோளில் ஒரு கை விழுந்தது. அது என்னுடைய மூத்த மருத்துவர் டாக்டர் அட்காக்கின் கை.

அவர் என்னிடம், "அலி, எனக்குத் தெரிந்தவரை நீங்கள் இடைவேளை எதுவும் எடுத்துக் கொண்டதாகத் தெரியவில்லை. நீங்கள் இப்போது போய்ச் சாப்பிட்டுவிட்டு வாருங்கள்," என்று கூறினார். அப்போது அவர் தன் முகத்தை மிகவும் தீவிரமாக வைத்திருந்தார்.

அதற்கு நான் அவரிடம், "நன்றி, டாக்டர். எனக்குப் பசியில்லை. அதோடு, ஏராளமான நோயாளிகள் காத்துக் கொண்டிருக்கின்றனர். அதனால், நான் என் வேலையைத் தொடர்கிறேன். பின்னர் ஒரு காபி குடித்துக் கொள்கிறேன்," என்று பதிலளித்தேன்.

அவர் என் தோளைத் தட்டிக் கொடுத்து என்னைப் பாராட்டுவார் என்று நான் எதிர்பார்த்தேன். அவர் என் அர்ப்பணிப்பு குறித்து வியந்தவாறு அங்கிருந்து நகர்ந்துவிடுவார் என்று நான் நினைத்தேன். ஆனால், அவர் அப்படிச் செய்யவில்லை. அதற்குப் பதிலாக, அவர் என் கணினித் திரையின் பட்டனை அணைத்துவிட்டார்.

நான் குழப்பத்துடன் திரும்பி அவரைப் பார்த்தேன். ஆனால், அவர் என்னை ஒரு புன்முறுவலுடன் பார்த்து, “இந்த அவசரப் பிரிவில் இன்றுதான் நீங்கள் முதன்முதலாகப் பணியாற்றிக் கொண்டிருக்கிறீர்கள் என்பதை நான் அறிவேன். நீங்கள் உண்மையில் உங்களுடைய பங்களிப்பைச் செய்ய மிகவும் ஆர்வமுடன் இருக்கிறீர்கள் என்பதை நான் அறிவேன். நான் இதில் பழம் தின்று கொட்டை போட்டவன். நோயாளிகள் வருவது ஒருநாளும் நிற்கப் போவதில்லை. நீங்கள் ஓய்வெடுத்துக் கொள்ளவில்லை என்றால், உங்களுடைய கவனம் சிதறிவிடும். நீங்கள் கண்டிப்பாக எதையாவது தவறாகச் செய்துவிடுவீர்கள். அது எவருக்குமே நல்லதல்ல,” என்று கூறினார்.

அங்கு என்னைச் சுற்றி நடந்து கொண்டிருந்த களேபரத்தை நான் பார்த்தேன். அவசர அழைப்பு மணி ஒலித்துக் கொண்டிருந்தது. பலர் அங்குமிங்கும் ஓடிக் கொண்டிருந்தனர். பயங்கரக் குழப்பம் அங்குத் தலைவிரித்தாடிக் கொண்டிருந்தது.

என் பார்வை சென்று கொண்டிருந்த திசையைப் பார்த்த டாக்டர் அட்காக், “நீங்கள் களைத்துப்போயிருந்தால், உங்களால் அங்கிருக்கின்ற எவருக்கும் எந்தவிதமான பிரயோஜனமும் இல்லை. ஆனால், உங்களுக்குப் புத்துணர்ச்சியூட்டிக் கொண்டு நீங்கள் திரும்பி வந்தால், உங்களால் சரியான தீர்மானங்களை எடுக்க முடியும், திறம்படச் செயல்பட முடியும். நீங்கள் சாப்பிடுவதற்கு நேரம் எடுத்துக் கொள்வதால் இங்கு எவரும் இறந்து போய்விடப் போவதில்லை,” என்று கூறினார்.

அவசரச் சிகிச்சைப் பிரிவில் பெரும் குழப்பம் நிலவிக் கொண்டிருந்தாலும், மூத்த மருத்துவர்கள் இந்தப் பொன் விதியைத் தீவிரமாகக் கடைபிடித்து வந்தனர்: நான்கு மணி நேரத்திற்கு ஒரு முறை நீங்கள் ஒரு சிறு ஓய்வெடுத்தாக வேண்டும்.

ஒரு மூத்த மருத்துவர் என்ற முறையில் அவருடைய பணி ஒரு இராணுவத் தளபதியின் பணிக்கு ஒப்பானதாக இருந்தது. தன் குழுவில் இருந்த ஒவ்வொரு நபரும் நான்கு மணி நேரத்திற்கு ஒரு முறை ஒரு சிறு ஓய்வெடுத்துக் கொண்டார்களா என்பதை உறுதி செய்வது அவருடைய கடமைகளில் ஒன்றாக இருந்தது. அந்த நேரத்தில் ஓய்வெடுத்துக் கொள்கின்ற நபரின் பணியை மற்றவர்கள் பகிர்ந்து கொள்வதையும், எல்லா வேலைகளும் தங்குதடையின்றிச் சென்று கொண்டிருப்பதையும் அவர் உறுதி செய்து கொள்வார்.

இன்றுவரை நான் அந்த நாளை நினைத்துக் கொள்கிறேன். இன்றும் நான் என் கால அட்டவணையில், சில குறிப்பிட்ட மணி

நேரத்திற்குப் பிறகு ஓய்வெடுத்துக் கொள்வதற்குப் பதினைந்து நிமிடங்களை ஒதுக்கிக் கொள்கிறேன். எப்போதெல்லாம் அதை மீற வேண்டும் என்ற சபலம் என்னுள் எழுகின்றதோ, அப்போதெல்லாம் என் மூத்த மருத்துவரின் அறிவுரையை நான் நினைவுகூர்கிறேன்.

வேலையின்போது எடுக்கப்படுகின்ற சிறிய இடைவேளைகள் சிறப்புச் சலுகைகள் அல்ல. அவை அத்தியாவசியமான தேவைகள்.

டாக்டர் அட்காக்கை ஞாபகத்தில் வைத்துக் கொள்ளுங்கள். நீங்கள் பிற உயிர்களைக் காப்பாற்றுகின்ற தொழிலில் ஈடுபட்டிருந்தால்கூட, அவ்வப்போது எடுக்கப்படுகின்ற சிறிய இடைவேளைகள் சிறப்புச் சலுகைகள் அல்ல. அவை அத்தியாவசியமான தேவைகள்.

பரிசோதனை 6:
ஆற்றலூட்டக்கூடிய கவனச்சிதறல்களை சுவீகரித்துக் கொள்ளுங்கள்

எல்லா சிறிய இடைவேளைகளையும் நீங்கள் உங்களுடைய கால அட்டவணையில் சேர்த்துக் கொள்ள வேண்டும் என்று கட்டாயமில்லை. சில நேரங்களில், திட்டமிடப்படாத ஓய்வு இடைவேளைகள் நல்ல பயனளிப்பவையாக இருக்கும். இவற்றை நான் ஆற்றலூட்டக்கூடிய கவனச்சிதறல்கள் என்று அழைக்கிறேன்.

இதை நான் வியட்நாமிய ஜென் துறவியான திக் நாட் ஹான்னிடமிருந்து கற்றுக் கொண்டேன். நிகழ்கணலயிப்பின் குரு என்று அழைக்கப்படுகின்ற அவர், நான் பயன்படுத்தியுள்ள இந்த வார்த்தையை ஒருபோதும் பயன்படுத்தி இருக்கவில்லை.

ஹானின் யோசனைகளில் எனக்குப் பிடித்தது 'விழிப்புணர்வு மணி' என்ற ஒரு கருத்தாக்கம். பிரான்சில் அவர் கட்டியிருந்த புத்த மடத்தில், தியானம் துவங்குவதை அறிவிப்பதற்கு ஒரு மணி அடிக்கப்படும். அது தவிர அந்த மணி அவ்வப்போது எந்தவிதமான திட்டமிடுதல்களுமின்றி எதேச்சையாகவும் அடிக்கப்படும். அதைக் கேட்பவர்கள், ஒரு கணம் தங்களுடைய வேலையை நிறுத்திவிட்டு, தாங்கள் என்ன செய்து கொண்டிருக்கிறோம் என்பது குறித்துப் பிரக்ஞை கொள்வர். அவர்கள் நிகழ்கணப் பிரக்ஞையுடன்

இருக்க வேண்டும் என்பதுதான் அதன் நோக்கம்.

நான் இதை முதன்முதலாகத் தெரிந்து கொண்டபோது, கவனச்சிதறல்கள் அனைத்தும் ஒரே மாதிரியானவை அல்ல என்பதை நான் புரிந்து கொண்டேன். சில கவனச்சிதறல்கள் நீங்கள் எதைச் சாதிக்க விரும்புகிறீர்களோ அதற்குத் தடையாக இருக்கும் என்பதை மறுப்பதற்கில்லை. டுவிட்டர் தகவல்கள், மின்னஞ்சல்கள் போன்றவை இதற்கான சில எடுத்துக்காட்டுகள். ஆனால், வேறு சில கவனச்சிதறல்கள், நம்மிடம் நேர்மறையான ஆற்றலைத் தோற்றுவிக்கக்கூடும். அவை, நாம் செய்து கொண்டிருக்கின்ற வேலையை அப்படியே போட்டுவிட்டு நம்முடைய வாழ்க்கையை அசைபோட்டுப் பார்க்க வைக்கும். நம்முடைய வேகத்தைக் குறைத்துக் கொள்ள அவை நம்மைத் தூண்டும்.

இதைப் பற்றி நான் யோசித்தபோது, அவை என்னவென்று அறியாமலேயே அவற்றை நான் பயன்படுத்தி வந்திருந்ததை நான் புரிந்து கொண்டேன். நான் கல்லூரியில் படித்துக் கொண்டிருந்தபோது, என் நண்பர்கள் ஒரு நல்லவிதமான கவனச்சிதறலாக இருப்பார்கள் என்றே நான் நினைத்து வந்தேன். அதனால், நான் என் அறைக் கதவை எப்போதும் திறந்தே வைத்திருப்பேன். என் அறையைக் கடந்து செல்லும் நண்பர்கள் தவறாமல் அறைக்குள் நுழைந்து சிறிது நேரமாவது அரட்டையடித்துவிட்டே செல்வர். அதன் காரணமாக என் ஆற்றல் சிறிதளவு வீணாகி, படிப்பில் என் கவனம் சிறிதளவு சிதறியிருக்கலாம். ஆனால், நட்புத் தளத்தில் அது எனக்குப் பெரும் திருப்தியைக் கொடுத்தது. அது குறித்து இன்றளவும் நான் மகிழ்ச்சியாகவே உணர்கிறேன்.

சில கவனச்சிதறல்கள் ஆனந்தத்தைக் கொடுக்கின்றன என்பதில் சந்தேகமில்லை. நிகழ்கணலயிப்பை உங்களுக்கு நினைவுபடுத்துபவையாக அவற்றைக் கருதிக் கொள்ளுங்கள். வாழ்க்கை என்பது எப்போதும் கவனக்குவிப்போடு இருந்து கொண்டிருக்க வேண்டிய ஒன்றல்ல. அது, மகிழ்ச்சிக் கணங்களை அவ்வப்போது அனுபவிப்பதைப் பற்றியதும்கூட.

இரத்தினச்சுருக்கமாக

- வேலைத் தீய்வுக்கான முக்கியக் காரணம் அதீதக் களைப்பல்ல. மகிழ்ச்சியற்ற மனநிலைதான் அதற்கு முக்கியக் காரணம். உங்களை நல்லவிதமாக உணர வைக்க உங்களால் முடிந்தால், உங்களால் அதிகமானவற்றைச் சாதிக்க முடியும் என்பதோடு, நீங்கள் நீண்டகாலம் தாக்குப்பிடிக்கவும் செய்வீர்கள்.
- வேலைத் தீய்வு, மிகுமுயற்சியால் ஏற்படுகின்ற அதீதக் களைப்பால் வருகிறது. அதனால், குறைவாகச் செய்யுங்கள்.
- நடைமுறையில், குறைவாகச் செய்வதற்கு மூன்று வழிகள் இருக்கின்றன. முதல் வழி, உங்களுடைய சக்திக்கு மீறி வேலைகளை இழுத்துப் போட்டுக் கொண்டு செய்வதை நீங்கள் நிறுத்திக் கொள்வது. நீங்கள் செய்து கொண்டிருக்கின்ற பணித்திட்டங்களின் எண்ணிக்கையைக் குறைத்துக் கொள்ளுங்கள். முடியாது என்று சொல்லக் கற்றுக் கொள்ளுங்கள்.
- இரண்டாவது வழி, கவனச்சிதறலை எதிர்த்து நிற்பது. உங்களுடைய சமூக ஊடகச் செயலிகள் அனைத்தையும் நீக்கிவிடுங்கள். அப்போது, நீங்கள் அவற்றை இணையத்தின் மூலமாகத்தான் அணுக வேண்டியிருக்கும். நீங்கள் கவனச்சிதறலுக்கு ஆளாகின்றபோது, அதிலிருந்து மீண்டு, நீங்கள் சென்று கொண்டிருக்கின்ற பாதையை வந்தடைவது எப்படி என்று யோசியுங்கள்.
- மூன்றாவது வழி, உங்களுடைய வேலை நாளின்போது ஒன்றுமே செய்யாமல் இருப்பதற்குச் சிறிது நேரத்தை ஒதுக்கிக் கொள்வது. சிறிய ஓய்வுகளைத் தனிச்சிறப்புமிக்கக் கணங்களாகக் கருத வேண்டியதில்லை. மாறாக, அவற்றை இன்றியமையாதவையாகக் கருதுங்கள். அவற்றை அதிகரித்துக் கொள்ள முயற்சி செய்யுங்கள்.

அத்தியாயம் 8

புதுப்பிப்பு

ஆக்ஸ்போர்டு பல்கலைக்கழகப் பதிப்பகத்தின் சொற்களஞ்சிய ஆசிரியர்களுக்கு 2020-ம் ஆண்டு ஒரு சவாலான ஆண்டாக விளங்கியது.

ஒவ்வோர் ஆண்டும் அவர்கள் ஆக்ஸ்போர்டு ஆங்கில அகராதியைப் புதுப்பிப்பதோடு, அந்த ஆண்டுக்கான ஒரு சொல்லையும் தேர்ந்தெடுப்பர். கடந்த பன்னிரண்டு மாதங்களில் பெரும் தாக்கம் ஏற்படுத்தியிருந்த சொற்களிலிருந்து அவர்கள் ஒன்றைத் தேர்ந்தெடுப்பர். அந்தச் சொல், கடந்த ஆண்டின் சாராம்சத்தை வெளிப்படுத்துவதாக இருக்க வேண்டியது அவசியம். ஒவ்வோர் ஆண்டும் அவர்களுடைய தேர்ந்தெடுப்புகள் உலகளாவிய பண்பாட்டு அடையாளத்தை வெளிப்படுத்துவதாகப் புகழப்பட்டது. எடுத்துக்காட்டாக, 2013-ல், செல்ஃபி என்ற சொல்லும், 2015-ல் ஸ்மைலி என்ற சொல்லும் தேர்ந்தெடுக்கப்பட்டன.

2020-ம் ஆண்டு வழக்கத்தைவிட அவர்களுக்கு அதிகச் சவாலானதாக அமைந்திருந்தது. கோவிட் பெருந்தொற்றின் காரணமாக, 'பொதுமுடக்கம்,' 'சமூக இடைவெளி,' 'அதிதீவிரப் பரப்பி' போன்ற எண்ணற்றச் சொற்கள் போட்டியில் குதித்திருந்தன. அதனால், 2020-ல், எந்தச் சொல்லும் அந்த ஆண்டுக்கான சொல்லாகத் தேர்ந்தெடுக்கப்படவில்லை.

ஆனால், ஆக்ஸ்போர்டு அறிக்கையில் இடம்பெற்றிருந்த 'டூம்ஸ்க்ரோலிங்' என்ற சொல் என் கவனத்தை மிகவும் கவர்ந்தது. கணினி அல்லது அலைபேசியைப் பயன்படுத்தி ஏராளமான மோசமான மற்றும் எதிர்மறையான செய்திகளை வாசித்தல் என்று அந்தச் சொல்லுக்கு அர்த்தம். இது உங்களுடைய மன ஆரோக்கியத்திற்குக் கேடு விளைவிக்கின்ற ஒன்று என்று வல்லுநர்கள் கருதுகின்றனர். 2020-ல் நானும்

உலகிலுள்ள கோடிக்கணக்கான மக்களைப்போல இதில் ஈடுபட்டிருந்தேன். சில சமயங்களில், என்னை நான் ஆசுவாசப்படுத்திக் கொள்ள வேண்டும் என்று என் செயலை நான் நியாயப்படுத்திக் கொண்டேன். வெட்டிச் செய்திகளில் என்னை நான் சீரழித்துக் கொண்டிருந்தேன்.

நம்மில் பெரும்பாலானோர் இதன் மோசமான தாக்கத்தை அனுபவித்திருந்திருப்போம். வேலையிலிருந்து களைத்து வீடு திரும்பிய பிறகு, சோபாவில் அமர்ந்து கொண்டு ஆசுவாசமாக இருக்க நாம் திட்டமிடுவோம். நம் கையிலிருக்கின்ற அலைபேசியைத் திறந்து இணையத்தில் மேயத் தொடங்குவோம். வெகுவிரைவில், மோசமான எதிர்மறைச் செய்திகளின் உலகம் நம்மை வாரிச் சுருட்டிக் கொள்ளும். இதற்கு முதலில் பலியாவது நம்முடைய மனநிலைதான். அது நம்மை ஆசுவாசப்படுத்துகிறது என்று நாம் தவறாக நினைத்துக் கொள்கிறோம்.

கடந்த அத்தியாயத்தில், போதுமான அளவு ஓய்வெடுக்காமல் இருப்பதன் மூலம் நாம் அதீதமாகக் களைப்படைவதைப் பற்றியும், அதற்கான தீர்வாக ஆற்றலைச் சேமித்தலைப் பற்றியும் நாம் பார்த்தோம், இல்லையா? ஆனால், வேலையில் ஈடுபடாமல் இருக்கின்றபோதும் நம்மை நாம் அதீதக் களைப்புக்கு ஆளாக்கிக் கொள்ள முடியும். எதிர்மறையான செய்திகளைத் தொடர்ந்து பார்ப்பது, தொலைக்காட்சித் தொடர்களைப் பார்ப்பது, தேவையின்றி அடிக்கடி மின்னஞ்சல்களை அல்லது வாட்ஸ்அப் செய்திகளைப் பார்ப்பது போன்றவற்றின் மூலம் நாம் நம்முடைய நல்ல மனநிலையைக் கெடுத்துக் கொள்கிறோம்.

அதன் விளைவாக நமக்கு ஏற்படுகின்ற மன அழுத்தம், ஆற்றலுறிஞ்சி வேலைத் தீய்வுக்கு வழிவகுக்கிறது. உண்மையிலேயே உங்களை ஆசுவாசப்படுத்தி, உங்களுக்குப் புத்துணர்வளித்துக் கொள்ளாமல் இருப்பதன் மூலம் அது உண்டாகிறது.

இந்த எளிய பரிசோதனையை மேற்கொள்ளுங்கள். ஓர் ஐந்து நிமிடங்களுக்கு ஓர் அலாரம் வைத்துக் கொள்ளுங்கள். பின் இரண்டு பட்டியல்களைத் தயார் செய்யுங்கள். முதலாவது, உங்களுடைய ஆற்றல் உறிஞ்சப்பட்டிருப்பதாக நீங்கள் உணர்கின்றபோது செய்கின்ற வேலைகளின் பட்டியல். இரண்டாவது, உங்களுக்குப் புத்துணர்ச்சி ஊட்டுகின்ற வேலைகளின் பட்டியல். என்னுடைய இரண்டு பட்டியல்களையும் நான் கீழே கொடுத்துள்ளேன்.

ஆற்றல் உறிஞ்சப்பட்டிருப்பதாக உணர்கின்றபோது நான் செய்கின்ற வேலைகள்	**எனக்குப் புத்துணர்ச்சி ஊட்டுகின்ற வேலைகள்**
இன்ஸ்டாகிராம் பார்த்தல்	காலாற நடந்துவிட்டு வருதல்
டிக்டாக் பார்த்தல்	கிதார் வாசித்தல்
ஓடிடி தளத்தில் பார்ப்பதற்குத் திரைப்படத்தைத் தேடிக் கொண்டேயிருத்தல்	ஒரு நண்பரை அழைத்து அவருடன் உணவருந்த வெளியே செல்லுதல்
நேரம் போவது தெரியாமல் டுவிட்டரில் பார்த்துக் கொண்டிருத்தல்	யோகாசனம் செய்தல்
ஆரோக்கியமற்ற உணவை இணையத்தில் ஆர்டர் செய்தல்	உடற்பயிற்சிக்கூடத்திற்குச் சென்று உடற்பயிற்சியில் ஈடுபடுதல்

நாம் ஆற்றல் உறிஞ்சப்பட்டிருப்பதாக நினைக்கின்றபோது தன்னிச்சையாக நாம் ஈடுபடுகின்ற காரியங்களுக்கும், நமக்கு நிஜமாகவே புத்துணர்ச்சி ஊட்டுகின்ற காரியங்களுக்கும் இடையேயுள்ள வேறுபாடுகள், நமக்கு ஆசுவாசம் அளிப்பதாக நாம் நினைத்துக் கொண்டிருக்கின்ற விஷயங்கள் உண்மையில் நமக்கு ஆசுவாசம் அளிப்பதில்லை என்பதையே வெளிப்படுத்துகின்றன. இது ஒரு கேள்வியையும் எழுப்புகிறது. நம்முடைய எதிர்மறை உணர்வுகளை அதிகரிக்கின்ற நடவடிக்கைகளிலிருந்து விலகி, எப்படி நல்ல உணர்வுகளை ஊட்டுகின்ற நடவடிக்கைகளில் ஈடுபடுவது? இது வெளிப்படையாகத் தெரிந்தாலும், நமக்குக் கிடைக்கின்ற இடைவேளை நேரத்தை அல்லது ஓய்வு நேரத்தை, நமக்கு நல்ல உணர்வுகளை அளிக்கின்ற நடவடிக்கைகளில் நாம் செலவிடுவதில்லை.

படைப்பாற்றல்ரீதியாக உங்களுக்குப் புத்துணர்ச்சி ஊட்டிக் கொள்ளுங்கள்

கவிதை எழுதுதல், பாடுதல், ஓவியம் வரைதல் போன்ற படைப்பாற்றல்மிக்க நடவடிக்கைகளில் எதிலாவது நீங்கள் எப்போதாவது உங்களைத் தொலைத்திருக்கிறீர்களா?

அப்போது கவலை உங்களை அண்டாமல் இருந்ததைக் கவனித்திருக்கிறீர்களா?

சான்பிரான்சிஸ்கோ மற்றும் இல்லினாய் அரசுப் பல்கலைக்கழகங்களைச் சேர்ந்த உளவியலாளர்களின் கருத்துப்படி, இது அறிவியல்பூர்வமாக நிரூபிக்கத்தக்க ஒன்றாகும். படைப்பாற்றல்மிக்க நடவடிக்கைகள் நம்மை ஆசுவாசப்படுத்தவல்லவை. நம்மை நல்லவிதமாக உணர வைப்பதற்குத் தேவையான நான்கு அம்சங்களை அவை கொண்டிருக்கின்றன.

முதலாவது, படைப்பாற்றல்மிக்க நடவடிக்கைகள், நாம் இதற்குத் தகுதியானவர்கள்தாம் என்ற உணர்வை நமக்கு ஊட்டுகின்றன. நாம் புதிய திறனை பெற்றுக் கொண்டிருக்கிறோம் என்ற உணர்வு நமக்குள் புதிய ஆற்றலைப் பாய்ச்சுகிறது என்பதை நாம் இரண்டாம் அத்தியாயத்தில் ஏற்கனவே பார்த்தோம். நீங்கள் படைப்பாற்றல்ரீதியான காரியங்களில் ஈடுபட்டிருக்கின்றபோது அதற்கான சாத்தியம் அதிகரிக்கிறது. எடுத்துக்காட்டாக, நீங்கள் கவிதைகளை எழுத எழுத, பாட்டுகளைப் பாடப் பாட, ஓவியங்களை வரைய வரைய, அதில் நீங்கள் மேம்பட்டுக் கொண்டிருப்பதாக நீங்கள் உணர்வீர்கள்.

இரண்டாவது, படைப்பாற்றல்மிக்க நடவடிக்கைகளை நாம் மேற்கொள்கின்றபோது, அனைத்து அதிகாரங்களும் நம்மிடம் இருப்பதாக நாம் உணர்கிறோம். நம்முடைய வேலைமீதான பொறுப்புடைமை அதிகரிக்கின்றபோது அது நமக்கு சக்தியூட்டுகிறது என்பதை நாம் இரண்டாவது அத்தியாயத்தில் பார்த்தோம், இல்லையா? அதேபோல, படைப்பாற்றல்மிக்க நடவடிக்கைகளில் நீங்கள் ஈடுபடுகின்றபோது, அது நம்மிடம் சுய அதிகார உணர்வைத் தோற்றுவித்து நமக்குப் புத்துணர்ச்சி அளிக்கிறது. எடுத்துக்காட்டாக, நீங்கள் ஓவியம் வரையத் துவங்குகின்றபோது, நீங்கள் எதை வரையப் போகிறீர்கள்,

நான்கு அம்ச நடவடிக்கைகள்

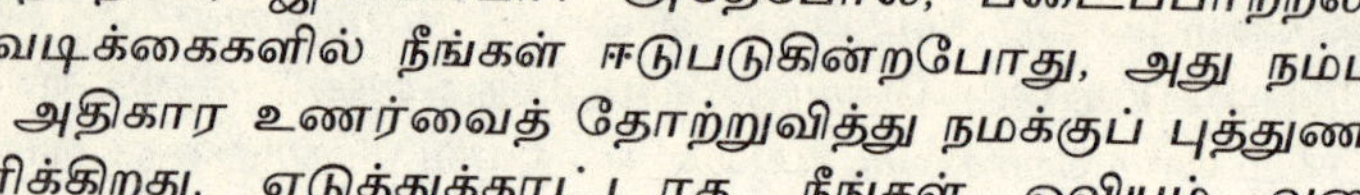

தகுதி **சுய அதிகாரம்** **சுதந்திரம்** **மென்மை**

அதை எப்படி வரையப் போகிறீர்கள் என்பது முழுமையாக உங்களுடைய கட்டுப்பாட்டிற்குள் இருக்கும்.

மூன்றாவது, படைப்பாற்றல்மிக்க நடவடிக்கைகள் நமக்குச் சுதந்திர உணர்வை அளிக்கின்றன. நாம் வேலை பார்த்துக் கொண்டிருக்கிறோம் என்ற உணர்விலிருந்து நாம் விடுபட்டுவிடுகிறோம். எடுத்துக்காட்டாக, நீங்கள் கிதார் வாசித்துக் கொண்டிருக்கின்றபோது, நீங்கள் ஒரு வேலை பார்த்துக் கொண்டிருக்கிறீர்கள் என்ற உணர்வு உங்களிடம் தோன்றாது. இது நமக்குச் சுதந்திர உணர்வை அளிக்கிறது.

இறுதியாக, படைப்பாற்றல்மிக்க நடவடிக்கைகள் நம்மை மென்மைப்படுத்துகின்றன. சரியான முறையில் செய்யப்படுகின்றபோது, படைப்பாற்றல்மிக்க நடவடிக்கைகள் நம்மை ஆசுவாசப்படுத்துகின்றன. எடுத்துக்காட்டாக, உங்களுடைய நண்பர் ஒருவருக்காக நீங்களே ஒரு ஸ்வெட்டரைப் பின்னிக் கொண்டிருக்கின்றபோது, அது உங்களிடம் நல்லவிதமான உணர்வுகளைத் தோற்றுவிக்கிறது.

ஆகவே, படைப்பாற்றல்மிக்கக் காரியங்கள் சரியான முறையில் செய்யப்படுகின்றபோது, நான்கு விதமான வழிகளில் அவை நமக்கு ஆற்றலளிக்கின்றன. ஆனால், இது சில கேள்விகளை எழுப்புகிறது. நடைமுறையில் எந்தப் படைப்பாற்றல் நடவடிக்கைகள் நிஜமாகவே நம்மை அமைதிப்படுத்தப் போகின்றன என்பதைக் கண்டுபிடிப்பது எப்படி? அவற்றை நம்முடைய வாழ்க்கையின் ஓர் அம்சமாக ஆக்கிக் கொள்வது எப்படி?

பரிசோதனை 1:

நான்கு அம்சப் பொழுதுபோக்குகள்

முன்னாள் அமெரிக்க அதிபர் ஜார்ஜ் டபிள்யூ. புஷ், மன்னர் மூன்றாம் சார்லஸ், டெய்லர் ஸ்விஃப்ட் ஆகிய மூவருக்கும் இடையே பல ஒற்றுமைகள் இருக்கின்றன. அவை என்ன தெரியுமா?

அவர்கள் மூவரும் பெரும் பணக்காரர்கள். அவர்களைச் சுற்றிச் சதியாலோசனைக் கதைகள் பல பின்னப்பட்டுள்ளன. அவர்கள் உலகெங்கும் ஆடம்பரச் சுற்றுப்பயணங்களை மேற்கொண்டுள்ளனர். இவை வெளிப்படையானவை. அதோடு, அவர்களுக்கு இடையே எதிர்பாராத ஒற்றுமை ஒன்றும் இருக்கிறது. ஓவியம் தீட்டுகின்ற ஆர்வம்தான் அது. புஷ் இராணுவத் தளபதிகளை வரைந்தார். சார்லஸ் மன்னர்

ஸ்காட்லாந்து நிலப் பகுதிகளை வரைந்தார். டெய்லர் ஸ்விஃப்ட் மலர்கள், தாவரங்கள், கடற்காட்சிகள் போன்ற சகலத்தையும் வரைந்தார்.

ஓவியம் தீட்டுதல் நிஜமாகவே ஒருவரை அமைதிப்படுத்துகின்ற நடவடிக்கைகளில் ஒன்று. ஒருவர் அதில் எவ்வளவு அனுபவமற்றவராக இருந்தாலும் சரி, தொடர்ந்து அதில் ஈடுபட்டு வருகின்றபோது, காலப்போக்கில் அதில் அவர்கள் திறமை பெற்றுவிடுவர். வரைதல் அவர்களுக்கு ஒருவிதமான சுய அதிகாரத்தையும் சுதந்திர உணர்வையும் அளிக்கிறது. மொத்தத்தில், இது மென்மைப்படுத்துகின்ற, ஆசுவாசமளிக்கின்ற ஒரு நடவடிக்கையாகும்.

ஓவியம் வரைகின்ற நடவடிக்கையில் ஒரு சுவாரசியமான அம்சம் அடங்கியிருக்கிறது. பெரும்பாலான நபர்கள், இதை ஒரு பொழுதுபோக்காகவே கருதுகின்றனர். இதில் ஈடுபடுபவர்கள், ஓர் இலக்குடன் இதில் ஈடுபடுவதில்லை. மாறாக, அதில் ஈடுபட்டுக் கொண்டிருக்கும்போது அது கொடுக்கின்ற நல்ல உணர்வுக்காகவே அவர்கள் அதில் ஈடுபடுகின்றனர். பொழுதுபோக்குக்காக வரைபவர்கள் ஒரு இலாப நோக்கோடு அதை அணுகுவதில்லை.

நான்கு அம்ச நடவடிக்கைகளை நம் வாழ்க்கையில் இணைத்துக் கொள்வதற்குப் பொழுதுபோக்குகள்தாம் முதல் வழியாகும். பொழுதுபோக்குகள் என்றால் பொதுவாக வெற்றி/தோல்வி போன்றவை அவற்றில் இருக்காது. அவை ஒரு தொழிலாக மாற்றப்படுவதும் இல்லை. ஓவியத்தில் ஒருவர் நீண்டகாலம் ஈடுபட்டு வந்தாலும், அவர் ஒரு தொழில்முறை ஓவியரின் திறமையைப் பொதுவாகப் பெறுவதில்லை.

படைப்பாற்றல்மிக்கப் பொழுதுபோக்குகளின் சாத்தியக்கூறுகளை எப்படி அதிகப்படுத்திக் கொள்வது? அவற்றை ஒரு பொழுதுபோக்காகவே வைத்துக் கொண்டிருக்க வேண்டும், அவ்வளவுதான். அது உங்களுடைய வேலையிலிருந்து வேறுபட்டிருக்க வேண்டும். அதற்கு ஓர் இலக்கு இருக்கக்கூடாது. அது உங்களுக்கு மன அழுத்தத்தை ஏற்படுத்தக்கூடாது. உங்களுடைய பொழுதுபோக்கிற்கு ஒரு திட்டவட்டமான வரையறையை வைத்துக் கொள்ளுங்கள். அதற்கென்று தனியாக நேரத்தை ஒதுக்கிக் கொள்ளுங்கள். அந்த நேரத்தில் வேறு எந்தவிதமான கவனச்சிதறலும் ஏற்படாமல் பார்த்துக் கொள்ளுங்கள்.

அடுத்து, உங்களுடைய பொழுதுபோக்கை இரசித்து அனுபவியுங்கள். இங்கு இலக்கு முக்கியமல்ல. நீங்கள்

ஓவியம் வரைபவராக இருந்தால், நீங்கள் அதன் தரத்திற்கு முக்கியத்துவம் கொடுக்க வேண்டியதில்லை என்பதை உங்களுக்கு நினைவுபடுத்திக் கொள்ளுங்கள். அதனால், தவறுகள் செய்வதற்கும், பரிசோதனைகளை மேற்கொள்வதற்கும் உங்களை அனுமதித்துக் கொள்ளுங்கள். நீங்கள் சௌகரியமாக உணர்கின்ற வேகத்தில் வளருங்கள். இங்கு உங்களுடைய இலக்கு அதில் நிபுணத்துவம் பெற்ற ஒருவராக மாறுவதல்ல. அதை இரசித்துச் செய்வதும், உங்களுக்கு சக்தியூட்டிக் கொள்வதும் ஆகும்.

எல்லாவற்றுக்கும் மேலாக, பொழுதுபோக்கை ஒரு வேலையாக மாற்றுவதற்கு உங்களுக்குள் தோன்றுகின்ற சபலத்திற்குப் பலியாகிவிடாதீர்கள். 2017-ல், புஷ் ஒரு புத்தகத்தை வெளியிட்டார். அதில் அவருடைய எண்ணற்ற ஓவியங்கள் அடங்கியிருந்தன. அதைக் கண்டு பொதுவாக விமர்சகர்கள் பெரிதும் வியந்து போனார்கள். உங்களுடைய பொழுதுபோக்கைப் பணமாக்க முயல்வதோ அல்லது பொதுவெளியில் வெளியிடுவதோ சற்று ஆபத்தானது. அதற்குப் பிறகு உங்களால் அதை உங்களுக்குப் புத்துணர்ச்சி ஊட்டுகின்ற ஒன்றாகக் கருத முடியாது, ஓர் உப தொழிலாகத்தான் பார்க்க முடியும்.

நீங்கள் உண்மையிலேயே உங்களுக்குப் புத்துணர்ச்சி ஊட்டிக் கொள்ள விரும்பினால், உங்களுடைய பொழுதுபோக்கு, உங்களுடைய தனிநபர் முன்னேற்றத்தோடு பிணைந்திருக்கக்கூடாது.

பரிசோதனை 2:
நான்கு அம்சப் பணித்திட்டங்கள்

உங்களுக்குப் புத்துணர்ச்சி ஊட்டிக் கொள்வதற்கான மற்றொரு வழி, ஒரு குறிப்பிட்டப் பணித்திட்டத்தைக் கையில் எடுத்துக் கொள்வதாகும். பொழுதுபோக்கைப்போல அல்லாது, பணித்திட்டங்களுக்கு ஒரு தொடக்கமும் முடிவும் இருக்கும். பொதுவாகப் பணித்திட்டங்களில் ஈடுபடுகின்றபோது, நம்முடைய திறன்கள் வளரும். நாம் அவற்றை முடிக்கின்றபோது, எதையோ சாதித்துள்ள ஓர் உணர்வு ஏற்படும்.

நான் இந்தப் புத்தகத்தை எழுதத் துவங்குவதற்கு முன்பு, உற்பத்தித்திறனைப் பற்றிக் கற்றுக் கொள்வதுதான் என்னுடைய படைப்பாற்றல்மிக்கப் பணித்திட்டமாக

இருந்தது. பல மாதங்களுக்கு, நான் வேலையிலிருந்து வீடு திரும்பியதும், பின்னணியில் இசை ஒலித்துக் கொண்டிருக்க, நான் உற்பத்தித்திறன் குறித்த ஆய்வுகளில் மூழ்கியிருந்தேன். சமீபத்திய உளவியல் ஆய்வுகளைப் பற்றி இடைவிடாது படித்துக் கொண்டிருந்ததன் மூலம் நான் என்னுடைய தகுதியை வளர்த்துக் கொண்டேன். எனக்குப் பிடித்ததை நான் செய்து கொண்டிருந்ததால், நான் சுதந்திரமாக இருந்ததாக நான் உணர்ந்தேன். எனக்கு மருத்துவத் தொழில் மூலம் வருமானம் வந்து கொண்டிருந்ததால், இதில் எனக்கு எந்தவிதமான நிர்ப்பந்தங்களும் இருக்கவில்லை.

தெளிவான முடிவைக் கொண்டுள்ள படைப்பாற்றல்ரீதியான எந்தவொரு பணித்திட்டமும் ஒரு நான்கு அம்சத் திட்டம்தான். எடுத்துக்காட்டாக, ஓராண்டுக்குத் தினமும் ஒரு புகைப்படம் எடுப்பது என்ற ஒரு திட்டத்தை நீங்கள் மேற்கொள்ளலாம். ஒரு சிறிய வீடியோ விளையாட்டை உருவாக்கிக் கொள்கின்ற நோக்கத்துடன் நீங்கள் நிரல்களை எழுதக் கற்றுக் கொள்கின்ற ஒரு திட்டத்தில் குதிக்கலாம். இப்படிச் சொல்லிக் கொண்டே போகலாம்.

நீங்கள் உங்களுடைய நான்கு அம்சத் திட்டத்தின் பலனை இன்னும் பெருக்கிக் கொள்ள விரும்பினால், அதில் மக்களை இணைத்துக் கொள்ளுங்கள். நாம் ஏற்கனவே மூன்றாம் அத்தியாயத்தில் பார்த்ததுபோல, நாம் நம் நண்பர்களுடன் ஒரு சமூகத் திட்டத்தில் ஈடுபடுகின்றபோது நம்முடைய ஆற்றல் அதிகரிக்கிறது. ஒருவரிடமிருந்து ஒருவர் கற்றுக் கொள்ளக்கூடிய, யோசனைகளைப் பகிர்ந்து கொள்ளக்கூடிய, நம்முடைய பரஸ்பர வெற்றிகளைக் கொண்டாடக்கூடிய ஒரு சூழலில் நாம் தழைக்கிறோம்.

நீங்கள் ஓவியம் தீட்டுவதை ஒரு திட்டமாக எடுத்துக் கொள்ளத் தீர்மானித்தால், உள்ளூர் ஓவியப் பயிற்சி வகுப்புகளுக்குச் செல்லலாம், உள்ளூர் ஓவியர்கள் கூடுகின்ற நிகழ்ச்சிகளில் கலந்து கொள்ளலாம். நீங்கள் எழுதுவதில் ஆர்வம் கொண்டிருந்தால், உள்ளூர் எழுத்தாளர்கள் குழுவில் சேர்ந்து கொள்ளலாம், எழுத்துப் பட்டறைகளில் கலந்து கொள்ளலாம். நீங்கள் உங்களுடைய திட்டத்திற்கு ஒரு சமூகப் போர்வையைப் போர்த்திக் கொண்டால், மக்களின் கூட்டாற்றல் பலத்தை நீங்கள் அனுபவிப்பீர்கள்.

இயல்பாகப் புத்துணர்ச்சி பெறுங்கள்

அது பென்சில்வேனியா நகரிலுள்ள ஒரு மருத்துவமனை. அங்கு பித்தப்பை அறுவை சிகிச்சை செய்யப்பட்டிருந்த நோயாளிகள் இரண்டு விதமாகப் பிரிக்கப்பட்டிருந்தனர். அறுவை சிகிச்சைக்குப் பிறகு, அந்த இரண்டு குழுவினரின் குணமடைதலும் ஒரே மாதிரியாக இருக்கவில்லை.

ஒரு குழுவினர் இருந்த அறையின் சன்னல்களுக்கு வெளியே மரங்கள் இருந்தன. மற்றொரு குழுவினரின் அறையின் சன்னல்களுக்கு வெளியே பக்கத்துக் கட்டடத்தின் சுவர்கள் இருந்தன. சுற்றுச்சூழல் அழகியல் குறித்த ஆய்வில் ஈடுபட்டிருந்த உதவிப் பேராசிரியர் ரோஜர் உல்ரிச், இந்த வேறுபாடு, அவர்கள் குணமாகின்ற விதத்தில் ஏதாவது வித்தியாசத்தை ஏற்படுத்தியதா என்பதைத் தெரிந்து கொள்ள விரும்பினார். மரங்கள் தெரிந்து கொண்டிருந்த சன்னல்கள் இருந்த அறையிலிருந்த நோயாளிகள் வேகமாகக் குணமடைந்தனர், அவர்களுக்குக் குறைவான வலி நிவாரணி தேவைப்பட்டது, அறுவை சிகிச்சைக்குப் பின்பு ஏற்படுகின்ற சிக்கல்கள் அவர்களிடம் குறைவாக இருந்தன என்பதைப் பேராசிரியர் ரோஜர் கண்டறிந்தார்.

அதைத் தொடர்ந்து, குணமாதலில் இயற்கையின் தாக்கம் குறித்து அவர் பேரார்வம் கொள்ளத் தொடங்கினார். பத்தாண்டுகளுக்குப் பிறகு, சுவீடனிலுள்ள உப்சலாப் பல்கலைக்கழக மருத்துவமனையில் அவர் இது தொடர்பாக ஓர் ஆய்வை மேற்கொண்டார். அந்த மருத்துவமனையில் இதய அறுவை சிகிச்சை மேற்கொண்டிருந்த 160 நோயாளிகளிடம் அவர் இது தொடர்பான ஆய்வை மேற்கொண்டார். நோயாளிகள் இருந்த அறைகள் ஒரே மாதிரியாக இருந்தாலும் அவை வெவ்வேறு விதமாக அலங்கரிக்கப்பட்டிருந்தன. சில அறைகளில், இயற்கைச் சூழலை வெளிப்படுத்துகின்ற புகைப்படம் ஒன்று மாட்டப்பட்டிருந்தது. வேறு சில அறைகளில், கரைகளில் மரங்கள் இடம்பெற்றிருந்த ஒரு நீரோடையின் படம் இடம்பெற்றிருந்தது. வேறு சிலவற்றில், சற்று இருள் படர்ந்திருந்த ஒரு காட்டின் படம் இருந்தது. இன்னும் சிலவற்றில், அருவ ஓவியங்கள் இடம்பெற்றிருந்தன. சில அறைகளில் வெறும் வெள்ளைச் சட்டம் ஒன்று மாட்டப்பட்டிருந்தது. சில அறைகளில் எதுவுமே இடம்பெற்றிருக்கவில்லை. இவற்றுக்கு இடையே பெரிய

வேறுபாடுகள் இல்லாததுபோல உங்களுக்குத் தோன்றலாம். ஆனால், இயற்கைச் சூழலையும் நீரோடையையும் சித்தரித்தப் படங்கள் மாட்டப்பட்டிருந்த அறைகளில் இருந்த நோயாளிகள், மற்றப் படங்கள் மாட்டப்பட்டிருந்த அல்லது படங்கள் எதுவும் மாட்டப்படாதிருந்த அறைகளில் இருந்த நோயாளிகளைவிடக் குறைவான பதற்றம் கொண்டிருந்தனர், அவர்களுக்குக் குறைவான வலி நிவாரணிகளே தேவைப்பட்டன.

ரோஜர், அதற்கு அடுத்த நாற்பது ஆண்டுகளை இதையொத்த ஆய்வுகளில் செலவழித்தார். நோயாளிகளின் குணமாதலில் இயற்கை ஆற்றுகின்ற பங்கை அடிக்கோடிட்டுக் காட்டிய அவருடைய ஆய்வுகளின் முடிவுகள், மருத்துவமனைக் கட்டடக்கலையின்மீது பெரும் தாக்கம் ஏற்படுத்தின. உலகெங்கிலுமுள்ள நவீன மருத்துவமனைகளில் பூங்காக்களும் பசுமைச் சூழல்களும் இடம்பெற்றிருப்பதற்கு இதுதான் காரணம். இயற்கை நம் மன அழுத்தத்தைக் குறைத்து நமக்குப் புத்துணர்ச்சி ஊட்டுகிறது.

இயற்கை, காலியாகிக் கொண்டிருக்கின்ற நம்முடைய அறிவாற்றல் திறனை இட்டு நிரப்பி, நம்முடைய ஆற்றலை அதிகரிக்கிறது.

இயற்கை அன்னையின் மடியில் சுகம் காண்பது நமக்குப் புத்துணர்ச்சி அளித்துக் கொள்வதற்கான இரண்டாவது வழியாகும். இயற்கை, காலியாகிக் கொண்டிருக்கின்ற நம்முடைய அறிவாற்றல் திறனை இட்டு நிரப்பி, நம்முடைய ஆற்றலை அதிகரிக்கிறது. இயற்கை நமக்கு நல்ல உணர்வுகளை ஊட்டுகிறது. அதை நாம் நம்முடைய ஓய்வின் ஓர் அங்கமாக ஆக்கிக் கொள்ள வேண்டும்.

பரிசோதனை 3:
இயற்கையை உங்களிடம் அழைத்து வாருங்கள்

"அலி, நாங்கள் அனைவருமே இயற்கைச் சூழலில் அதிக நேரத்தைச் செலவழிக்க விரும்புகிறோம். ஆனால், நாங்கள் கான்கிரீட் காடுகளில் அல்லவா வாழ்ந்து கொண்டிருக்கிறோம்?" என்று நீங்கள் வினவக்கூடும். இயற்கையைக் கண்டுபிடித்தல் என்பது நடைமுறையில் கடினமானதுதான் என்பதை நான் ஒப்புக் கொள்கிறேன்.

இங்கேதான் ரோஜர் நம் உதவிக்கு வருகிறார். அவருடைய ஆய்வுகளில் இடம்பெற்றிருந்த நோயாளிகளின் அறைகளில் இயற்கைக் காட்சிகளின் படங்கள்தாம் மாட்டப்பட்டிருந்தன; உண்மையான மரம், செடிகொடிகள் இடம்பெற்றிருக்கவில்லை என்பதை நாம் இங்கு நினைவுகூர வேண்டும். ஆனாலும், அவற்றின் தாக்கம் ஆச்சரியகரமானதாக இருந்தது. இயற்கையோடு நம்மைத் தொடர்புபடுத்திக் கொள்வதற்கு நாம் நினைத்துக் கொண்டிருப்பதைக் காட்டிலும் குறைவான முயற்சியும் குறைவான நேரமுமே தேவைப்படுகின்றன.

இன்னும் சொல்லப் போனால், அதற்கு ஒரு நிமிடத்தைவிடக் குறைவான நேரமே தேவை. 150 பல்கலைக்கழக மாணவர்களை வைத்து ஓர் ஆய்வு மேற்கொள்ளப்பட்டது. அவர்களுடைய கவனக்குவிப்பைச் சோதிக்கின்ற ஒரு பரிசோதனைக்கு அவர்கள் உட்படுத்தப்பட்டார்கள். அந்த ஆய்வுக்கு முன்பாக அவர்களுக்கு 40 நொடிகளுக்கு ஒரு படம் காட்டப்பட்டது. சிலருக்கு, ஒரு கட்டடத்தின் கான்கிரீட் கூரையும், மற்றவர்களுக்கு, பசுமை படர்ந்திருந்த ஒரு கூரையும் காட்டப்பட்டன. இந்த நுண்ணிய வேறுபாடு, அவர்களுடைய கவனக்குவிப்புத் திறன்மீது ஒரு பெரும் தாக்கம் ஏற்படுத்தியதை அந்த ஆய்வின் முடிவுகள் வெளிப்படுத்தின.

இதைவிட வியப்பான ஒரு தகவல் இருக்கிறது. இயற்கையை நீங்கள் காட்சிபூர்வமாகக்கூடக் காண வேண்டியதில்லை. இது தொடர்பாக 2018-ல் ஓர் ஆய்வு மேற்கொள்ளப்பட்டது. அதில் கலந்து கொண்டிருந்தவர்கள், தங்களுடைய கண்களை மூடிக் கொண்டு, பறவைகளின் ஒலி, காட்டு ஓசைகள், மழையின் தாளம் போன்ற இயற்கை ஒலிகளைக் கேட்டனர். அவர்கள் அந்த ஓசைகளை வெறும் ஏழு நிமிடங்களுக்கு மட்டுமே கேட்டனர். ஆனால், அதற்குப் பிறகு பல மணி நேரத்திற்குத் தாங்கள் புத்துணர்ச்சியுடன் இருந்ததாக அவர்கள் தெரிவித்தனர்.

ஆகவே, இயற்கையின் ஆற்றலை அனுபவிப்பதற்கு நீங்கள் ஏழு மணி நேரம் நடந்து இயற்கை கோலோச்சுகின்ற ஓரிடத்திற்குச் செல்ல வேண்டிய அவசியமில்லை. உங்களுடைய வீட்டில் நீங்கள் பசுமையான இடங்களை உருவாக்கிக் கொள்ளலாம். இடம் இருந்தால், நீங்கள் ஒரு வீட்டுத் தோட்டத்தை உருவாக்கிக் கொள்ளலாம். அல்லது வீட்டுக்குள் வளர்க்கப்படுகின்ற தாவரங்களை வைத்துக் கொள்ளலாம். அதற்கான இட வசதியோ அல்லது பொருளாதார வசதியோ உங்களிடம் இல்லையென்றால், அது

குறித்து நீங்கள் கவலைப்பட வேண்டியதில்லை. உங்களுடைய படுக்கையறையில் இயற்கைக் காட்சியைச் சித்தரிக்கின்ற ஒரு புகைப்படத்தை மாட்டி வைத்தாலே போதும். அதுவே உங்களுக்குப் புத்துணர்ச்சி அளித்துக் கொண்டிருக்கும்.

இல்லையெனில், இயற்கை ஒலிகளைக் கேட்க ஏற்பாடு செய்து கொள்ளுங்கள். உங்களுடைய ஆழ்மனத்தை நம்ப வைக்க நீங்கள் ஒரு வெப்ப மண்டலக் காட்டின் உட்பகுதிக்குச் செல்ல வேண்டியதில்லை. படுப்பதற்கு முன்பு நீங்கள் ஏன் உங்களுடைய அலைபேசியில் இயற்கை ஒலிகளைக் கேட்டு இரசிக்கக்கூடாது? அது உங்களை ஆசுவாசமான தூக்கத்திற்கு அழைத்துச் செல்லும்.

பரிசோதனை 4:
காலாற நடந்து வாருங்கள்

உங்களுக்குப் புத்துணர்ச்சி ஊட்டிக் கொள்வதற்கு, உங்களுடைய அலைபேசியில் இயற்கை ஓசைகளைத் தரவிறக்கம் செய்து கொள்வதைவிட எளிய வழி ஒன்று இருக்கிறது. காலாற நடத்தல்தான் அது.

காலாற நடப்பது தங்களுக்குப் புத்துணர்ச்சி அளித்ததாக ஸ்டீவ் ஜாப்ஸிலிருந்து விர்ஜீனியா உல்ஃப்வரை எண்ணற்றோர் உறுதிபடக் கூறியிருக்கின்றனர். ஹென்றி டேவிட் தோரோ ஒரு முறை, "என்னுடைய உடல் ஆரோக்கியத்தையும் என்னுடைய மன ஆரோக்கியத்தையும் துடிப்புடன் வைத்திருப்பதற்கு நான் தினமும் குறைந்தபட்சம் சில மணி நேரமாவது இயற்கைச் சூழலில் நடந்தாக வேண்டும்," என்று தெரிவித்திருந்தார்.

தோரோ வாழ்ந்து கொண்டிருந்த இடம் இயற்கையால் சூழப்பட்டிருந்தது. அவர் பெரிய அபிலாஷைகள் எதுவுமின்றி, ஒரு கவலையற்ற ஆத்மாவாக அலைந்து திரிந்து கொண்டிருந்தார். "அது தோரோவுக்கு வேண்டுமானால் சாத்தியப்பட்டிருக்கலாம், என்னைப் போன்றவர்களுக்கு அது கட்டுப்படியாகாது," என்று நீங்கள் ஒரு சாக்குப்போக்கைக் கூறலாம்.

நாம் தினமும் குறைந்தபட்சம் 10,000 அடிகளாவது எடுத்து வைக்க வேண்டும் என்ற அறிவுரையை நான் சந்தேகக் கண்ணோடுதான் பார்க்கிறேன். இதை இப்போது உலக சுகாதார நிறுவனமும், அமெரிக்க இதய அறக்கட்டளையும் சுவீகரித்துக் கொண்டுவிட்டன. இதை அளவிடுவதற்கென்றே நவீன உபகரணங்கள் வந்துவிட்டன. தினமும் ஐந்து முறை

காய்கறி மற்றும் பழங்களைச் சாப்பிட வேண்டும் என்ற பரிந்துரையைப் போன்றதுதான் இது என்று நான் நம்புகிறேன். நடைமுறைச் சாத்தியமற்றது இது. சிலரால் இந்த 10,000 அடி நடையை எட்ட முடியும். சிலருக்கு அது அறவே சாத்தியப்படாது. ஆனால், இது ஏன் ஓர் இலக்காக இருக்க வேண்டும் என்பது எனக்குப் புரியவில்லை.

காலாற நடப்பதன் பயனை அறுவடை செய்வதைப் பொறுத்தவரை, நீங்கள் எடுத்து வைக்கின்ற அடிகள் முக்கியமல்ல என்பதை 2011-ல் மேற்கொள்ளப்பட்ட ஓர் ஆய்வு நிரூபித்துள்ளது. நடத்தல் மனநலத்தின்மீது எத்தகைய தாக்கத்தை ஏற்படுத்துகிறது என்பதைத் தெரிந்து கொள்வதற்காக, சுவீடன் மற்றும் நெதர்லாந்தைச் சேர்ந்த ஆய்வாளர்கள், இருபது பல்கலைக்கழக மாணவர்களை வைத்து ஓர் ஆய்வை மேற்கொண்டனர். அதற்காக, அவர்கள் அந்த மாணவர்களைப் பல்வேறு சூழல்களிலும் பல்வேறு விதங்களிலும் 40 நிமிடங்கள் நடக்க வைத்தனர். பூங்காக்களில் நடத்தல், சாலைகளில் நடத்தல், தனியாக நடத்தல், நண்பரோடு நடத்தல் போன்றவை அவற்றில் அடங்கும். அந்த ஆய்வின் முடிவுகள் இவ்வாறு அமைந்திருந்தன: சாலையில் நடப்பதைக் காட்டிலும் பூங்காக்களில் நடப்பது அவர்களுக்கு அதிகப் புத்துணர்ச்சியளித்தது. பூங்காக்களில் நடந்தபோது, நண்பரோடு சேர்ந்து நடப்பதைக் காட்டிலும் தனியாக நடப்பது அவர்களுக்குப் புத்துணர்ச்சியளித்தது. தனியாக இருக்கும்போது இயற்கையைப் பருகுவது எளிதாக இருப்பது இதற்குக் காரணமாக இருந்திருக்கலாம். அவர்கள் சாலைகளில் நடந்தபோது, தனியாக நடப்பதைக் காட்டிலும் நண்பரோடு சேர்ந்து நடப்பது அவர்களுக்கு அதிகப் புத்துணர்ச்சியளித்தது. பிற மக்கள் நமக்கு ஊட்டுகின்ற ஆற்றல் இதற்குக் காரணமாக இருந்திருக்கலாம்.

நீங்கள் உடனடியாகப் புத்துணர்ச்சியைப் பெற விரும்பினால், நடத்தலில் ஈடுபடுங்கள். அதற்கு ஓர் இலக்கை நிர்ணயிக்காதீர்கள், ஒரு காலக்கெடுவை விதிக்காதீர்கள், ஒரு குறிப்பிட்ட இடத்திற்குச் செல்ல வேண்டும் என்று முடிவு செய்யாதீர்கள். முடிந்தால், ஒரு பூங்காவிலோ, ஒரு வனப் பகுதியிலோ, அல்லது பசுமையான ஒரு சாலையிலோ நடந்து செல்ல முயலுங்கள். உங்களுக்குப் பிடித்திருந்தால், உங்களுடன் ஒரு நண்பரை அழைத்துச் செல்லுங்கள். வெறும் பத்து நிமிட நடைகூட உங்களுக்குப் புத்துணர்வூட்டும்.

நோக்கமின்றிப் புத்துணர்ச்சி பெற முயலுங்கள்

இதுவரை நாம், பொழுதுபோக்குகள், இயற்கையோடு இருத்தல், நடத்தல் போன்ற, நோக்கத்தோடு செய்யப்படுகின்ற காரியங்களில் ஈடுபடுவதன் மூலம் புத்துணர்ச்சியைப் பெறுவதைப் பற்றிப் பார்த்தோம். இவை அனைத்திற்கும் உங்களுடைய முழுமையான ஈடுபாடு தேவை. இந்த ஓய்வு நடவடிக்கைகளில் நாம் ஆற்றலைச் செலுத்துவதால், நமக்கு அதிலிருந்து புத்துணர்ச்சி கிடைக்கிறது. இது நம்முடைய அலைபேசியை ஒரு சார்ஜரில் போடுவதைப் போன்றது.

நமக்குப் புத்துணர்ச்சி ஊட்டிக் கொள்வதற்கு நமக்கு வேறு ஒரு வழியும் இருக்கிறது. அதை நான் நோக்கமின்றிப் புத்துணர்ச்சி பெறுதல் என்று அழைக்கிறேன்.

நீங்கள் ஆசுவாசப்படுத்திக் கொள்வது குறித்துத் தீவிரமாக யோசித்துக் கொண்டிருக்காதபோது ஈடுபடுகின்ற நடவடிக்கைகளை நோக்கமின்றிப் புத்துணர்ச்சி பெறுகின்ற நடவடிக்கைகள் என்று கூறலாம். இந்த அத்தியாயத்தின் தொடக்கத்தில் நாம் பார்த்திருந்த முதல் பட்டியலில் இடம்பெற்றிருந்த நடவடிக்கைகளாகக்கூட அவை இருக்கலாம்.

பொதுவாக, இந்த நோக்கமற்ற நடவடிக்கைகள் நீண்டகால நோக்கில் சிறப்பாகப் பலனளிப்பவை என்றாலும், சிறிய அளவில் மேற்கொள்ளப்படுகின்றபோது, குறுகிய காலத்திலும் அவற்றால் நமக்குப் புத்துணர்ச்சி ஊட்ட முடியும். கிதாரை எடுத்து ஏதோ ஒரு பாடலை வாசிப்பது, சோபாவில் படுத்துக் கொண்டு ஏதோ ஒரு திரைப்படத்தைப் பார்ப்பது போன்றவை இதற்கான சில எடுத்துக்காட்டுகள்.

நோக்கத்துடன் மேற்கொள்ளப்படுகின்ற நடவடிக்கைகளால் நமக்குப் புத்துணர்ச்சி ஊட்ட முடியும் என்றாலும், அவற்றில் நாம் முழு மனத்துடன் ஈடுபட வேண்டியிருக்கும். பிரக்ஞையுடன் அந்த நடவடிக்கைகளை நாம் மேற்கொள்ள வேண்டியிருக்கும். அதாவது, அவற்றுக்கு நாம் ஆற்றலைச் செலவிட வேண்டியிருக்கும்.

அவற்றுக்குத் தேவையான ஆற்றல் உங்களிடம் இருந்தால் அவற்றில் நீங்கள் ஈடுபடுவதில் தவறில்லை. ஆனால், சில நாட்களில் நாம் அலுவலகத்திலிருந்து சோர்ந்து போய் வீட்டுக்குத் திரும்பியிருக்கலாம். அல்லது நம்முடைய உறவினர்களோடு தீவிரமான வாக்குவாதத்தில் ஈடுபட்டிருக்கலாம். அல்லது அன்று நம்முடைய துரதிர்ஷ்டவசமானதொரு நாளாக

இருந்திருக்கலாம். அப்படிப்பட்டதொரு நாளில், கிதாரை எடுத்து வாசிக்க முயல்வதோ அல்லது ஒரு நிழற்சாலையில் நடந்துவிட்டு வரச் செல்வதோ சாத்தியமற்றதாக இருக்கும்.

அப்படிப்பட்ட நேரங்களில் ஒன்றுமே செய்யாமல் இருப்பதே சாலச் சிறந்தது. ஆனால், ஒன்றுமே செய்யாமல் இருப்பதையும் ஒரு நேர்த்தியோடு உங்களால் செய்ய முடியும்.

பரிசோதனை 5: **உங்களுடைய மனம் அலைபாய அனுமதியுங்கள்**

"மனிதர்கள் தங்கள் பார்வையில் படுகின்ற சிலந்திகளைத்தான் கொல்கின்றனர். இது ஓர் இனம் என்ற முறையில், சிலந்திகள் ஒதுக்குப்புறமாக வாழ்வதற்கு வழி வகுக்கிறது."

"நாம் வெறுக்கின்ற அதே விஷயங்களை வெறுக்கின்ற வேறொரு நபரோடு நம்மால் ஒரு சிறப்பான உறவைக் கொண்டிருக்க முடியும். இதன் அடிப்படையில் ஜோடிகளின் சந்திப்புகளுக்கு ஏற்பாடு செய்கின்ற செயலிகளை நாம் உருவாக்கலாம்."

"உங்களுடைய நட்பின் உண்மையான அளவீடு, நீங்கள் உங்களுடைய நண்பரை அழைப்பதற்கு முன்பு உங்களுடைய வீட்டை எந்த அளவுக்குச் சுத்தமாக வைத்திருக்கிறீர்கள் என்பதைப் பொறுத்தது."

மேற்கண்ட மூன்றும், ரெட்டிட் தளத்தில், குளித்துக் கொண்டிருக்கும்போது உங்களுக்குத் தோன்றுகின்ற எண்ணங்களைப் பதிவு செய்வதற்கு இருந்த ஓர் இணைப்பில் வெளியானவை. அதில், மக்கள் தங்களுக்குத் தோன்றுகின்ற எண்ணங்கள் எவ்வளவு விநோதமாக இருந்தாலும் அவற்றைப் பதிவிட்டுக் கொள்ளலாம்.

அதில் பதிவிட்டுக் கொண்டிருப்பவர்களில் பெரும்பாலானோர், தாங்கள் ஒரு பிரபலமான உளவியல் கோட்பாட்டுக்கு வலு சேர்த்துக் கொண்டிருக்கிறோம் என்பதை அறிந்திருந்திருக்க மாட்டார்கள். உங்களுக்குக்கூட இந்த அனுபவம் ஏற்பட்டிருக்கலாம். நீங்கள் குளியலறைக்குள் செல்கிறீர்கள். சூடான நீருக்கு அடியில் நிற்கிறீர்கள். சோப்பின் நறுமணம் உங்களுடைய மூக்குக்குள் நுழைகிறது. திடீரென்று உங்களுடைய மண்டைக்குள் ஏதோ ஒன்று பளிச்சிடுகிறது. நீங்கள் விடை காணத் தவித்துக் கொண்டிருந்த ஒரு பிரச்சனைக்கான விடை திடீரென்று முளைக்கிறது. உங்களுடைய மேலதிகாரியின் மின்னஞ்சலுக்கு அனுப்பப்பட

வேண்டிய பதிலாக அது இருக்கலாம். அல்லது, நீங்கள் மறந்து வைத்துவிட்டிருந்த கார் சாவியை நீங்கள் எங்கு வைத்திருந்தீர்கள் என்பது உங்கள் நினைவுக்கு வரலாம். உங்களுடைய மூளை ஆசுவாசம் அடைகின்றபோது, படைப்பாற்றல்மிக்கத் தீர்வுகள் தாமாகவே தலைதூக்குகின்றன.

நோக்கமின்றி மேற்கொள்ளப்படுகின்ற நடவடிக்கைகளின் ஓர் அம்சமான மனத்தை அலைபாயவிடுதலின் சக்திதான் அது. நாம் ஒன்றும் செய்யாமல் இருக்கின்றபோதுகூட, நம்முடைய மூளை மும்முரமாகவே இயங்கிக் கொண்டிருக்கிறது. குறிப்பாக 'டிஎம்என்' (டிஃபால்ட் மோடு நெட்வொர்க்) என்று அழைக்கப்படுகின்ற மூளையின் ஒரு பகுதி துடிப்பாக இயங்குகிறது. நாம் பகல்கனவு காண்பதற்கும், விஷயங்களை நினைவுபடுத்திக் கொள்வதற்கும், வருங்காலம் குறித்துக் கற்பனை செய்வதற்கும் அதுதான் நமக்கு உதவுகிறது. நம்முடைய ஆற்றலை உறிஞ்சுகின்ற நடவடிக்கைகளில் நாம் ஈடுபடாமல் இருக்கும்போது, இப்பகுதி துடிப்பாகச் செயல்படுகிறது.

நவீன வாழ்க்கைமுறையின் காரணமாக, நம்முடைய டிஎம்என் துடிப்புடன் செயல்படுவதற்கான நேரத்தையும் வாய்ப்பையும் நம்மால் அதற்கு வழங்க முடிவதில்லை. மனத்தை அலைபாயவிடுதல் ஓர் அவப்பெயரைச் சம்பாதித்து வைத்திருக்கிறது. நேரத்தை வீணாக்குவதற்கு இணையானதாக அது பார்க்கப்படுகிறது. பொதுவாக நாம் நம்முடைய பகல்கனவுகளை நினைவில் வைத்திருப்பதில்லை என்பதால், அதிலிருந்து ஏதாவது பலன் கிடைக்கும் என்று கற்பனை செய்வது நமக்குக் கடினம். ஆனால் அதிலிருந்து நமக்குப் பலன் கிடைக்கிறது என்பதே உண்மை. ஒன்றுமே செய்யாமல் இருப்பதுகூட உற்பத்தித்திறனை மேம்படுத்திக் கொள்ள உதவக்கூடும்.

ஒன்றுமே செய்யாமல் இருப்பதை நம்முடைய வாழ்வின் ஓர் அங்கமாக ஆக்கிக் கொள்ள வேண்டும். உங்களுடைய வாராந்திரக் கால அட்டவணையில் அதற்கு ஓர் இடம் கொடுங்கள். சில நாட்கள் ஓவியம் தீட்டவோ அல்லது காலாற நடக்கவோ நீங்கள் செல்ல வேண்டியதில்லை. சில மாலை வேளைகளில் ஒன்றுமே செய்யாமல் சும்மா இருங்கள், போதும்.

அல்லது நீங்கள் இப்படி ஒரு தீர்மானத்திற்கு வரலாம். எடுத்துக்காட்டாக, அடுத்த முறை, துணி துவைத்தல், பல்பொருள் அங்காடிக்குச் சென்று சாமான்களை வாங்குதல்

போன்ற, நீங்கள் வழமையாகச் செய்கின்ற காரியங்களைச் செய்கின்றபோது, உங்களுடைய ஹெட்போனில் எந்த இசையையும் கேட்பதில்லை என்று முடிவு செய்யுங்கள். உற்பத்தித்திறனை மேம்படுத்திக் கொள்ள விரும்பும் நபர்கள், 'இது என்ன தலைகீழ் உத்தியாக இருக்கிறதே?' என்று நினைக்கலாம். ஆனால், இது நன்றாகவே வேலை செய்கிறது. இதை நான் பல முறை அனுபவித்திருக்கிறேன்.

உற்பத்தித்திறன் அதிகரிப்பிற்கு உதவாத ஒன்றாக அதை நீங்கள் பார்க்கலாம். ஆனால், சில சமயங்களில் நீங்கள் உங்களுடைய மனத்தை அலைபாய அனுமதிப்பது நல்லது. அது ஆசுவாசம் கொள்வதோடு, உங்களுடைய பிரச்சனைகளுக்குத் தீர்வையும் கொடுக்கும்.

பரிசோதனை 6:
தலைமுழுக்குக் கோட்பாடு

மனத்தை அலைபாயவிடுவதற்கு ஒரு நேரத்தை உங்களுடைய கால அட்டவணையில் குறித்துக் கொள்வதுகூட எதையோ செய்வதுதான். அதுவும் மறைமுகமாக உற்பத்தித்திறன் அதிகரிப்பு குறித்து நாம் மேற்கொள்கின்ற ஒரு நடவடிக்கைதான். எதுவுமே செய்யாமல் இருப்பதன் மூலம் உற்பத்தித்திறனை அதிகரித்துக் கொள்வதற்கான முயற்சி அது.

நான் ஒரு மருத்துவராகப் பணியாற்றிக் கொண்டே என்னுடைய தொழிலையும் நிர்வகித்துக் கொண்டிருந்தபோது, சில நேரங்களில் நான் வீடு திரும்பும்போது, என்னிடம் ஆற்றல் கொப்பளித்துக் கொண்டிருக்கும். உடனே வீடியோ எடுப்பதிலும் அதை எடிட் செய்வதிலும் இறங்கிவிடுவேன். சில நாட்கள், நான் கடும் சோர்வுடன் வீடு திரும்புவேன். அன்று சோபாவில் படுத்தபடி ஏதாவது ஒரு திரைப்படத்தைப் பார்ப்பதைத் தாண்டி எதையும் செய்யத் தோன்றாது.

அதுபோன்ற நாட்களில், நான் சோபாவில் படுத்துக் கொண்டே, "நான் இந்த வீடியோ படத்தை எடுக்க வேண்டும். அரைமணி நேரம் இந்தத் திரைப்படத்தைப் பார்த்துவிட்டு அதற்குச் செல்லலாம்," என்று எனக்கு நானே கூறிக் கொள்வேன். அந்த அரைமணி நேரக் கெடு முடிந்திருக்கின்றபோது, வீடியோ எடுப்பது குறித்த ஆர்வம் சுத்தமாகக் காணாமல் போயிருக்கும்.

அப்போது, என்னுடைய அறைவாசியான மோலி, "இன்று நீங்கள் கடும் களைப்பாக இருந்தால், இன்று முழுவதும் பேசாமல் ஓய்வெடுத்துக் கொள்ள வேண்டியதுதானே?" என்று

கேட்பார்.

அவருடைய கேள்வி என்னைச் சிந்திக்க வைக்கும். அவர் கூறியபடி, நான் ஏன் பேசாமல் ஓய்வெடுத்துக் கொள்ளக்கூடாது என்று நான் யோசிப்பேன். நான் இந்த முரண்பாடுகளுடன் உழன்று கொண்டிருந்தபோது, ஒரு நாள் எனக்கு ஒரு புதிய யோசனை வந்தது. அதை நான் 'தலைமுழுக்குக் கோட்பாடு' என்று அழைத்தேன்.

இந்த யோசனைப்படி, ஒன்றுமே செய்யாமல் இருப்பதற்கு நாம் ஒரு நாளை ஒதுக்கிக் கொள்ள வேண்டும். அன்று எதையும் சாதிக்க முயலக்கூடாது. நாம் செய்தே ஆக வேண்டும் என்று நினைத்துக் கொண்டிருக்கின்ற வேலைகளிலிருந்து விலகி ஒன்றுமே செய்யாமல் இருப்பதற்கு முனைவது என்பது நம்மில் பெரும்பாலானோருக்கு ஒரு சவாலான காரியம். சுயகட்டுப்பாடு, மன உறுதி, விடாமுயற்சி போன்றவற்றைக் கொண்டாடுவதற்கு நாம் பழக்கப்படுத்தப்பட்டுள்ளோம். ஓய்வை, சோம்பேறித்தனம், பலவீனம், தோல்வி போன்றவற்றோடு நாம் தொடர்புபடுத்துகிறோம்.

தலைமுழுக்குக் கோட்பாட்டை நீங்கள் சுவீகரித்துக் கொள்வது என்பது, சில சமயங்களில் ஒன்றுமே செய்யாமல் இருப்பது மேலானது என்பதை ஏற்றுக் கொள்வதாகும். ஓவியம் வரைவது, காலாற நடப்பது போன்றவற்றைக்கூட நீங்கள் அனுமதிக்கக்கூடாது.

இப்போதெல்லாம், நான் ஓய்வெடுத்துக் கொள்கின்றபோது, எனக்குக் குற்றவுணர்வு ஏற்பட்டுவிடாமல் இருப்பதற்கு நான் இந்தத் தலைமுழுக்குக் கோட்பாட்டைப் பயன்படுத்துகிறேன். என்றாவது ஒரு நாள் நான் மிகவும் களைப்பாக இருந்தால், அன்று எதையும் செய்யாமல் இருந்துவிடுவது என்ற முடிவுக்கு நான் வந்துவிடுவேன். அப்போது, வீடியோ விளையாட்டுகளை விளையாடுவது, இணையத்தில் உணவு ஆர்டர் செய்து வரவழைத்து வீட்டில் சாப்பிடுவது போன்றவற்றைக் குற்றவுணர்வு இல்லாமல் செய்ய முடியும். இந்த உற்பத்தித்திறன் குறைவான நடவடிக்கைகள் எனக்குப் புத்துணர்ச்சி அளிக்கும் என்று எனக்கு நானே கூறிக் கொள்வேன்.

இன்று குறைவாகச் செய்வதன் மூலம், அர்த்தமுள்ளவற்றை உங்களால் நாளை அதிகமாகச் செய்ய முடியும்.

இப்படி நான் செய்கின்றபோது, நான் எல்லா நாட்களையும் தலைமுழுக்கு நாட்களாகக் கருத விரும்பவில்லை என்பதை நான் புரிந்து கொள்கிறேன். தொடர்ச்சியான மன அழுத்தத்திலிருந்து விடுபடுவதற்கு எப்போதாவது ஒரு நாள் எல்லாவற்றையும் நிறுத்தி வைப்பதன் மூலம் நீங்கள் உங்களுடைய படைப்பாற்றலுக்கும் வளர்ச்சிக்கும் இடமளிக்கிறீர்கள். இன்று குறைவாகச் செய்வதன் மூலம், அர்த்தமுள்ளவற்றை உங்களால் நாளை அதிகமாகச் செய்ய முடியும்.

இரத்தினச்சுருக்கமாக

- நம்முடைய இரண்டாவது விதமான வேலைத் தீய்வு, ஓய்வு நேரத்தோடு தொடர்புடையது. புத்துணர்ச்சி ஏற்படுத்திக் கொள்வதற்குத் தேவையான ஓய்வை நீங்கள் உங்களுக்கு வழங்கிக் கொள்ளாமல் இருக்கும்போது, ஆற்றலுறிஞ்சி வேலைத் தீய்வுக்கு நீங்கள் பலியாகிறீர்கள். உங்களுக்கு சக்தியூட்டுகின்ற விதத்தில் எப்படி ஓய்வெடுத்துக் கொள்வது என்பதைக் கண்டறிவதுதான் இதற்கான முதல் தீர்வு.
- ஓய்வெடுப்பது என்பது அமைதியாக உணர்வதற்கான ஒரு முயற்சி. இதற்கு, தகுதி, சுய அதிகாரம், சுதந்திரம், மென்மை ஆகிய நான்கு அம்சங்களை நீங்கள் உணர்கின்ற நடவடிக்கைகளை அல்லது திட்டங்களை நீங்கள் அடையாளம் கண்டு அவற்றில் ஈடுபட வேண்டும்.
- இரண்டாவது தீர்வு இயற்கைச் சூழலில் நேரத்தைக் கழிப்பது. மிகச் சிறிய பசுமையான சூழலால்கூட ஒரு பெரும் தாக்கம் ஏற்படுத்த முடியும். அதனால், இயற்கைச் சூழலில் காலாற நடந்து வாருங்கள். அது குறைவான அளவு நேரமாக இருந்தால்கூடப் பரவாயில்லை. இயற்கைக்கு அருகே உங்களால் செல்ல முடியவில்லை என்றால், இயற்கையை, ஒரு புகைப்படம் அல்லது ஓவியத்தின் வடிவில் உங்களுடைய அறைக்குள் கொண்டுவாருங்கள். அல்லது, வீட்டுக்குள் வளர்க்கப்படக்கூடிய தாவரங்களை வளருங்கள். அல்லது, இயற்கைச் சத்தங்களின் ஒலிப்பதிவுகளைக் கேளுங்கள்.
- அனைத்து ஓய்வுகளும் திட்டமிட்டு மேற்கொள்ளப்பட வேண்டும் என்ற அவசியமில்லை. சில வேளைகளில், ஒன்றுமே செய்யாமல் இருப்பதன் மூலம் உங்களால் புத்துணர்ச்சி அடைய முடியும். இன்று குறைவாகச் செய்வதன் மூலம், அர்த்தமுள்ளவற்றை உங்களால் நாளை அதிகமாகச் செய்ய முடியும்.

அத்தியாயம் 9

சீராக்கம்

'பசிபிக் கிரெஸ்ட் பாதை' நெஞ்சுரம் மிக்கவர்களுக்கு மட்டுமே ஆனது. அமெரிக்காவின் மேற்குப் பகுதியிலுள்ள மலைகளின் ஊடாகச் செல்கின்ற இந்தப் பாதை 2,650 மைல்கள் நீளம் கொண்டது. மெக்சிகோ எல்லையில் தொடங்கி கனடாவின் எல்லையில் முடிகின்ற, நடந்து செல்வதற்கான இந்தப் பாதை மிகவும் கடினமான ஒன்றாகும்.

ஒவ்வொரு கோடையின்போதும் துணிச்சலான ஆயிரக்கணக்கான அமெரிக்கர்கள் இந்தப் பாதையில் மெக்சிகோ எல்லையோரமாக அடியெடுத்து வைப்பர். ஐந்து மாதகாலத்திற்குப் பிறகே அவர்கள் அதன் மறுமுனையை வந்தடைவர். உடலின் தாங்குசக்தியைப் பரிசோதித்துப் பார்ப்பதற்கான ஓர் அருமையான வழி இது. மிசௌரி பல்கலைக்கழகப் பேராசிரியர் கென்னன் ஷெல்டன், ஓர் உளவியல் பரிசோதனையை நடத்துவதற்கான சிறந்த வாய்ப்பாக அதைப் பார்த்தார்.

மனித ஊக்குவிப்பு தொடர்பான ஆய்வுகளில் நிபுணர் என்ற பெயரை ஷெல்டன் எடுத்திருந்தார். இந்த நூற்றாண்டின் தொடக்கத்தில், ஊக்குவிப்பு தொடர்பான அனைத்துக் கேள்விகளுக்கும் விடை காணப்பட்டுவிட்டன என்றே மக்கள் நம்பினர். ஊக்குவிப்புகள், அகரீதியான ஊக்குவிப்பு, புறரீதியான ஊக்குவிப்பு என்று இரண்டு விதமாகப் பிரிக்கப்படுகின்றன என்பதை நாம் இரண்டாவது அத்தியாயத்தில் பார்த்தோம், இல்லையா? இது பற்றி ஏராளமான ஆய்வுகள் மேற்கொள்ளப்பட்டிருந்தன. அகரீதியான ஊக்குவிப்பு அதிகப் பலனளிப்பதாகவும், நமக்கு ஆற்றலளிப்பதாகவும் அமைந்திருந்தது. புறரீதியான

ஊக்குவிப்பு, நீண்டகால நோக்கில் பலனளிப்பதாக இருக்கவில்லை. வேறு வார்த்தைகளில் கூற வேண்டுமென்றால், அகரீதியான ஊக்குவிப்பு நல்லது, புறரீதியான ஊக்குவிப்பு மோசமானது என்று முடிவு செய்யப்பட்டது. இது நடைமுறையில் அப்படியே ஏற்றுக் கொள்ளப்பட்டது.

ஆனால், ஷெல்டன் இதைச் சந்தேகித்தார். மேலோட்டமாகப் பார்க்கின்றபோது, புறரீதியான ஊக்குவிப்பைவிட அகரீதியான ஊக்குவிப்பு சிறப்பாக இருப்பதுபோலத் தோன்றியது. ஆனால், நடைமுறை வாழ்வில், வெகுமதிகள் போன்ற புறரீதியான ஊக்குவிப்புகள் பெரும் தாக்கம் ஏற்படுத்திக் கொண்டிருப்பதை நம்மால் காண முடிந்தது.

இப்படி ஒரு பள்ளி மாணவியைக் கற்பனை செய்து கொள்ளுங்கள். அவள் பெயர் கட்னிஸ் என்று வைத்துக் கொள்ளலாம். அவள் தேர்வுக்குப் படித்துக் கொண்டிருக்கிறாள். அதை அவள் இரசிக்கவில்லை. அதாவது, அவளிடம் அகரீதியான ஊக்குவிப்பு இல்லை. புறக் காரணிகள் அவளை ஊக்குவித்துக் கொண்டிருக்கின்றன.

அந்தப் புறக் காரணிகள் என்னவாக இருக்கும்? சில சாத்தியக்கூறுகளைக் கீழே பார்க்கலாம்:

- ***சாத்தியக்கூறு 1:*** என் பெற்றோர் என்னை வற்புறுத்துவதால் நான் படிக்கிறேன். இந்தப் பாடத்தை எனக்கு அறவே பிடிக்காது. இதில் நான் தேர்ச்சி அடையவில்லை என்றால், ஒரு மாதம் என்னுடைய பல சலுகைகள் பறிக்கப்பட்டுவிடும். இதைத் தவிர்ப்பதற்கு நான் இதைப் படித்தே ஆக வேண்டும்.
- ***சாத்தியக்கூறு 2:*** நான் குற்றவுணர்வின் காரணமாகவே இதைப் படிக்கிறேன். எனக்கு இந்தப் பாடம் பிடிக்காது. என் பெற்றோர் என்னை இந்தப் பள்ளிக்கு அனுப்புவதற்குக் கஷ்டப்பட்டுக் கொண்டிருக்கின்றனர் என்பதை நான் அறிவேன். நான் இதில் நல்ல மதிப்பெண்களைப் பெற்றால்தான் என்னால் ஒரு நல்ல கல்லூரியில் சேர முடியும்.
- ***சாத்தியக்கூறு 3:*** இந்தப் பாடம் எனக்குப் பிடிக்காதுதான். ஆனால், நான் பள்ளியில் நல்ல மதிப்பெண்களைப் பெற வேண்டும் என்று உண்மையிலேயே விரும்புகிறேன். ஏனெனில், நன்றாகப் படித்தால்தான் என்னால் கல்லூரிக்குச் செல்ல முடியும். மருத்துவப் படிப்புப் படிக்க வேண்டும் என்பது என் கனவு.

இந்த மூன்று சாத்தியக்கூறுகளுமே புற ஊக்குவிப்பின் கீழ்தான் வரும். ஏனெனில், கட்னிஸ் இந்தப் பாடத்தைப் பிடித்துப் படிக்கவில்லை. புறக் காரணிகளின் தூண்டுதலால்தான் அதை அவள் படிக்கிறாள். இருப்பதிலேயே மூன்றாவது சாத்தியக்கூறுதான் சிறிதளவாவது ஆரோக்கியமானதாக இருக்கிறது.

அனைத்துப் புறரீதியான ஊக்குவிப்புகளும் அடிப்படையில் மோசமானவை அல்ல என்பதைக் கட்னிஸின் எடுத்துக்காட்டு எடுத்துரைக்கிறது. சில நேரங்களில், நாம் எல்லோருமே வாழ்க்கையில் நமக்குப் பிடிக்காத சில காரியங்களைச் செய்துதான் ஆக வேண்டியிருக்கும். நமக்குப் பிடித்த விஷயங்களைக்கூட நீண்டகாலம் செய்து வருகின்றபோது, அவற்றில் நாம் சில சிக்கல்களை எதிர்கொள்ள நேரிடும்.

அனைத்துப் புறரீதியான ஊக்குவிப்புகளும் அடிப்படையில் மோசமானவை அல்ல

நாம் மீண்டும் ஷெல்டன் மற்றும் பசிபிக் கிரெஸ்ட் பாதையின் பக்கம் திரும்பலாம். அந்தப் பாதையில் நடந்து செல்பவர்கள் எவராக இருந்தாலும் ஒரு கட்டத்தில் அவர்களுடைய புறரீதியான ஊக்குவிப்பு கடுமையாகக் குறையக்கூடும். அப்படியும் தொடர்ந்து அவர்களைச் செல்ல வைக்க எது தூண்டுகிறது என்பதை ஷெல்டன் அறிந்து கொள்ள விரும்பினார்.

அதனால், 2018-ல், அந்தப் பாதையில் தன்னுடன் நடந்து செல்ல விரும்பிய பலரை அவர் சேர்த்துக் கொண்டார். அக்குழுவில் இருந்தவர்களில் 7 பேர் அதற்கு முன்பு இதுபோன்ற ஒரு தீவிரமான மலைநடைப் பயணத்தை மேற்கொண்டிருக்கவில்லை. 37 பேர் ஒரு சில முறை பயணித்திருந்தனர். 46 பேர் பல முறை பயணித்திருந்தனர். 4 பேர் ஏராளமான முறை இப்படிப்பட்டப் பயணங்களை மேற்கொண்டிருந்தனர். அவர்கள் அந்தப் பயணத்தைத் தொடங்குவதற்கு முன்பு அவர்களுடைய ஊக்கம் எந்த அளவுக்கு இருந்தது என்பதைக் கண்டுபிடிப்பதற்காக ஷெல்டன் ஒரு முறையைக் கடைபிடித்தார். அவர்கள் அனைவருக்கும் பின்வரும் கேள்வி-பதில் அடங்கிய ஒரு படிவத்தைக் கொடுத்து, அதில் அவர்களுக்குப் பொருத்தமானதைத் தேர்ந்தெடுக்குமாறு அவர் அவர்களிடம் கேட்டுக் கொண்டார்.

“நான் பசிபிக் கிரெஸ்ட் பாதையில் பயணிப்பதற்குக் காரணம்...”

- இது சுவாரசியமானதாக இருக்கும் என்று நான் கருதுகிறேன்
- இந்தப் பாதையில் பயணிப்பது தனிப்பட்ட முறையில் எனக்கு முக்கியமானது
- நான் என்னைக் குறித்துப் பெருமை கொள்ள விரும்புகிறேன்
- இந்தப் பாதையில் நான் பயணிக்கவில்லை என்றால், என்னை ஒரு தோல்வியாளனாக நான் கருதுவேன்
- இதை நான் வெற்றிகரமாக நிறைவு செய்தால், நான் முக்கியமாகக் கருதும் நபர்கள் என்னை இன்னும் அதிகமாக நேசிப்பர்
- இதில் நான் ஏன் கலந்து கொண்டுள்ளேன் என்பது உண்மையிலேயே எனக்குத் தெரியாது

ஷெல்டன் இதை வாங்கி வைத்துக் கொண்டார். பின்னர் அவர்கள் அந்தப் பாதையில் பயணித்துக் கொண்டிருந்தபோது, அவர்கள் குறிப்பிட்டிருந்த அகரீதியான ஊக்குவிப்பு மங்கத் தொடங்கியதை அவர் கண்டார். ஆனால், ஐந்து மாதகாலம் நீடித்த, கடுங்குளிர் பிரதேசங்களை உள்ளடக்கிய அந்தப் பயணத்தின் ஒவ்வோர் அடியையும் எவரொருவராலும் இரசித்துக் கொண்டிருக்க முடியாது என்பது வெளிப்படை.

ஆனால், ஷெல்டன், இந்த அகரீதியான ஊக்குவிப்பு மங்கத் தொடங்குகின்றபோது, அதில் பங்கேற்பவர்கள் எந்த மாதிரியான புறரீதியான ஊக்குவிப்பின் பக்கம் சாய்கிறார்கள் என்பதைத் தெரிந்து கொள்வதில்தான் ஆர்வமாக இருந்தார். 2017 வாக்கில், அறிவியலறிஞர்கள், புறரீதியான ஊக்குவிப்பில் மூன்று வகைகள் இருப்பதாகப் பகுத்தனர். வெளி ஊக்குவிப்பு, அபிப்பிராயம்சார் ஊக்குவிப்பு, அடையாளம்காண் ஊக்குவிப்பு ஆகியவை அவை. அந்த மூன்றோடு, அகரீதியான ஊக்குவிப்பையும் சேர்த்து நான்கு வகையான ஊக்குவிப்புகள் கீழே கொடுக்கப்பட்டுள்ளன.

- வெளி ஊக்குவிப்பு: “இதை நான் வெற்றிகரமாக நிறைவு செய்தால், நான் முக்கியமாகக் கருதும் நபர்கள் என்னை இன்னும் அதிகமாக நேசிப்பர் என்பதால் இதை நான் செய்கிறேன்.” இந்தக் காரணம் தங்களை ஊக்குவித்ததாகக்

கூறியவர்களிடம் இந்த வெளி ஊக்குவிப்பு அதிகமாக இருந்தது.

- **அபிப்பிராயம்சார் ஊக்குவிப்பு**: "இந்தப் பாதையில் நான் பயணிக்கவில்லை என்றால் என்னைப் பற்றி நான் மோசமாக உணர்வேன், குற்றவுணர்வு கொள்வேன் என்பதால் இதை நான் செய்கிறேன்." இந்தக் காரணம் தங்களை ஊக்குவித்ததாகக் கூறியவர்களிடம் இந்த அபிப்பிராயம்சார் ஊக்குவிப்பு அதிகமாக இருந்தது.
- **அடையாளம்காண் ஊக்குவிப்பு**: "இந்தப் பாதையில் பயணிப்பது தனிப்பட்ட முறையில் எனக்கு முக்கியமானது என்பதால் இதை நான் செய்கிறேன்." இந்தக் காரணம் தங்களை ஊக்குவித்ததாகக் கூறியவர்களிடம் இந்த அடையாளம்காண் ஊக்குவிப்பு அதிகமாக இருந்தது.
- **அகரீதியான ஊக்குவிப்பு**: "இதன் இலக்கு அளவுக்கு இந்தப் பயணத்தையும் நான் மதிக்கிறேன் என்பதால் இதை நான் செய்கிறேன்." இந்தக் காரணம் தங்களை ஊக்குவித்ததாகக் கூறியவர்களிடம் இந்த அகரீதியான ஊக்குவிப்பு அதிகமாக இருந்தது.

இதை நாம் ஒரு வரைபடமாக வரைந்தால், அது கீழேயுள்ளதைப்போல இருக்கும்.

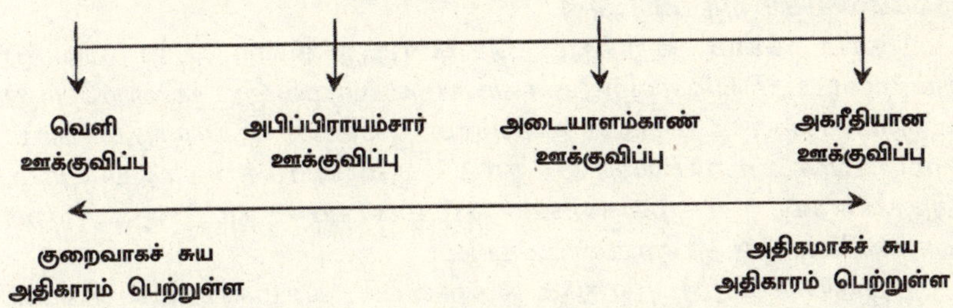

வெளி ஊக்குவிப்பில் நாம் வெகுமதி போன்ற வெளிக் காரணிகளால் ஊக்குவிக்கப்படுகிறோம் என்பதால், இங்கு சுய அதிகாரம் குறைவாக இருக்கும். புறரீதியான ஊக்குவிப்புகளிலேயே, அடையாளம்காண் ஊக்குவிப்புதான் அதிகமான சுய அதிகாரம் கொண்டதாக இருக்கும்.

இதை அடிப்படையாகக் கொண்டு, ஷெல்டன், பசிபிக் கிரெஸ்ட் பாதையில் பயணித்தவர்களை ஆய்வுக்கு உட்படுத்தினார். அபிப்பிராயம்சார் ஊக்குவிப்பு, அடையாளம்காண் ஊக்குவிப்பு ஆகிய இரண்டு

ஊக்குவிப்புகளையும் அதிகமாகக் கொண்டிருந்தவர்கள்தாம் அந்த மொத்தப் பயணத்தையுமே முடிக்கின்ற அளவு புறரீதியான ஊக்குவிப்பைக் கொண்டிருந்தனர். அவர்கள், தங்களுடைய அகரீதியான ஊக்குவிப்பு குறைந்தபோது, இந்த இரண்டு வகையான புறரீதியான ஊக்குவிப்பின் உதவியுடன் தொடர்ந்து பயணித்தனர்.

பயணத்தின்போது, அதில் பயணித்தவர்களிடம் அவர்களுடைய மனநிலையைப் பற்றிய தகவல்களையும் ஷெல்டன் சேகரித்துக் கொண்டிருந்தார். அவர்கள் எந்த அளவுக்கு மகிழ்ச்சியாக இருந்தனர் என்பதை அவர் தெரிந்து கொள்ள விரும்பினார். அடையாளம்காண் ஊக்குவிப்பை அதிகமாகக் கொண்டிருந்தவர்களே அதிக மகிழ்ச்சியாக இருந்தனர் என்பதை அவருடைய ஆய்வின் முடிவுகள் வெளிப்படுத்தின. அவர்கள் பயணத்தின்போதும் மகிழ்ச்சியாக இருந்தனர், பயணத்தின் முடிவிலும் மகிழ்ச்சியாக இருந்தனர்.

வேலைத் தீய்வைக் குறைப்பதற்கான வழிமுறைகள் குறித்த ஒரு முன்னோக்கை இந்த ஆய்வு நமக்கு அளிக்கிறது. இதுவரை, மிகுமுயற்சியின் காரணமாக ஏற்படுகின்ற வேலைத் தீய்வையும், ஆற்றலுறிஞ்சிகளின் காரணமாக ஏற்படுகின்ற வேலைத் தீய்வையும் எப்படித் தவிர்க்க வேண்டும் என்பதைப் பற்றி நாம் விரிவாகப் பார்த்து வந்திருந்தோம். மூன்றாவது வகை வேலைத் தீய்வு ஒன்றும் இருக்கிறது. ஒத்திசைவின்மை வேலைத் தீய்வுதான் அது.

நாம் சுயம் குறித்துக் கொண்டிருக்கின்ற உணர்வோடு நம்முடைய இலக்கு ஒத்திசைவாக இல்லாமல் இருக்கின்றபோது உருவாவதுதான் ஒத்திசைவின்மை வேலைத் தீய்வாகும். நாம் மோசமாக உணர்வதால் நாம் குறைவாகச் சாதிப்போம். இதுபோன்ற சூழல்களில் நம்முடைய நடத்தை புறக் காரணிகளால் தூண்டிவிடப்படும்.

இதற்கான தீர்வு எது? உங்களுடைய வாழ்க்கையில் நீங்கள் எதை முக்கியமானதாகக் கருதுகிறீர்களோ, அதை நீங்கள் கண்டறிய வேண்டும். பின் உங்களுடைய நடத்தை அதனோடு ஒத்திசைவாக இருப்பதை நீங்கள் உறுதி செய்ய வேண்டும்.

இதை நாம் மேற்கொள்கின்றபோது, நாம் நம்முடைய வாழ்க்கையைப் பற்றி நல்லவிதமாக உணர்வோம். நமக்குப் பிடிக்காத சில விஷங்களையும், பிறர் நம்மிடம் எதிர்பார்க்கின்ற விஷயங்களையும் நாம் செய்தாக வேண்டிய சூழல்கள் இருக்கும் என்பதை நாம் ஏற்கனவே பார்த்தோம். எடுத்துக்காட்டாக, எனக்கு என் காரை சர்வீஸுக்கு விடுவதற்கு எடுத்துச் செல்வது

பிடிக்காது, என் கழிப்பறையைச் சுத்தம் செய்வது பிடிக்காது, என் வருமான வரிக் கணக்குகளைக் கணக்கிடுவதற்கு நேரம் செலவழிக்கப் பிடிக்காது.

தொலைநோக்குப் பார்வை

உங்களுடைய விழுமியங்களோடு உங்களுடைய செயல்நடவடிக்கைகளை ஒத்திசைவாக வைத்திருப்பது என்று வரும்போது, தொலைநோக்குப் பார்வை உங்களுக்குக் கைகொடுக்கும். அது உண்மையிலேயே நீண்டகால நோக்குடன் இருத்தல் வேண்டும்.

எடுத்துக்காட்டாக, 1994-ல் லாஸ் ஏஞ்சலீஸ் நகரில் ஏற்பட்ட நிலநடுக்கத்தை எடுத்துக் கொள்ளலாம். 1994-ம் ஆண்டு ஜனவரி 17 அன்று, ரிக்டர் அளவுகோலில் 6.7 அளவுள்ள ஒரு பெரும் நிலநடுக்கம் லாஸ் ஏஞ்சலீஸ் நகரை உலுக்கியது. அதில் 57 பேர் கொல்லப்பட்டனர், ஆயிரக்கணக்கானோர் படுகாயமடைந்தனர். அதில் தப்பிப் பிழைத்தவர்களில் விஏஎம்சி என்ற மருத்துவமனை ஊழியர்களும் அடங்குவர். அவர்களில் பலரின் வீடுகள் தரைமட்டமாகியிருந்தன.

கென்டகி பல்கலைக்கழகத்தைச் சேர்ந்த பேராசிரியர் எமிலி லைக்கின்ஸ் தலைமையில் சில ஆய்வாளர்கள் ஒரு முக்கியமான கருத்தாக்கம் குறித்து ஆராய இந்த பயங்கரமான அனுபவத்தைப் பயன்படுத்திக் கொண்டனர். நாம் இறப்பைப் பற்றி நினைக்கின்றபோதுதான் நமக்கு வாழ்க்கையைப் பற்றிய தெளிவான பார்வை கிடைக்கிறது என்பதுதான் அது.

நாம் இறப்பைப் பற்றி நினைக்கின்றபோதுதான் நமக்கு வாழ்க்கையைப் பற்றிய தெளிவான பார்வை கிடைக்கிறது.

அந்த ஆய்வாளர்கள் விஏஎம்சி மருத்துவமனை ஊழியர்கள் 74 பேர்களிடம் இரண்டு படிவங்களைப் பூர்த்தி செய்து கொடுக்குமாறு கேட்டுக் கொண்டனர். அந்த நிலநடுக்கத்திற்கு முன்பும் பின்பும் வாழ்க்கை குறித்து அவர்கள் கொண்டிருந்த இலக்குகள் குறித்து அவர்களிடம் கேட்கப்பட்டது. அந்த இலக்குகள், அகரீதியான இலக்குகள் (சுயமுன்னேற்றம், நெருக்கமான நட்பு வட்டாரத்தை உருவாக்கிக் கொள்ளுதல்

போன்றவை) என்றும், புறரீதியான இலக்குகள் (வேலையில் முன்னேறுவது மற்றும் உடைமைகளின் சேகரிப்பு போன்றவை) என்றும் பிரிக்கப்பட்டிருந்தன. அவர்களுக்கு மரண பயம் ஏற்பட்டிருந்ததா என்பதை அறிந்து கொள்வதற்காக, "இந்த நிலநடுக்கத்தின்போது, நீங்கள் இறந்து போகக்கூடும் என்ற எண்ணம் எப்போதாவது உங்களிடம் தோன்றியிருந்ததா?" என்பது போன்ற கேள்விகளும் அவர்களிடம் கேட்கப்பட்டன.

அவர்களிடமிருந்து பெறப்பட்ட பதில்கள் ஒரு தெளிவான போக்கை வெளிப்படுத்தின. நிலநடுக்கத்திற்குப் பிறகு, புறரீதியான இலக்குகளைவிட அகரீதியான இலக்குகளுக்கு அவர்கள் கூடுதல் மதிப்புக் கொடுத்தனர். அவர்களுடைய மரண பயம் எவ்வளவு அதிகமாக இருந்ததோ, அவ்வளவு அதிகமாக அவர்கள் தங்களுடைய அகரீதியான இலக்குகளுக்கு முக்கியத்துவம் கொடுத்தனர். எடுத்துக்காட்டாக, முன்பு வேலையில் முன்னேற்றம் மற்றும் வருவாய் பெருக்கம் போன்றவற்றுக்கு முக்கியத்துவம் கொடுத்துக் கொண்டிருந்த ஊழியர்கள், இப்போது குடும்ப உறவுகளுக்கும் நட்புக்கும் அதிக முக்கியத்துவம் கொடுக்கத் துவங்கியிருந்தனர்.

நம்முடைய வாழ்க்கையின் முடிவு குறித்துச் சிந்திப்பது எந்த அளவுக்குப் பயனுள்ளதாக இருந்தது என்பதை அவர்கள் வெளிப்படுத்தினர். நீங்கள் ஐம்பது பேரிடம், "உங்களைப் பொறுத்தவரை அர்த்தமுள்ள ஒரு வாழ்க்கை என்றால் என்ன?" என்று கேட்டால், அதற்கு இரண்டு பேரிடமிருந்து தெளிவான பதில் கிடைத்தாலே அதிகம். ஏனெனில், இது ஒரு கடினமான கேள்வி.

இங்கேதான் அந்த ஆய்வாளர்கள் கண்டுபிடித்திருந்த முறைகள் நம் உதவிக்கு வருகின்றன. உங்களுடைய வாழ்க்கையின் முடிவு குறித்து யோசியுங்கள். அதன் அடிப்படையில், இப்போது உங்களுக்கு மிக முக்கியமாகப் படுகின்ற விஷயங்கள் எவை என்பது குறித்து மறுபரிசீலனை செய்யுங்கள்.

பரிசோதனை 1:
இறுதி அஞ்சலி முறை

அதிர்ஷ்டவசமாக, நீங்கள் உங்களுடைய வாழ்க்கையின் முடிவைப் பற்றி யோசிப்பதற்கு ஒரு நிலநடுக்கத்தைச் சந்திக்க வேண்டியதில்லை. அதை லே பென் என்ற பெண்மணியின் இரங்கல் செய்தி வெளிப்படுத்துகிறது.

அவருடைய மரண அறிவிப்புச் செய்தி இவ்வாறு இருந்தது: "சமூகத்தில் தடம்புரண்டுவிடக்கூடிய ஆபத்தில் இருந்தவர்களுக்காகக் குரல் கொடுத்து வந்த லே பென், தன்னுடைய தொண்ணூறாவது வயதில் காலமானார்." அதில் மேலும் பல செய்திகள் இடம் பெற்றிருந்தன. "லே பென் சமூக நீதிக்காகக் குரல் கொடுத்தவர். அவர் சமுதாயத்தில் பின்தங்கியிருந்தவர்களுக்கு ஓர் அறக்கட்டளையைத் துவக்கி, அதன் மூலம் எண்ணற்றவர்களுக்கு உதவியிருந்தார். அவர் பல சாதனைகளைப் புரிந்திருந்தும், உறவுகளுக்கு அவர் முக்கியத்துவம் கொடுத்தார். அவர் எம்பிஏ படித்திருந்தும், ஒரு நிறுவனத்தின் முதன்மை நிர்வாக அதிகாரியாக இருந்தும், 'ஓர் அன்னை' என்ற அடைமொழியையே அவர் பெரிதும் விரும்பினார்."

அதைப் படிக்கின்றபோது, அவருடைய வாழ்க்கை, சமுதாயத்தில் ஒரு மகத்தான தாக்கம் ஏற்படுத்தியிருந்ததை உணர முடிந்தது. ஆனால், இதில் சில பிழைகள் இருந்தன. முதலாவது, உண்மையில் பென் இவற்றில் எதையும் சாதித்திருக்கவில்லை. இரண்டாவது, அவர் தொண்ணூறு வயதுவரை வாழ்ந்திருக்கவும் இல்லை. மூன்றாவது, அவர் இறக்கவும் இல்லை.

நிஜத்தில், பென், ஸ்டேன்ஃபோர்டு வணிகக் கல்லூரியில் படித்துக் கொண்டிருந்த ஒரு மாணவி. அந்தக் கல்லூரியில், 'தாக்கம் மிக்க வாழ்க்கை' என்ற தலைப்பில் அவர் ஒரு பாடத்தைப் படித்துக் கொண்டிருந்தார். அவருடைய பேராசிரியரான ராட் கிராமர், தங்களுடைய சொந்த இரங்கல் செய்தியை எழுதுமாறு தன் மாணவர்களிடம் கேட்டுக் கொள்வதை ஒரு வழக்கமாக வைத்திருந்தார். அவர்கள் ஒரு இலட்சியவாத வாழ்க்கையை வாழ்ந்திருப்பதுபோலக் கற்பனை செய்யும்படி அவர்களை அவர் தூண்டுவார். அதன் முடிவுவரை அவர்கள் யோசித்து அதை ஒரு கட்டுரையாக அவரிடம் எழுதிக் கொடுக்க வேண்டும்.

"உங்களுடைய வாழ்க்கையைப் பற்றியும், இந்த உலகில் அது ஏற்படுத்தக்கூடிய தாக்கத்திற்கான சாத்தியக்கூறுகளைப் பற்றியும் உங்களுடைய சிந்தனையை மாற்றுவதுதான் இந்தப் பாடத்தின் நோக்கம்," என்று அந்தப் பாடத்தைப் பற்றிய விபரக்குறிப்பு கூறியது. பென் உட்பட, இந்தப் பாடத்தை எடுத்துப் படித்துக் கொண்டிருந்த பல மாணவர்களின் வாழ்க்கையை அது பரிபூரணமாக மாற்றியது. "இது, என் வாழ்க்கையில் நான் செய்து கொண்டிருந்த அனைத்தையும்

நிறுத்திவிட்டு, 'நான் நேசித்துக் கொண்டிருக்கின்ற நபர்களோடு நான் போதுமான நேரம் செலவிட்டுக் கொண்டிருக்கிறேனா? அல்லது, இந்த பதவி உயர்வு, தொழில் முன்னேற்றம் ஆகியவை குறித்த ஓர் 'எலிப் பந்தய' வாழ்க்கைச் சுழலுக்குள் நான் மாட்டிக் கொண்டிருக்கிறேனா?' என்ற கேள்விகளை என்னைக் கேட்க வைத்தது," என்று பென் பின்னர் நினைவுகூர்ந்தார். இறப்பைப் பற்றிய யோசனை, எப்படி வாழ வேண்டும் என்பது குறித்த வெளிச்சத்தைப் பாய்ச்சியது.

நானும் இதைப் போன்றதொரு அணுகுமுறையைக் கடைபிடித்து வருகிறேன். அதை நான் இறுதி அஞ்சலி முறை என்று அழைக்கிறேன். என்னுடைய வழிமுறையில், நீங்கள் உங்களுடைய சொந்த இறுதிச் சடங்கின்மீது கவனம் செலுத்துவீர்கள். அங்கு உங்களுடைய உறவினரோ, நண்பரோ, அல்லது அலுவலக சகாவோ ஓர் இறுதி அஞ்சலி உரையாற்றுகிறார். "அந்த உரையில் அவர் என்னைப் பற்றிக் கூறுகின்ற எந்த விஷயம் குறித்து நான் நல்லவிதமாக உணர்வேன்?" என்ற கேள்வியை நீங்கள் உங்களிடம் கேட்டுக் கொள்ள வேண்டும்.

இந்த வழிமுறை, "நான் எதை மதிக்கிறேன்?" என்பது குறித்து உங்களை யோசிக்க வைக்கும். எடுத்துக்காட்டாக, உங்களுடைய அலுவலக சகா, தன் அஞ்சலி உரையில், "எங்கள் நிறுவனம் பல கோடி டாலர்கள் பெறுமானமுள்ள ஒப்பந்தங்களைப் பெற இவர் உதவினார்," என்று ஒருபோதும் கூறப் போவதில்லை. அவர்கள், ஒரு தனிநபர் என்ற முறையில், உங்களுடைய பண்புநலன், மற்றவர்களுடன் நீங்கள் கொண்டிருந்த உறவு போன்றவற்றைப் பற்றித்தான் பேசுவர். இந்த உலகின்மீது நீங்கள் எந்த அளவு தாக்கம் ஏற்படுத்தியிருந்தீர்கள் என்பதைப் பற்றித்தான் அவர்கள் பெருமையாகக் குறிப்பிடுவர்.

அதிலிருந்து நீங்கள் கற்றுக் கொண்டிருந்தவற்றை உங்களுடைய இன்றைய வாழ்வில் புகுத்துங்கள். பல பத்தாண்டுகள் கழித்து மக்கள் உங்களை எப்படி நினைவில் வைத்துக் கொள்ள வேண்டும் என்று நீங்கள் ஆசைப்படுகிறீர்களோ, அதை இன்றே கட்டியமைக்கத் தொடங்குங்கள்.

இப்படி மங்கலகரமாகத் துவங்கியுள்ள நாம், அடுத்து ஒரு எதார்த்த விஷயத்தை நோக்கி நகரலாம்.

பரிசோதனை 2:
ஒடிசி திட்டம்

1990கள் வாக்கில், பில் பர்னெட், ஏற்கனவே பல ஆண்டுகள் ஆப்பிள் நிறுவனத்தில் வேலை பார்த்திருந்தார். ஆப்பிள் நிறுவனம் தன்னுடைய முதல் 'மவுஸை' வடிவமைக்க அவர் உதவினார் என்பது அவருடைய புகழுக்குக் காரணம். முதலில், அவர் ஆப்பிள் நிறுவனத்தின் பல துறைகளில் பணியாற்றிவிட்டு, இறுதியில் வடிவமைப்புத் துறைக்கு வந்து சேர்ந்திருந்தார். அங்கு இருந்தபோதுதான், நல்ல வடிவமைப்புக்கும் மனிதத் தேவைக்கும் இடையேயுள்ள தொடர்பு குறித்துப் புரிந்து கொள்வதில் அவர் ஆர்வம் காட்டத் தொடங்கினார்.

ஒரு நாள் அவருக்கு சுவாரசியமான யோசனை ஒன்று தோன்றியது. உலகின் தலைசிறந்த கணினி வன்பொருட்களை வடிவமைக்க அவர் பயன்படுத்தியிருந்த கருவிகளை மனித வாழ்க்கையிலும் பயன்படுத்த முடியுமா என்று அவர் யோசித்தார்.

அடுத்தச் சில ஆண்டுகளில், மகிழ்ச்சியான, மனநிறைவானதொரு வாழ்க்கையை வடிவமைத்துக் கொள்வதற்கான ஒரு புதிய வழிமுறையை அவர் கண்டறிந்தார். அதை அவர் 'உங்கள் வாழ்க்கையை வடிவமைத்தல்' என்று அழைத்தார். வடிவமைப்புச் சிந்தனையைத் தனிநபர் முன்னேற்றத்திற்குப் பயன்படுத்திக் கொள்வதன் மூலம், மக்கள் ஓர் உண்மையான முறையில் வாழ்வதற்குத் தன்னால் உதவ முடியும் என்று அவர் நினைத்தார். அதன் விளைவாக உருவானதுதான் 'உங்கள் வாழ்க்கையை வடிவமைத்துக் கொள்ளுங்கள்' என்ற பாடத்திட்டம். அதை அவர் ஸ்டேன்ஃபோர்டு பல்கலைக்கழகத்தில் கற்றுக் கொடுக்கத் தொடங்கினார்.

நான் இதைப் பற்றி முதன்முதலாகத் தெரிந்து கொண்டபோது பிரமித்துப் போனேன். அப்போது நான் மருத்துவப் பணியில் சேர்ந்து ஓராண்டு இருக்கும். எங்களுடைய மருத்துவமனையில் மகப்பேறு துறையில் நான் பணியாற்றிக் கொண்டிருந்தேன். நான் அளித்து வந்த மருத்துவச் சேவையை நான் இரசித்துச் செய்து வந்தேன். மருத்துவ மாணவர்களுக்குக் கற்றுக் கொடுப்பது எனக்குப் பிடித்திருந்தது. எனக்கென்று ஒரு நெருக்கமான நண்பர்கள் வட்டாரம் இருந்தது. ஆனால், வாழ்க்கையிலிருந்து நான் துல்லியமாக என்ன எதிர்பார்த்தேன்

என்பது எனக்குப் புரிபடாமல் இருந்தது.

அப்போதுதான் என் நண்பர்களில் ஒருவர், 'டிசைனிங் யுவர் லைஃப்' நூலில் இடம்பெற்றிருந்த ஒரு பயிற்சியைப் பற்றி என்னிடம் கூறினார். அதைப் படித்தபோது, என்னுடைய மேலோட்டமான யோசனைகளுக்கு ஒரு தெளிவான உருவம் கொடுக்க அது உதவும் என்று எனக்குத் தோன்றியது. அதற்கு ஓடிசி திட்டம் என்று பெயர்.

ஓர் எளிய கேள்விதான் அத்திட்டத்தின் அடிநாதமாக விளங்குகிறது. அடுத்த ஐந்து ஆண்டுகளில் உங்களுடைய வாழ்க்கை எப்படி இருக்க வேண்டும் என்று நீங்கள் நினைக்கிறீர்கள்? 'இதிலென்ன பெரிய விஷேசம் இருக்கிறது?' என்று நான் நினைத்தேன். இலக்கு நிர்ணயித்துக் கொள்கின்ற எவரொருவரும் கேட்டுக் கொள்கின்ற கேள்விதானே இது? ஆனால், பர்னெட்டின் வடிவமைப்புச் சிந்தனை மனப்போக்கு, இதற்கான பதில்களைப் பெறுவதற்கு அசாதாரணமான வழிகளை முன்மொழிகிறது. நீங்கள் உங்களிடம் கீழ்க்கண்ட கேள்விகளைக் கேட்டுக் கொள்ளுமாறு அவர் பரிந்துரைக்கிறார்:

- **உங்களுடைய தற்போதைய பாதை:** இப்போது நீங்கள் சென்று கொண்டிருக்கின்ற பாதையில் நீங்கள் தொடர்ந்து சென்றால், ஐந்து ஆண்டுகளுக்குப் பின்னர் உங்களுடைய வாழ்க்கை எப்படி இருக்கும் என்பதை விரிவாக எழுதிக் கொள்ளுங்கள்.
- **உங்களுடைய மாற்றுப் பாதை:** இப்போது நீங்கள் சென்று கொண்டிருக்கின்ற பாதையிலிருந்து முற்றிலும் வேறுபட்ட ஒரு பாதையில் நீங்கள் சென்றால், ஐந்து ஆண்டுகளுக்குப் பின்னர் உங்களுடைய வாழ்க்கை எப்படி இருக்கும் என்பதை விரிவாக எழுதிக் கொள்ளுங்கள்.
- **உங்களுடைய புரட்சிகரமான பாதை:** இப்போது நீங்கள் சென்று கொண்டிருக்கின்ற பாதையிலிருந்து முற்றிலும் வேறுபட்ட, பணம், சமூகக் கடமைகள் மற்றும் பிற மக்களின் அபிப்பிராயங்கள் பற்றிக் கிஞ்சித்தும் கவலைப்படாத ஒரு பாதையில் நீங்கள் சென்றால், ஐந்து ஆண்டுகளுக்குப் பின்னர் உங்களுடைய வாழ்க்கை எப்படி இருக்கும் என்பதை விரிவாக எழுதிக் கொள்ளுங்கள்.

ஒடிசி திட்டம்

உங்களுடைய தற்போதைய பாதை | **உங்களுடைய மாற்றுப் பாதை** | **உங்களுடைய புரட்சிகரமான பாதை**

இங்குக் கூறப்பட்டுள்ள எந்தத் திட்டமும் உங்களுடைய திட்டவட்டமான திட்டமில்லை என்பதை நீங்கள் கருத்தில் கொள்ள வேண்டும். வாழ்க்கைத் திட்டமிடுதல்களில் திட்டவட்டம் என்ற பேச்சுக்கு இடமில்லை. வெவ்வேறு சாத்தியக்கூறுகள் குறித்து நீங்கள் திறந்த மனத்துடன் இருக்க வேண்டும் என்பதுதான் இங்கு முக்கியம்.

சிலர், உண்மையிலேயே தாங்கள் சென்று கொண்டிருக்கின்ற தற்போதைய பாதையில் சென்று கொண்டிருக்கவே விரும்பக்கூடும். நீங்கள் அப்படிப்பட்ட ஒருவராக இருந்தால், உங்களுக்கு ஒரு நல்ல செய்தி காத்துக் கொண்டிருக்கிறது. நீங்கள் உங்களுடைய வருங்கால சுயத்துடன் ஒத்திசைவாக இருக்கிறீர்கள். ஆனால், பெரும்பாலான மக்கள், இந்த முதல் சாத்தியக்கூறைப் பற்றி விரிவாக எழுதுவதன் மூலம், இது உண்மையிலேயே தாங்கள் விரும்புகின்ற பாதை அல்ல என்ற முடிவுக்கு வருகின்றனர்.

நான் இந்த ஒடிசி திட்டத்தை எழுதியபோது, ஒரு மருத்துவராகப் பணியாற்றிக் கொண்டிருந்த என்னுடைய தற்போதைய பாதை எனக்கு இனியும் சுவாரசியமானதாக இருக்கவில்லை என்பதை நான் உணர்ந்தேன். தொடக்கத்தில் என் மருத்துவச் சேவை எனக்குப் பிடித்திருந்தபோதிலும், பாதி வழியில் எங்கோ நான் அதன்மீதான ஆர்வத்தை இழந்திருந்தேன். அது இனியும் எனக்கு சக்தியூட்டிக் கொண்டிருக்கவில்லை.

அதனால், நான் என் பாதையை மாற்றிக் கொண்டேன். ஒரு மருத்துவராகத் தொடர்வதைக் கைவிட்டுவிட்டு, என் தொழிலில் கவனத்தைக் குவிக்க ஒடிசி திட்டம் எனக்கு உத்வேகமளித்தது. என் வாழ்க்கையில் எந்தத் திசையில் பயணிப்பது என்பது தெரியாமல் நான்

தடுமாறும்போதெல்லாம், ஒடிசி திட்டம் பரிந்துரைக்கின்ற பயிற்சியை நான் மீண்டும் மேற்கொள்கிறேன். தற்போதைய பாதையையும் மாற்றுப் பாதைகளையும் உங்கள் முன் நீங்கள் வைக்கின்றபோது, உண்மையிலேயே நீங்கள் எந்தப் பாதையில் பயணிக்க விரும்புகிறீர்கள் என்பதை உங்களால் எளிதாகக் கண்டுகொள்ள முடியும்.

நடுத்தரக்கால நோக்குப் பார்வை

தொலைநோக்குப் பார்வை குறித்துச் சிந்திப்பது வருங்காலம் குறித்த ஒரு பொதுவான நோக்கத்தைப் பெறுவதற்கு உங்களுக்கு உதவும். ஆனால், அது உங்களுக்குச் சற்று மங்கலாகத் தெரியக்கூடும். எடுத்துக்காட்டாக, நீங்கள் உங்களுடைய இருபதுகளில் இருக்கின்றபோது, பல பத்தாண்டுகள் கழித்து நிகழப் போகின்ற உங்களுடைய இறுதி அஞ்சலி குறித்து யோசிப்பது மிக மிகத் தொலைவிலுள்ள ஒரு நிகழ்வைப் பற்றிய ஒன்றாகத்தான் தோன்றும். அதனால், இதைச் சிறிது உடைத்து அடுத்த ஓராண்டில் எப்படி வாழ்வது என்பதற்கான திட்டமாக மாற்றிக் கொள்வது நல்லது.

இதற்கு நீங்கள் உங்களுடைய அடிப்படை விழுமியங்களை அடையாளம் கண்டுகொள்வது இன்றியமையாதது. சற்று முன்பு நாம் வாழ்க்கை குறித்தச் சில இலட்சியப் பாதைகளைப் பற்றிப் பார்த்தோம். அவற்றை, அடுத்த ஆண்டு வாழ்க்கையை எப்படி வாழ வேண்டும் என்பதற்கான திட்டவட்டமான திட்டமாக மாற்றுவது எப்படி என்பதை இப்போது பார்க்கலாம்.

நீண்டகால நோக்கில் நீங்கள் விரும்புவதை அடைவது குறித்து நீங்கள் குறைவான தன்னம்பிக்கையைக் கொண்டிருக்கின்றபோது இது சிறப்பாகப் பலனளிக்கும். பொதுவாக, பல்கலைக்கழகங்களில் இயற்பியல் துறையில் ஆண்களின் ஆதிக்கம் அதிகம். இது தொடர்பாக அகிரா மியாகே என்ற ஆய்வாளர் ஓர் ஆய்வை மேற்கொண்டார். இதற்காக அவர் இயற்பியல் வகுப்பு ஒன்றில் படித்துக் கொண்டிருந்த 400 மாணவர்களை ஆய்வில் சேர்த்துக் கொண்டார். அந்த வகுப்பிலிருந்த மாணவிகள், மாணவர்களைவிடப் படிப்பில் மோசமாகச் செயல்பட்டுக் கொண்டிருந்தனர். இயற்பியல் துறை, பெண்களைவிட ஆண்களுக்கு அதிகப் பொருத்தமானது என்ற அபிப்பிராயத்தையும் அவர்கள் கொண்டிருந்தனர்.

பெண்களின் இந்த நம்பிக்கைக்குள் தலையிட மியாகே

திட்டமிட்டார். ஒவ்வொரு மாணவியிடமும், கீழ்க்கண்ட 12 அம்சங்களைக் கொண்ட ஒரு பட்டியல் கொடுக்கப்பட்டது.

1. கலையில் சிறந்து விளங்குதல்
2. படைப்பாற்றல்
3. குடும்பத்தார் மற்றும் நண்பர்களுடனான உறவு
4. அரசாங்கம் அல்லது அரசியல்
5. சுதந்திரம்
6. அறிவைக் கற்றுத் தேர்தல்
7. தடகள விளையாட்டுகளில் பங்கு பெறுவதற்கான உடற்தகுதி
8. சமூகக் குழுவில் உறுப்பினராக இருத்தல்
9. இசை
10. வேலை
11. ஆன்மிகம் மற்றும் மதம் குறித்த அபிப்பிராயம்
12. நகைச்சுவையுணர்வு

அந்த மாணவிகளில் பாதிப் பேரிடம், மேற்கண்டவற்றில் அவர்கள் முக்கியமாகக் கருதிய மூன்று அம்சங்களைத் தேர்ந்தெடுத்துக் கொள்ளுமாறு கேட்டுக் கொள்ளப்பட்டது. மீதிப் பேரிடம், மேற்கண்டவற்றில் அவர்கள் முக்கியமாகக் கருதாத மூன்று அம்சங்களைத் தேர்ந்தெடுத்துக் கொள்ளுமாறு கேட்டுக் கொள்ளப்பட்டது. அதோடு, அவர்கள் தேர்ந்தெடுத்திருந்த அந்த மூன்று அம்சங்கள் வேறு ஒருவருக்கு ஏன் முக்கியமானதாகப்படக்கூடும் என்பதைப் பற்றி எழுதிக் கொடுக்குமாறும் அவர்களிடம் கேட்டுக் கொள்ளப்பட்டது. இந்த எளிய எழுத்துப் பயிற்சி, அந்த மாணவிகளுடைய மத்தியப் பருவத் தேர்வில் பெரும் தாக்கம் ஏற்படுத்தியது. இதன் காரணமாக அந்த மாணவிகளின் மதிப்பெண்கள் கணிசமாக உயர்ந்தன. குறிப்பாக, இயற்பியலில் பெண்களைவிட ஆண்கள் சிறப்பாகச் செயல்படுகின்றனர் என்ற வழமையான கருத்தைக் கொண்டிருந்த பெண்கள் சிறப்பாகச் செயல்பட்டிருந்தனர்.

இதற்கு என்ன காரணம்? தங்களுக்கு எவை முக்கியம் என்பதை அந்த மாணவிகள் நினைவில் வைத்திருந்ததுதான் அதற்குக் காரணம்.

சுயபிரகடனங்கள் இலட்சியங்களுக்கு வடிவம் கொடுக்கின்றன. அவை நம்முடைய தன்னம்பிக்கையை மேலும் அதிகரிக்கின்றன.

ஆகவே, சுயபிரகடனங்கள் இலட்சியங்களுக்கு வடிவம் கொடுக்கின்றன. அவை நம்முடைய தன்னம்பிக்கையை மேலும் அதிகரிக்கின்றன. நமக்கு முக்கியமாகப்படுகின்ற விஷயங்களை எப்படி அடையாளம் காண்பது?

பரிசோதனை 3:
வாழ்க்கைச் சக்கரம்

அப்போதுதான் என்னுடைய மருத்துவப் படிப்பின் ஐந்தாவது ஆண்டுத் தேர்வு முடிவடைந்திருந்தது. அது கொண்டாட்டத்திற்கான நேரம். ஏனெனில், இன்னும் ஒரு வாரத்தில் இரண்டு மாதகால மருத்துவப் பயிற்சி ஒன்றுக்கு எங்கள் வகுப்பு மாணவர்கள் செல்லவிருந்தோம். அந்த இரண்டு மாதகாலத்தை நாங்கள் உலகிலுள்ள எந்தவொரு மருத்துவமனையிலும் செலவழிப்பதை தேர்ந்தெடுத்துக் கொள்வதற்கு எங்களுக்கு வாய்ப்பு வழங்கப்பட்டிருந்தது. நான் என் சகாக்கள் இருவருடன், கம்போடியாவின் தலைநகரான புனோம்பென்னிலுள்ள குழந்தைகள் மருத்துவமனைக்குச் செல்லவிருந்தேன்.

அங்குச் செல்வதற்கு முன்பு, ஒரு வாரகாலம் பொதுவான சொற்பொழிவுகள் சில வழங்கப்பட்டன. அவற்றில் ஒன்று, ‘வெற்றிகரமான ஒரு மருத்துவராக விளங்குவது எப்படி?’ அது எனக்கு விநோதமாகப்பட்டது. அதற்காகத்தானே நாங்கள் கடந்த ஐந்து ஆண்டுகளாகப் பயிற்றுவிக்கப்பட்டிருந்தோம்? ஆனால், அந்த உரையை ஆற்றிய டாக்டர் லில்லிகிரப், அது மருத்துவத்தைப் பற்றியது அல்ல, வெற்றி என்பதை நாம் எப்படி வரையறை செய்கிறோம் என்பதைப் பற்றியது என்று கூறியபோது, நான் பெரும் வியப்படைந்தேன்.

பெரும்பாலான மருத்துவ மாணவர்கள், கவர்ச்சிகரமான பதவிப் பெயர்கள், கல்விசார் விருதுகள் போன்றவற்றைத்தான் வெற்றிக்கான அடையாளங்களாக வரித்துக் கொண்டிருந்தனர் என்று லில்லிகிரப் விளக்கினார். வெற்றி என்பது அவற்றையெல்லாம் தாண்டியது என்று அவர் வலியுறுத்தினார். பின் அவர் ‘வாழ்க்கைச் சக்கரம்’ என்று தலைப்பிடப்பட்டிருந்த

ஒரு வரைபடத்தை எங்களிடம் கொடுத்தார்.

பின் அவர் அந்த வாழ்க்கைச் சக்கரத்தைப் பற்றி விளக்கினார். எங்களுடைய சொந்த வாழ்க்கையில், வெற்றிக்கு விளக்கமளிப்பதற்கு அது எங்களுக்கு உதவும் என்பதையும் அவர் எடுத்துரைத்தார். அதில் இடம்பெற்றிருக்கும் வட்டம் ஒன்பது சம பாகங்களாகப் பிரிக்கப்பட்டிருக்கும். இப்போது அது ஒரு சக்கரம்போலக் காட்சியளிக்கும். உங்களுடைய வாழ்க்கையின் முக்கியமான ஒன்பது அம்சங்களை அந்த ஒன்பது துண்டுகளும் பிரதிபலிக்கும். இதைப் புரிந்து கொள்ள கீழேயுள்ள படத்தைப் பார்க்கவும். நாங்கள் அந்த ஒன்பது அம்சங்களை மூன்று தலைப்புகளின்கீழ் பிரித்துக் கொண்டோம். உடல், மனம், ஆத்மா ஆகிய மூன்றும் ஆரோக்கியம் என்ற தலைப்பின் கீழும், இலட்சியம், பணம், வளர்ச்சி ஆகிய மூன்றும் வேலை என்ற தலைப்பின் கீழும், குடும்பம், காதல், நட்பு ஆகிய மூன்றும் உறவுகள் என்ற தலைப்பின் கீழும் இடம்பெற்றன.

அதற்கு அடுத்து, அந்த ஒவ்வொன்றைக் குறித்தும் நீங்கள் எந்த அளவுக்கு ஒத்திசைவாக இருக்கிறீர்கள் என்பதை நீங்கள் மதிப்பிட வேண்டும். அதற்கு உங்களிடம் இப்படிக் கேளுங்கள்: "என்னுடைய தற்போதைய செயல்நடவடிக்கைகள் எந்த அளவுக்கு என்னுடைய தனிப்பட்ட விழுமியங்களோடு ஒத்திசைவாக இருக்கின்றன?" அவை எந்த அளவுக்கு ஒத்திசைவாக இருக்கின்றனவோ, அதன் அடிப்படையில் அந்த அம்சங்களுக்கு நீங்கள் வண்ணங்களைத் தீட்டிக் கொள்ளலாம்.

நான் உருவாக்கியிருந்த வாழ்க்கைச் சக்கரம் சில சுவாரசியமான முன்னோக்குகளை வெளிப்படுத்தியது. என் வாழ்க்கையிலிருந்து நான் என்ன பெற விரும்பினேன் என்பது குறித்து நான் ஒரு திட்டவட்டமான முறையில் சிந்தித்திருந்தது அதுதான் முதன்முறை. ஒரு மருத்துவராக ஆக வேண்டும், தொழில்நுட்பம் தொடர்பான ஒரு தொழிலில் இறங்க வேண்டும் என்ற பொத்தம்பொதுவான இலக்குகளை மட்டுமே நான் அதுவரை வைத்திருந்தேன். வாழ்க்கைச் சக்கரப் பயிற்சி அது குறித்து ஆழமாகச் சிந்திக்க என்னைத் தூண்டியது.

அதன் அடிப்படையில் பார்த்தபோது, என் வாழ்க்கையில், காதல், உடல், இலட்சியம் ஆகிய மூன்று அம்சங்களில் நான் குறைவாகக் கவனம் செலுத்திக் கொண்டிருந்தேன் என்பதை நான் புரிந்து கொண்டேன். இதைக் களையும் செயல்நடவடிக்கையில் நான் இறங்கினேன். நான் 'டேட்டிங்'

வாழ்க்கைச் சக்கரம்

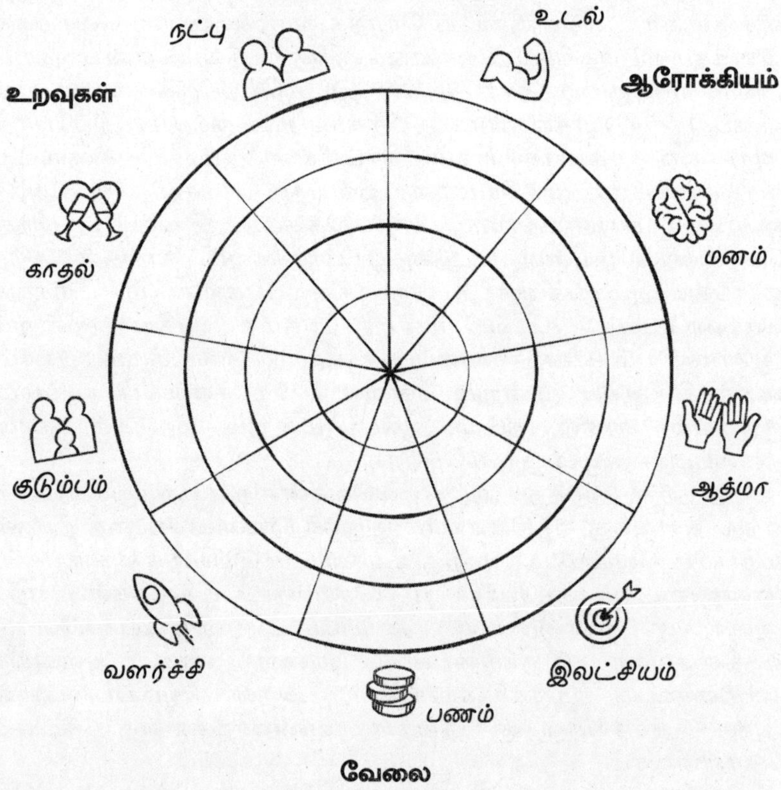

செய்வதில் இறங்கினேன். உடற்பயிற்சி செய்ய முனைந்தேன். என் சொந்தத் தொழிலைத் தொடங்குவது குறித்துத் தீவிரமாகச் சிந்திக்கத் தொடங்கினேன். என் கம்போடியப் பயணம் குறித்து நான் என்னுடைய முதல் வீடியோவைத் தயாரித்தேன். இருப்பதிலேயே எதை நான் மிக அதிகமாக விரும்பினேன் என்பது குறித்தத் தெளிவு எனக்கு ஒரு சில நிமிடங்களிலேயே கிடைத்துவிட்டது.

பரிசோதனை 4:
12 மாதக் கொண்டாட்டம்

நீங்கள் மதிக்கின்ற விஷயங்களைத் தெளிவான நோக்கங்களாக மாற்றிக் கொள்வதற்கு உங்களுக்கு வாழ்க்கைச் சக்கரப் பயிற்சி உதவும். என்னுடைய முதல் வீடியோவைத் தரவேற்றம் செய்வதற்கு அதுதான் எனக்கு உத்வேகமளித்தது. என்னுடன் மருத்துவம் படித்த இரண்டு நண்பர்கள் மருத்துவத் தொழிலுக்கு முழுக்குப் போடவும் வாழ்க்கைச் சக்கரப் பயிற்சி காரணமாக இருந்தது.

ஆனாலும், அது எளிதானதாக இருக்கவில்லை. இங்கு நாம் பொதுவான மதிப்புகளைப் பற்றித்தான் பேசிக் கொண்டிருக்கிறோம். குறிப்பாக எந்த மாதிரியான நடவடிக்கைகளை எடுக்க வேண்டும் என்பதை அதன் மூலம் தெரிந்து கொள்ள முடியாது. அதற்கு நீங்கள் 12 மாதக் கொண்டாட்டம் என்ற உத்தியைப் பயன்படுத்த வேண்டும். கனவுகளைச் செயல்நடவடிக்கைகளாக மாற்றுவதற்கு இது மிகவும் உகந்தது. இது இப்படி இருக்கும்: 12 மாதங்களின் முடிவில் நீங்கள் உங்களுடைய நெருங்கிய நண்பருடன் ஓர் உணவு விடுதியில் அமர்ந்து பேசிக் கொண்டிருக்கிறீர்கள். உங்களுடைய வாழ்க்கையில் நீங்கள் முக்கியமாகக் கருதிய பகுதிகளில், கடந்த ஓராண்டில் நீங்கள் எந்த அளவுக்கு முன்னேற்றம் அடைந்திருக்கிறீர்கள் என்பதை அவரிடம் நீங்கள் சொல்கிறீர்கள். அந்தக் கொண்டாட்டமே அதற்குத்தான்.

உங்களுடைய வாழ்க்கைச் சக்கரத்தில் நீங்கள் குறித்துக் கொண்டிருந்த விஷயங்களை உங்களுக்கு நினைவுபடுத்திக் கொள்ளுங்கள். உங்களுடைய நண்பருடன் பேசுகின்றபோது நீங்கள் எதைப் பற்றிப் பேச வேண்டும் என்பதைத் தெளிவுபடுத்திக் கொள்வதற்காக, அவை ஒவ்வொன்றிலும் நீங்கள் எந்த அளவு முன்னேறியிருக்கிறீர்கள் என்பதை எழுதி வைத்துக் கொள்ளுங்கள். கீழே ஓர் எடுத்துக்காட்டு கொடுக்கப்பட்டுள்ளது.

தலைப்பு	கொண்டாட்டம்
ஆரோக்கியம்	உடல்: கடந்த 12 மாதங்களில், என் வாழ்க்கைமுறையோடும் என் முன்னுரிமைகளோடும் ஒத்திசைவாக இருக்கின்ற உடற்பயிற்சித் திட்டம் ஒன்றைக் கடைபிடித்து நான் 7 கிலோ எடை குறைந்துள்ளேன். மனம்: கடந்த 12 மாதங்களாக, நான் என் மன ஆரோக்கியத்திற்கு முக்கியத்துவம் கொடுத்து வந்துள்ளேன். ஒரு மனநல மருத்துவரிடம் சென்று ஆலோசனை பெற்றப் பிறகு, என் மன அழுத்தம் கட்டுக்குள் இருக்கிறது. ஆத்மா: கடந்த 12 மாதங்களில், நான் தினந்தோறும் தியானம் செய்து வந்துள்ளேன். ஒரு முறை ஆன்மிக முகாம் ஒன்றுக்குச் சென்றேன்.
வேலை	இலட்சியம்: கடந்த 12 மாதங்களில், நான் ஒரு புதிய வேலைக்கு மாறியுள்ளேன். அது எனக்கு மனநிறைவை அளிக்கின்ற ஒன்றாகவும், நான் இரசித்துச் செய்கின்ற ஒன்றாகவும் இருக்கிறது. பணம்: கடந்த 12 மாதங்களில், நான் என்னுடைய கல்விக் கடனின் பெரும்பகுதியை அடைத்துவிட்டேன். இப்போது வீட்டுக் கடன் வாங்குவதற்குத் தேவையான முன்பணத்தைச் சேமித்துக் கொண்டிருக்கிறேன். வளர்ச்சி: கடந்த 12 மாதங்களில், நான் இணையத்தின் மூலமாகக் கற்றுக் கொடுக்கப்படும் ஒரு பயிற்சி வகுப்பில் சேர்ந்து அதை வெற்றிகரமாக முடித்துள்ளேன். இது எனக்கு ஒரு புதிய திறனை அளித்துள்ளது. இதன் மூலம், புதிய, அதிக ஊதியம் பெறக்கூடிய வேலைகளைப் பெறுவதற்கான என்னுடைய வாய்ப்புகள் அதிகரித்துள்ளன.

உறவுகள்	குடும்பம்: கடந்த 12 மாதங்களில், நான் என் பெற்றோருடன் அதிக நேரத்தைச் செலவிட்டுள்ளேன். அவர்களை நான் அடிக்கடிச் சந்தித்துப் பேசினேன். அது தவிர அடிக்கடித் தொலைபேசி மூலமும் நான் அவர்களுடன் தொடர்பில் இருந்து வந்துள்ளேன். காதல்: கடந்த 12 மாதங்களில், என்னுடைய காதலருடனான உறவை நான் வலுப்படுத்தியுள்ளேன். நான் அவருடன் ஒளிவுமறைவின்றி என் எண்ணங்களைப் பரிமாறிக் கொண்டு வருகிறேன். நட்பு: கடந்த 12 மாதங்களில், நான் பழைய நண்பர்களுடனான என்னுடைய தொடர்புகளைப் புதுப்பித்துக் கொண்டுள்ளதோடு, புதிய நண்பர்களையும் சம்பாதித்துள்ளேன். இப்போது எனக்கு ஒரு பரந்துபட்ட நட்பு வட்டம் அமைந்திருக்கிறது.

நாம் நான்காவது அத்தியாயத்தில் பார்த்திருந்த முன் அலசல் முறையின் நேர்மறை வடிவம் என்று நீங்கள் இதைக் கருதிக் கொள்ளலாம். அங்கு எல்லாம் எப்படித் தவறாகப் போகக்கூடும் என்பதில் நாம் நம்முடைய கவனத்தைக் குவித்திருந்தோம். இங்கு, சரியாகப் போகும் விஷயங்களில் நாம் கவனத்தைக் குவிக்கிறோம். உங்களிடம் இப்படிக் கேட்டுக் கொள்ளுங்கள்: *"நான் 12 மாதக் கொண்டாட்டத்தை நிஜமாக்க விரும்பினால், அடுத்தப் பன்னிரண்டு மாதங்களுக்கு நான் என்னவெல்லாம் செய்ய வேண்டும்? என்னுடைய அடுத்தச் செயல்நடவடிக்கை என்னவாக இருக்க வேண்டும்? என் தெருமுனையில் இருக்கின்ற உடற்பயிற்சிக்கூடத்தில் சேர வேண்டுமா? என் சுயவிபரக்குறிப்பைப் புதுப்பித்துக் கொள்ள வேண்டுமா? என் அம்மாவுடன் வாரந்தோறும் கதையாட வேண்டும் என்பதை என்னுடைய கால அட்டவணையில் நான் குறித்துக் கொள்ள வேண்டுமா?"*

அதைத் தொடர்ந்து நீங்கள் அடுத்தப் பன்னிரண்டு மாதங்களில் மேற்கொள்ள வேண்டிய செயல்நடவடிக்கைகள் உங்களுக்குத் தெள்ளத் தெளிவாகிவிடும்.

குறுகியகால நோக்கு

உங்களுடைய இலக்குகளை உங்களுடைய வாழ்க்கையோடு ஐக்கியப்படுத்துவதற்கான இந்த வழிமுறைகள் ஒரு சிலருக்குக் கடினமாக இருக்கலாம். அடுத்த ஆண்டு நீங்கள் யாராக இருக்கப் போகிறீர்கள் என்பதை இப்போது கற்பனை செய்வது இயலாத காரியமாக இருக்கலாம்.

நம்முடைய சுயத்தோடு நம்முடைய அன்றாடத் தீர்மானங்களை ஒத்திசைவாக வைத்திருப்பதுதான் நம்முடைய இலக்கு. இது நம்மை சௌகரியமாக உணர வைப்பதோடு நின்றுவிடாது. நல்லுணர்வு அளிக்கின்ற உற்பத்தித்திறனை முடுக்கிவிடுகின்ற ஆற்றல்மிக்க வழியாகவும் இது செயல்படும். நியூசிலாந்திலுள்ள வைகாட்டோ பல்கலைக்கழகத்தைச் சேர்ந்த அன்னா சட்டன், *36,000* தரவுகளை உள்ளடக்கிய *51* ஆய்வுகளை அலசி ஆராய்ந்து, உண்மையுடன் வாழ்வதற்கும் உடல் ஆரோக்கியத்திற்கும் இடையேயுள்ள தொடர்பைக் கண்டுபிடிக்க முனைந்தார். அவை இரண்டுக்கும் இடையே ஒரு நேர்மறையான உறவு இருப்பதை அவருடைய ஆய்வுகள் தெரிவித்தன. அதோடு, தங்களுடைய விழுமியங்களோடு ஒத்திசைவான வாழ்க்கையை நடத்திக் கொண்டிருப்பவர்கள், மகிழ்ச்சியாக இருப்பதோடு, தங்களுடைய வேலைகளில் முழு ஈடுபாட்டுடன் இறங்குகின்றனர் என்பதையும் அவருடைய ஆய்வு வெளிப்படுத்தியது.

ஒத்திசைவான வாழ்க்கையை வாழ்வதற்கான கடைசி அம்சம் ஒரு மனப்போக்கு மாற்றத்தை உள்ளடக்கியுள்ளது. இங்கு, அன்றாடத் தேர்ந்தெடுப்புகளின்போதும் நாம் விழுமியங்கள் குறித்துச் சிந்திக்க வேண்டும்.

அதை எப்படிச் செய்வது? நம்முடைய விழுமியங்களிலிருந்து நம்மை விலக்கி அழைத்துச் செல்கின்ற எண்ணற்றத் தீர்மானங்களை நாம் அன்றாடம் எடுத்து வருகிறோம். எடுத்துக்காட்டுகள்: சுதந்திரத்தைக் கொண்டாடுகின்ற, ஆனால் கட்டுப்பாடுகளினால் மூச்சுத்திணறலை ஏற்படுத்திக் கொண்டிருக்கின்ற வேலைகளில் மாட்டிக் கொண்டிருக்கின்ற நபர்கள். உறவுக்கு முக்கியத்துவம் கொடுக்கின்ற, ஆனால் தங்களுடைய குடும்பத்தையும் நண்பர்களையும் உதாசீனப்படுத்திவிட்டு, தங்கள் நேரத்தின் பெரும் பகுதியைத் தங்கள் வேலையில் செலவிடுகின்ற நபர்கள். இத்தகைய சூழ்நிலைகளில், நம்முடைய தீர்மானங்கள் நம்முடைய

ஆழ்விருப்பங்களோடு ஒத்திசைவாக இருப்பதில்லை.

சரியான கருவிகளின் உதவியோடு, நாம் முக்கியமாகக் கருதுகின்ற விஷயங்களின் பக்கம் நம்மால் மீண்டும் திரும்பிவிட முடியும்.

சரியான கருவிகளின் உதவியோடு, நாம் முக்கியமாகக் கருதுகின்ற விஷயங்களின் பக்கம் நம்மால் மீண்டும் திரும்பிவிட முடியும். அதன் மூலம் நம்மால் நம்முடைய உற்பத்தித்திறனை அதிகரித்துக் கொள்ள முடியும், வாழ்க்கையைச் செழிப்பாக்கிக் கொள்ள முடியும்.

பரிசோதனை 5:

ஒத்திசைவான மூன்று தேடல்கள்

விழுமியங்கள் அன்றாடத் தீர்மானங்களோடு ஒத்திசைவாக இருப்பதற்கான சிறந்த வழி ஓர் அடிப்படை உண்மையை அடித்தளமாகக் கொண்டிருந்தது. நீண்டகால இலக்குகளை அடைவதைவிட, குறுகியகால இலக்குகளை அடைவது எளிது என்பதுதான் அது.

இதை உளவியலாளர்கள் நீண்டகாலமாகவே அறிந்து வைத்திருந்தனர். ஓர் ஆய்வில், ஆய்வாளர்கள், ஏழு முதல் பத்து வயதுக்கு உட்பட்ட, கணக்குப் பாடத்தில் பலவீனமாக இருந்த பள்ளி மாணவர்களிடம் ஓர் ஆய்வை நடத்தினர். அம்மாணவர்கள் இரண்டு குழுக்களாகப் பிரிக்கப்பட்டனர். அவர்கள் மொத்தம் 42 பக்கக் கணக்குகளை ஏழு நாட்களில் போட வேண்டியிருந்தது. முதல் குழுவிடம், தினமும் ஆறு பக்கக் கணக்குகளைப் போடுமாறு கேட்டுக் கொள்ளப்பட்டது. இரண்டாவது குழுவிற்கு அப்படிப்பட்டக் கட்டுப்பாடுகள் எதுவும் விதிக்கப்படவில்லை. அவர்கள் அந்த 42 பக்கக் கணக்குகளையும் ஏழு நாட்களுக்குள் போட்டு முடிக்க வேண்டும், அவ்வளவுதான்.

அவர்கள் இருவருக்கும் கொடுக்கப்பட்டிருந்த இலக்கு ஒன்றுதான். ஆனால், அவற்றை அவர்கள் நிறைவேற்றுவதற்குக் கையாண்ட வழிமுறைகள் மட்டுமே வேறுபட்டிருந்தன. ஆய்வின் முடிவில், தினமும் ஆறு பக்க இலக்கை முடிக்குமாறு கூறப்பட்டிருந்த மாணவர்கள், இரண்டாவது குழுவினரைவிடச் சிறப்பாகச் செய்திருந்தனர். முதல் குழுவினர் 80 சதவீதக்

கணக்குகளைச் சரியாகப் போட்டிருந்தனர். இரண்டாவது குழுவினர் வெறும் 40 சதவீதக் கணக்குகளைச் சரியாகப் போட்டிருந்தனர். முதல் குழுவினர் கணக்குகளைச் சரியாகப் போட்டு முடித்திருந்ததோடு, குறுகியகால இலக்குகளை வெற்றிகரமாக அடைந்திருந்ததன் மூலம் கணக்குகள் கடினமானவை என்ற அவர்களுடைய அபிப்பிராயமும் மாறியிருந்தது.

இதற்கும் நீங்கள் உங்களுடைய விழுமியங்களோடு வாழ்வதற்கும் என்ன தொடர்பு என்று நீங்கள் கேட்கிறீர்களா? இப்போது நீங்கள் இருக்கின்ற இடத்திற்கும், நீங்கள் சென்றடைய விரும்புகின்ற இடத்திற்கும் இடையேயுள்ள தூரத்தைக் குறைக்க இது உங்களுக்கு உதவும்.

என் அன்றாட நடவடிக்கைகளை என் விழுமியங்களோடு ஒத்திசைவாக வைத்திருப்பதற்கு எப்போதுமே நான் தடுமாறி வந்துள்ளேன். இப்படியிருக்கும்போது, 12 மாதக் கொண்டாட்டம் குறித்து நான் எப்படி உணர்ந்திருப்பேன் என்பதை உங்களால் எளிதாக ஊகித்துக் கொள்ள முடியும். கணக்குப் பாடத்தில் பலவீனமாக இருந்த அந்த மாணவர்களின் ஆய்விலிருந்து நாம் கற்றுக் கொள்ளக்கூடிய ஒரு பாடம் நமக்குக் கைகொடுக்கும். உங்களுடைய ஆண்டு இறுதி இலக்கை நோக்கி உங்களை அழைத்துச் செல்லக்கூடிய மூன்றே மூன்று நடவடிக்கைகளைத் தேர்ந்தெடுத்துக் கொள்ளுங்கள்.

நான் என்னுடைய 12 மாதக் கொண்டாட்டத்தை, என்னுடைய ‘கூகுள் டாக்கில்’ சேமித்து வைத்துள்ளேன். அதை நான் என் கணினியின் கூகுள் தேடுதளத்திலும் குறித்து வைத்துள்ளேன். நான் வேலை செய்ய உட்காரும்போதெல்லாம், நான் என்னுடைய 12 மாதக் கொண்டாட்டத்தைத் திறந்து பார்ப்பேன். பின் ஆரோக்கியம், வேலை, உறவுகள் ஆகிய மூன்று பகுதிகளிலிருந்தும் ஒரே ஓர் அம்சத்தைத் தேர்ந்தெடுத்து அதில் கவனத்தைக் குவிப்பேன். என்னுடைய ‘ஒத்திசைவான மூன்று தேடல்கள்’ கீழ்க்கண்டவாறு அமைந்திருக்கும்:

- *ஆரோக்கியம் – உடற்பயிற்சி மாலை 3.30–4.30*
- *வேலை – எழுதுவதை முடுக்குதல் (அத்தியாயம் 9)*
- *உறவுகள் – பாட்டியை அழைத்தல்*

இது எல்லோருக்குமே பலனளிக்கும். நல்ல மதிப்பெண்களைப் பெறவும், உடல் வலுவை அதிகரித்துக் கொள்ளவும், நட்பைப் பெருக்கிக் கொள்ளவும் விரும்புகின்ற

ஒரு கல்லூரி மாணவர் நீங்கள் என்று வைத்துக் கொள்வோம். அப்போது, உங்களுடைய 'ஒத்திசைவான மூன்று தேடல்கள்' கீழ்க்கண்டவாறு அமைந்திருக்கும்:

- ஆரோக்கியம் – வகுப்புகள் முடிந்த பிறகு 30 நிமிடங்கள் ஓடுதல்
- வேலை – மறுநாள் தேர்வுக்குக் கூடுதலாக ஓர் அரை மணி நேரம் படித்தல்
- உறவுகள் – படித்து முடித்தப் பிறகு கேத்தரினுடன் சென்று காபி குடித்தபடி அரட்டையடித்தல்

நீங்கள் கடினமாக உழைத்துக் கொண்டிருக்கின்ற ஒரு பெற்றோராக இருக்கலாம். நீங்கள் உங்களுடைய வேலை, ஆரோக்கியம் மற்றும் குடும்பத்தின்மீது கவனத்தைக் குவிக்க விரும்பலாம். அப்படியெனில், உங்களுடைய 'ஒத்திசைவான மூன்று தேடல்கள்' கீழ்க்கண்டவாறு அமைந்திருக்கும்:

- ஆரோக்கியம் – மதிய உணவு இடைவேளையில் 15 நிமிடங்கள் நடத்தல்
- வேலை – மதிய உணவு வேளைக்கு முன்பாக முக்கியப் பணித்திட்டதை முடித்தல்
- உறவுகள் – குடும்பத்தார் அனைவருக்கும் சேர்த்துச் சமைத்து அவர்களுடன் சேர்ந்து உட்கார்ந்து உண்டு மகிழ்தல்

இந்த அணுகுமுறையிலுள்ள அனுகூலம், 12 மாதக் கொண்டாட்டம் உருவாக்குகின்ற திக்குமுக்காடல் உணர்வு உங்களுக்கு இருக்காது. குறுகியகால நோக்கத்தில் செயல்படுகின்றபோது, அதை அடைவது உங்களுக்குச் சாத்தியப்பட்டுவிடுகிறது.

பரிசோதனை 6:
ஒத்திசைவுப் பரிசோதனைகள்

பத்தாண்டுகளுக்கு முன், நல்லுணர்வூட்டும் உற்பத்தித்திறனைப் பற்றிய ஆராய்ச்சியை நான் துவக்கியபோது, என்னை மிகவும் கவர்ந்த ஒரு விஷயம் ஓர் ஆய்வோ அல்லது ஒரு முன்னோக்கோ அல்ல. அது ஒரு வழிமுறை. எனக்கு மருத்துவக் கல்லூரியில்

கற்றுக் கொடுக்கப்பட்டிருந்த அறிவியல் சிந்தனையை, மகிழ்ச்சி, மனநிறைவு மற்றும் உற்பத்தித்திறனுக்கு நான் பயன்படுத்தியபோது எனக்கு விஷயங்கள் தெளிவாகத் தொடங்கின.

என்னுடைய இறுதிப் பரிசோதனை, அனைத்தையும் ஒரு முழுச் சுற்றுக்குக் கொண்டுவந்துள்ளது. இது, உற்பத்தித்திறனை ஓர் அறிவியலறிஞரைப்போலச் சிந்திக்கக் கற்றுக் கொள்வதை உள்ளடக்கியிருக்கிறது. உங்களுக்கு அர்த்தத்தைக் கொண்டு வருகின்ற ஒன்றைப் பரிசோதிப்பதை உள்ளடக்கியது இது. அந்தப் பரிசோதனையை உங்களுடைய அன்றாடத் தீர்மானங்களுக்குப் பயன்படுத்துவது அது.

உங்களுடைய அன்றாடத் தீர்மானங்களோடு ஒத்திசைவாக இருக்கின்ற கோட்பாடுகளைச் சோதிக்க இந்த ஒத்திசைவுப் பரிசோதனைகள் உங்களுக்கு உதவும். அதில் மூன்று கட்டங்கள் இருக்கின்றன.

முதலில், உங்களுடைய வாழ்க்கையின் எந்தப் பகுதியில் உங்களுடைய செயல்நடவடிக்கைகள் திருப்தியளிக்காமல் இருக்கின்றன என்பதைக் கண்டுபிடியுங்கள். இறுதி அஞ்சலி, ஓடிசி திட்டம், வாழ்க்கைச் சக்கரம் போன்ற உத்திகள் உங்களுக்கு இதற்கு உதவியிருக்கலாம். இவை இல்லாமலேயே, உங்களுடைய வேலை அல்லது உறவுகள் போன்ற, உங்களுடைய வாழ்க்கையின் ஒரு சில அம்சங்களில் ஒத்திசைவின்மையை நீங்கள் உணர்ந்திருக்கக்கூடும். யோசித்துப் பாருங்கள். உங்களுடைய வாழ்க்கையின் எந்த அம்சத்திலாவது விஷயங்கள் சரியாகப் போய்க் கொண்டிருக்கவில்லை என்ற உணர்வு உங்களிடம் இருக்கிறதா?

எடுத்துக்காட்டாக, ஒரு வெற்றிகரமான வழக்கறிஞரை எடுத்துக் கொள்ளலாம். அவர் தன்னுடைய பெருநிறுவன வேலை ஏணியில் வெகு உயரத்திற்குச் சென்ற பிறகு, தான் அதற்குத் தன் தனிப்பட்ட வாழ்க்கையில் ஒரு பெரும் விலை கொடுத்திருப்பதை உணர்கிறார். அவர் ஒத்திசைவுப் பரிசோதனைகளில் ஈடுபட்டால், தன்னுடைய விழுமியங்களோடு ஒத்திசைவாக இருக்கின்ற வேறு ஒரு வேலையைத் தேட வேண்டும் என்பதை அவர் உணர்ந்து கொள்வார். அல்லது, தன் பெற்றோரின் விருப்பத்திற்காகக் கல்லூரியில் ஒரு படிப்பைப் படித்துக் கொண்டிருக்கின்ற ஒரு மாணவனைக் கற்பனை செய்து கொள்ளுங்கள். அவன் இப்போது படித்துக் கொண்டிருக்கின்ற துறை அவனுக்குப் பிடிக்கவில்லை. அவன் ஒத்திசைவுப் பரிசோதனைகளில்

ஈடுபட்டால், அவன் தனக்குப் பிடித்த வேறு ஒரு துறையைத் தேர்ந்தெடுத்து அதில் தன் படிப்பைத் தொடரலாம்.

இரண்டாவது, உங்களுடைய சொந்தக் கருதுகோள் ஒன்றை உருவாக்கிக் கொள்ளுங்கள். இங்கு நீங்கள் ஓர் அறிவியலறிஞரைப்போலச் சிந்திக்க வேண்டும். அதாவது, பரிசோதனை மனப்போக்கை சுவீகரித்துக் கொள்ள வேண்டும். அனைத்து அறிவியல் பரிசோதனைகளிலும் விஷேசக் காரணி ஒன்று இருக்கும். அதை மாற்றுவதன் மூலம் உங்களால் அதன் விளைவின்மீது மாற்றத்தை ஏற்படுத்த முடியும். உங்களுடைய வாழ்க்கையில் அப்படிப்பட்ட ஒரு விஷேசக் காரணியை நீங்கள் மாற்ற விரும்பினால் அது என்னவாக இருக்கும்? அது உங்களுடைய சூழலின்மீது எத்தகைய தாக்கம் ஏற்படுத்தும்?

இது உங்களுடைய கருதுகோள். ஊக்கமிழந்துள்ள நம்முடைய வழக்கறிஞரின் கருதுகோள் இப்படி இருக்கலாம்: "நான் என்னுடைய வேலை நேரத்தை மாற்றியமைத்துக் கொள்வது என்னுடைய வேலைக்கும் தனிப்பட்ட வாழ்க்கைக்கும் இடையேயுள்ள சமநிலையை மேம்படுத்தி எனக்கு மனநிறைவை அளிக்கும்." மன அழுத்தத்திற்கு ஆளாகியிருக்கின்ற மாணவனின் கருதுகோள் இப்படி இருக்கலாம்: "எனக்குப் பிடித்தமான ஒரு துறைக்கு என் படிப்பை மாற்றியமைத்துக் கொள்வது எனக்குப் பெரும் திருப்தியளிக்கும், படிப்பில் என் ஆர்வத்தை மீட்டெடுக்கும்."

மூன்றாவதுதான் இருப்பதிலேயே முக்கியமானது: செயல்படுத்துதல். மாற்றத்தை ஏற்படுத்துதல். அப்படி நீங்கள் செய்கின்றபோது, அது உங்களுடைய சூழலில் எத்தகைய தாக்கம் ஏற்படுத்துகிறது என்பதை அவதானியுங்கள்.

இந்தப் பரிசோதனை பலனளிக்க வேண்டுமென்றால், உங்களுடைய மாற்றம் ஒரு வரையறைக்கு உட்பட்டு இருப்பதை நீங்கள் உறுதி செய்து கொள்ள வேண்டும். நீங்கள் உங்களுடைய வாழ்க்கையின் அனைத்து அம்சங்களையும் திடுதிப்பென்று மாற்றினால், உங்களுடைய மனநிலையில் ஏற்படுகின்ற மாற்றத்திற்கும், ஒத்திசைவில் ஏற்படுகின்ற மாற்றத்திற்கும் எது காரணம் என்பதை உங்களால் அறிந்து கொள்ள முடியாமல் போய்விடும். எடுத்துக்காட்டாக, நம்முடைய வழக்கறிஞரைப் பொறுத்தவரை, அவர் டக்கென்று தன் வேலையை உதறிவிடுவதைவிட, தன் வேலைகளைத் தன் கீழ் பணிபுரிகின்ற இளம் வழக்கறிஞர்களுக்குப் பிரித்துக் கொடுத்தல், இரண்டு மூன்று மாதங்களுக்குப் பகுதி நேர வேலை ஒன்றைப் பார்த்தல் போன்றவற்றை முயற்சிப்பது

நல்லது. நம்முடைய மாணவனைப் பொறுத்தவரை, உடனடியாக வேறொரு துறைக்கு மாறிவிடாமல், அவனுக்குப் பிடித்தத் துறையில் ஒரே ஒரு பாடத்தை எடுத்து முதலில் படித்து அதை உறுதி செய்து கொள்வது நல்லது.

நீங்கள் மாற்றங்களை மேற்கொண்டிருக்கின்றபோது, அவற்றின் விளைவுகளைக் கண்காணித்து வர வேண்டும். உங்களுடைய சவால்கள், வெற்றிகள் மற்றும் முன்னோக்குகளை ஒரு குறிப்பேட்டில் குறித்துக் கொள்ளுங்கள். இந்தப் பரிசோதனைகளை மேற்கொள்வதன் மூலம், திடீரென்று ஒன்றில் குதித்துவிடாமல், நீங்கள் ஒரு மாற்றுப் பாதைக்கான சாத்தியக்கூறை ஆராய்கிறீர்கள்.

ஒத்திசைவுக்கான பாதை ஓர் இலக்கு அல்ல என்பதை இந்தப் பரிசோதனைகள் உங்களுக்குப் புரிய வைக்கும். அது ஒரு தொடர்கதை. நம்முடைய வாழ்க்கையெனும் ஆய்வுக்கூடத்தின் ஊடாக நாம் நடைபோடுகின்றபோது, நாம் பரிசோதனைகளில் ஈடுபடுவதை அரவணைத்துக் கொள்வதற்கும், அதன் ஊடாகக் கற்றுக் கொள்வதற்கும் நாம் தயாராக இருக்க வேண்டும்.

இரத்தினச்சுருக்கமாக

- நம்முடைய சுயத்தோடு ஒத்திசைவாக இல்லாத இலக்குகளில் நாம் நேரத்தைச் செலவிடுகின்றபோது, ஒத்திசைவின்மை வேலைத் தீய்வு உருவாகிறது. இதை மீற முயல்வது முடிவேயற்ற ஒன்று. அதற்கு, வாழ்க்கையில் நமக்கு உண்மையிலேயே எது முக்கியமானது என்பதை நாம் கண்டறிய வேண்டும். பின் அதற்கேற்ப நம்முடைய நடத்தைகளை நாம் மாற்றிக் கொள்ள வேண்டும்.
- உங்களுக்கு உண்மையிலேயே முக்கியமானது எது என்பதைக் கண்டறிவதற்கு எளிய வழிகள் இருக்கின்றன. முதலில் நீங்கள் உங்களுடைய நீண்டகால நோக்குடன்கூடிய வருங்காலத்தை உற்று நோக்க வேண்டும். நீங்கள் மரணப் படுக்கையில் இருப்பதாகக் கற்பனை செய்ய வேண்டும். ஒருவேளை இது அபசகுனமாக உங்களுக்குப் படலாம். ஆனால், உங்களுடைய வாழ்க்கையிலிருந்து நீங்கள் என்ன பெற விரும்புகிறீர்கள் என்பதைத் தெரிந்து கொள்வதற்கு இது ஓர் அருமையான வழி.
- அடுத்து, உங்களுடைய மத்தியகால நோக்குடன்கூடிய வருங்காலம் குறித்துச் சிந்தியுங்கள். அடுத்தப் பன்னிரண்டு மாதங்களின் முடிவில் ஒரு கொண்டாட்டத்தை நிகழ்த்துவதற்கு, அடுத்த ஓராண்டுக்குள் நீங்கள் என்னென்ன விஷயங்களைச் சாதித்தாக வேண்டும் என்று யோசியுங்கள். அதன் அடிப்படையில், இந்த வாரம் நீங்கள் மேற்கொள்ள வேண்டிய நடவடிக்கைகள் என்னவாக இருக்கும் என்று திட்டமிடுங்கள்.
- இறுதியாக, நீங்கள் உங்களுடைய குறுகியகால நோக்குடன்கூடிய வருங்காலத்தைப் பற்றி யோசியுங்கள். ஒத்திசைவுக்குத் தேவையான நடவடிக்கைகளை இக்கணமே உங்களால் எடுக்க முடியும் என்பது இதிலுள்ள நல்ல செய்தி. ஓராண்டுக்குப் பிறகு நீங்கள் அடைய விரும்புகின்ற வாழ்க்கையை அடைவதற்கு இன்று நீங்கள் எடுத்தாக வேண்டிய மூன்று நடவடிக்கைகள் என்னவாக இருக்கும்?

கடைசியாக ஒரு வார்த்தை: ஓர் உற்பத்தித்திறன் அறிவியலறிஞரைப்போலச் சிந்தியுங்கள்

என் வீடு, லண்டனிலுள்ள ஒரு மிகப் பெரிய மருத்துவமனையிலிருந்து ஒரு பத்து நிமிட நடை தூரத்தில் இருந்தது.

சில நாட்கள், நான் நினைக்கின்ற அளவு கவனக்குவிப்பு செய்ய முடியாத நிலையில் நான் இருப்பேன். அப்போது, நான் லண்டன் தெருக்களில் அலைந்து திரிவேன். இறுதியில், என் மருத்துவமனையின் பிரம்மாண்டமான வரவேற்பறைக்குள் நுழைந்து, ஒரு காபியை வாங்கிக் குடித்துக் கொண்டே, அங்கு மும்முரமாக நடைபோட்டுக் கொண்டிருக்கின்ற மருத்துவர்களைச் சிறிது நேரம் பார்த்துக் கொண்டிருப்பேன். அப்போது, கிறிஸ்துமஸ் தினத்தன்று அந்த மருத்துவமனையில் நான் பட்டக் கஷ்டம் என் நினைவுக்கு வரும்.

அந்த மருத்துவர்களைப் பார்க்கின்றபோது, அன்றைய தினத்திற்குப் பிறகு நான் எவ்வளவு தூரம் கற்றுக் கொண்டுவிட்டிருந்தேன் என்பதை நான் அசைபோடுவேன். அந்தக் கிறிஸ்துமஸ் தினத்தை இன்று நான் ஞாபகப்படுத்திப் பார்க்கின்றபோது, என்னுடைய தவறு, உற்பத்தித்திறன் குறித்து நான் அன்று என்ன நினைத்துக் கொண்டிருந்தேன் என்பது அல்ல, அதை நான் எப்படிப் பார்த்துக் கொண்டிருந்தேன் என்பதில்தான் இருந்தது என்பது எனக்குப் புரிந்தது.

அப்போது நான் அனைத்து அடிப்படை உத்திகள் குறித்தும் தவறாகப் புரிந்து கொண்டிருந்தேன். உற்பத்தித்திறன் எனக்கு எந்த அளவுக்கு நல்ல உணர்வை ஊட்டியது என்று யோசிக்காமல், கட்டுப்பாட்டின் ஓர் அம்சமாக அதை நான் பார்த்துக் கொண்டிருந்தேன். என் வேலையில், விளையாட்டு, அதிகாரம், மக்கள் போன்றவற்றை ஒருங்கிணைக்காமல், என்னுடைய இயலாமை, தனிமை, சலிப்புத்தன்மை ஆகியவற்றின்மீதுதான் நான் என் கவனத்தைக் குவித்திருந்தேன்.

அதற்கடுத்த ஆண்டுகளில் என் வாழ்க்கை குறித்த அனைத்து விஷயங்களும் மாறிவிட்டிருந்தன. உற்பத்தித்திறன் என்பது கட்டுப்பாட்டைப் பற்றியது அல்ல, மாறாக, உங்களுக்கு மகிழ்ச்சியூட்டுகின்ற மற்றும் ஆற்றலளிக்கின்ற உணர்வைக் கொடுக்கின்ற விஷயங்களை அதிகமாகச் செய்வதைப் பற்றியது அது என்பதை இப்போது நான் புரிந்து வைத்திருக்கிறேன். விஷயங்களைத் தள்ளிப்போடுதல், வேலைத் தீய்வு ஆகியவற்றிலிருந்து தப்பிப்பதற்கு, உங்களுடைய சூழல் எவ்வளவு மோசமானதாக இருந்தாலும் அதிலிருந்து மகிழ்ச்சியைக் கண்டுபிடிப்பதுதான் ஒரே வழி.

ஆனால், என்னுடைய உண்மையான தவறு உற்பத்தித்திறன் உத்திகள் தொடர்பானவை அல்ல. என்னுடைய ஒட்டுமொத்த அணுகுமுறை தொடர்பானது அது. உற்பத்தித்திறன் தொடர்பான அனைத்து உத்திகளையும் நான் படித்தறிந்து கொண்டால், அது தொடர்பான அனைத்துக் கட்டுரைகளையும் கரைத்துக் குடித்துவிட்டால், நான் ஏங்கிக் கொண்டிருக்கின்ற விஷயங்களை என்னால் சாதித்துவிட முடியும் என்று நான் தப்புக் கணக்குப் போட்டிருந்தேன். உண்மையில் நான் அதற்கு நேர் எதிரான அணுகுமுறையையே தேர்ந்தெடுத்திருந்திருக்க வேண்டும். ஓர் உற்பத்தித்திறன் அறிவியலறிஞரைப்போல நான் சிந்தித்திருக்க வேண்டும்.

அதனால்தான், ஒத்திசைவுப் பரிசோதனைகளை நான் இந்த நூலின் இறுதி உத்தியாகக் கொடுத்துள்ளேன். நீண்டகால நோக்கில் இந்த அணுகுமுறையை சுவீகரித்துக் கொள்வதன் மூலமே நல்லுணர்வு ஊட்டுகின்ற உற்பத்தித்திறனின் இரகசியங்களை உங்களால் கற்றுக் கொள்ள முடியும். இந்த நூலில், எனக்குப் பலனளித்துள்ள சில டஜன் பரிசோதனைகளை நான் உங்களோடு பகிர்ந்து கொண்டுள்ளேன். அவற்றில் சில உங்களுக்கும் வேலை செய்யலாம். வேறு சில உங்களுக்குப் பலனளிக்காமல் போகலாம். பரவாயில்லை.

இந்தப் புத்தகம், மேற்கொள்ளப்பட வேண்டிய உத்திகளின் பட்டியலை உள்ளடக்கிய ஒன்றல்ல என்பதை நினைவில் வைத்துக் கொள்ளுங்கள். இது ஒரு தத்துவம். உங்களுடைய தனிப்பட்ட உற்பத்தித்திறன் உத்திகள் அடங்கிய ஒரு கருவிப்பெட்டி. குறுகியகால நோக்கிலும் நீண்டகால நோக்கிலும் நல்ல உணர்வை நீங்கள் அறுவடை செய்ய உங்களுக்கு உதவுகின்ற ஒன்று இது. உங்களுடைய வேலைகளையும் பணித்திட்டங்களையும் ஒரு பரிசோதனையாக நோக்குகின்ற அணுகுமுறையை உள்ளடக்கிய ஒன்று இது.

அதனால், இந்தப் புத்தகத்தில் இடம்பெற்றுள்ள அனைத்து உத்திகளையும் முயற்சி செய்து பார்க்குமாறு நான் உங்களை வற்புறுத்திக் கேட்டுக் கொள்கிறேன். அவற்றில் எது உங்களுக்கு வேலை செய்கிறதோ அவற்றை வைத்துக் கொண்டு மற்றவற்றைத் தூக்கி எறிந்துவிடுங்கள். ஒவ்வொரு புதிய அணுகுமுறையை நீங்கள் சோதிக்கின்றபோதும், இக்கேள்விகளைக் கேளுங்கள்: இது என் மனநிலையின்மீது எத்தகைய தாக்கம் ஏற்படுத்தும்? இது என் உற்பத்தித்திறன்மீது எத்தகைய தாக்கம் ஏற்படுத்தும்? நல்லுணர்வு ஊட்டுகின்ற உற்பத்தித்திறனை அடைவதற்கு அது தொடர்பான விஷயங்களைக் கண்மூடித்தனமாகப் பின்பற்றாதீர்கள். உங்களுக்கு அது வசதிப்பட்டு வருமா என்று சோதித்தறியுங்கள்.

இறுதியில், எது உங்களுக்குச் சரிப்பட்டு வரும் என்பதைத் தொடர்ந்து பரிசோதித்துக் கொண்டிருப்பதன் மூலம் மட்டுமே, நீண்டகால நோக்கில் உங்களால் தொடர்ந்து நல்ல உணர்வுகளை அனுபவித்துக் கொண்டிருக்க முடியும். உற்பத்தித்திறன் துறை தொடர்ந்து பரிணாம வளர்ச்சி அடைந்து கொண்டிருக்கிறது. நீங்களும் அப்படித்தான். இன்னும் கண்டுபிடிக்கப்பட வேண்டியது ஏராளமாக இருக்கிறது. ஆனால், நீங்கள் இந்தக் கொள்கைகளை உங்களுடைய வாழ்க்கையில் பயன்படுத்துகின்றபோது, உங்களுக்குச் சரிப்பட்டு வருகின்ற உத்திகள், முன்னோக்குகள் போன்றவற்றை உங்களால் வெளிக் கொண்டுவர முடியும். அவை எனக்குப் பலனளிப்பதைவிட உங்களுக்கு அதிகமாகப் பலனளிக்கும். ஏனெனில், அது உங்களுக்கு உள்ளேயிருந்து வருகின்ற ஒன்று.

நல்லுணர்வு ஊட்டுகின்ற உற்பத்தித்திறனை அடைவதற்கு அது தொடர்பான விஷயங்களைக் கண்மூடித்தனமாகப் பின்பற்றாதீர்கள். உங்களுக்கு அது வசதிப்பட்டு வருமா என்று சோதித்தறியுங்கள்.

அதனால் இந்தச் செயல்முறையை இரசித்து அனுபவியுங்கள். அதில் ஈடுபட்டிருக்கும்போது, இந்தச் செயல்முறை கச்சிதத்தை அடைவதைப் பற்றிய ஒன்றல்ல என்பதை நினைவில் வைத்திருங்கள். உங்களுக்கு எது சரிப்பட்டு வருகிறது என்பதைத் தட்டுத்தடுமாறிக் கண்டறிவதற்கான ஒரு வழிமுறை இது. உங்களுடைய தோல்விகளிலிருந்து கற்றுக்

கொள்வதையும் வெற்றிகளைக் கொண்டாடுவதையும் பற்றியது இது. உங்களுடைய வேலையை, உங்களுடைய ஆற்றலை உறிஞ்சிக் கொண்டிருக்கின்ற ஒன்றாக இருப்பதிலிருந்து உங்களுக்கு சக்தியூட்டுகின்ற ஒன்றாக ஆக்குவதைப் பற்றியது இது.

இந்த மனநிலையை சுவீகரித்துக் கொள்வது கடினமானதுதான். ஆனால், இதை நீங்கள் சுவீகரித்துக் கொண்டவுடன் அனைத்தும் மாறிவிடும். உங்களை ஆற்றலுடனும் உயிரோட்டத்துடனும் உணரச் செய்கின்ற மூலத்திலிருந்து உங்களால் கிரகித்துக் கொள்ள முடிந்தால், உங்களால் எங்கு வேண்டுமென்றாலும் சென்றடைந்துவிட முடியும். அப்போது, அதை அடைய நீங்கள் மேற்கொண்டிருந்த பயணத்தையும் உங்களால் இரசித்து அனுபவிக்க முடியும்.

உங்களுடைய சாகசப் பயணம் அடுத்து உங்களை எங்கு எடுத்துச் செல்லப் போகிறது என்பதைக் காண நான் பெரும் ஆவலுடன் இருக்கிறேன்.

Ali xx

நன்றியுரை

என்னுடைய முதல் நன்றி, இந்தப் புத்தகத்தை வாங்கியுள்ள வாசகர்களாகிய உங்களுக்குத்தான். சமூக ஊடகங்களில் நான் வெளியிட்டுள்ளவற்றை நீங்கள் ஏற்கனவே பார்த்திருக்கவும் படித்திருக்கவும் கூடும். அல்லது 2017-ம் ஆண்டிலிருந்தே என்னைப் பின்தொடர்ந்திருக்கக்கூடும். நீங்கள் இப்படி என்மீது காட்டுகின்ற அக்கறையை, எனக்குக் கிடைத்துள்ள மிகப் பெரிய வரப்பிரசாதமாக நான் கருதுகிறேன். நான் ஆழமாக விரும்புகின்ற ஒன்றைச் செய்து வருவாய் ஈட்டுவதற்கு அது எனக்கு உதவுகிறது. அருமையான விஷயங்களைக் கற்றுக் கொண்டு, உலகத்தோடு அவற்றைப் பகிர்ந்து கொள்வதுதான் அது.

அடுத்து நன்றி சொல்வதற்கு நான் ஒரு பெரிய பட்டியலையே வைத்திருக்கிறேன். வாழ்க்கையிலுள்ள பிற நல்ல அம்சங்களைப்போலவே, ஒரு புத்தகமும் ஒரு கூட்டு முயற்சியே. புத்தகத்தின் அட்டையில் ஒரே ஒரு பெயர்தான் இடம்பெற்றிருக்கும் என்றாலும், அதற்குப் பின்னால் ஒரு பெரும் படையே அணிவகுத்து நிற்கும். என்னுடைய இந்தப் புத்தகத்திற்கு பின்னாலுள்ள குழு மிகவும் அசாதாரணமான ஒன்று என்பதை உங்களிடம் தெரிவிப்பதில் நான் மகிழ்ச்சியடைகிறேன்.

பெங்குயின் ரேன்டம் ஹவுஸைச் சேர்ந்த கார்னர்ஸ்டோன் பிரஸின் எடிட்டர் ரோவன் போர்ச்சர்ஸிடமிருந்து அதை நான் தொடங்குகிறேன். ரோவன், உங்களுடைய மின்னஞ்சல்தான் இந்த சாகசப் பயணத்தைப் பற்ற வைத்திருந்தது. கடந்த மூன்றாண்டுகளுக்கும் மேலாக நீங்கள் ஒரு வலுவான தூணாக இருந்து எனக்கு ஆதரவு கொடுத்துள்ளீர்கள். எனக்கு இதற்காக நீங்கள் பல வழிகளில் பாடுபட்டுள்ளீர்கள்.

அடுத்து மேக்மில்லன் பதிப்பகத்தின் ஒரு பிரிவான செலடன் புக்ஸ் நிறுவனத்தின் எடிட்டர் ரயன்

டோஹெர்ட்டிக்கு நான் நன்றி தெரிவித்துக் கொள்கிறேன். ரயன், நீங்கள் ஏதோ ஒரு குருட்டு நம்பிக்கையில் என்னை நம்பி இதில் குதித்துவிட்டீர்கள். அதன் காரணமாக வட அமெரிக்காவில் இது வெற்றிகரமானதொரு வெளியீடாக வருவதை நீங்கள் உறுதி செய்துள்ளீர்கள்.

அடுத்து, மற்றொரு பிரமாதமான எடிட்டரான ரேச்சல் ஜெப்சனுக்கு நன்றி. நீங்கள் உங்களுடைய பல்லாண்டுகால அனுபவத்தை இதில் கொட்டி எனக்கு உதவியுள்ளீர்கள். ஓர் எழுத்தாளராக இருப்பது எப்படி என்பதை நீங்கள் எனக்குக் கற்றுக் கொடுத்துள்ளீர்கள். அதற்காக, உங்களுக்கு எவ்வளவு நன்றி பாராட்டினாலும் தகும். நாம் முதன்முதலாகச் சந்தித்தபோது நீங்கள் என்னிடம், “அலி, இது உண்மையிலேயே உங்களுடைய முன்னுரிமையா? நிரம்பி வழிகின்ற உங்களுடைய கால அட்டவணையைப் பார்த்தால் எனக்குச் சந்தேகமாக இருக்கிறது,” என்று வெளிப்படையாகக் கேட்டது இப்போதும் எனக்கு நன்றாக நினைவிருக்கிறது. உங்களுடைய அர்ப்பணிப்பான ஈடுபாட்டின் காரணமாக இந்தப் புத்தகம் பிரமாதமாக மேம்பட்டுள்ளது.

என்னுடைய இலக்கிய முகவரான கேட் இவான்ஸை என்னால் எப்படி மறக்க முடியும்? அவர் ஓர் அபூர்வப் பிறவி. கேட், உங்களுடைய ஊக்கமும் விமர்சனமும் எனக்கு ஒரு கலங்கரைவிளக்க ஒளியாக வழிகாட்டின. என்னுடைய ஆற்றல் காலியாகிக் கொண்டிருந்தபோது, என்னுடனான உங்களுடைய உரையாடல்கள் எனக்குப் புத்துணர்ச்சியளித்தன.

இந்த வரிசையில் அடுத்து நிற்பவர் இன்ஸ் லீ. அவர் முதலில் கேம்பரிட்ஜில் ஓர் ஆய்வாளராகவும், பின்னர் யார்க் பல்கலைக்கழகத்தில் ஒரு விரிவுரையாளராகவும் பணியாற்றி வந்தபோதிலும், என் குழுவின் முதன்மை ஆய்வாளராகவும் பணியாற்றினார். கணக்குவழக்கற்ற அறிவியல் சான்றுகளை அலசி ஆராய்ந்து, அவற்றிலிருந்து தேவையான தகவல்களைத் திரட்டிக் கொடுத்திருந்த விதத்தைப் பிரமாதம் என்ற வார்த்தைக்குக் குறைவான வார்த்தையால் வர்ணிக்க முடியாது. நீங்கள் இந்தப் புத்தகத்திற்கு மட்டுமல்லாது, என்னுடைய வீடியோக்களுக்கும் என் வலைப்பதிவுகளுக்கும் உங்களுடைய ஆய்வுகள் மூலம் உதவிக் கொண்டிருக்கிறீர்கள். அதற்கு உங்களுக்கு என் மனமார்ந்த நன்றி.

அடுத்து வருபவர் ஜாக் எட்வர்ட்ஸ். அவருடைய ஆய்வுகள் இந்த நூலின் தொடக்கக் காலத்தில் மிகவும் பயனுள்ளவையாக இருந்தன. நீங்கள் சொந்தமாக ஒரு

புத்தகம் எழுதிக் கொண்டிருந்த அதே வேளையில் எனக்கும் அர்ப்பணிப்புடன் உதவி செய்தீர்கள். அதற்கு உங்களுக்குக் கோடான கோடி நன்றிகள்.

லாரன் ரசாவியை எப்படி என்னால் மறக்க முடியும்? எங்களுடைய உறவு டுவிட்டரில்தான் தொடங்கியது என்றாலும், அதன் தாக்கம் மிகவும் அதிகம். லாரன், இத்தப் புத்தகத்தை எழுதுவதற்கு எனக்கு ஒரு வழிகாட்டியாக இருந்ததற்கும், கேட் இவான்ஸையும் ரேச்சல் ஜெப்செனையும் எனக்கு அறிமுகம் செய்து வைத்தமைக்காகவும் உங்களுக்கு நன்றி. உங்களுடைய தெய்வாதீனமான தொடர்பு இந்தப் புத்தகத்தின் பாதையில் பெரும் தாக்கம் ஏற்படுத்தியிருந்தது.

என்னுடைய எழுத்துப் பயிற்றுவிப்பாளரான அஸூல் டெர்ரோனெஸ், இத்திட்டத்தின் தொடக்க காலத்தில், உங்களுடைய வார்த்தைகள் எனக்கு மிகவும் உத்வேகமூட்டின. நான் என்னுடைய தயக்கத்தைக் கைவிட்டுவிட்டு, இந்த எழுத்துப் பயணத்தில் அடியெடுத்து வைக்க உங்களுடைய வழிகாட்டுதல் பேருதவியாக இருந்தது. குறிப்பாக, "நீங்கள் ஒரு குருவாகத்தான் இருக்க வேண்டும் என்று அவசியமில்லை, ஒரு வழிகாட்டியாக இருந்தாலே போதும்," என்ற உங்களுடைய அறிவுரை என்மீது மிகுந்தத் தாக்கத்தை ஏற்படுத்தியதால், அது இந்த நூலுக்குள்ளும் புகுந்துவிட்டது.

டேவிட் மோல்டாவேர், இந்தத் திட்டம் முன்மொழியப்பட்டபோது, நீங்கள் காட்டிய அன்பான கண்டிப்புக்கு மிகவும் நன்றி. என் திட்டதை நீங்கள் அக்கு வேறு ஆணி வேறாகக் கழற்றி மேய்ந்த பிறகுதான், என் நூலின் அடிப்படைச் செய்தி என்னவாக இருக்க வேண்டும் என்பது குறித்தத் தெளிவு எனக்குக் கிடைத்தது. என்னுடைய நண்பரும் சக நூலாசிரியருமான ஹாசன் குபாவுக்கு நன்றி. அவருடைய உள்ளீடுகளும், நாங்கள் சேர்ந்து மேற்கொண்ட தீவிர விவாதங்களும், இந்தப் புத்தகத்தின் மையக்கருத்தை நான் பட்டை தீட்ட எனக்கு உதவின. இந்தப் புத்தகத்தில் தனித்துவமாகத் துள்ளி நிற்கின்ற வரைபடங்களை வரைந்த ஸ்டீஃபன் குன்ஸூக்கு நன்றி. ஸ்டீஃபன், உங்களுடைய கலைத் தீண்டல்கள் இந்த நூலை மெருகேற்றியுள்ளன.

இத்திட்டத்தில் திரை மறைவிலிருந்து பெரும் பணியாற்றியுள்ள, கார்னர்ஸ்டோன் மற்றும் செலடான் குழுவினருக்கு என் நன்றிகள். முதலில் கார்னர்ஸ்டோனைச் சேர்ந்த ஆலிஸ் டியூவிங், எட்டி ஈஸ்ட்வுட், சாரா ரிட்லி, மார்கரிட்டா சன்ட்ஸேவா, நௌஸ்கா லெவி, ரோஸ்

வாடிலோவ், எபியன் ஏகல் மற்றும் அந்த நிறுவனத்தில் திரைக்குப் பின்னால் வேலை செய்திருந்த அனைவருக்கும் என் நன்றிகள்.

அதேபோல, செலடான் குழுவிலிருந்த டெப் ஃபட்டர், ரேச்சல் சௌ, ஜெனிஃபர் ஜாக்சன், ஜெய்ம் நோவன், அன்னா பெல்லி ஹின்டன்லாங், கிறிஸ்டின் மைகிடிஷென், லிசா பியூல், ஃபெய்த் டாம்லின், எரின் காஹில், அன்னே டூமி மற்றும் ரெபேக்கா ரிட்சேக்கு என் நன்றிகள். இன்று இப்புத்தகம் இந்த அளவுக்குச் சிறப்பாக உருவாகியிருப்பதற்கு உங்களுடைய அயராத உழைப்புதான் காரணம். இறுதியாக, இந்தப் புத்தகத்தை அமர்க்களமாக வடிவமைத்தமைக்கு ஹாரி ஹேடனுக்கு நன்றி.

இந்நூலின் ஒலிப்புத்தகத்தை உயர்தரத்துடன் கொண்டுவந்தமைக்கு, லண்டனிலுள்ள ஐடி ஆடியோ நிறுவனத்தைச் சேர்ந்த அலெக்ஸ் ரேமன்ட் மற்றும் லெஸ்லி உட்டுக்கு நன்றி.

இலக்கிய உலகம் ஒரு குடும்பமாக இயங்கிக் கொண்டிருப்பதை நான் இந்நூலை எழுதத் துவங்கிய பிறகு நான் புரிந்து கொண்டேன். அதன் பயனையும் நான் அறுவடை செய்துள்ளேன். அதற்காக, நான் என்னுடைய சக நூலாசிரியர்களுக்கும் படைப்பாளிகளுக்கும் தனியாக நன்றி தெரிவித்துக் கொள்ள விரும்புகிறேன். குறிப்பாக, என்னிடம் வெகுவாகத் தோழமை பாராட்டிய மேத்யூ டிக்ஸ், டெரெக் சிவர்ஸ், ரயன் ஹாலிடே, கால் நியூபோர்ட், ஜேம்ஸ் கிளியர், மார்க் மேன்சன், ஜூலி ஸ்மித், தியாகோ ஃபோர்டே, நோவா ககன், ஜான் ஜெராட்ஸ்கி, லாரன்ஸ் யோ, சார்லி ஹூபர்ட், நிக்கோலஸ் கோல், ஸ்காட் யங், நிர் இயல், அன்னே-லாரே லி குன்ஃப், பாட் ஃபிளின், கே ஹை மற்றும் ஆகஸ்ட் பிராட்லி ஆகியோருக்கு நன்றி. கையெழுத்துப் பிரதியைப் படித்துப் பார்த்து மதிப்பீடு செய்து கொடுத்தது, சந்தை உத்திகளைச் சொல்லிக் கொடுத்தது, வீடியோ அழைப்புகள் மூலமாக அறிவுரை கூறியது மற்றும் பல விதங்களில் நீங்கள் எனக்கு அளித்திருந்த ஊக்கம் விலைமதிப்பிடப்பட முடியாதவை. என்னுள் ஏதோ ஒன்றைப் பார்த்தமைக்கும், உங்களுடைய மும்முரமான வேலைகளுக்கு நடுவே என்னையும் ஒரு பொருட்டாகக் கருதி எனக்கு உதவி செய்ய முன்வந்தமைக்கும் உங்கள் அனைவருக்கும் மிக்க நன்றி.

அப்புறம் நான் எனக்கென்று ஒரு சொந்தக் குழுவை வைத்திருந்தேன். அல்லும் பகலும் உழைத்து, உத்வேகமூட்டுகின்ற,

வாசகர்களுக்குப் பயனுள்ளதாக இருக்கின்ற விஷயங்களை உருவாக்குவதற்கு அவர்கள் அனைவரும் உதவியுள்ளனர்.

முதலில் அங்குஸ் பார்க்கர், என்னுடைய பொது மேலாளர். என் தொழிலை அவரை நம்பித்தான் நான் ஒப்படைத்துள்ளேன். நான் பாட்டுக்கு ஒரு மூலையில் அமர்ந்து படித்துக் கொண்டும் எழுதிக் கொண்டும் இருக்கின்றபோது, இந்த இயந்திரம் சீராக இயங்குவதை நீங்கள் உறுதி செய்தீர்கள். நீங்கள் அப்படிச் செயல்பட்டிருக்கவில்லை என்றால், என்னால் என்னை இத்திட்டத்திற்கு முழுமையாக அர்ப்பணித்திருக்க முடியாது.

பவ் சர்மாவும், டேன் ஆன்டர்டனும் வெவ்வேறு சமயங்களில் என்னுடைய உதவியாளர்களாகப் பணியாற்றினர். என்னுடைய தனிப்பட்ட வாழ்க்கையிலும் தொழில் வாழ்க்கையிலும் ஒழுங்கைக் கொண்டு வந்தமைக்காக உங்களுக்கு நன்றி. உங்களுடைய பங்களிப்பின் காரணமாக இந்த இரண்டையும் என்னால் வெற்றிகரமாகச் சமாளிக்க முடிந்தது.

என் குழுவிலுள்ள பிறருக்கும் என் இதயபூர்வமான நன்றி: டின்டின், பெக்கி, ஆம்பர், கரேத், ஜக்குப், அலிசன், ஆதி மற்றும் சாஃப். உங்களுடைய கடுமையான கூட்டு உழைப்பு இல்லாமல், நாம் ஏற்படுத்தியுள்ள அளவு தாக்கத்தை நம்மால் ஏற்படுத்தியிருக்க முடியாது. கலம் வோர்ஸ்லி, பால் டெர்ன், ஷீன் குரிப், அகமது ஜாடி, பாப்லோ சிம்கோ, எலிசபெத் பிலிப்ஸ் மற்றும் கோரி வில்க்ஸ் ஆகியோருக்கு, தொடக்கக் காலத்தில் நீங்கள் அளித்திருந்த பயனுள்ள பின்னூட்டக்கருத்துகளுக்காக என் நன்றி.

உணர்வுபூர்வமாக இத்திட்டம் முழுவதும் எனக்குப் பக்கபலமாக இருந்த இஸ்ஸி சீலிக்கு நன்றி. உங்களுடைய ஆதரவுக்கும் தொடர்ச்சியான ஊக்குவிப்புக்கும் நன்றி. சில சிக்கலான அத்தியாயங்களில் நீங்கள் என்னுடன் தீவிர ஆலோசனையில் ஈடுபட்டு எனக்கு வெகுவாக உதவியிருந்தீர்கள். நான் தடம்புரளாமல் சென்று கொண்டிருப்பதற்கு நீங்கள் ஒரு முக்கியக் காரணம்.

என் அண்ணன் தய்மூர் அப்தலுக்கும் என் அண்ணி லூசியா கூல்டருக்கும் பிரத்தியேகமான நன்றி. என் ஒழுங்கீனத்தையும் அதீத ஆற்றல் வெளிப்பாட்டையும் நீங்கள் பொறுத்துக் கொண்டீர்கள். குறிப்பாக, நாம் ஒன்றாக வாழ்ந்து வந்த கடைசி ஆண்டை நான் தனியாகக் குறிப்பிட்டாக வேண்டும். உங்களுடைய பொறுமை, வழக்கமான குடும்பக்

கடமைக்கு அப்பாற்பட்ட ஒன்று. இப்புத்தகம் இறுதி நிலைக்கு வந்திருந்தபோது, அதை நான் எனக்குக் கிடைத்த பாக்கியமாகக் கருதுகிறேன்.

என்னுடைய குடும்பத்தாரின் அன்பும் ஆதரவும் இல்லாமல் இருந்திருந்தால், இவை எதுவும் சாத்தியப்பட்டிருக்காது. என் நானி பாட்டிதான் எனக்கு ஆங்கிலம் கற்றுக் கொடுத்திருந்தார், எனக்குள் கற்கும் ஆர்வத்தை விதைத்திருந்தார். அதற்காக அவருக்கு நன்றி. உங்களுடைய உத்வேகம், அன்பு, எல்லையற்ற ஊக்குவிப்பு ஆகிய தூண்களின்மீதே என் வாழ்க்கையெனும் கட்டடம் நின்று கொண்டிருக்கிறது.

இறுதியாக, என் அம்மா மிமி. எனக்கும் தைமூருக்கும் அசாதாரணமான கல்வியைக் கொடுப்பதற்காக, கணவர் இல்லாமல் தனியொருவராகப் பல முறை அவர் தன் வாழ்க்கையை இடம்பெயர்த்துள்ளார். அம்மா, உங்களுடைய அர்ப்பணிப்பு, வேலை நெறிமுறை, எல்லையற்ற அன்பு ஆகியவைதாம் நான் செய்கின்ற அனைத்தின் அடிநாதமாக அமைந்துள்ளன.